AF747843

குழந்தைகள் விரும்பும் பள்ளிக்கூடம்

கமலா வி. முகுந்தா

நியூயார்க்கிலுள்ள சிராக்கூஸ் பல்கலைக்கழகத்திலிருந்து கல்வி உளவியலில் முனைவர் பட்டம் பெற்றபின் சில ஆண்டுகள் இளங்கலை மாணவர்களுக்கு ஆசிரியராக இருந்த கமலா முகுந்தா 1995 ஆம் ஆண்டு இந்தியா திரும்பினார். பெங்களூரு விலுள்ள சென்டர் ஃபார் லே(ர்)னிங் என்ற முறைசாராக் கல்வி நிறுவனத்தில் சேர்ந்தார். கல்வியின் இயல்பு பற்றி ஆய்வு மேற்கொண்டார். உளவியலாளர்கள் வழி வழியாக ஆய்வு செய்த கல்வி சார்ந்த வினாக்களைப் பற்றித் தெரிந்துகொள்ளக் கல்வியாளர்களும் பெற்றோரும் மிகவும் ஆர்வமாக இருப் பதைக் கண்டார். ஆனால், உளவியலாளர்கள் இந்த வாசகர் களுக்காக எழுதவில்லையே! அவர்கள் எழுதிய கட்டுரைகள் பொருள் விளங்காத சொற்களால் நிறைந்திருக்கின்றன என்பதையும் கல்வி உளவியல் பாடப்புத்தகங்கள் கூட இந்த இடத்தை நிரப்பவில்லை என்பதையும் கமலா கண்டு கொண்டார். எனவே, கல்வி ஆய்வுக்கட்டுரைகளின் கருத்தைச் சுருக்கி, சிறு கட்டுரைகளாக மிக எளியநடையில் எழுதத் தொடங்கினார். அவை சிறந்த வரவேற்பைப் பெற்றன. அதற்குப் பிறகு இந்தியச் சூழலை மையப்படுத்தி ஆசிரியர் களுக்கு உளவியல் புத்தகம் ஒன்றை எழுத வேண்டும் என்று முடிவு செய்தார்.

குழந்தைகள் விரும்பும் பள்ளிக்கூடம்

கமலா வி. முகுந்தா

படங்கள் : ராதிகா நீலகண்டன்

தமிழில் : ராஜேந்திரன்

கிழக்கு

குழந்தைகள் விரும்பும் பள்ளிக்கூடம்
Kuzhandhaigal Virumbum Pallikkodam
by Kamala V. Mukunda ©

Translation of *WHAT DID YOU ASK AT SCHOOL TODAY?*
by HarperCollins Publishers

First Edition: December 2012
328 Pages

ISBN: 978-81-8493-801-2
Title No. Kizhakku 734

Kizhakku Pathippagam
177/103, First Floor,
Ambal's Building, Lloyds Road,
Royapettah, Chennai 600 014.
Ph: +91-44-4200-9603

Email : support@nhm.in
Website : www.nhm.in

Cover Image: Shutterstock ©

Kizhakku Pathippagam is an imprint of New Horizon Media Private Limited

பொருளடக்கம்

கமலா வி. முகுந்தாவின் புத்தகத்தைப் பற்றி சில வரிகள்

கல்வி தொடர்பான புத்தகங்களில், வேறு எந்தப் புத்தகத்தை வாசித்த போதும் கிடைத்திருக்காத மகிழ்ச்சி கமலா வி. முகுந்தா எழுதிய இந்தப் புத்தகத்தைப் படித்தபோது கிடைத்தது. நான் கண்டுபிடித்ததாக நினைத்துக் கொண்டிருக்கும் பல தகவல்கள் இந்தப் புத்தகத்தில் இருக்கின்றன. இந்தப் புத்தகம் என் தற்பெருமையைத் தகர்த்து விட்டிருக்கிறது. இந்தத் துறையில் யாரும் இதுவரை சொல்லியிராத பல விஷயங்களைச் சொல்லியிருக்கிறார்.

இந்தப் புத்தகம் மிக அழகாக எழுதப்பட்டுள்ளது. குழந்தைகளின் கல்வியைப் பற்றி ஆர்வமுடையவர்களுக்கு ஒரு நல்ல கலைக் களஞ்சியம் என்று இப்புத்தகத்தைச் சொல்லலாம். எனினும், கல்வித் துறையில் இருக்கும் பெரும்பாலானோர் நினைப்பதைவிட ஆழமான விஷயங்கள் தன்னார்வத்தினால்தான் கற்றுக்கொள்ளப்படுகின்றன என்றே நம்புகிறேன். குழந்தைகளிடம் இருக்கும் மிக முக்கியமான சில அம்சங்களைப் பள்ளிகள் ஒருவகையில் அழித்துவிடுகின்றன.

முனைவர் யஷ் பால்

பேராசிரியர், தேசிய ஆய்வுத்துறை

முகவுரை

முறைப்படுத்தப்பட்ட ஏராளமான தகவல்களைக் குழந்தைகளுக்குக் கற்பிக்கும் இடம் பள்ளிக்கூடம். கற்பித்தல் தொடர்பாகத் திட்டமிடு வதற்கும் நடைமுறைப்படுத்துவதற்கும் மிக அதிக ஆற்றல் செலவிடப் படுகிறது. ஆனால், மேலை நாடுகளிலும் இந்தியாவிலும் நடத்திய கணக்கெடுப்புகள் இந்த அமைப்பின் போதாமையைச் சுட்டிக்காட்டு கின்றன. கடந்த இருபத்தைந்து வருடங்களாக முற்போக்கான கல்வி முறை அமலில் இருந்துவரும் அமெரிக்காவில்கூடக் குழந்தைகள் அடிப்படை விஷயங்களில் தேர்ச்சி பெறவில்லை என அறிக்கைகள் தெரிவிக்கின்றன. நம் நாட்டிலுள்ள மிகச் சிறந்த பள்ளிகளில்கூட 'குழந்தைகள் கற்றுக்கொள்வது தொடர்பாக மிகப் பெரிய குறை பாடுகள்' இருப்பதாகத் தேசியக் கல்விக் கணக்கெடுப்பு தெரிவிக்கிறது. இந்தக் கணக்கெடுப்பு (இந்தியா டுடே 27 நவம்பர், 2006) நம் குழந்தைகள் உண்மையில் எதையும் புரிந்து கற்பதில்லை. மனப்பாடம் செய்வதற்கே அதிக முக்கியத்துவம் கொடுத்ததால் இப்படி நடந்திருக் கலாம் என்றும் சொல்கிறது. அவர்கள் சொல்வதுபோல், உயிரோட்ட மாக, அனுபவபூர்வமாக செய்து கற்பதற்கு உதவும் கற்பித்தல் முறையே நமக்குத் தேவை என்று நினைக்கிறேன். இந்த அறிக்கையும் அமெரிக்காவிலிருந்து வெளியிடப்பட்ட அறிக்கையும் மாணவர்கள் 'உயர்ந்த சிந்தனைத் திறனைக்' கற்பதில்லை என்பதை வருத்தத்துடன் குறிப்பிடுகின்றன.

நமது அணுகுமுறையில் என்ன தவறு இருக்கிறது? இந்தக் கேள்விக்குப் பல நிலைகளில் பதில் கூறலாம். ஆனால், இந்தப் புத்தகத்தில் கற்றுக் கொள்வதில் ஏற்பட்டுள்ள தோல்விக்கான உளவியல் காரணங்களை மட்டும் அலசியிருக்கிறேன்.

இந்தியப் பாடத்திட்டம், மனித மூளையை மிகவும் வித்தியாசமாகப் புரிந்துகொண்டிருக்கிறது என்று நினைக்கிறேன். நமது பாடத் திட்டத்தைப் பொறுத்தவரையில் மூளையானது கீழே தரப்பட்டுள்ள படத்தைப்போல்தான் இருக்கும்!

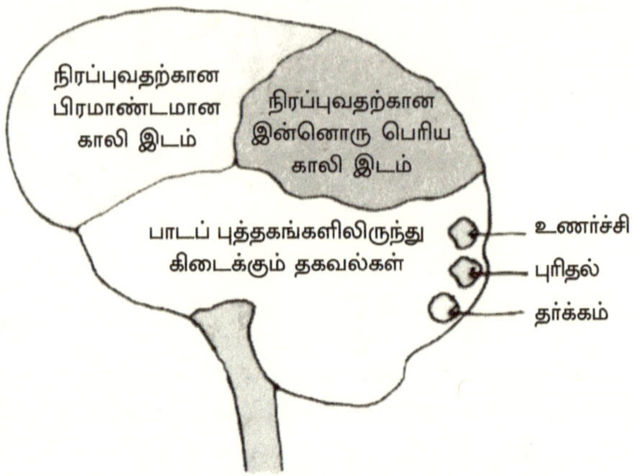

இது சற்று மிகையாக இருக்கலாம். ஆனால், மூளைக்கு இருக்கும் திறமைக்கும் பள்ளிக்கூடம் மாணவர்களிடமிருந்து எதை எதிர்பார்க் கிறது என்பதற்கும் இடையே இருக்கும் இசைவின்மையைத் தெளி வாகச் சுட்டிக்காட்டுகிறது. இந்த இசைவின்மையைச் சுருக்கமாகச் சிலவரிகளில் இங்கு குறிப்பிடுகிறேன்.

- மூளையானது கண் முன் துலக்கமாகத் தெரியும் அம்சங்களின் அடிப்படையில் விஷயங்களை நன்கு கற்றுக்கொள்ளும் திறமை கொண்டது. ஆனால், பள்ளிக்கூடங்களிலோ அரூபமான அல்லது பாடப்புத்தகத்தின் அடிப்படையில் கற்பதற்கு மட்டுமே முக்கியத்துவம் அளிக்கப்படுகின்றன.

- பள்ளிப் பருவத்துக்கு முன்பாகக் குழந்தைகள் உயிரியல், இயற் பியல் மற்றும் உளவியல் பற்றித் தங்களுக்கே உரிய ‘கற்பனை’ கோட்பாடுகளை உருவாக்கிக் கொள்கின்றன. ஆனால், பள்ளிக் கூடங்கள் இவற்றை முற்றாகப் புறக்கணித்து இதற்குப் பதிலாகச் ‘சரியான’ தகவலைக் கற்பிக்கின்றன.

- நினைவாற்றல் என்பது ஆக்கபூர்வமானது. அலசி ஆராயும் அம்சம் கொண்டது. ஆனால், பள்ளிக்கூடங்கள் கற்ற பகுதி களையே மீண்டும் மீண்டும் மனப்பாடம் செய்வதற்கே முக்கியத் துவம் அளிக்கின்றன.

- கற்றலோடும் நினைவாற்றலோடும் உணர்ச்சிகள் பிரிக்க முடியாதவை. ஆனால், பள்ளிக்கூடங்கள் கற்றல் தொடர்பான உணர்ச்சிபூர்வமான தொடர்பை அறவே புறக்கணிக்கின்றன.

மேலும் வேறுபல இசைவின்மைகளும் உள்ளன. ஆனால், மேலே குறிப்பிட்டவை மிகவும் முக்கியமானவை. இதற்கான தீர்வு என்ன? ஒழுங்குபடுத்தப்பட்ட கற்பித்தல் என்னும் முறையை நாம் முற்றிலும் விட்டுவிடவேண்டுமா? 'குழந்தைகளை அவர்கள் பாட்டுக்கு விட்டுக்கு விடுங்கள். அவர்களுக்குத் தேவையானவற்றை அவர்களே கற்றுக் கொள்வார்கள்' என்று சில முற்போக்குக் கல்வியாளர்கள் சொல்வதைக் கேட்டிருக்கிறேன். பள்ளிக்கூடங்கள் பெரும்பான்மையான குழந்தை களை வாட்டியெடுக்கின்றன என்பதற்கான தீவிரமான எதிர்வினைதான் இது. இந்தக் கல்வியாளர்களின் உணர்வுகளை என்னால் புரிந்துகொள்ள முடிகிறது. ஆனால், குழந்தைகளை 'அவர்களின் இஷ்டத்துக்கு விட்டு விடுங்கள்' என்பதன் பொருள் எனக்குத் தெளிவாக விளங்கவில்லை. அவர்களுக்குக் கற்றலுக்கான கருவிகளையும் பாடப்புத்தகங்களையும் கொடுக்க வேண்டுமா? அவர்கள் சந்தேகங்களுடன் நம்மை நாடி வரும்போது மட்டும் கற்பித்தால் போதுமா? வளமான மொழிச் சூழலில் இருக்கும் குழந்தைகள் தாமாகவே பேசவும் பிறர் பேசுவதைப் புரிந்துகொள்ளவும் செய்வதுபோல் புத்தகங்களால் சூழப்பட்டிருந் தால் அவர்களால் தானாகவே வாசிக்கவும் எழுதவும் கற்றுக்கொண்டு விடமுடியுமா?

சரியான சூழலில் பொருட்கள், மனிதர்களுடனான இயல்பான பரிமாற்றத்தின் மூலம் குழந்தைகளால் ஏராளம் கற்றுக்கொள்ள முடியும் என்பதை நம்புகிறேன். ஆனால், பிறருடைய வழிகாட்டுதல் இல்லா மல் இயல்பாகக் கற்பதற்கு ஓர் எல்லையுண்டு. முதல் அத்தியாயத்தில் விளக்கியிருப்பதுபோல, உயர்நிலைப் பள்ளி அல்ஜீப்ராவையோ, தனிம அட்டவணையையோ 'இயல்பாக' கற்பதற்கான மூளை நரம்பு கள் பரிணாமத்தின் மூலம் நமக்குக் கிடைத்திருக்கவில்லை. அந்த ஆய்வுகள் வருத்தத்தோடு தெரிவித்த 'உயர்நிலை சிந்தனைத் திறனை' குழந்தைகளுக்கு ஊட்டி வளர்க்கச் சற்று கற்பனையான, வெளிப்படை யான குறிப்புகளைக் கொடுக்கத்தான்வேண்டும். வாழ்க்கையை வெற்றிகரமாக நடத்துவதற்கு இந்தத் திறன் தேவை என்ற கருத்துக்குத் தற்போது உலகம் மாறியுள்ளது. எனவே, இந்தத் திறனைக் கற்பித்தே யாக வேண்டும். 'தங்களுக்குத் தேவையானவற்றை அவர்களே கற்றுக்கொள்வார்கள்' என்று குழந்தைகளை விட்டுவிட முடியாது. சமூகம் அவர்களிடம் எதிர்பார்க்கும் திறன்களைக் கணக்கிலெடுக்கும் போது இது பொறுப்பற்ற செயல் என்பது என் கருத்து. பள்ளிக்கூடங்கள் இந்தத் தேவையை எப்படிச் சிறப்பாக நிறைவேற்றப்போகின்றன?

இதற்கான பதிலைக் கண்டுபிடிக்க மூளை எப்படி செயல்படுகிறது என்பதைப் பற்றி விரிவாகத் தெரிந்துகொள்ள வேண்டியது அவசியம்.

நினைவாற்றல், கற்றல், அறிவு, குழந்தை வளர்ப்பு, மேலும் உளவியலின் வேறுபல கருத்துகள் ஆகியவை நாம் சிறந்த ஆசிரியர்களாக ஆவதற்குப் பெருமளவுக்கு உதவமுடியும். இந்தப் புத்தகத்தில் மேற்குறிப்பிட்ட விஷயங்களைப் பற்றிய பல ஆழ்ந்த கருத்துகள் அடங்கியுள்ளன. இவை அனைத்தும் முற்றிலும் தொடர்பற்ற, தனித்தனி பிரிவுகள் அல்ல என்பதை இந்தப் புத்தகத்தை வாசிக்கும் வேளையில் மனதில் கொள்ள வேண்டும். கற்றல், நினைவாற்றல், அறிவு ஆகியவற்றை ஒருவரால் தனித்தனியாகப் புரிந்துகொள்ள முடியாது. தனித்தனி அத்தியாயங் களாக இவை எழுதப்பட்டிருந்தாலும் உண்மையில் இவையனைத்தும் ஒன்றோடொன்று தொடர்புகொண்டவையே. அதனால்தான் ஒரு அத்தியாயத்தில் வேறு அத்தியாயத்தில் வந்துள்ள கருத்துகளைப் பற்றிய மேற்கோள்கள் அடிக்கடித் தரப்பட்டுள்ளன. ஒரு அத்தியாயத் தில் வந்துள்ள கருத்துகள் வேறு அத்தியாயத்தில் கலந்து வந்துள்ளதை யும் காணலாம். இதை வாசிக்கும் வேளையில் முன்பு வாசித்த அத்தி யாயங்களுக்குத் திரும்பிச் சென்று நீங்கள் விரும்பிய பகுதியை மீண்டும் வாசிப்பீர்கள் என்று நம்புகிறேன். இவ்வாறு வாசிப்பது உங்கள் புரிதலை ஆழப்படுத்தும். வினாக்களையும் கூர்மையாக்கும்.

கமலா வி. முகுந்தா

மார்ச் 2009

நன்றியுரை

இந்தப் புத்தகத்தை எழுதிய காலகட்டத்தில் எனக்கு அன்பாக உதவிகள் புரிந்து உற்சாகம் தந்த பலருக்கு நன்றிக்கடன்பட்டிருக்கிறேன். 'விப்ரோ அப்ளையிங் தாட்ஸ் இன் ஸ்கூல்ஸ்' அமைப்பானது எனக்குத் தேவையான நிதியுதவியைத் தந்தது. ஆனந்த் சுவாமிநாதன், பிரகாஷ் ஐயர் ஆகியோருக்கு மிகுந்த நன்றிக்கடன்பட்டிருக்கிறேன். எடிட்டிங்கின் போதான என்னுடைய முடிவற்ற கேள்விக்கணைகளுக்கு பொறுமையாகவும் உற்சாகத்துடனும் பதிலளித்த ஹார்ப்பர் காலின்ஸ் பதிப்பகத்தின் ஷீமா முகர்ஜிக்கும் 'பச்சைக்கொடி' காட்டி இந்தப் புத்தக வேலையைத் தொடங்கிவைத்த வி.கே.கார்த்திகாவுக்கும் என் நன்றிகள்.

உளவியல் துறையைப் புரிந்துகொள்ளவும் கல்வி தொடர்பாக எப்படிச் சிந்திக்க வேண்டும் என்பதையும் என்னென்ன கேள்விகளைக் கேட்பது பயன் தரும் என்பதையும் எனக்குக் கற்றுக் கொடுத்த வெர்னன் ஹாலுக்கு நன்றி. இந்தப் புத்தகத்தின் ஆங்கிலப் பதிப்பின் தலைப்பு 'வாட் டிட் யு ஆஸ்க் அட் ஸ்கூல் டுடே?' (What did you ask at school today? -இன்று பள்ளியில் என்ன கேள்வி கேட்டாய்?). இது இயற்பியலாளர் ரிச்சர்ட் ஃபெயின்மேனின் வாசகத்தில் இருந்து எடுக்கப்பட்டிருக்கிறது. தினமும் அவர் பள்ளியில் இருந்து வீடு திரும்பியதும் அவருடைய அம்மா இந்தக் கேள்வியைக் கேட்பார் என்று கூறியிருக்கிறார். எனது இடது மூளைக்கு இணையான வலது மூளையாகச் செயல்பட்ட திறமையான ஓவியரான ராதிகா நீலகண்டனுக்கு நன்றிகள். அவருடைய கோட்டோவியங்கள் என் உரைக்கு உயிர் அளித்திருக்கின்றன. அவர் வருங்காலத்தில் பங்களிக்கப் போகும் பல புத்தகங்களில் இது முதல் புத்தகமாகப் போகிறது. என் பள்ளித் தோழியான சுமனா ரமணன் என்னை நினைவுகூர்ந்து சொன்னதற்கு நன்றி.

பதினைந்து ஆண்டுகளாக அன்புக்குரிய அறிவார்ந்த நண்பராகவும் வழிகாட்டியாகவும் இருக்கும் அகல்யா சாரிக்கு நன்றி. வேணு நாராயணனின் உதவிகளைப் பெரிதும் சார்ந்திருந்தேன். நினைத்த நேரத்தில் எல்லாம் அவருடைய உதவிகளை எளிதில் கேட்டுப் பெற்றிருக்கிறேன். அவருக்கு என் நன்றிகள்.தேவிகா நாராயணன் என் சார்பில் பல ஆசிரியர்களைப் பேட்டி எடுத்துத் தந்தார். இந்தப்பணியில் அவர் மிகுந்த ஆர்வத்துடன் ஈடுபட்டார். அவருக்கு என் நன்றிகள்.

கையெழுத்துப் பிரதியை எடிட் செய்ய உதவிய வெங்கடேஷ் ஓங்கார், கிர்பி ஹுமினூக் ஆகிய இருவருக்கும் நன்றி. அட்டைப்படத்துக்கான ஆலோசனை வழங்கிய மைக்கேல் லிட்டிலுக்கு நன்றி. என் வாழ்க்கையை வளப்படுத்திய இசை ஆசிரியர் பாரதி பிரதாப்புக்கு நன்றி. இப்படியான ஒரு புத்தகம் மிகவும் தேவை என்று அறிவுரை சொல்லித் தேவையான உற்சாகத்தைத் தந்த பேராசிரியர் சி. சேஷாத்ரிக்கு நன்றி.

இறுதி செய்து கொடுத்த படைப்பின் அடுத்தகட்டப் பணிகளை உடனடியாகச் செய்துகொடுத்த உஷா அரூரே உங்களுக்கு நன்றி. உங்களுடைய பாராட்டுகளும் உதவிகளும் எனக்கு மிகுந்த பலத்தைத் தந்தன. உற்சாகம், ஆர்வம், அர்ப்பணிப்பு, அக்கறை என அனைத்துக்கும் உதாரணமாகத் திகழும் அரவிந்த் குப்தா அவர்களே உங்களுக்கு நன்றி. உங்களால் உத்வேகம் பெற்று வாழ்க்கையில் வெற்றி பெற்ற பலரின் மிக நீண்ட பட்டியலில் என் பெயரையும் இணைத்துக் கொள்ளுங்கள்.

பேராசிரியர் யஷ்பால் அவர்களே உங்களுடைய விலை மதிப்பில்லா அறிவுரைக்குக்கு நன்றி. குழந்தைகள் மீது பேரன்பும் இந்திய கல்வி முறை பற்றிய ஆழமான புரிதலும் கொண்டு விளங்கும் உங்களுடைய முன்னுரைக்கும் நன்றி.

இறுதியாக, நான் கீழ்க்காணும் நபர்களுக்கு நன்றி தெரிவிக்க விரும்புகிறேன். இந்தப் புத்தகத்துக்கான ஆலோசனையைத் தந்து நம்பிக்கையுடன் ஈடுபடவைத்து, நல்லமுறையில் எழுதி முடிக்க அனைத்து உதவிகளும் நல்கிய என் கணவர் சசிதருக்கு நன்றி. மிகவும் அனுசரணையான அருமையான குழந்தையாக இருக்கும் ஸ்ருதிக்கு நன்றி. என்னுடைய ஒவ்வொரு சிறு வெற்றியையும் பாராட்டி வரும் என் பெற்றோர்களுக்கு நன்றி. 24 வருடங்களுக்கு முன்பாக, இயற்பியல் துறையில் இருந்து உளவியல் துறைக்கு நான் மாறியபோது எந்த மறுப்பும் சொல்லாமல் ஆதரவு தந்ததற்கும் நன்றி. ஆறு வயது முதல் 73 வயதானவர்களைக் கொண்ட என் குடும்பத்தினருக்கும் என் கணவரின் குடும்பத்தினருக்கும் அவர்கள் காட்டும் அன்புக்கும் ஆதரவுக்கும்

நன்றி. பணி புரிந்தபடியே வாழ்க்கையில் முன்னேற எண்ணற்ற வாய்ப்புத் தரும் என் சி.எஃப்.எல். குழுமத்துக்கு அது தரும் நட்புக்கும் வசதி வாய்ப்புகளுக்கும் நன்றி. எந்தவொரு புத்தகத்தில் இருந்தும் நான் கற்றுக்கொள்ள முடியாத விஷயங்களை எனக்குக் கற்றுக் கொடுத்த என் மாணவர்களுக்கு நன்றிகள் பல. ஜே.கிருஷ்ணமூர்த்தி நிறுவனத்தில் இருக்கும் ஆசிரியர்கள், நண்பர்களின் உத்வேகம் என்னை மேலும் உரமூட்டுகிறது. அவர்கள் அனைவருக்கும் என் மனமார்ந்த நன்றி.

முன்னுரை

இந்தப் புத்தகம் உண்மையில் ஆசிரியர்களுக்கானதுதான். ஆனால், குழந்தைகளின் கல்வி தொடர்பாக இயங்கும் அனைவருக்கும் இது நிச்சயம் பயன்படும். ஒரு ஆசிரியர் என்றவகையில் என் மாணவர்களின் கற்றுக்கொள்ளும் திறன், உணர்வு நிலை இவைபற்றி நிறைய அறிந்து கொள்ள விரும்புவேன். ஒரு மாணவருக்கு ஒரு குறிப்பிட்ட பாடம் மிகவும் சிக்கலாக இருக்கும். இன்னொருவருக்கு ஒரு பாடத்தில் ஆர்வம் இல்லாமல் இருக்கும். இன்னொருவர் தனது திறமைக்கு ஏற்ப செயல்படாமல் இருப்பார். வேறொருவரோ எதிலும் கவனத்தைக் குவிக்க முடியாமல் தவிப்பார். சில நேரங்களில் நாம் இந்தப் பிரச்னை களுக்கு ஒரு வழியைக் கண்டுபிடித்து மேற்கொண்டு நம் பணிகளில் ஈடுபட ஆரம்பிப்போம். ஆனால், பெரும்பாலும் அந்தப் பிரச்னைகள் தீர்க்கப்படாமலேயேதான் இருக்கும். அன்றாட பணிகளில் இருந்து ஆசிரியர்களுக்கு உருவாகும் கேள்விகள் மிகவும் ஆழமானவையாக வும் அடிப்படையானவையாகவும் இருக்கும். இவற்றுக்கான பதில் பெரும்பாலும் தெரிந்திருக்காது. ஆனால், எல்லாரையும் போலவே ஆசிரியர்களும் தங்களுக்கு சரியான பதில் கிடைத்தாக வேண்டும் என்று விரும்புவார்கள். நாம் வாசித்தவை, நம் அனுபவங்கள் இவற்றின் அடிப்படையில் கற்றுக் கொடுப்பது, குழந்தை வளர்ப்பு, உற்சாக மூட்டுதல், புத்திக்கூர்மை, ஒழுங்கு, உணர்ச்சி நிலை தொடர்பான நம்பிக்கைகளை உருவாக்கிக் கொள்கிறோம்; தீர்மானங்களை எடுக் கிறோம். அவற்றின் அடிப்படையில் செயல்பட ஆரம்பிக்கிறோம்.

ஆசிரியரின் நம்பிக்கைகளும் தீர்மானங்களும் மிகவும் வலுவானவை. நிகழ்வுகளைப் புரிந்துகொள்ளும் விதத்தை இந்த நம்பிக்கைகளே ஒழுங்குபடுத்துவதால் அப்படி இருக்கக்கூடும். எனவே, நாம் சொல்

வதற்கு அப்படியே அனைவரும் கீழ்படியவேண்டும் என்பதையே எப்போதும் எதிர்பார்க்கிறோம். பல ஆசிரியர்கள் தங்களுடைய நம்பிக்கைகளை வார்த்தைகளாகச் சொல்லியிருக்கவே மாட்டார்கள். எனினும் அதை இறுகப் பற்றியபடியிருப்பார்கள். நான் ஒரு உதாரணம் சொல்கிறேன். நான் என்ன சொல்ல வருகிறேன் என்பது உங்களுக்கு எளிதில் புரியவரும்.

- *அனைவரும் ஒரே மாதிரியான புத்திக்கூர்மையுடன் இருப்பதில்லை.*
- *கற்றல் என்பது வேடிக்கை நிறைந்ததாக இருக்கவேண்டும்.*
- *வகுப்பறையில் பன்முகத்தன்மை என்பது ஒரு பிரச்னையான விஷயம்.*
- *குழந்தைகளைத் தன்னிச்சையாகச் சிந்திக்கும் வகையில் வளர்த்தெடுக்கவேண்டும்.*
- *பெரியவர்களைப் போல் குழந்தைகள் சிந்திக்கக் கற்றுக் கொள்ளவேண்டும்.*
- *யார் வேண்டுமானாலும் எதை வேண்டுமானாலும் கற்றுக் கொண்டுவிட முடியும்.*
- *யதார்த்த உலகில் வாழக் குழந்தைகள் கற்றுக்கொண்டாக வேண்டும்.*
- *ஒவ்வொரு குழந்தையும் தமக்கான வேகத்தில் ஒரு விஷயத்தைக் கற்றுக் கொள்ளவேண்டும். அதுதான் அவர்களுக்கு நல்லது.*

இதுபோல் வேறு பல நம்பிக்கைகளும் நம் ஆசிரியர் வர்க்கத்தில் இருப்பதை குறைத்து மதிப்பிட்டுவிடமுடியாது. மேலே தரப்பட்டிருக்கும் ஒவ்வொரு வாக்கியத்திலிருந்தும் பல்வேறு தீர்மானங்களும் முளைத்துச் செல்கின்றன. நம் நம்பிக்கைகள் உண்மையாக இருந்தால் நம் செயல் சரியாக இருக்கும் என்று ஒருவர் சொல்லலாம். ஆனால், கல்வி, கற்றல் தொடர்பாகப் பார்க்கும்போது, உண்மையான வாக்கியங்கள் என்று பெரிதாக எதையும் சொல்லிவிட முடியாது. எந்த ஒரு விஷயத்தையும் இறுகப் பிடித்துக் கொள்வது ஆசிரியர்களான நமக்கு நல்லதல்ல. அது ஒவ்வொரு குழந்தையும் ஒரு குறிப்பிட்ட விஷயத்தில் எப்படிச் செயல்படும் என்பதைப் புரிந்துகொள்ளவிடாமல் செய்துவிடும். கூர்ந்து கவனித்தால், மேலே சொல்லப்பட்டிருக்கும் எல்லாமே ஒருவகையில் மிகவும் சிக்கலானவை. அவை முழுக்க முழுக்க சரிதான் என்று சொல்லிவிடவே முடியாது. இந்தப் புரிதல் மிகவும் அவசியமானது. மிகுந்த ஆசுவாசத்தைத் தரக்கூடிய ஒன்றாகும். அது

விஷயங்களை வெவ்வேறு கோணத்தில் இருந்து பார்க்க வழிசெய்து கொடுக்கிறது. மிகவும் வலுவான சில நம்பிக்கைகளைக் கேள்விக்குட் படுத்தவைக்கும். விதிவிலக்குகளையும் விலகல்களையும் பொருட் படுத்தவைக்கும். நமது அணுகுமுறையில் ஒருவித நெகிழ்ச்சியைத் தரும். நமக்கு இப்போது எது தேவையென்று பார்த்தால், எதையும் நிதானமாக யோசித்துப் பார்க்க நேரமும் வெளியும் இருக்கவேண்டும். நம் முடிவுகளையும் நம்மையும் கேள்விக்கு உட்படுத்திக் கொள்ளத் தயாராக இருக்கவேண்டும்.

கற்றுக் கொடுத்தல் - கற்றுக் கொள்ளுதல் தொடர்பாக நிதானமாக யோசித்துச் செயல்படும் ஆசிரியர்களுக்கு இயல்பாகவே துருவித் துருவி ஆராயும் குணம் இருக்கும்.அது அடிப்படையில் ஓர் விஞ்ஞான பூர்வமான அணுகுமுறையாகும். கற்றுக் கொள்ளுதல், நினைவாற்றல், புத்திக் கூர்மை, உத்வேகம், குழந்தை வளர்ச்சி, உணர்வு நிலை என ஆசிரியப் பணிக்கு மிகவும் அடிப்படையான அனைத்து விஷயங் களைப் பற்றியும் உளவியல் துறை அலசி ஆராய்கிறது. உளவிய லாளர்கள் கோட்பாடுகளை உருவாக்கி, சோதித்து, செழுமைப்படுத்து கிறார்கள். அவர்களைப் பொறுத்தவரையில் எந்தவொரு கோட்பாடும் முழுக்க முழுக்க உண்மையானது அல்ல. அந்தக் கோட்பாடு உளவியல் துறை சாராதவர்களிடம் என்னதான் செல்வாக்கு பெற்றதாக இருந்த போதிலும். ஒவ்வொரு உளவியல் விளக்கங்களும் ஒரு சில விதிகள், நிபந்தனைகள், விமர்சனங்கள், விதி விலக்குகள் ஆகியவற்றை உள்ளடக்கியதாகவே இருக்கும். உளவியலாளர்கள் எப்படிச் செயல் படுகிறார்கள் என்பதை ஆசிரியர்களாகிய நாம் தெரிந்துகொள்ளும் போது, நமது நம்பிக்கைகள், தீர்மானங்கள் ஆகியவற்றை விமர்சன பூர்வமாக அலசிப் பார்க்க வழிபிறக்கும். வெற்றிகரமான ஆசிரியராக விளங்கத் தேவையான டிப்ஸ்கள் என்று எதையும் வகுத்துக் கூறிவிட முடியாத அளவுக்கு விஷயங்கள் சிக்கலாகவும் நுட்பமாகவும்தான் இருக்கின்றன. என்னைப் பொறுத்தவரையில் உளவியலின் பேரழகும் கல்வித்துறைக்கான மிகப் பெரிய பங்களிப்பும் இதுதான்.

சில குறிப்பிட்ட மாணவர்கள், வகுப்புகள் பற்றிய நம்முடைய 'சிறிய' கேள்விகளை மிகப் பெரிய நிரந்தரக் கேள்வியாக ஆக்கிக் கொள்ள உளவியல் அணுகுமுறை உதவும். அந்த மாணவர் ஏன் ஒரு விஷயத்தை நினைவில் வைத்துக் கொள்வதில்லை என்பதில் ஆரம்பித்து நினை வாற்றல் என்றால் என்ன என்பது வரை; அந்த மாணவருக்கு அந்தத் திறமை இருக்கிறதா என்பதில் ஆரம்பித்துப் பிறவியிலேயே நம்மிடம் இருக்கும் திறமைகள் என்னென்ன என்பது வரை; ஒரு விஷயம் மாணவருக்குப் புரிந்துவிட்டதா என்பதில் ஆரம்பித்து அறிவு என்பது எப்படி வடிவம் பெறுகிறது என்பது வரை அது விரிவடைய

முடியும்.ஓர் ஆசிரியர் என்றவகையில் நம்முடைய பணிக்கும் சமூக தத்துவார்த்த விஷயங்களுக்கும் இடையிலான தொடர்புகளைப் பார்க்கும்போது படு சுவாரசியமாக இருக்கும். மனிதராக இருப்பது என்றால் என்ன என்பதன் மைய அம்சமாகக் கற்றுக் கொடுத்தலே இருக்கிறது என்பதை இது நினைவுபடுத்துகிறது.

சில விளக்கங்கள்

இந்தப் புத்தகத்தில், கல்வி தொடர்பாக உளவியல் துறையில் நடக்கும் சமீபத்திய ஆய்வுகளைச் சுருக்கித் தர முயன்றிருக்கிறேன். சமீபத்திய என்பது ஒருவகையில் ஒப்பீட்டளவிலான ஒன்றுதான்! இந்தப் புத்தகத்தில் விவரிக்கப்பட்டுள்ள ஆய்வுகள் பல பத்தாண்டுக்கு முற் பட்டவற்றையும் உள்ளடக்கியுள்ளன. என்றாலும் பெரும்பாலானவை கடந்த 10-15 ஆண்டுகளில் மேற்கொள்ளப்பட்டவையே.இந்தப் புத்தகத்தில் இடம்பெற்றுள்ள விஷயங்கள் எல்லாம் தொழில்சார் உளவியல் பத்திரிகைகளில் வெளியானவை. இணையதள வசதி இருக்கிறது என்றபோதிலும் இந்தியாவில் சொற்பமான வாசகர்களால் தான் இவற்றைப் படிக்கவே முடியும். இந்தப் புத்தகத்தின் ஒவ்வொரு அத்தியாயத்தை எழுதவும் எந்தெந்த கட்டுரைகள் உபயோகமாக இருந்தன என்பதை மிகவும் தெளிவாக நான் குறிப்பிட்டிருக்கிறேன். விருப்பமுள்ள வாசகர்கள் அவற்றைத் தேடிப் படித்துக் கொள்ளலாம். அந்தக் கட்டுரைகளின் ஆசிரியர்களுடன் தொடர்பு கொண்டு கட்டுரை யின் மின் அஞ்சல் பிரதியை எனக்கு அனுப்பிவைக்கும்படிக் கேட்டுக் கொண்டேன். கிட்டத்தட்ட அனைவருமே உடனடியாக அன்புடன் கட்டுரைகளை அனுப்பித் தந்தனர். அவர்கள் அனைவருக்கும் நன்றிக்கடன்பட்டிருக்கிறேன்.

நான் இந்தப் புத்தகத்தில் இணைத்திருக்கும் ஆய்வுகள் பற்றிச் சில விஷயங்கள் சொல்ல விரும்புகிறேன். ஆய்வுகள் எல்லாம் மேற்கத்திய நாடுகளில் நடத்தப்பட்டிருக்கும்பட்சத்தில் இந்தியச் சூழலுக்கு அவை எந்த அளவுக்குப் பொருத்தமானதாக இருக்கும் என்ற கேள்வி மிகவும் முக்கியமாகக் கேட்கப்படுவதுண்டு. இந்தப் புத்தகத்தை எழுதி முடிக்க எனக்கு இரண்டு ஆண்டுகாலம் எடுத்துக்கொண்டிருக்கிறது. இந்தக் கேள்விக்கான பதிலை மிகவும் கூர்மையாக எதிர்கொண்டு செயல் பட்டிருக்கிறேன்.

இந்தியாவில் இந்தியர்களிடம் எடுக்கப்பட்ட உளவியல் ஆய்வுகளை இந்தப் புத்தகத்தில் இடம்பெறச் செய்திருக்கிறேன். ஏற்கெனவே சில் ஆய்வுகள் செய்யப்பட்டதைப் பார்த்திருக்கிறேன். என்றாலும் கல்வி தொடர்பான இந்திய உளவியல் இதுதான் என்று அறுதியிட்டுச் சொல் லும் அளவுக்கெல்லாம் அவை போதுமானதாக இல்லை. இந்திய

உளவியல் ஆராய்ச்சிகளைப் பற்றிப் பல அறிஞர்கள் ஆய்வு செய்து தங்கள்முடிவுகளை முன்வைத்திருக்கிறார்கள். சமீபத்தில் வெளியான நெஹாரிகா வோராவின்[1] ஆய்வு அதிகத் தகவல்களைக் கொண்டதாக இருந்தது. உளவியல் ஆய்வுகள் மூன்று வழிகளில் இந்தியத்தன்மை அடைந்திருப்பதாகக் குறிப்பிட்டிருக்கிறார். நமது பாரம்பரிய அறிதல் வழியில் உளவியலை அணுகுவது ஒரு வழி. யோகப்பயிற்சிகள் மனச்சோர்வு, பதற்றம் ஆகியவற்றைக் குறைக்க எந்த அளவுக்கு உதவுகிறது என்று ஆய்வுகள் நடந்திருக்கின்றன. அல்லது முப்பரிமாண அடையாளம் பற்றி இந்து தத்துவ பிரிவுகளின் ஒன்றான சாங்கிய யோகம் என்ன சொல்கிறதுஎன்பது பற்றி ஆய்வுகள் நடக்கின்றன. ஆனால், இவை பெரும் செல்வாக்கு செலுத்தும் ஆய்வுகள் அல்ல. ஏனென்றால், அடிப்படையில் இந்தியர்கள் கலாசாரரீதியாக பலதரப் பட்டவர்கள்.

இரண்டாவது வழிமுறை ஏழ்மை, பாலின வேறுபாடு, மக்கள் பெருக்கம் போன்ற இந்தியாவுக்குப் பொதுவான அம்சங்களை உளவியல் ஆய்வுக் கான அடிப்படையாகக்கொள்ளுதல். மூன்றாவதாக, மேற்கத்திய கருத் தாக்கங்கள், கோட்பாடுகள் ஆகியவற்றை இந்தியச் சூழலில் பொருத்திப் பார்த்து ஆராய்வது. பல வருடங்களாக இந்த ஆய்வுகள் பெரிதும் மேற் கத்தியக் கண்டுபிடிப்புகளின் நகலாகவே இருந்து வந்திருக்கின்றன. ஆனால், பிற்காலத்தில் புதுமையான, நகலெடுப்புகள் இல்லாத நேர்த்தியான ஆய்வுகள் செய்யப்பட்டுள்ளன. 1998-லிருந்து 2002 வரை இந்திய பத்திரிகைகளில் வெளியாகியிருக்கும் 1895 உளவியல் ஆய்வு களில் 26 சதவிகிதத்தை ஏதாவது ஒருவகையில் இந்தியத்தன்மை வாய்ந்தவையாகச் சொல்லலாம் என்று வோரா குறிப்பிட்டிருக்கிறார். அதில் 12 கட்டுரையாளர்கள் முதலாவது வழிமுறையைப் பின்பற்றி யிருந்தனர். 394 கட்டுரையாளர்கள் இரண்டாவது வழிமுறையைப் பின்பற்றியிருந்தனர். மூன்றாவது வழிமுறையை 85 கட்டுரையாளர்கள் பின்பற்றியிருந்தனர். இந்திய உளவியல் பற்றிய விஞ்ஞானபூர்வமான தனித்துவமான ஆய்வுதான் நம் இலக்கு என்றால், நாம் அதை நோக்கி மிகவும் மெதுவாகத்தான் முன்னேறிக்கொண்டிருக்கிறோம். இந்தப் போக்கைத் துரிதப்படுத்த வேண்டுமென்றால், நமக்குத் தரமான பத்திரிகைகள் தேவை. உளவியல் துறை சார்ந்த பிராந்திய, தேசிய அமைப்புகள் தேவை. வோராவின் வார்த்தையில் சொல்வதானால்,

---

[1] நெஹாரிகா வோரா *(2004)*: இண்டிஜனைசேஷன் ஆஃப் சைக்காலஜி இன் இந்தியா. பி.என்.சேத்தியாதி, ஏ,சுப்ரதீக்நயா, டபிள்யூ.ஜே.லோனர், வொய்.ஹெச்.பூர்தின்கா - ஆசிரியர்கள். ஆன்கோயிங் தீம்ஸ் இன் சைக்காலஜி அண்ட் கல்ச்சர் (இணைய பதிப்பு, மெல்போர்ன், எஃப்.எல். இண்டர்நேஷனல் அசோஷியேஷன் க்ராஸ் கல்ச்சுரல் சைக்காலஜி, http://www.iaccp.org)

தேச நலன், இந்திய சூழலுக்குத் தொடர்புடைய பிரச்னைகள் ஆகிய வற்றை அடையாளம் காணமுடிந்த கணிசமான அளவிலான முதிர்ச்சி யான ஆய்வாளர்கள் தேவை.

அதேநேரம் மேற்கத்திய உளவியல் ஆய்வுகளில் இருந்து நாம் பல உள்ளொளிகளைப் பெற முடியும். கலாசார வேறுபாடுகள் இருப்பது உண்மைதான். நமது நம்பிக்கைகளும் செயல்பாடுகளும் மேற்குலகில் இருப்பவர்களிடமிருந்து வெகுவாக மாறுபட்டதுதான். எனினும் சிந்தனை, ஒரு விஷயத்தைப் புரிந்துகொள்ளும் விதம் இவையெல் லாம் ஒரேமாதிரியானவையே. சில உளவியல் ஆய்வு முடிவுகள் கலா சாரத் தாக்கத்துக்கு மிகுதியாக உட்பட்டவை. எஞ்சியவை குறைவான தாக்கம் கொண்டவை[2]. அவர்களுடைய ஆய்வு முடிவுகளைவிட அவற்றில் இருந்து இந்தியப் பள்ளி ஆசிரியர்கள் என்ற வகையில் நாம் புரிந்துகொள்ள முடியும் விஷயங்களே மிகவும் முக்கியம். என்னைப் பொறுத்தவரையில் அந்த விளக்கங்களை நான் வெகு எளிதில் உள்வாங்கிக் கொள்ள முடிந்திருக்கிறது.

இந்தப் புத்தகத்தில் ஒவ்வொரு அத்தியாயமும் என்ன அடிப்படையில் தேர்ந்தெடுக்கப்பட்டிருக்கின்றன என்று ஒரு வாசகர் கேட்கக்கூடும். பொதுவான கல்வி உளவியல் புத்தகங்களைப் போலல்லாமல், உளவியல் வழிமுறைகள், பிரிவுகள் போன்றவற்றைப் பற்றி விரிவாக எதுவும் இதில் இருக்காது. உதாரணமாக வழக்கமாக இடம்பெறும் பியாஜெட் அல்லது விகாட்ஸ்கியின் கோட்பாடுகள் இந்தப் புத்தகத்தில் விரிவாகவோ ஆழமாகவோ இடம்பெற்றிருக்காது. சந்தையில் மிக அற்புதமான புத்தகங்கள் இது சார்ந்து கிடைக்கின்றன. ஆனால், கோட்பாட்டுக்கும் நடைமுறைப் பயன்பாட்டுக்கும் இடையிலான தொடர்பை வாசகரே உருவாக்கிக் கொள்ளவேண்டியிருக்கும். அது பெரும்பாலும் எளிதானதாகவும் இருக்காது. இந்தப் புத்தகத்தை வடிவமைத்தபோது நான் வேறொருமுனையில் இருந்து தொடங்கி னேன். ஆசிரியர்களுக்கு சுவாரசியமாக அல்லது புதிராக இருக்கும் விஷயங்களை முதலில் பட்டியலிட்டேன். சக ஆசிரியர்களுடனான உரையாடல்களில் இருந்தும் என் 20 வருட ஆசிரியத்துறை அனுபவத் தில் இருந்தும் இந்த விஷயங்கள் கிடைத்திருந்தன. தேர்ந்தெடுக்கப் பட்ட ஒவ்வொரு விஷயம் சார்ந்த இதுநாள் வரையிலான உளவியல் ஆய்வுகளைச் சேகரித்து, பொருத்தமானது, விஷயபூர்வமானது என்றும்

---

[2] இது தொடர்பான மிக அருமையான விவாதத்தை சைக்கலாஜிக்கல் புல்லட்டின் தொகுதி 131, எண்.5, 763-784-ல் பார்க்கலாம். அரா நாரொன்ஸியன், ஸ்டீஃபன் ஹெயின் எழுதியது: சைக்கலாஜிக்கல் யுனிவர்சல்ஸ்: வாட் ஆர் தே அண்ட் ஹவ் கேன் வி நோ-2005.

குறிப்பாக, சுவாரசியமானது என்றும் கருதும்வகையில் ஒருங்கிணைத்துத் தந்திருக்கிறேன்.

கல்வி தொடர்பான உளவியல் புத்தகங்களின் செழுமையான உலகினூடாக நான் பயணம் செய்தபோது, ஒரு தீர்மானம் எடுத்தேன். அதற்காக நான் ஒருகணமும் வருந்தியதில்லை. சில உளவியலாளர்கள் நாய்கள், பூனைகள், குரங்குகள், எலிகள், புறாக்கள் என விலங்குகளை வைத்துப் பரிசோதனைகள் செய்வதுண்டு. இந்த ஆய்வுகளில் இருந்து அந்த உயிரினங்கள் மற்றும் மனித உளவியல் குறித்துப் பல முக்கியமான விஷயங்கள் தெரியவந்துள்ளன. அவர்களுடைய ஆய்வுகளின் நேர்த்தியை நான் பாராட்டுகிறேன். ஆனால், அந்த உயிரினங்கள் பல்வேறு இன்னல்களுக்கு ஆளாக நேர்ந்தன. நான் விலங்குகள் மீது செய்யப்பட்ட ஆய்வுகள் எதையும் மேற்கோள் காட்டுவதைத் தவிர்க்க விரும்பினேன். நான் ஆராய விரும்பிய விஷயங்கள் எல்லாமே மனிதர்களை மையமாகக் கொண்ட ஆய்வுகளுக்கு உட்பட்டவையாகவும் என் மனசாட்சியை உறுத்தாதவகையில் மேற்கொள்ளப்பட்ட ஆய்வுகளாகவும் இருந்தது தொடர்பாக எனக்கு மிகுந்த சந்தோஷமே. எனவே, இந்தப் புத்தகத்தில் நீங்கள் வழக்கமாக எதிர்பார்ப்பதுபோல் புதிர் வளையங்களினூடாக எலிகள் எதுவும் நிச்சயம் ஓடாது!

இந்தப் புத்தகத்துக்கான திட்டமிடலில் நான் ஈடுபட்டிருந்தபோது, ஆசிரியர்கள் பொதுவாக எதையும் படிப்பதில்லை என்று பலரும் (ஆசிரியர்களாக இருந்தவர்களும் அல்லாதவர்களும்) சொன்னார்கள். நீண்ட பள்ளி வேலை நாளுக்குப் பிறகு ஆசிரியர்களுக்கு எதையும் எடுத்துப் படிப்பதற்கு நேரம் இருப்பதில்லை என்பது உண்மைதான். என்றாலும் ஆசிரியர்கள் படிப்பதே இல்லை என்பது நிச்சயமாக மிகைப்படுத்தப்பட்ட கூற்றாகும். கல்வி மற்றும் பிற விஷயங்கள் பற்றி விரிவாகப் படிப்பது ஆசிரியத் தொழிலை வெறும் வேலையாக அல்லாமல் அர்த்தமுள்ள பயனுள்ள சேவையாக ஆக்கும். இந்தப் புத்தகம் மிகவும் பரபரப்பாக இயங்கும் ஆசிரியரான உங்களுக்கானது தான். நீங்கள் கற்றலுக்கான உத்வேகத்தை அணையாமல் பார்த்துக் கொள்ள விரும்புவீர்கள் என்று நம்புகிறேன்.

அத்தியாயம் – 1

மூளை, பரிணாமம், பள்ளிக்கூட வாழ்க்கை

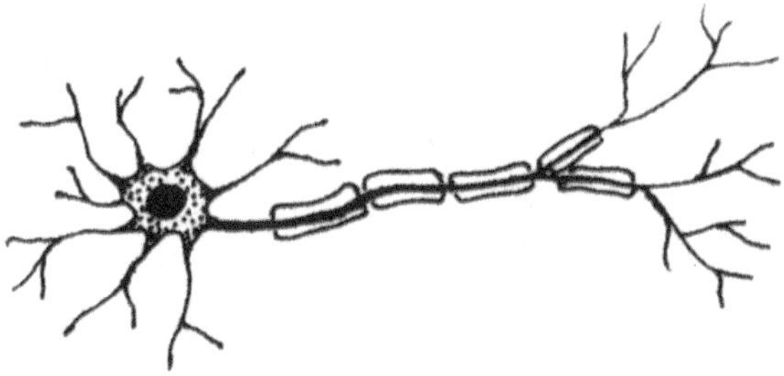

மூளையைப் பற்றிய அடிப்படைக் கருத்துகளைப் பெரும்பாலான வரிகள் உயர்நிலைப் பள்ளியில் படிக்கும்போது கற்கிறோம். மூளை, நியூரான்கள் எனப்படும் நரம்புச் சிற்றறைகளாலானது. இவை தகவல் களை மின் தூண்டல்கள் வடிவில் சுமந்து செல்கின்றன. உண்மையில் நியூரான்கள் நம் உடலெங்கும் நிறைந்துள்ளன. இவை ஐம்புலன்களின் மூலம் கிடைக்கும் உணர்வுகளை மூளைக்கு எடுத்துச் செல்கின்றன. மூளை பிறப்பிக்கும் பல்வேறு கட்டளைகளை உறுப்புகளுக்கு எடுத்துச் செல்கின்றன. மூளைக்குள் பத்துகோடி நியூரான்கள் எவ்வாறு வேலை செய்கின்றன என்பது வியக்க வைக்கும் புதிராக இருக்கிறது. மூளை யின் செயல்களை மெள்ள மெள்ளத் தெரிந்துகொள்ள ஆரம்பித்திருக் கிறோம். கவனம், தகவல்கள் பெறுவது, நினைவாற்றல், காரணம் கூறுதல், அறிவு, படைப்பாற்றல் போன்ற வேலைகளை நியூரான்கள் செய்கின்றன. அப்பப்பா எத்தனை வேலைகள்!

அமைப்பும் வேலையும்

ஓர் இயந்திரம் செயல்படும் விதத்தை நுணுக்கமாகத் தெரிந்துகொள்ள விரும்பினால் என்ன செய்வோம்? அக்கு வேறு ஆணி வேறாகப் பிரித்து ஒவ்வொரு பகுதியும் எப்படிச் செயல்படுகிறது என்பதை ஆராய் வோம். இந்த வழிமுறை கடிகாரங்கள், சைக்கிள்கள், கார்கள் போன்ற வற்றுக்குப் பொருத்தமாக இருக்கலாம். ஆனால், மூளை செயல்படும் விதம் சற்று சிக்கலானது. ஒரு காரின் பகுதிகள் உங்களுக்குத் தெரி யாமல் இருந்தாலும் அதன் முன்பகுதியைத் திறந்தால் அவற்றை உங்களால் புரிந்துகொள்ள முடியும். ஆனால், மூளையைத் திறந்து பார்த்தாலும் அதன் பிரிவுகளை உங்களால் புரிந்துகொள்ள முடியாது.

முதல் பார்வைக்குக் கெட்டியான பொருள்போலத் தோன்றும். ஆனால் கூர்ந்து பரிசோதித்தால் அதன் வியப்பான பகுதிகளைக் காணலாம்.

காரிலுள்ள ஒவ்வொரு பகுதிக்கும் ஒவ்வொரு வேலை இருப்பதுபோல மூளையின் பகுதிகளுக்கும் குறிப்பிட்ட வேலைகளுண்டு என்பது ஓரளவு உண்மை. மூளையின் சில பகுதிகள் பரிணாமக் கோட்பாடு களின்படிப் பார்த்தால் மிகவும் பழமையானவை. அந்தப் பகுதிகள் ஊர்வன, மீன்போன்ற உயிரினங்களிலும் காணப்படுகின்றன. கோர்ப்பஸ் கொலாஸ்ஸம், பேசல் காங்கிலியா, மெடுலா, செரிபல்லம் என அவற்றுக்குப் பெயர்கள் வழங்கப்பட்டுள்ளன. அவை எதிர் வினைகள், சுவாசத்தையும் இதயத்துடிப்பையும் கட்டுப்படுத்துதல், நுண்தசை அசைவுகளைக் கட்டுப்படுத்துதல், பசி தூக்கம் ஆகிய வற்றை ஒழுங்குபடுத்துதல் போன்ற பல்வேறு வேலைகளைச் செய்கின்றன.

மூளையின் மிகப்பெரிய பகுதிகளில் ஒன்று நியோ கார்டெக்ஸ் என்று அழைக்கப்படும் அதன் வெளிப்புறப் பகுதி. ஏராளம் சுருக்கங்கள் கொண்டது. மூன்று மில்லிமீட்டர் கனமுடைய சாம்பல் நிறத் திசுக் களால் ஆனது. பார்ப்பதற்கு அழகற்றது. ஆனால், இப்பகுதிதான் நம்மைப் பிற விலங்குகளிலிருந்து பிரிக்கிறது. நம்மை உயர்ந்த மூளைத் திறன் கொண்டவர்களாக மாற்றுகிறது. ஆசிரியர்களாகிய நாம் குழந்தை களிடம் எதிர்பார்க்கும் பல்வேறு திறன்களான புரிந்துகொள்வது, நினைவுபடுத்துவது, தொடர்புபடுத்துவது, கருத்துப்பரிமாற்றம் செய் வது, தகவல்களை அலசிச் சில கருத்துகளைக் கண்டுபிடிப்பது, பிரச்னை களுக்குத் தீர்வு காண்பது, கண்டுபிடிப்பது இதுபோன்ற செயல்களை நியோகார்டெக்ஸ் என்ற இப்பகுதிதான் நிறைவேற்றுகிறது. உடல் அளவின் அடிப்படையில் பார்க்கும்போது உயிரினங்களிலேயே பெரிய மூளை இருப்பது நமக்குத்தான். அவ்வாறு உருவம் பெரிதாகத்

தோன்றுவதற்கு உப்பியிருக்கும் இந்த நியோகார்டெக்ஸ்தான் காரணம். கீழ்வரும் படம் மூளையின் உட்பகுதிகளையும் வெளிப்பகுதி களையும் காட்டுகிறது.

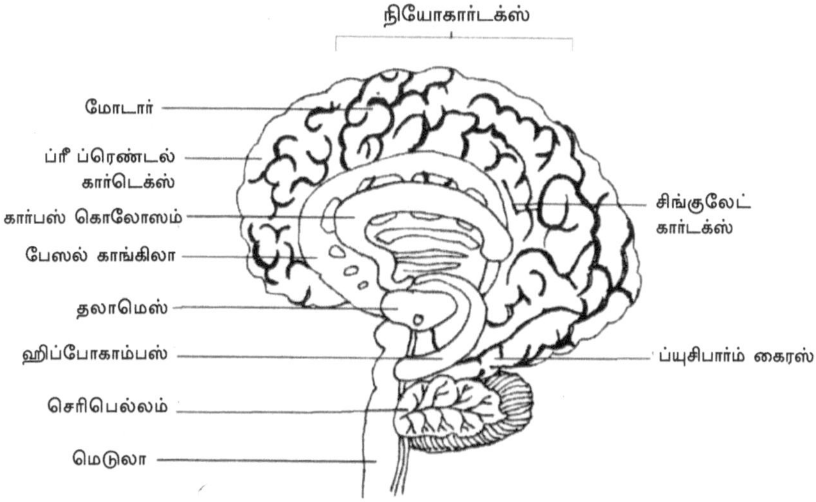

மூளைபாதிப்பு ஏற்பட்ட நபர்களை ஆய்வு செய்து, மேற்காண்பது போல் மூளையின் படத்தை வரைய உளவியலாளர்கள் கற்றுக் கொண்டார்கள். ஒரு நோயாளியின் மூளையில் ஏற்பட்டிருக்கும் பாதிப்பைச் சில குறிப்பிட்ட (சில நேரங்களில் கொஞ்சம் சுற்றி வளைத்து) விஷயங்களுடன் பொருத்திப் பார்க்கமுடியும். அதாவது, மூளையின் அந்தப் பகுதி அந்தக் குறிப்பிட்ட திறமையைக் கட்டுப் படுத்துகிறது என்று யூகிக்கலாம். முன்பெல்லாம் மூளையின் அந்தக் குறிப்பிட்ட பகுதியை நோயாளி இறந்த பிறகு பிரேதப் பரிசோதனை செய்துதான் பார்க்க வேண்டியிருக்கும். ஆனால், இப்போது பிரெய்ன் இமேஜிங் உத்திகள் மூலம் பாதிப்பு ஏற்பட்ட மூளையின் குறிப்பிட்ட பகுதியின் படத்தை உடனே பார்க்க முடிகிறது. ஸ்கேனிங் முறைகள் வளர வளர, உண்மையில் உளவியலாளர்களால் ஒரு சாதாரண மனிதரின் மூளையைக்கூட 'ஆராய்ந்து' பார்க்க முடியும்.

ஒரு நூற்றாண்டுக்கும் மேலாக மூளையைப் பற்றி நடந்த ஆய்வின் மூலமாக மூளையின் செயல்பாடுகள் எப்படி பிரிக்கப்பட்டுள்ளன என்பதைப் பற்றி நன்கு புரிந்துகொள்ளமுடிகிறது. எடுத்துக்காட்டாக, பின்பக்க மூளையின் கீழ்ப்பகுதியால் கண்ணால் காணும் காட்சிகளைத் தகவல்களாக மாற்றுகிறோம். நாம் அனைவரும் (ஒரு சிலரைத் தவிர) நம் இடது காதின் அருகில் அமைந்திருக்கும் மூளையின் பகுதியால் மொழியைப் புரிந்துகொள்கிறோம்.

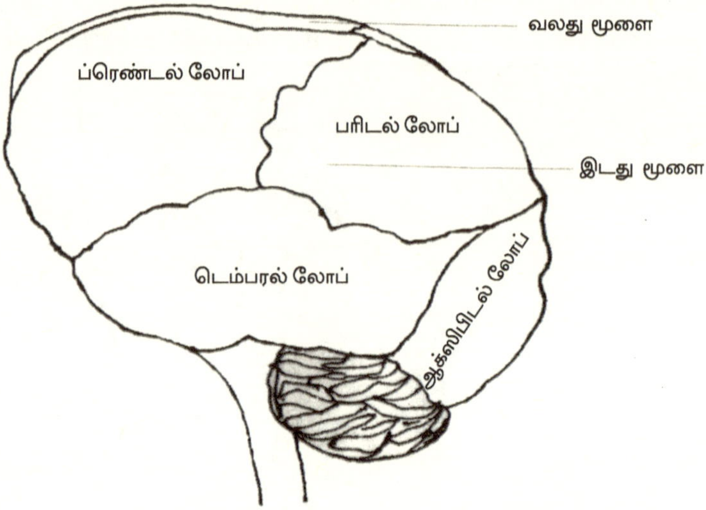

உடலின் அசைவுகளையும் ஐம்புலன்களின் தூண்டல்களையும் மூளையின் மேற்பகுதியிலுள்ள குறுகிய கோடு போன்ற பகுதியால் புரிந்துகொள்கிறோம். அதன் முன் வலதுபக்கத்திலுள்ள கோடு போன்ற பகுதி தூண்டல்களைத் தகவல்களாக்கி உடலுறுப்புகளுக்கு அனுப்புகிறது. மூளையின் நடுப்பகுதியில் இருக்கும் ஹிப்போகாம்பஸ் என்ற பகுதியின் உதவியால் நிகழ்வுகளை ஞாபகப்படுத்துகிறோம்; புதிய நிகழ்வுகளைப் பதிவு செய்கிறோம்.

மூளையின் இந்தப் 'பகுதி'களை மேலும் சிறு பிரிவுகளாக்கலாம். எடுத்துக்காட்டாக மூளையில் எழுத்தும் வாசிப்பும் ஒரு பக்கம் நடக்கும். பேச்சும் புரிதலும் வேறொரு பக்கம் நடக்கும். அதோடு, வாக்கிய அமைப்பு, இலக்கணம் ஆகியவற்றின் அடிப்படையில் வாக்கியத்தின் பொருளைப் புரிந்துகொள்ளத் தனிப்பகுதி உண்டு. மூளையின் இந்தப் பகுதி பாதிக்கப்பட்ட நபர்கள் வேகமாக, சரளமாகப் பேசுவார்கள். ஆனால், பேசுவதில் பொருளிருக்காது. இதற்கு நேர் மாறாக மூளையின் வேறுபகுதி பாதிக்கப்பட்ட நபர்கள் திக்கித் திக்கி, இலக்கணப்பிழையோடு பேசுவார்கள். ஆனால் அவர்கள் பேசுவதில் பொருளிருக்கும். இதிலிருந்து ஒவ்வொரு செயலுக்கும் ஒவ்வொரு பகுதி காரணம் என்பதைப் புரிந்துகொள்ளமுடிகிறது. இவற்றைவிடவும் நுணுக்கமான பகுதிகள் உள்ளன. சில நோயாளிகள் உயிரினங்கள், உணவுப் பொருட்கள் ஆகியவற்றின் பெயர்களை நினைவுபடுத்தச் சிரமப்படுவார்கள். ஆனால், பிற பொருட்களின் பெயர்களை மிக எளிதில் நினைவில் வைத்திருப்பார்கள். வேறுசிலருக்கு உயிரினங்கள், உணவுப்பொருட்கள் ஆகியவற்றின் பெயர்கள் நினைவுக்கு வரும். பிற

பொருட்களின் பெயர்கள் நினைவுக்கு வருவதில்லை. (பெட்டிச் செய்தி - 1 மூளை இப்பகுதிகளை ஒருங்கிணைப்பது எப்படியென்பது பற்றிக் கூறுகிறது.)

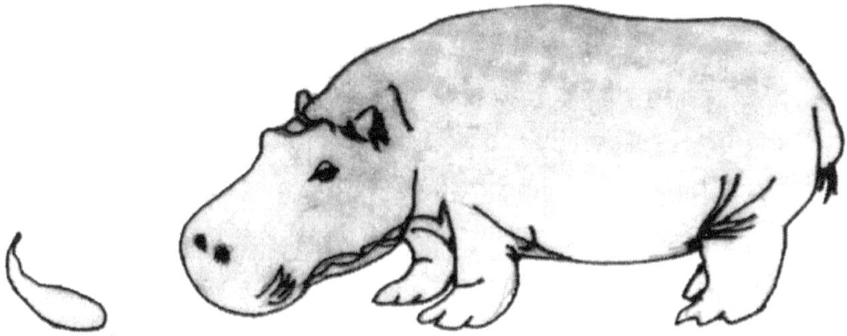

ஹிப்போகாம்பஸ்

ஹிப்போகாம்பஸ்ஸைச் சந்திப்போம். மூளையின் நடுப்பகுதியில் அமைந்துள்ள சிறிய, கவர்ச்சியான இந்தப் பகுதிதான் 'புதிய ஞாபகங் களை உருவாக்கும்' பொறுப்பை வகிக்கிறது. கற்றல், ஞாபகம் உரு வாவது தொடர்பாக இந்தப் பகுதி சமீப காலமாக ஆய்வாளர்களின் மிகுந்த கவனத்தை ஈர்த்துள்ளது. உண்மையில் இந்தப் பகுதி உளவிய லாளர்களின் கவனத்தைக் கவர்ந்து பல்லாண்டுகளாகின்றன. இப் பகுதியைப் பற்றி நமக்கிருக்கும் முன்னறிவுகள் அனைத்தும் இப் பகுதியும் அதன் நெருங்கிய பகுதியும் ('ஹிப்போகாம்பஸ் சிஸ்டம்') பழுதுபட்ட நோயாளிகளை ஆய்வு செய்ததின் அடிப்படையில் கிடைத்தது. இந்த நோயாளிகள் நிமிடத்துக்கு நிமிடம் நடந்தவற்றை மறக்கும் 'குறுகியகால ஞாபகமறதி' குறைபாடுகொண்டவர்கள். இவர்களால் புதிய அனுபவங்களை நீண்டநாள் நிலைத்து நிற்கும் ஞாபகமாக மாற்றமுடியாது. ஐந்து நிமிடங்களுக்கு முன்பு இவர் உங்களைச் சந்தித்திருந்தாலும் ஒவ்வொரு முறையும் உங்களைப் புதியதாகச் சந்திப்பதுபோல் வரவேற்பார். இருந்தாலும் இவர்களால் ஒரு குறிப்பிட்ட கால வரையறையில் கற்றுக்கொண்ட, அனுபவப் பட்ட 'பழையகால ஞாபகங்களை' நினைவுகூர முடியும். இவர்களால் புதியனவற்றைக் கற்றுக்கொள்ளவோ, நினைவில் வைத்துக் கொள்ளவோ முடியாததால் ஒரு குறிப்பிட்ட காலகட்டத்தின் கைதியாக இவர்கள் முடங்கிவிடுவார்கள். இவர்களின் நிலைமை அம்னீஷியா (நினைவிழத்தல் நோய்) நோயாளிகளை விடவும் மோசமானது. குறைந்தபட்சம் அம்னீஷியா நோயாளிகளால் வாழ்க்கையைப் புதியதாகத் தொடங்கமுடியும்.

இங்கு நாம் முக்கியமான வேறுபாட்டைக் கவனிக்க வேண்டும். ஹிப்போகாம்பஸில் பழுது ஏற்பட்டால் வெளிப்படையான கற்றலை அது பாதிக்கிறது. ஆனால், மறைமுகமான கற்றலைப் பாதிப்பதில்லை. இந்த நோயாளியால் ஒரு செயலைத் திரும்பத் திரும்பச் செய்து பயிற்சி யெடுப்பதின் மூலம் புதிய திறமையை வளர்த்துக்கொள்ள முடியும். எடுத்துக்காட்டாக ஒரு வாரம் இவருக்கு ஸ்கூட்டர் ஓட்டக் கற்றுக் கொடுத்தால் இவரால் ஸ்கூட்டர் ஓட்ட முடியும் (உள் முகக் கல்வி). ஆனால், கற்றுக்கொண்ட முறை மறந்துவிடும். ஸ்கூட்டர் ஓட்ட முடி வதை நினைத்து ஆச்சரியம்கூடப்படக்கூடும். புதிய கருத்துகள், புதிய தகவல்கள் ஆகியவற்றைத் தெரிந்துகொள்ளுதல், புதிய நபர்களை அறிமுகப்படுத்திக் கொள்ளுதல் போன்றவற்றைச் செய்ய முடியாது (வெளிப்புறக் கற்றல்). எனவே, ஹிப்போகாம்பஸ் என்பது சுய பிரக்ஞையோடு நினைவுபடுத்திக் கொள்ளவும் சொற்களால் வெளிப் படுத்தவும் முடியும்படியான நிகழ்வுகளை நிலைநிறுத்தி வைத்துக் கொள்வதற்கான பொறுப்பை வகிக்கிறது என்ற முடிவுக்கு வரலாம். நிகழ்ச்சிகள், பொருட்கள், தகவல்கள், சூழல்கள் போன்றவற்றுக் கிடையேயுள்ள புதிய தொடர்புகளைப் புரிந்துகொள்ளுதல் போன்றவையும் இதில் அடங்கும்.

ஹிப்போகாம்பஸுக்கு மட்டுமே உரித்தான ஒரு சிறப்புண்டு. ஒருமுறை ஏற்பட்ட அனுபவத்திலிருந்தே மேற்குறிப்பிட்ட தொடர்பு களைப் பதிவு செய்யும் திறமை ஹிப்போகாம்பஸுக்கு உண்டு. மூளையின் பிற பகுதிகளுக்கெல்லாம் பலமுறை ஏற்படும் அனுபவங் களும் பயிற்சியால் பெறும் திறமைகளும் தேவைப்படும். காலம் செல்லச்செல்ல ஹிப்போகாம்பஸிலுள்ள தொடர்புகள் நியோகார்டக் ஸுக்கு நிலையாக ‘இடமாற்றம்’ செய்யப்படுகின்றன. அவை ஹிப்போகாம்பஸிலிருந்து மறைந்துவிடுகின்றன. ஆக, ஹிப்போ காம்பஸ் பழுதுபட்டால் சமீபத்தில் நடந்தவை மறந்துபோய்விடும். ஆனால், பழைய கால நினைவுகள் அழியாமல் அப்படியே இருக்கும்.

தூண்டல்கள் ஏற்படும்போதெல்லாம் புதிய தொடர்புகளை உருவாக்கி, அவற்றைத் தன்னிடமிருந்து அழித்து நியோகார்டக்ஸ்க்கு நிலையாக இடமாற்றம் செய்வது என ஹிம்போகாம்பஸ் செய்யும் பணி மூளை யின் பிற பகுதிகளிலிருந்து இதைப்பிரிக்கிறது. தனித்தன்மை வாய்ந்த தாக மாற்றுகிறது. உடலின் வேறு பாகங்களில் இருக்கும் செல்களைப் போல நியூரான்கள் மறு உற்பத்தி செய்யப்படுவதோ பதிலீடு செய்யப் படுவதோ இல்லை என்று நம்பப்படுகிறது. பெரும்பாலும் இது சரி, ஹிப்போகாம்பஸைத் தவிர! முதுமையிலும் கூட மூளையின் இப்பகுதி யில் நியூரான்கள் உற்பத்தி செய்யப்படுவதாக (அடல்டு நியூரோ

ஜெனிஸிஸ்) சமீபகால ஆய்வுகள் கூறுகின்றன. ஹிப்போகாம்பஸின் சிறப்பியல்புக்கு இது மிகவும் அவசியமாக இருக்கலாம். புதிய அனுபவங்களைப் பதிவு செய்யப் புதிய நியூரான்கள் உற்பத்தி யாகின்றன. சிலகாலம் கழியும்போது இந்த நியூரான்கள் அழிந்து போகின்றன. அதற்குள் அப்பதிவுகளை மூளையின் பிறபகுதியிலுள்ள நியூரான் வலைப்பின்னல்களுக்கு மாற்றிவிடுகின்றன. அங்கு அவை நிலையான ஞாபகமாக மாறிவிடுகின்றன.

இக்கதையில் மேலும் சில சுவையான பகுதிகள் உள்ளன. ஹிப்போ காம்பஸில் நியூரான்களின் உற்பத்தி குறையக் காரணங்கள் என் னென்ன? இயல்பாக வரும் முதுமையை நீங்கலாக 'நீண்ட கால மன அழுத்தமும்' அப்போது உடலில் உற்பத்தியாகும் க்ளூகோகோர்டி கோயிட்ஸர்ஸ¬ம் (மன அழுத்தத்தினால் உடம்பில் இருந்து சுரக்கும் வேதிப்பொருள்) தான் முக்கிய எதிரிகள். தீவிர மனஅழுத்தம் மனிதர் களின் நினைவாற்றலை வெகுவாகக் குறைக்கிறது என ஆய்வுகள் கூறு கின்றன. இந்த ஆய்வு, மூளையைப் பற்றி நமக்குத் தெரியாத புதிய தகவல்களைச் சொல்வதில்லை. அதனால் இவ்வாய்வு புதியது; உறுதி யற்றது என நினைக்கத் தோன்றுகிறது. மனஅழுத்தம் கற்றலைத் தடுக் கிறது என்று தங்களுக்கு ஏற்பட்ட நேரடி அனுபவங்களிலிருந்து அனைத்து ஆசிரியர்களும் உறுதிப்படுத்துவார்கள். பள்ளிக்கூடங்களில் குழந்தைகள் நன்கு கற்க வேண்டுமென்று நாம் விரும்பினால் தீவிர மன அழுத்தம் இல்லாத சூழலை உருவாக்க வேண்டும்.

பெட்டிச் செய்தி - 1

தலைவர் யார்?

ஒரு நுண்நோக்கியால் மூளையைக் கவனித்தால் சிக்கலான பலசெயல் பாடுகள் நடப்பதைக் காணலாம். மூளையைச் சிக்கல் நிறைந்த இடமாக மாற்றும் பத்தாயிரம் கோடி நியூரான்கள் வேதிமின் தூண்டல்களுக் கேற்ப வேலை செய்கின்றன. நியூரோடிரான்ஸ்மிட்டர்ஸ் என்னும் வேதிப்பொருட்கள் மின்தூண்டல்களை உற்பத்தி செய்ய, அவை நியூரான் வழியாகப் பயணித்து சினோப்ஸிஸ் என்னும் குறுகிய இடைவெளியைக் கடந்து, அடுத்த நியூரானை அடைகின்றன. (இதற்கும் நியூரோடிரான்ஸ்மிட்டர்களின் உதவி தேவை) வெளி யிலிருந்து ஐம்புலன்கள் வழியாக வரும் செய்திகள் மூளையை வந்தடைகின்றன. அவை மூளையிலிருந்து திரும்ப உடல் உறுப்பு களுக்குச் செல்கின்றன. உறுப்புகள் தூண்டல்களுக்கேற்பச் செயல்படு கின்றன. ஒரு நியூரானால் ஆயிரக்கணக்கான பிற நியூரான்களுடன் தொடர்புகொள்ள முடியும் என்பதால் செய்திகளின போககுவரதது

மூளையில் மிகுந்த நெரிசலை உண்டாக்கும். இந்நெரிசல் நொடிக்கு நொடி அதிகரித்துக்கொண்டே இருக்கும்.

மூளையின் செயல்கள் விளங்கவிளங்க நம் மனத்தில் ஒரு கேள்வி எழுகிறது. இச்செயல்களைக் கட்டுப்படுத்துவது யார்? கட்டுப்பாட்டு மையம் எங்கே இருக்கிறது? மூளைக்கு ஒரு தலைமையதிகாரி இல்லையென்று ஆய்வுகள் கண்டுபிடித்துள்ளன. மூளையின் செயல் என்பது எப்போதும் மாறிக்கொண்டிருக்கும் நியூரான்களுக்கிடையே இருக்கும் தொடர்பன்றி வேறில்லை. ஒரு நியூரானோ அல்லது நியூரான்களின் ஒரு குழுவோ பிறவற்றைவிட 'திறமையானது' என்பது கிடையாது.

தலைமையதிகாரி எங்கும் இல்லை. அல்லது எல்லா இடங்களிலும் இருக்கிறார். 'பாரலல் டிஸ்ரிபூட்டட் ப்ராசஸிங்' என்று அழைக்கப்படும் முறையில் மூளை செயல்படுகிறது. முதலாவதாக, ஞாபகங்கள், எண்ணங்கள், அறிவுகள் என்பவை நியோகார்டக்ஸ் எங்கும் பரவலாகப் பகிர்ந்தளிக்கப்பட்டுள்ளன. இரண்டாவதாக, மூளையில் செயல்பாடுகள் ஒன்றுக்குப் பின் மற்றொன்று என்று தொடர் வரிசை முறையில் அல்லாமல் பல இடங்களில் ஒரே நேரத்தில் நடக்கும் வகையில் செயல்படுகின்றன. எடுத்துக்காட்டாக ஓர் எண்ணத்தொடரை எழச்செய்ய தொடர்புக்குள் இருக்கும் பல்லாயிரம் நியூரான்கள் மூளையின் பல இடங்களில் ஒரே நேரத்தில் மின்தூண்டல்களை உருவாக்க வேண்டும். இதற்கு மாறாக ஒரு செய்தியை ஒரு நியூரான் அடுத்த நியூரானுக்கு என்ற வரிசைமுறையில் பரிமாற்றம் செய்தால் 'விரைவில் உருவாகும் ஓர் எண்ணத்துக்குத்' தேவைப்படும் நேரம் அதிகமாகும். தூண்டல்கள் அனைத்தும் ஏதோவொரு மையப்பகுதியை அடைந்த பிறகுதான் முடிவு எடுக்க முடியும் என்றால் அதற்கு நேரம் இருக்காது என்பது உறுதி. நியூரான் தூண்டல்கள் பயணிக்கும் நேரம் மிகக்குறைவு (விநாடிக்கு ஒரு மீட்டருக்கும் நூறு மீட்டருக்கும் இடையில்) ஆனால்,

கண்ணிமைக்கும் நேரத்தில் சிந்தித்து முடிவெடுக்கும் திறமை நமக்கு இருப்பதிலிருந்து தொடர் வரிசை முறையில் மூளை செயல்படுவதில்லை என்பதைப் புரிந்துகொள்ளலாம்.

இருப்பினும் அனைத்துச் செயல்களுக்கும் பொறுப்பு வகிக்கும் ஒருவர் இருப்பதாகவும் அவர் நம்தலையில் இருப்பதாகவும் நம்மில் பெரும்பான்மையானோர் கருதுகிறோம். நாம் பிரக்ஞைபூர்வமாகச் செய்யும் செயல்கள் சிங்குலேட் கார்டெக்ஸ் என்ற மூளையின் ஒரு குறிப்பிட்ட பகுதியோடு தொடர்புடையது. எப்போதெல்லாம் பல்வேறு வாய்ப்புகளிலிருந்து ஒன்றைத் தேர்ந்தெடுக்கிறோமோ, பழைய ஞாபகங்களைத் தேடுகிறோமோ, பதிவு செய்ய வேண்டிய தகவல்களைக் குறிப்பிட்ட நோக்கத்தோடு தேர்வு செய்கிறோமோ உணர்ச்சிபூர்வ எதிர்வினைகளையோ சிந்தனைகளையோ அடக்கி வைக்கிறோமோ அப்போதெல்லாம் மூளையின் இந்தக் குறிப்பிட்ட பகுதி செயல்படுகிறது.

மூளையின் பல்வேறு பகுதிகளின் அமைப்பும் செயல்பாடும் ''பரிணாம உளவியல்'' என்ற பிரிவோடு நெருங்கிய தொடர்பு கொண்டுள்ளது. இந்த அத்தியாயத்தின் அடுத்தபகுதியில் சுவையான சில உளவியல் கோட்பாடுகள் எப்படி கல்வியில் தாக்கம் செலுத்துகின்றன என்பதைக் காண்போம்.

மூளையிலுள்ள மாட்யூல்களின் பரிணாமம்

மனித மூளை மிகவும் பழமை வாய்ந்தது. மனித இனம் தோன்றி வெறும் முப்பது லட்சம் ஆண்டுகள்தான் ஆகின்றன. இக்கால அளவின் 99.9 சதவீதமும் மனிதர்கள் வேட்டையாட, உணவு தேட பலவிதமான ஆபத்துகளை, சவால்களைச் சமாளிக்கவே பயன்பட்டது. வேளாண்மை செய்யத் தொடங்கிய கடந்த பத்தாயிரம் ஆண்டுகளில் மனிதர்கள் புதுமையான சில சவால்களைச் சந்தித்தார்கள். தொழிற்புரட்சி தொடங்கிய கடந்த இருநூறு ஆண்டுகள் கணினி யுகத்தில் வந்து முடிவடைந்துள்ளன. இது நம் முன்னோர்கள் சந்தித்திராத முற்றிலும் மாறுபட்ட சூழல்.

இருப்பினும் இந்த நீண்ட கால அளவில் மனிதமூளையும் உடலும் மிகச் சிறிய பரிணாம மாற்றங்களைத்தான் அடைந்துள்ளன. நான்கு கால் உயிரியில் இருந்து இரண்டு கால்களில் எழுந்து நின்றது, மொழியைக் கருவியாகப் பயன்படுத்தியது போன்ற திறமைகள் நம்மை நம் முன்னோர்களான குரங்குகளிடமிருந்து பிரிக்கின்றன. பலப்பல தலைமுறைகளாகத்தான் இத்தகைய இயற்கைத்தேர்வு நடக்கமுடியும்.

கடந்த சில நூற்றாண்டுகளாக நமக்கு நாமே உருவாக்கிக் கொண்ட சுற்றுச்சூழல்களில் விரைவான மாற்றங்கள் ஏற்பட்டுள்ளன. அவை நமக்கு நாமே உருவாக்கிக் கொண்டவை. அந்தச் சவால்களைச் சமாளிக்கும் திறமை கொண்ட உடலும் மூளையும் உருவாகச் சில தலைமுறைகள் போதாது. இந்தக் காரணத்தால்தான் உளவியலாளர்களான ஜான் டூபியும் லேடா கோஸ்மைடும் 'நவீனத் தலைக்குள் கற்கால மூளை இடம் பெற்றுள்ளது' என்று சொல்கிறார்கள்.

மின் விளக்கில்லாத, சுத்தமாக்கப்பட்ட சீனியில்லாத, பள்ளிக்கூடங்கள் இல்லாத சூழலில் வாழ்வதற்குத்தான் பழையமூளை பழக்கப் பட்டுள்ளது. எடுத்துக்காட்டாக இனிப்புகளை விரும்புவது நமக்குப் பழக்கமானதல்ல. அது தற்காலத்துத் தவறான பழக்கம். டூபியையும் கோஸ்மைடையும் பொறுத்தவரைப் பரிணாமத்தின் பகுதியாகத் தனித்தனி மாட்யூல்களை உருவாக்கி அந்தந்தக் காலத்தில் ஏற்பட்ட குறிப்பிட்ட சவால்களைச் சந்தித்து மூளை வெற்றிபெற்றுள்ளது. எதைச் சாப்பிடலாம் என்று நமக்குச் சொல்லித்தர வேண்டும். நல்ல நண்பன் யாரென்று சொல்லித்தர வேண்டும். முகபாவனையின் மூலமாகக் கருத்தைப் பரிமாற்றம் செய்வது எப்படியென்று சொல்லித் தரவேண்டும். இலக்கணத்தைக் கற்க வேண்டும். முகங்களை அடையாளம் காண வேண்டும். இடவரைபடம் உருவாக்க வேண்டும். இவை சிலஎடுத்துக்காடுகள் மட்டுமே. இவற்றோடு நினைவாற்றல், காரணம் காணுதல், முடிவெடுத்தல், கற்றுக்கொள்ளுதல் என நம் முன்னோர்கள் எதிர்கொண்ட சூழல்களை நாம் திறம்படக் கையாளக் கற்றுக்கொண்டுவிட்டிருக்கிறோம்.

தற்காலத்தில் நாம் வாழும் சூழல் வேறானதாக இருந்தாலும் இப்போதும் அந்த மாட்யூல்களை நாம் தலையில் சுமக்கிறோம். அவ்வாறு நம் கற்காலமுன்னோர்கள் சந்தித்த சூழல்களைவிட காரணக் காரியத்தொடர்பு காணும் திறமை மேம்படுவதற்கான சமூகச்சூழல் நமக்குள்ளது. வார்த்தைகளை அடையாளம் காண்பதைவிட முகங்களை அடையாளம் காணும் திறமை மேம்பட்டுள்ளது. குழந்தைகள் பேச்சுமொழியின் இலக்கணத்தை எழுத்துமொழியின் இலக்கணத்தைவிட எளிதில் கற்றுக்கொள்கின்றனர். மேலும் தற்காலச் சூழலில்

வாழ்வதற்கென எழுத்தறிவுக்கு ஒரு மாட்யூல், கணினிமொழி கற்க ஒரு மாட்யூல், குவாண்டம் இயற்பியல் கற்க ஒரு மாட்யூல் என நம்மிடம் இல்லை. எனவே இந்தக் கருத்து நீங்கள் நினைப்பதுபோல் கல்வியில் பெரும் தாக்கத்தை ஏற்படுத்துகிறது.

உள்ளார்ந்த, பள்ளி சார்ந்த கற்றல்

மற்றொரு உளவியலாளரான டேவிட் கீயரி மாடுலர் கோட்பாட்டை விளக்கும் இடத்தில் ஒரு முக்கியமான விஷயத்தைச் சொல்கிறார். நாம் முன்பு குறிப்பிட்டதுபோல, இதுவரை சந்திக்காத சவாலான சூழல் களைச் சமாளிக்க அனைத்து உயிரினமும் தேவையான புதிய மாட்யூல் களை உருவாக்கும். நம் முன்னோர்களைப் பொறுத்தவரை இந்தச் சவால்கள் மூன்று பெரும் பிரிவுகளுக்குள் அடங்கும். அவை. இயற் பியல், உயிரியல் மற்றும் உளவியல். வெற்றிகரமாக வாழ மனிதர் களுக்குத் தேவை:

- முப்பரிணாம இயற்பியல் பொருட்களுக்கு இடையே சென்று வருவது, வழியிலுள்ள மேடுபள்ளங்களைப் புரிந்துகொள்ளு வது, அசைவுகளை மதிப்பிடுவது, பொருட்களைக் கற்பனை செய்வது, ஒருபொருளை வேறொன்றாகக் கருதுவது (கருவி களைக் கையாளும்போது இந்தத் திறன் மிக அவசியம்.)
- தாவரங்களையும் விலங்குகளையும் உண்ணத் தகுந்தவை, தகாதவை, மருந்தாகப் பயன்படுபவை எனவும் புலால் உண்ணி கள், அவற்றின் இரைகள் எனவும் வகைப்படுத்துவது
- சமூகச் சூழலில் வாழ்வது (அவர்கள் குழுவாக வாழ்ந்திருந்தனர்) முகங்களை அடையாளம் காண்பது, முகத்தைப் பார்த்து உணர்ச்சிகளைப் புரிந்துகொள்வது, உறவினரை அடையாளம் காண்பது, உலகை உறவினர் குழு, உறவினர் அல்லாதவர்களின் குழு எனப்பிரிப்பது, மொழியைப் பயன்படுத்துவது, அடுத்தவர் மனநிலையைப் புரிந்துகொள்வது

மனிதர்களின் அறிவும் திறமையும் வெளிப்படும் இந்த மூன்று பிரிவு களை முறையே முறைசாரா இயற்பியல், முறைசாரா உயிரியல், முறை சாரா உளவியல் என்று அழைக்கலாம். (இங்கு முறைசாரா என்ற சொல் பள்ளிகளிலும் கல்லூரிகளிலும் பயிலும் முறையான கல்வியறி விலிருந்து வித்தியாசப்படுத்திக் காட்டுவதற்காகக் கையாளப் பட்டுள்ளது.) ஒரு குழந்தை முதியவர்களின் விசேஷ உதவியில்லா மலே இம்மூன்று துறைகளிலும் இயல்பாகவே தன் திறமையை வளர்த்துக்கொள்கிறது. கீயரி இந்தத் திறமைக்கேற்ற மாட்யூல்களைப்

ட்ரிபிள் பிஹெச்டி

பட்டியல் இடுவதற்கு முயன்றுள்ளார். மூளையின் குறிப்பிட்ட சில பகுதிகளில் சில மாட்யூல்களைக் கண்டுபிடித்துள்ளார். எடுத்துக்காட்டாக பரைட்டல் கார்டெக்ஸின் சில பகுதிகள், ஹிப்போகாம்பஸ் ஆகியவை இயற்பியல் உலகைக் கற்பனை செய்வதில் பங்குவகிக்கின்றன. போஸ்டீ ரியர் நியோகார்டெக்ஸின் சில பகுதிகள் உயிரினங்களுக்குப் பெயரிடுவதில் பங்குபெறுகின்றன. ஆனால், ஜடப் பொருட்களுக்குப் பெயரிட இந்தப் பகுதி உதவுவதில்லை. பியூஸிபோ(ர்)ம் கைரஸ், பிரிஃப்ரன்டல் கார்டக்ஸ் ஆகியவை முகங்களை இனம் காண உதவுகின்றன.

முறையான கல்வி கிடைக்காத பழங்குடி மக்களிடமும் இம்மூன்று துறைகளில் அறிவும் திறமையும் வளர்ந்திருப்பதைக் காணலாம். பழங்குடியினரின் பண்பாடு மிகவும் புகழ் பெற்றது. அது தாவரங்கள், விலங்குகள் பற்றி அவர்கள் கொண்டிருந்த ஆழமான, சிக்கலான அறிவுக்கு எடுத்துக்காட்டாக விளங்குகிறது. அதுபோல் கூட்டமாக வாழ்வதிலும் திறமை பெற்றிருந்தார்கள். உறவினர்களுடன் எப்படி நடந்துகொள்வது, சமூக அந்தஸ்தைக் கடைப்பிடிப்பது எப்படி, உறவுகளைப் பாதுகாப்பது எப்படியென்பதற்குச் சட்டதிட்டங்களை வகுத்திருந்தனர். தாங்களே உருவாக்கிய கருவிகளையும் ஆயுதங்களையும் கையாள்வதில் வல்லமை பெற்றிருந்தார்கள். குழந்தைகளும்கூட, பள்ளிக்கூடத்துக்கு வருவதற்கு முன்னரே இயற்பியல், உயிரியல், உளவியல் பற்றிய ஆழமான கருத்துகளை வளர்த்திருந்தனர். ஆனால், நாம் குழந்தைகளின் அந்த அறிவைப் புறக்கணித்துவிட்டு, நமது பாடத்திட்டங்களை அவர்கள் மூளைக்குள் திணிக்கிறோம்.[1]

ஒருவகையில் இத்திறமையைப் பிறவித்திறன் என்றழைக்கலாம். இந்த இடத்தில் 'பிறவி' என்ற சொல் பிறக்கும்போதே திறமைகளோடு பிறந்தார்கள் என்பதைக் குறிப்பிடவில்லை. அப்படி நடக்கவும் முடியாது. மூளையின் சில பகுதிகள் குறிப்பிட்ட தொடர்புகளை உருவாக்கவும் கற்றுக்கொள்ளவும் ஏற்ற முறையில் அமைக்கப்பட்டுள்ளன என்று கருதவேண்டும்.

மேற்குறிப்பிட்ட முறையில் மொழி செயல்படுகிறது. குழந்தைகள் பிறக்கும்போதே உலகிலுள்ள எந்த மொழியையும் கற்றுக்கொள்

---

[1] இரண்டாம் அத்தியாயத்தில் கருத்து மாற்றம் என்ற தலைப்பின்கீழ் இதன் விளக்கம் இடம்பெற்றுள்ளது.

வதற்கு ஏற்ற திறமையோடு பிறக்கிறார்கள். இங்கு, பிறக்கும்போதே மொழியைத் தெரிந்துவைத்துக்கொண்டே பிறக்கிறார்கள் என்று பொருள் கொள்ளக்கூடாது.

அப்படியானால் 'பிறவித் திறன் சாராத கல்வி' என்றொன்று உண்டா என்று நீங்கள் கேட்கலாம். அதாவது, மனிதர்களாகிய நம்மால் முன் தீர்மானமாகாத விஷயங்களைக் கற்க முடியுமா? நாம் இயல்பான கற்றலைப் பற்றிய சில கருத்துகளைப் பார்த்தோம். இங்கு, ஆசிரியர் களாகிய நாம் முறையான பள்ளிப் பாடத்திட்டமும் இயல்பான கற்றலும் ஒன்றின் இடத்தை மற்றொன்று எடுத்துக்கொள்கிறதா இல்லையா என்பதைத் தெளிவாகத் தெரிந்துகொள்ள வேண்டும். இருப்பினும் பெரும்பான்மையான குழந்தைகள் பலவருடங்கள் பள்ளிக்குச் சென்று பல்வேறு இயல்பற்ற திறன்களைக் (எடுத்துக்காட்டு: வாசிப்பு, எழுத்து, கால்குலஸ், கெப்ளர் விதி, கர்நாடக சங்கீதம்) கற்றுக்கொண்டு சான்றிதழ் பெறுகிறார்களே! இது எப்படி சாத்தியமாகிறது? நாம் சிலசெயல்களைச் செய்வதற்கு விலங்குகளுக்குப் பயிற்சியளிக்கிறோம். ஆனால், குழந்தைகள் கற்றுக்கொள்ளும் செயல்களின் அளவையும் புதுமையையும் விலங்குகளுடன் ஒப்பிட்டால் குழந்தைகள் மிக முன்னணியில் இருக்கிறார்கள். மனித மூளை சற்று வேறுபட்டது. மனிதமூளையால் இயல்பற்ற திறமைகளையும் கற்றுக்கொள்ள முடியும் என்பதுதான் அந்த வேறுபாடு.

கற்பித்தல் - மனிதர்களின் சிறப்புத் திறமை

மூளையின் பண்பு, குறிப்பாக செரிபிரல் கார்டெக்ஸ்க்கு பிறவி சாரா கற்றலுக்கான திறமை இருக்கிறது. இந்தத் திறமையை நியூரல் பிளாஸ்டிஸிட்டி என்று அழைக்கிறார்கள். மனித மூளையில் ஏராள மான 'உபரி' நியூரான் சுற்றுகள் உள்ளன. இதனால் நம்மால் புதிய வற்றை ஒன்றோடொன்று இணைக்கவும் அவற்றுக்கிடையே புதிய தொடர்புகளைக் கண்டுபிடிக்கவும் முடிகிறது. கற்கால மனிதர்களுக்கு நியூரல் பிளாஸ்டிஸிட்டி ஒரு வரம். கருவிகளைப் புதுமையான முறையில் கையாளவும் கருத்துப்பரிமாற்றம் நடத்தவும் இது அவர் களுக்கு உதவியது. தற்காலத்திலும் இதே நியூரல் பிளாஸ்டிஸிட்டி வயலினை இசைக்கவும் இயற்கணித பிரச்னைகளுக்குத் தீர்வு காணவும்என எதைவேண்டுமானாலும் கற்றுக்கொள்ள உதவுகிறது. எல்லாவற்றையும்விட முக்கியமானது என்னவென்றால், நாம் கற்றுக்கொள்வதைத் தலைமுறைகளுக்குக் கற்பித்தல் மூலம் கைமாற்றம் செய்யலாம். நமக்கு மிகவும் நெருங்கிய தொடர்புடைய சிம்பன்ஸிக்களால்கூட இது முடியாது. நம் பெற்றோர்கள் கண்டுபிடித்த வற்றை நாம் மீண்டும் கண்டுபிடிக்க வேண்டிய தேவையில்லை.

காரணம் நம்மால் வெளிப்படையாகக் கற்பித்தலில் ஈடுபட முடியும். நியூரல் பிளாஸ்டிஸிட்டியும் கருத்துப் பரிமாற்றம் செய்ய, கற்பிக்க நமக்கு இருக்கும் திறமையும் நம்மைப் பிறஇனங்களிலிருந்து வேறுபடுத்துகிறது.

இந்தக் கருத்தை மற்றொரு முறையிலும் குறிப்பிடலாம். பிறவி சார்ந்த மற்றும் அல்லாத கற்றலைத்தான் உயிரியல் முதன்மைத் திறமை, உயிரியல் இரண்டாம் திறமை என்று கீயரி குறிப்பிடுகிறார். குழந்தைகள் இந்த முதன்மைத் திறமையை விளையாட்டுப் போக்கிலான பரிமாற்றங்கள் மூலமும் தனக்குத்தானே பயிற்சியெடுப்பதன் மூலமும் மிக விரைவில் வளர்த்துக்கொள்கிறார்கள் (குழந்தைகள் மொழி கற்றுக்கொள்வது சிறந்த எடுத்துக்காட்டு). குழந்தைகளால் இரண்டாம் திறமைகளையும் தன்வயப்படுத்த முடியும். இங்குதான் கல்வி வருகிறது. மூளையின் அமைப்பு அதற்கு உதவும்வகையில் உள்ளது. ஆனால், அதற்கு வெளியிலிருந்து குறிப்புகள் கொடுக்க வேண்டும். திரும்பத் திரும்பச் செய்து பயிற்சி பெற வேண்டும் (கட்டாயப்படுத்தி!) வேறுவகையில் கூறினால் நாம் வயலின் கற்க வேண்டுமானால், இயற்பியல் கணிதப் பிரச்னைகளுக்குத் தீர்வுகாண வேண்டுமானால் நமக்கு அவற்றை யாராவது கற்பிக்க வேண்டும். நாம் அதற்கெனப் பயிற்சியெடுத்துக்கொள்ள வேண்டும்.

ஆம், இரண்டாம் திறமைகளைக் கற்றுக்கொள்ளவும் முறையான கற்றலுக்காகவும் நாம் கண்டுபிடித்தவைதான் பள்ளிக்கூடங்கள். பள்ளிக்கூடங்களிடமிருந்து நம்மால் தப்பிக்க முடியாது. ஆனால், அதற்காக இப்போது கற்பிப்பதுபோல்தான் கற்பிக்க வேண்டும் என்று யாதொரு அவசியமும் இல்லை. மூளை செயல்படுவது எப்படி, குழந்தைகள் வளர்வது எப்படி என்பவற்றைக் கருத்தில்கொண்டு அவற்றுக்கேற்றபடி கற்பித்தலை மாற்ற வேண்டும். இவற்றுக்குப் பொருந்தாதவற்றை அகற்ற வேண்டும். கற்றல் என்பது பொருள் நிறைந்ததாகவும் சுவாரசியமானதாகவும் மாறவேண்டும். மூளையின் வியத்தகு திறமையை வளர்த்துக்கொண்டு நூறு வருடங்களுக்குமுன் கற்பனை செய்ய முடியாதவற்றைக்கூடத் தற்போது கற்கிறோம். இந்தத் திறமைக்கு நம்மை நாமே முதுகில் தட்டிப் பெருமைப்பட்டுக்கொள்ளலாம். ஆனால், தோற்றுப்போன கற்பித்தல் முறை பெரும்பான்மையான குழந்தைகளுக்கு கற்றலைச் சற்று கடினமானதாக, சிரமமானதாக மாற்றுகிறது. நம்மால் கற்பித்தலைச் சிரமமற்றதாக, சிறப்பான முறையில் நடத்த முடியுமா? ஆசிரியர்களாகிய நாம் இதற்கான வழிகளைக் கண்டுபிடிக்க வேண்டும்.

அத்தியாயம் - 2

கற்றல்

முதல் அத்தியாயத்தில் மூளையின் சிறப்புத் தன்மைகள், அதன் பரிணாமம், அது கற்றலோடு எந்தளவுக்குத் தொடர்புகொண்டுள்ளது என்பவற்றைப் பார்த்தோம். எனவே கற்றல் என்பது இயல்பாகவே இரண்டாம் அத்தியாயமாகிறது. குழந்தைகள் எவ்வாறு கற்றுக்கொள்கிறார்கள் என்பதைப் பற்றிச் சொல்வதற்கு முன் குழந்தைகள் என்னென்ன கற்க வேண்டும் என்பது முக்கியம் என்று நினைக்கிறேன். முதலில் அதைப் பற்றிப் பேசலாம்.

கற்றலை மூன்று துறைகளாகப் பிரிப்பது நல்லது. இவற்றைத்தான் பள்ளிக்கூடங்கள் செய்யவேண்டும் என்று நாம் எதிர்பார்க்கிறோம். கருத்தறிவு (உயிரியில், வேதியியல், மொழி போன்ற பாடங்கள் பற்றிய அறிவு), செய்முறையறிவு (பல்வேறு திறமைகளைப் பெறுவது தொடர்பானது), காரணகாரியத் தொடர்பு காணும் திறமை (உயர் நிலையிலானது) ஆகியவையே அந்த மூன்று துறைகள். கருத்தறிவு என்பது ஒரு பாடப்பகுதியிலுள்ள அடிப்படைக் கோட்பாடுகளைப் புரிந்துகொள்வது. அந்தப் பாடப்பகுதியில் என்னென்ன நடந்துள்ளன? என்னென்ன நடக்க வாய்ப்புள்ளன? ஆகியவைபற்றிப் புரிந்துகொள்வதும் கருத்தறிவுக்குள் அடங்கும். எடுத்துக்காட்டாக ஐந்திலக்க ஆறிலக்க எண்களைக் கூட்டுவதற்குக் குழந்தைகளுக்கு பத்து அடிம

எண்களின் இடமதிப்பு பற்றித் தெரிந்திருக்க வேண்டும். செய்முறை யறிவு என்பது சில செயல்பாடுகளை நடத்தி முடிப்பதற்கான அறிவு. மேற்குறிப்பிட்ட எடுத்துக்காட்டில் எண்களை இடமதிப்பின்படி ஒன்றின்கீழ் மற்றொன்று என்று சரியாக எழுதுவது செய்முறையறிவு. செய்முறையறிவு பற்றி மேலும் சில சுவையான பண்புகள் இதே அத்தி யாயத்தில் விவரிக்கப்பட்டுள்ளன. காரணகாரியத் தொடர்புகாணும் அறிவை ஓரிரு வாக்கியங்களில் விளக்குவது கடினம். இந்தத் திறமை யில்லாவிட்டால் என்னாகும் என்பதை விளக்குவது எளிது. உளவிய லாளர்கள் மேலோட்டமான சிந்தனை, ஈடுபாடற்ற சிந்தனை, அடிப் படையற்ற சிந்தனை போன்ற பலதொடர்களைப் பயன்படுத்தி இந்தத் திறமையின்மையைக் குறிப்பிடுகின்றனர். ஆசிரியர்களாகிய நாம் குழந்தைகளின் சிந்தனைத் திறமையை வளர்க்கமுடியுமா என்பதில் ஆர்வம் காட்ட வேண்டும். இதுபற்றி இப்புத்தகத்தின் இறுதி அத்தி யாயத்தில் குறிப்பிடப்பட்டுள்ளது.

பள்ளிக்கூடங்களில் நாம் கற்கும் பெரும்பான்மையான கருத்தறிவும் செய்முறையறிவும் 'உள்ளார்ந்த கல்வி' அல்ல. சிறுவயதுக் குழந்தை களின் மூளையில் 'உள்ளார்ந்த கற்றலுக்கான' இடம் இருக்கிறது. குழந்தைகளால் இதன் உதவியோடு கருத்தறிவையும் செய்முறை யறிவையும் கற்றுக்கொள்ள முடியும் என்பதை முதல் அத்தியாயத்தில் பார்த்தோம். மிக எளிய எடுத்துக்காட்டு ஒன்றைப் பார்ப்போம். ஒரு குழந்தை பொருள்களை எண்ணும்போது ஒரு பொருளை ஒருமுறை தான் எண்ண வேண்டுமென்பது தெரிந்திருக்கிறது (கருத்தறிவு). அவ் வாறு செய்யும்போது பொருட்களை ஒவ்வொன்றாகத் தொட வேண்டும் அல்லது சுட்டிக்காட்ட வேண்டும் என்பதையும் (எப்படி செய்வது) தெரிந்திருக்கிறது. உண்மையில் உள்ளார்ந்த அல்லது உயிரிகளின் முதன்மைக் கற்றலில் இவ்விரண்டும் பிரிக்கமுடியாதபடிக் கலந்திருக்கிறது. குழந்தைகளுக்கு இவ்விரண்டின் வேறுபாடும் தெரியாது. நாம் முன்னர் குறிப்பிட்டதுபோல மூளையால் ஏராளமான விஷயங்களை உள்ளார்ந்த முறையில் கற்க முடியும். (உயிரிகளின் இரண்டாம் கற்றல் மண்டலங்கள்) குழந்தைகளுக்குச் சிறந்த முறை யில் கற்பிக்க இவ்விரண்டையும் பிரிப்பது நல்லது. கருத்தறிவுக்கும் செய்முறையறிவுக்கும் தரும் முக்கியத்துவம்தான் முற்போக்குக் கல்விக்கும் பாரம்பரியக் கல்விக்கும் இடையிலான வித்தியாசத்தை அடிக்கோடு இடுகின்றன. பாரம்பரியக் கல்விமுறையானது செய்முறை அறிவுக்கு முக்கியத்துவம் தந்து கருத்தறிவை ஒதுக்கிவிடுகிறது என்றும் முற்போக்கான கல்விமுறை கருத்தறிவுக்கு முக்கியத்துவம் தந்து செய்முறை அறிவை ஒதுக்குவதாகவும் நாம் குற்றம் சாட்டுவது தவறுதான்.

கருத்தறிவையும் செய்முறையறிவையும் பாரம்பரியப் பள்ளிக் கல்வியில் கற்கமுடியுமானால் கற்பித்தலை எந்தளவுக்குச் சிறப்பாகச் செய்ய முடியும்? மனித மூளையின் பரிணாம வளர்ச்சியைப் பற்றி ஏராளமாக எழுதிய உளவியலாளரான ஸ்டீவன் பிங்கர், இந்தப் பிரச்னையை இப்படிக் குறிப்பிடுகிறார்: 'எளிதில் கைவரக்கூடிய விஷயங்கள் என்ன என்பதைக் கண்டறியவேண்டும். அவற்றைக் குழந்தைகள் தமக்கு எந்தத் திறமை குறைவாக இருக்கிறதோ அதை வளர்த்தெடுக்கும் வகையில் பயன்படுத்தக் கற்றுத்தரவேண்டும்.

சொல்வது மிகவும் எளிது. 'எளிதில் கைவரக்கூடிய துறைகள் எவை? திறன் வளர்ப்பதற்கேற்ற விதத்தில் என்ன செய்ய வேண்டும்?' மிகவும் தேவை என நான் கருதும் துறைகளை இங்கு குறிப்பிடுகிறேன். ஆக்கவியமும் கருத்து மாற்றமும், பயிற்சியும் செய்முறைக்கற்றலும், பாடக்கருத்தின் அடிப்படையிலான காரண காரியத் தொடர்பு காணும் திறமை. இந்த ஒவ்வொன்றும் குழந்தைகள் சிறந்த முறையில் கற்பதற்கு மிகவும் அவசியம். எனவே கற்பித்தலில் இவற்றின் தாக்கம் இருக்கும் என்பது உறுதி.

ஆக்கவியமும் கருத்து மாற்றமும்

ஆக்கவியம் என்ற சொல்லைக் கடந்த சில பத்தாண்டுகளாக உளவியலாளர்கள் கூறிவருகின்றனர். சமீபகாலமாகத்தான் இந்தியாவில் இந்த வார்த்தை சூடுபிடித்திருக்கிறது. சுருக்கமாகச் சொன்னால் ஆக்கவியம் என்பது அறிவும் தகவல்களும் மூளையில் எப்படி சேமிக்கப் படுகின்றன என்பதைக் கூறுகிறது. எதுவாக இருப்பினும் நாம் எப்படி அனுபவிக்கிறோமோ அதுபோல் மூளையில் பதிவாவதில்லை. ஐம்புலன்கள் வழியாக அனுபவங்கள் கிடைக்கின்றன. ஒரே நிகழ்ச்சியை இரண்டு பேர் பார்க்கவோ கேட்கவோ செய்வதாக வைத்துக்கொள்வோம். ஆனால், அவர்கள் அதைப்பற்றி நினைவு கூர்வது நிச்சயம் ஒரேமாதிரியாக இருக்காது. ஒரு நிகழ்வை நாம் எப்படிப் புரிந்துகொள்கிறோம் என்பதைப் பொறுத்து அந்த வேறுபாடு ஏற்படுகிறது. எல்லா அனுபவங்களையும் நமக்கேற்ற கோணத்தில் பார்க்கிறோம். அதன் அடிப்படையில் அந்த அனுபவம் ஞாபமாகப் பதிகிறது. நமக்கு எந்த அளவுக்கு அறிவிருக்கிறதோ அந்த அளவுக்குத் தான் நம்முடைய கோணம் அமைந்திருக்கும். அப்படியாக ஒரு அனுபவத்தைப் பற்றிய நம்முடைய புரிதல் புதிய அறிவாக மாறுகிறது. இந்தப் புதிய அறிவு தொடர்ந்து அதிகரித்துவருகிறது. இதன் அடிப்படையில் புதிய அனுபவங்களைப் புரிந்துகொள்வது தொடர்கிறது. கற்றுக் கொள்பவர் அறிவை உருவாக்குகிறார் என்று கூறுவதின் பொருள் இதுவே.

மூளையில் பதிவாகும் அறிவு பொருள்பொதிந்த முறையில் ஒழுங்கு படுத்தப்படுகிறது என்பது மற்றொரு முக்கிய கருத்து. பாடப்புத்தகம், கலைக்களஞ்சியம், அகராதி என எங்கிருந்து நாம் அறிவைப் பெற்றாலும் அங்கெல்லாம் அறிவுகள் பல்வேறு முறைகளில் ஒழுங்கு படுத்தப்பட்டுள்ளன. மனிதமூளையில் அறிவு இந்த முறையிலோ வேறுமுறைகளிலோ சற்று நெகிழ்வாகவோ ஒழுங்குபடுத்தப்படு கிறது. (இது மூன்றாம் அத்தியாயத்தில் விரிவாக விளக்கப்பட்டுள்ளது.) ழான் பியாஜெட் என்ற உளவியலாளர், குழந்தை வளர்ப்பு பற்றி மிக விரிவாகவும் ஆழமாகவும் எழுதியிருக்கிறார். மூளையில் ஏதேனும் ஒருமுறையில் ஒழுங்குபடுத்தப்பட்ட அறிவை 'ஸ்கீமா' என்று அழைக் கிறார். நம் ஸ்கீமாக்களில் அனுபவங்கள் 'தொகுத்து' வைக்கப்படு கின்றன. அவ்வாறு புது அனுபவங்களைச் சேர்ப்பதற்காக நம் ஸ்கீமாக்கள் மாற்றத்துக்கு உள்ளாவதும் உண்டு.

ஆக்கவியத்தின் அடிப்படையிலும் ஒழுங்குபடுத்தும் தன்மைக்கேற்ப வும் தான் நம் மூளை வேலைசெய்கிறது. அப்படியானால், இந்த அம்சங்களை இன்றைய கற்பித்தலில் நாம் பயன்படுத்துகிறோமா? துரதிஷ்டவசமாக இல்லை என்பதுதான் பதில். நமது கல்வி குழந்தை களைச் சென்று சேராமல் இருக்க இரண்டு காரணங்கள் இருக்கின்றன.

- தொடர்பற்ற துண்டுகளாக அறிவைக் குழந்தைகளிடம் கொடுக் கிறோம்.
- நாம் அறிவை எவ்வாறு கொடுத்தோமோ அதேவழியில்தான் குழந்தைகள் வெளியிட வேண்டும் என்று எதிர்பார்க்கிறோம்.

குழந்தைகள் தங்களுக்குக் கிடைக்கும் புதிய தகவல்களை ஏற்கெனவே கிடைத்திருக்கும் அறிவோடு தொடர்புபடுத்திப் புரிந்துகொள்ளும் இயல்புகொண்டவர்கள். அவர்களுக்குத் தொடர்பற்ற தகவல்கள் கிடைக்கும்போது மிகவும் சிரமப்படுவார்கள். உண்மையான கருத்துரு வாக்கப் புரிதல் நடக்கமுடியாமல் போய்விடுகிறது. அதனால் அவற்றைப் பிறகு ஞாபகப்படுத்த முடிவதில்லை. இதுபற்றி மூன்றாம் அத்தியாயத்தில் விரிவாகப் பார்க்கலாம். பாடப்புத்தகத்தில் தந்திருக் கும் பாடத்தைக் குழந்தைகள் அப்படியே புரிந்துகொள்ளவேண்டும் என்று காரணமின்றி எதிர்பார்க்கிறோம். அப்படி ஒருகுழந்தை ஒரு பாடத்தை ஒப்புவிக்கிறது என்றால் அது கிளியைப்போல உருப் போட்டிருக்கிறது என்றுதான் அர்த்தம்!

இந்தச் சிக்கலைத் தவிர்ப்பதற்குக் கற்பிக்கும் முறையை அடியோடு மாற்றவேண்டியுள்ளது. குழந்தை நேரடி அனுபவங்களிலிருந்து சில முன்னறிவைப் பெற்றுள்ளது எனவும் அதிலிருந்து கற்றலைத்

தொடங்குகிறார்கள் என்பதையும் நாம் ஏற்றுக்கொள்ள வேண்டும். இங்கு ‘முன்’ என்பது பள்ளியில் சேர்ந்து முறையான கற்றலைத் தொடங்கும் முன் எனப் பொருள்கொள்ள வேண்டும். ஒவ்வொரு குழந்தையின் மூளையும் வெற்றுத்தாள் எனவும் நாம் விரும்பியதைப் பக்கம் பக்கமாக எழுதலாம் எனவும் கருதுவது மிகவும் தவறு. ஆற்றல், பொருள்கள், பூமி, எண்கள் போன்ற பல்வேறு பாடங்களைப் பற்றிக் குழந்தைகள் தங்கள் இயல்பான பிறவித்திறன்களைப் பயன்படுத்திக் கருத்துகள் உருவாக்குவதாக உளவியலாளர்கள் நிரூபித் துள்ளனர். சிலவேளை குழந்தைகள் உருவாக்கும் இந்த எளிய கருத்துகள் முதிர்ந்தவர் உருவாக்கும் கருத்துக்கு இணையாக இருக்கும். எடுத்துக்காட்டாக இயல் எண்கள் என்பவை தனித்தன்மை வாய்ந்தவை, அவை முடிவில்லாமல் போய்க்கொண்டேயிருக்கும் எனக் குழந்தைகளால் மிகச் சாதாரணமாகப் புரிந்துகொள்ள முடியும். ஆனால், பல வேளைகளில் குழந்தைகளின் இவ்வியல்பான அறிவு பாடப்புத்தக அறிவுடன் அல்லது ஏற்றுக்கொள்ளப்பட்ட அறிவுடன் மோத வேண்டிய நிலைமை ஏற்படுகிறது. இது மிகவும் சாதாரணமானது. எடுத்துக்காட்டாக உயர்நிலைப்பள்ளி மாணவர்கள் ஆற்றலைத் தனித்தனிப் பொருளுடன் இணைத்துப் பேசுவார்கள். அதையொரு தொகுப்பாக நினைக்கமாட்டார்கள். அல்லது மிதத்தல், மூழ்குதல் போன்றவற்றை பொருட்களின் எடையோடு தொடர்பு படுத்திச் சொல்வார்கள். நாம் அவர்கள் சொல்வது தவறு என்போம். ஒரு கோணத்திலிருந்து பார்க்கும் போது அவர்கள் சொல்வது தவறுதான். ஆனால் குழந்தைகளின் விளக்கங்கள் உறுதியான நிலையான கோட்பாடுகளின் அடிப்படையில் அமைந்திருக்கும் (இவை குத்துமதிப்பான பிழைகள் அல்ல). எந்த நிகழ்வைப் பற்றியும் குழந்தைகள்தரும் விளக்கங்கள் நிலையானதாக, உறுதியானதாக இருப்பதை நான் பலமுறை பார்த்து வியந்திருக்கிறேன்.

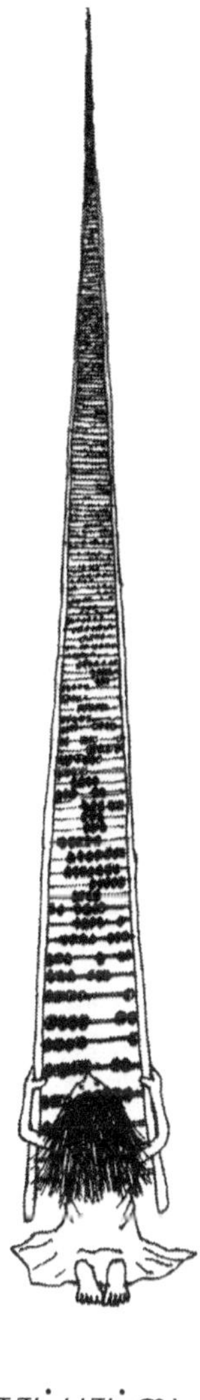

குழந்தைகளின் இந்தக் கோட்பாட்டை நீக்கிச் சரியான கோட்பாட்டை அளிக்க வேண்டும் என்பதில் ஐயமில்லை. நாம் இங்குதான் தவறு செய்கிறோம். மிக எளிதாகக் குழந்தைகளின் கருத்துருவாக்கத்தை நீக்கி நம்முடையதைப் புகுத்தலாம் என்று நினைக்கிறோம். நாம் முன்பு கூறியதுபோல் மூளை அவ்வாறு செயல்படுவதில்லை. ஒரு கருத்துக் தொகுப்பை (ஸ்கீமா) வேண்டாமென நீக்கி அந்த இடத்தில் புதிய

தொன்றை எடுத்துக்கொள்ளாது. அதற்குப் பதிலாகப் புதிய ஸ்கீமாவை முந்தைய கருத்துடன் பொருத்திப் பார்க்கும்; புதிய கருத்துக்கு இடம் கொடுக்கச் சில மாற்றங்கள் செய்யும். அறிவு உருவாக்கப்பட வேண்டும் என்பதை மறந்துவிடக்கூடாது. அறிவை அப்படியே இறக்குமதி செய்ய முடியாது. ஆய்வுகள் கூறுவதின்படிப் பழைய கருத்துத்தொகுப்பை மாற்றிப் புதிய கருத்தை உருவாக்கும் செயல் மெதுவாக, படிப்படியாகத் தான் நடக்கும். உடனே, ஒரு நொடியில் நடப்பதில்லை. அவ்வாறு ஒரு ஸ்கீமா மாறும்போது அதில் தவறான கருத்துகள் நுழையலாம். உறுதியற்ற தகவல்கள் இருக்கலாம். பிழைகள் வரலாம். இவற்றை நீக்கி முழுமையான புரிதலை அடைய நீண்ட பயணம் தேவை.

இத்தகைய கற்றலைக் கருத்துமாற்றம் என அழைக்கலாம். கல்வித் துறையில் நடக்கவேண்டிய ஆய்வுக்கான அருமையான களம் இது. உண்மையில் கருத்துமாற்றம் நடக்கும்போது குழந்தைகளிடம் கற்றல் நடக்கிறது. கருத்துமாற்றம் நடக்காவிட்டால் பழைய கருத்துத் தொகுப்பு முன்னைவிட ஆற்றல் வாய்ந்ததாக நிலைத்துநிற்கும். உயர்நிலைப்பள்ளி, கல்லூரி மாணவர்கள் சில அடிப்படைக் கணித வினாக்களுக்குக்கூடத் தவறான விடைகளை அளிப்பதைப் பார்க்கும் போது வியப்பாகத்தான் இருக்கும். வியப்பு மேலிடுவது ஏனென்றால் அவர்கள் அந்த அடிப்படை விஷயங்களை வெற்றிகரமாகக் கற்றிருக்க வேண்டும் என்று எதிர்பார்க்கிறோம். தேசியளவில் நடத்திய கணக் கெடுப்பு (கடைசி அத்தியாயத்தில் இதுபற்றிக் குறிப்பிடப்பட்டுள்ளது.) அறிவியல், கணிதம், ஆங்கிலம் ஆகிய பாடங்களில் 'முன்னணி இந்திய பள்ளிக்கூட' மாணவர்களின் புரிதலில் நிறைய குறைபாடுகள் இருப் பதைக் கண்டுபிடித்துள்ளது. இத்தனைக்கும் இந்த மாணவர்கள் பள்ளித்தேர்வுகளில் நல்ல மதிப்பெண்கள் எடுத்துத் 'தேறியவர்கள்.' இதற்கு உளவியல் கூறும் ஒரு காரணம் பள்ளிக் கல்வித்திட்டம் பல வேளைகளில் மாணவர்களின் அன்றாட அனுபவங்களிலிருந்து மிகத் தொலைவில் இருக்கிறது என்பதே. பள்ளியில் கிடைக்கும் அனுபவங் களிலிருந்து மாணவர்கள் உருவாக்கும் ஸ்கீமாக்கள் அன்றாட வெளிப் புற அனுபவங்களால் உருவாகும் ஸ்கீமாக்களோடு பொருத்தப்படாமல் தனித்து நிற்கின்றன என்பதுதான் இதன் விளைவு. இந்தக் கருத்துத் தொகுப்புகள் பள்ளித்தேர்வுகளில் வீட்டுப்பாடங்கள் செய்வதில் திருப்தியளிக்கும் விதம் செயல்படும். ஆனால், அவை உண்மை நிகழ்வைச் சரிவரப் புரிந்துகொள்ள உதவாது.

கருத்துமாற்றத்தை ஊக்குவிக்கச் சரியானவழி அவர்களுடைய முன் ஸ்கீமாக்களால் விளக்க முடியாத தெளிவான எடுத்துக்காட்டுகள் அளிப்பதாகும். அப்போது அவர்களுடைய ஸ்கீமாக்களை அதற்கேற்ற

படி மாற்ற வேண்டும். படிப்படியாக நடக்கும் இத்தகைய செய்முறையால் புதிய தகவல்களை ஏற்றுக்கொண்டு அவற்றை விளக்க முற்படுவர். எடுத்துக்காட்டாக இரண்டு எண்களைப் பெருக்கும்போது பெருக்குத் தொகை எப்போதும் அவ்விரு எண்களைவிட அதிகமாக இருக்கும் என்பது மாணவர்களின் கருத்து. எப்போது பின்னங்களின் பெருக்கல் வருகிறதோ (*10 x 1/2 = 5*) அப்போது அவர்களுடைய முந்தைய கருத்து மாறுகிறது. அதுபோல் தசம எண்களின் பெருக்கல் வரும்போது (*1.234 x 1.24*) இரண்டாவது கருத்து மாறும். இந்த மாற்றம் உடனடியாக நடப்பதல்ல. நான் முன்பு குறிப்பிட்டதுபோல் கருத்து மாற்றம் மெல்ல மெல்லத்தான் நடக்கும். இந்த மாற்றம் நடப்பதற்கு குறைந்தபட்சம் ஆசிரியர் மிகத்தெளிவாக, குழந்தைகளுக்கு ஐயம் ஏற்படாத வகையில் செயல்பாடுகளை நடத்திக்காட்ட வேண்டும். எடுத்துக்காட்டாக அசையும் ஒரு பொருளின் அனைத்துப் பகுதியும் சீரான வேகத்தில் அசையும் என்பது குழந்தைகள் உருவாக்கிய கருத்து. இது நேர்கோட்டுப் பாதையில் அசையும் பொருளுக்குப் பொருந்தும். ஆனால் வட்டப்பாதையில் செல்லும் காரின் இடது வலது பக்கக் கதவுகள் ஒரே வேகத்தில் அசையாது. இதுபற்றிய கருத்துமாற்றம் குழந்தைகளிடம் நடக்க ஓர் எளிய பரிசோதனை உதவும். உறுதியாக நடப்பட்ட ஒரு கம்புடன் இணைக்கப்பட்ட மற்றொரு கம்பைப் பிடித்துக்கொண்டு நடக்கச் செய்வது வார்த்தைகளால் விளக்குவதை விடப் பலமடங்கு பயன்தரும்.

நடப்பட்ட கம்பின் அருகில் இருக்கும் மாணவன் மெதுவாக நடக்க, தொலைவில் நடக்கும் மாணவன் வேகமாக நடந்தால்தான் அவருடைய வேகத்துக்கு ஈடுசெய்ய முடியும் என்பதை அவர்களால் எளிதாக உணர்ந்துகொள்ள முடியும். கருத்தை உருவாக்கவும் அதை மாற்றவும் செய்யும்போது அதற்கான காரணத்தை விளக்க முடிகிறது. ஸ்டெல்லா வோஸ்னிடோ என்னும் உளவியலாளரும் அவருடைய தோழர்களும் குழந்தைகள் கருத்துருவாக்கும் நடத்தும் வழிகளையும் ஒரு கருத்துமாற்றம் நடப்பதற்காக கடைப்பிடிக்க வேண்டிய உத்தி

களைப் பற்றியும் ஆய்வு செய்துள்ளனர். பின்னங்களோடு தொடர்புடைய சிறந்த எடுத்துக்காட்டை அவர்கள் முன்வைக்கின்றனர். வோஸ்னிடோ கிரீஸ் நாட்டைச் சார்ந்த பத்திலிருந்து பதினைந்து வயதுக்குட்பட்ட குழந்தைகளிடம் மிகக் குறைந்த, மிகப்பெரிய பின்னத்தைக் கண்டுபிடித்து விளக்கும்படிக் கேட்டுக்கொண்டார். மாணவர்கள் நான்கு விதமான ஸ்கீமாக்களைக் கூறினர்.

- சிறிய எண்களைத் தொகுதியாகக் (அல்லது பகுதியாக) கொண்ட பின்னங்கள் சிறிய பின்னத்தை உருவாக்கும். பின்னம் பெரியதா சிறியதா என்பதை இரண்டு தனித்தனி எண்கள் முடிவு செய்கின்றன என இந்த ஸ்கீமா கொண்டவர்கள் (தவறாக) கூறினர்.
- பெரிய எண்களைத் தொகுதியாகக் கொண்ட (அல்லது பகுதியாகக் கொண்ட) பின்னம் சிறிய பின்னத்தை உருவாக்கும். இங்கு தனி எண்கள் போலப் பின்னங்கள் செயல்படுவதில்லை என்ற இடைநிலை கருத்துருவாக்கம் உருவாகியுள்ளது - 'பின்னங்களில் சிறிய எண்களைக் கொண்டதுதான் ஏதோஒருவகையில் பெரியது'.
- பின்னத்தில் வரும் தொகுதி பகுதிக்குச் சமமாக வரும்போது பின்னங்கள் பெரிதாகின்றன. இங்கு பின்னங்கள் இரண்டு எண்களுக்கிடையேயுள்ள உறவின் அடிப்படையில் மாறுகின்றன என்ற சரியான கருத்துருவாக்கம் நடந்துள்ளது. இருப்பினும் முழுமையான புரிதல் இல்லை. (பெரிய பின்னத்தை அலகாகக் கொண்டது தவறு)
- தொகுதி பகுதியை விடப் பெரியதாகும்போது பின்னங்கள் பெரியதாகின்றன. இக்கருத்துகொண்ட மாணவர்கள் மிகப் பெரிய பின்னமோ மிகச்சிறிய பின்னமோ இல்லை என்ற சரியான முடிவுக்கு வந்துள்ளனர்.

விகிதமுறு எண்களின் செறிவு பற்றிய வோஸ்னிடோவின் மற்றொரு எடுத்துக்காட்டு உண்டு. நாம் முன்பே பார்த்ததுபோல் குழந்தைகள் தாமாக உருவாக்கிக் கொள்ளும் ஒரு கருத்து என்னவென்றால் 1, 2, 3... எனத் தொடர்ந்து எண்ணும்போது இரண்டு எண்களுக்கிடையே வேறு எதுவும் இல்லை; எண்களின் பட்டியல் முடிவின்றித் தொடர்கின்றன என்று தெளிவாகத் தெரிந்து வைத்துள்ளனர். எண்கள் சார்பு நிலை அற்றவை. ஒன்றோடொன்று தொடர்பற்றவை என்ற கருத்து தொடக்க நிலையில் எண்ணுவதற்கு மிகவும் தேவை. இக்கருத்தைக் குழந்தைகள் மிகஇயல்பாக உள்ளுணர்வோடு உருவாக்கிக் கொள்கின்றனர். ஆனால் விகிதமுறு எண்கள் வேறுவிதமாக நடந்துகொள்கின்றன. இரண்டு

எண்களுக்கிடையே முடிவற்ற விகிதமுறு எண்கள் உள்ளன. வோஸ்னிடோ பதிநான்கு வயதுக் குழந்தைகளிடம் .005 க்கும் .006 க்கும் இடையே, 3/8 க்கும் 5/8 க்கும் இடையே, 5/8 க்கும் 8.5 க்கும் இடையே எத்தனை எண்கள் உள்ளன எனப் பல்வேறு வினாக்கள் கேட்டார். குழந்தைகளின் பதில்களிலிருந்து அவர்கள் நான்கு நிலைகளில் கருத்துருவாக்கம் செய்கிறார்கள் என்பது கண்டுபிடிக்கப்பட்டது. (நான்காவது முற்றிலும் சரியான கருத்தாக இருந்தது)

1. .005 க்கும் .006 க்கும் இடையே எண்ணே இல்லை. 3/8 க்கும் 5/8 க்கும் இடையே 4/8 என்ற எண் மட்டும்தான் உண்டு.

2. இரண்டு பின்னங்களுக்கு இடையே குறிப்பிட்ட எண்ணிக்கை எண்கள் இருப்பது போல் .005 க்கும் .006 க்கும் இடையே குறிப்பிட்ட எண்ணிக்கை எண்கள் உண்டு.

3. .005 க்கும் .006 க்கும் இடையே குறிப்பிட்ட எண்ணிக்கை எண்கள் உண்டு. ஆனால் இரண்டு பின்னங்களுக்கிடையை முடிவற்ற எண்ணிக்கை எண்கள் உள்ளன.

4. இரண்டு தசம எண்களுக்கு இடையேயும் இரண்டு பின்னங் களுக்கு இடையேயும் முடிவற்ற எண்ணிக்கை எண்கள் உண்டு.

குழந்தைகளின் 'தவறான பதில்'களுக்குப் பின்னால் இருக்கும் குழப் பத்தை நீங்கள் உணர்ந்துகொள்ள இவ்விரண்டு எடுத்துக்காட்டுகள் போதுமானது. குழந்தைகள் முன்னர் புரிந்துகொண்ட கருத்துக்கும் மாற்றுக்கருத்துக்கும் இடையே பெருங்குழப்பம் உள்ளதை நாம் உணர வேண்டும். இங்கிருந்து சரியான கருத்துக்கு வருவது என்பது அவர் களைப் பொறுத்தவரை அத்தனை எளிதல்ல. மாற்றுக்கருத்து உரு வாக்குவது பற்றிய ஒரு கோட்பாட்டை ஒன்றாம் பெட்டிச்செய்தி விளக்குகிறது.

ஆய்வாளர்களைப் பொறுத்தவரைக் குழந்தைகள் கொண்டிருக்கும் பல்வேறு முன்னறிவுகளைத் துப்பறிந்து கண்டுபிடிப்பது எளிது. ஆனால் ஆசிரியர்களாகிய நாம் நம் குழந்தைகளின் முன்னறிவை எப்படிக் கண்டுபிடிக்கப்போகிறோம்? கலந்துரையாடல், வகுப்பறை விவாதங்கள், விரிவான பதிலை எதிர்பார்க்கும் கேள்விகள், குறிப் பேட்டுப் பதிவுகள் என்னும் செயல்பாடுகள் இதற்கு உதவும். 'நீங்கள் சொல்ல நினைப்பது என்ன? அவர் சொன்னதிலிருந்து நீங்கள் சொன்னது எவ்வகையில் மாறுபடுகிறது? ஓர் எடுத்துக்காட்டைச் சொல்ல முடியுமா?' போன்ற வினாக்களைக் குழந்தைகளிடம் அடிக்கடி கேட்க வேண்டும். இதற்கெல்லாம் நேரம் இல்லை, வகுப்பில் ஏராளம்

குழந்தைகள் இருக்கிறார்கள் என்பது போன்ற காரணங்களை நாம் சொல்லுவோம். அடிக்கடி இவ்வாறு குழந்தைகளிடம் பேசும்போதும் கலந்துரையாடும் போதும்தான் குழந்தைகளின் மனத்தில் இந்தக் கற்றல்முறை பதியும். சிறந்த முறையில் கற்பது எப்படியென்பதை நம் குழந்தைகள் கற்றுக்கொள்ள வேண்டும் என நாம் அனைவருமே விரும்புகிறோம். இது நடக்கவேண்டுமென்றால் கருத்துமாற்றம் நடப் பதற்கான வழிமுறைகள் எவை என்பதை அவர்கள் உணரவேண்டும். அதிக மாணவர்கள் படிக்கும் பெரிய வகுப்புகளில் அனைவருக்கும் தங்கள் கருத்துகளைச் சொல்ல 'வாய்ப்பு' கிடைக்காவிடினும் சில மாணவர்களுடன் நாம் நடத்தும் இத்தகைய கலந்துரையாடல் அனை வருக்கும் பயன்படும்.

கருத்துமாற்றத்தை ஊக்குவிக்கும் வேறு சிறந்த கற்றல் உத்திகளும் உள்ளன. நம் குழந்தைகள் கணிதம் பற்றிய அடிப்படைக் கருத்து களையும் எண்களுக்கிடையேயுள்ள பல்வேறு தொடர்புகளையும் புரிந்துகொள்ள உதவும் சில சிறந்த உத்திகள் கீழே தரப்பட்டுள்ளன. இவை கல்வி ஆய்வுகளிலிருந்து எடுக்கப்பட்டவை.

பெட்டிச் செய்தி

மாற்றுக்கருத்துகள், தவறான கருத்துகள் அல்ல

மிஷேலேன் சீயும் குழுவினரும் மனிதர்கள் கொண்டிருக்கும் மாற்றுக் கருத்துகளை வகைப்படுத்தும் ஆய்வைச் செய்துள்ளனர். அதன் வழியாக, தவறாகப் புரிந்துகொண்ட சில கருத்துகளைத் 'திருத்துவது' ஏன் கடினமாக உள்ளது என்பதைக் கண்டுபிடிக்கமுயன்றனர். எந்தப் பாடமாக இருந்தாலும் அவற்றுள் சில கருத்துகளைக் கற்பது மற்ற கருத்துகளைக் கற்பதைவிட மிகவும் சிரமமாக உள்ளது. மனிதர்கள் உருவாக்கிக் கொள்ளும் உள்ளார்ந்த நம்பிக்கைகளோடு இதற்குத் தொடர்பிருக்கிறதா? மனிதர்கள் (குழந்தைகள் முதல் பெரியவர்கள் வரை) ஒரு நிகழ்வை விளக்கிக் கூற சில கருத்துகளைக் காரண காரியத்தோடு வரிசைப்படுத்தி நேரடியாகச் சொல்லும் குணமுடை யவர்கள். அவர்களால் அந்த நிகழ்ச்சியைப் பாதிக்கக்கூடிய குழப்பமான, ஒரே நேரத்தில் நடக்கும் தனிப்பட்ட தன்மைகளைப் பற்றி யோசிக்க முடிவதில்லை. இந்தக் கருத்தைப் புரிந்துகொள்ள நாம் சில எடுத்துக்காட்டுகளை அலசுவோம். வெப்பத்தைப்பற்றிப் பார்ப்போம். பெரும்பான்மையான குழந்தைகள் இதையொரு பொருளாகக் கருதுகின்றனர். சூடு ஒரு பொருளிலிருந்து அடுத்த பொருளுக்கு மாறுகிறது. அதுபோல வெப்பத்தை ஏதோ ஒன்றின் ஒரு பகுதியாகக் கருதுகின்றனர். ஒரு கருத்தை விளக்கிச் சொல்ல ஒரு காரியம்,

அதற்கொரு காரணம் என்று நேர்கோட்டுப்பாதையில் விளக்க முற்படுவது மனிதர்களின் பண்பாக இருக்கிறது. அதுபோலப் பல கருத்துகளை ஒரு செயலின் விளைவு என நினைக்காமல் பொருட்களாக நினைக்கும் இயல்பும் பெரும்பான்மையோரிடம் காணப்படுகிறது. (எடுத்துக்காட்டு: வெப்பம், மின்சாரம், விசை) ஆனால் பல முக்கியமான நிகழ்வுகள் (கரைதல், காலநிலை வேறுபாடு, வடிவக் கணித அடுக்கு (பகுவியல்), மனிதப்பண்பு, ஆவியாதல், இயற்கைத் தேர்வு) போன்றவை நாம் நினைப்பது போலல்ல. மாறாக அவை ஓர் அமைப்பின் வெளிப்பாடு, சுதந்திரமான இரண்டு தனிமங்கள் இணைந்து செயல்படுவதின் விளைவு. விளைவுகளை உருவாக்கும் செய்முறைகளைப் புரிந்துகொள்வதில் நமக்குக் குறிப்பிட்ட சிரமங்கள் ஏற்படுகின்றன. ஏனென்றால் நிகழ்வுகளை நாம் இந்தக் கோணத்தில் பார்ப்பதில்லை.

இதன் தீர்வாக மிஷேலேன் சீ குறிப்பிடுவன: முதலில் ஆசிரியர்கள் ஒன்றைத் தெளிவாகப் புரிந்துகொள்ள வேண்டும். சில கருத்துகள் பொருட்களல்ல. அவை செய்முறைகள் என்பதைப் புரிந்துகொண்டு, அவை சில நிகழ்வின் பலனாகத் தோன்றும் விளைவுகள் என்னும் கருத்தைக் குழந்தைகளிடம் உருவாக்க வேண்டும். மாதிரிகளைக் காட்டுவது, பாத்திர நடிப்பின் மூலம் விளக்குவது போன்ற உத்திகளை இதற்கெனப் பயன்படுத்தலாம். ஒருமுறை இந்தக் கருத்துகள் செய்முறையின் விளைவு என்ற ஸ்கீமாவை உருவாக்கிவிட்டால் தொடர்ந்துவரும் கருத்துகளை இந்த ஸ்கீமாவுடன் இணைத்துப் புரிந்துகொள்ளவும் கற்றுக்கொள்ளவும் முடியும்.

- *குழந்தைகளிடம் சரியான வினாவைக் கேட்க வேண்டும். கணித ஆசிரியர்கள் குழந்தைகளிடம் கேட்கும் வினாக்களை உளவியலாளர்கள் வகைப்படுத்தியுள்ளார்கள். 'இதற்கான விடையென்ன?' என்ற கேள்வியைத்தான் பெரும்பான்மையான ஆசிரியர்கள் கேட்கிறார்கள். ஆனால் சில ஆசிரியர்கள் ''இதை எப்படி செய்வது? இது எப்படி சரியான விடையாகும்?'' போன்ற வினாக்களைக் கேட்கிறார்கள். எப்படி? ஏன்? என்று முடியும் வினாக்கள் மிகவும் குறைவாகவே கேட்கப்படுகின்றன. ஆனால், இவை ஆழமான புரிதலுக்கு உதவும். இந்த வினாக்களைக் கேட்கும் ஆசிரியர்களின் குழந்தைகள் கணிதப்பாடத்தில் சிறந்து விளங்குவார்கள். குழந்தைகளால் சரியான விடை சொல்ல முடியாவிட்டாலும் அவர்களிடம் உயர்நிலை கருத்துருவாக்கம் நடக்கிறது.*

- *ஒரே பிரச்னைக்கு பல்வேறு வழிகளில் தீர்வுகாணும்படிச் சொல்ல வேண்டும். பல்வேறு வழிகளில் ஒரு பிரச்னைக்குத் தீர்வு காணச்*

சொல்வதும் அவ்வழிகள் ஏன் சரியான விடையைத் தருகின்றன என்று கலந்துரையாடுவது கருத்துப்புரிதலை ஆழப்படுத்தும். பெரும்பான்மையான கணிதப் பிரச்னைகளுக்குத் தீர்வுகாணப் பல்வேறு வழிகளுண்டு. எனவே, ஆசிரியர்கள் இந்த உத்தியைப் பின்பற்றலாம்.

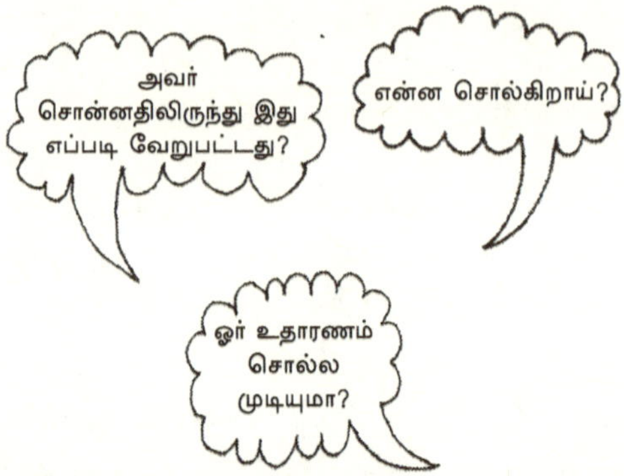

- தீர்வுகாணும் வழியின் அடிப்படையில் கணித வினாக்களை வகைப்படுத்த ஊக்குவிக்கவேண்டும். கணித வினாக்கள் பார்ப்பதற்கு வேறு வேறாக இருக்கலாம். ஆனால், அவற்றுக்கிடையே ஓர் ஒற்றுமையான அமைப்பு இருக்கிறது. அதைக் கண்டுபிடிப்பது புரிதலை வலுப்படுத்தும். இதற்கு உதவும் வினாக்களை நாமே எழுப்ப வேண்டும். ஆனால், பாடப்புத்தகங்களில் வினாக்கள் சில உத்திகளின், வழிமுறைகளின் அடிப்படையில் தரப்பட்டுள்ளன. அவற்றைத் தேர்வு வரும் வரை மறந்துவிடலாம்.

- நம் குழந்தைகள் ஒரு கருத்தை வேறு யாருக்காவது சொல்லிக் கொடுத்திருக்கிறார்களா? அடுத்தவருக்குச் சொல்லிக்கொடுக்கும் நோக்கத்தோடு ஒரு பகுதியை வாசிப்பது புரிதலை மேம்படுத்தும்.

- குழந்தைகளுக்கு அறிமுகமான சூழலிலிருந்து நடைமுறைப் பிரச்னைகளைத் (வழிக்கணக்குகளைத்) தேர்ந்தெடுக்க வேண்டும். அவை பொருள் பொதிந்ததாகவும் இருக்க வேண்டும்.

மொழி வகுப்புகளில் முதலில் எழுதிய நகலையும் உயர்வகுப்புக் குழந்தைகளோ நீங்களோ எழுதிய இறுதி படைப்பையும் ஒப்பிடச் சொல்லுவது கருத்துருவாக்கத்தை ஆழப்படுத்தும். இப்படிச் செய்வதால் தம் படைப்பில் மாற்ற வேண்டியவை, திருத்த வேண்டியவை எவையென்று தெரிந்துகொள்ளலாம். மாணவர்கள் தங்கள் படைப்பினுடையவும் பிற மாணவர்களின் படைப்புக்களினுடையவும் நிறைகுறைகளைத் திருத்தி

மேம்படுத்தலாம். வரலாற்றில் ஒரு நிகழ்வு பற்றி வெவ்வேறு கோணங்களில் எழுதப்பட்ட பகுதிகளை மாணவர்களுக்கு அறிமுகப்படுத்தலாம். ஆதாரங்களின் அடிப்படையில் (முதன்மை ஆதாரங்களிலிருந்தும், பயணக்கட்டுரைகளிலிருந்தும், நேர்காணல்களிலிருந்தும்) தங்களுக்கேயுரிய கோட்பாட்டை உருவாக்கலாம். அவ்வாறு உருவாக்கியக் கோட்பாட்டைப் பாடப்புத்தகத்தில் தரப்பட்டுள்ள விளக்கத்துடன் ஒப்பிடலாம்.

எந்தப் பாடத்தைக் கற்பித்தாலும் 'சரியான வினாக்கள்' எழுப்பக் குழந்தைகளுக்குக் கற்றுக்கொடுக்க வேண்டும். சரியான விடையைக் கொடுப்பதை விடவும் இது மிக முக்கியமான திறன். ஒற்றுமை வேற்றுமை காண்பது, மாதிரிகள், வரைபடங்கள் வரைந்து கருத்தை வெளிப்படுத்துவது போன்ற உத்திகளையும் பயன்படுத்த வேண்டும். (கீழ்க்காணும் எடுத்துக்காட்டுகளைப் பார்க்கவும்) தாங்கள் கற்றதைப் பற்றி விளக்க, விவரிக்க, உரையாற்ற மாணவர்களை ஊக்குவிக்க வேண்டும். வகுப்புக்குச் செல்வதற்கு முன் தங்களுக்குத் தெரிந்தவை என்ன, ஆசிரியர் வகுப்பெடுத்த பின் அந்தக் கருத்தில் ஏற்பட்ட மாற்றம் என்ன என்பதைத் தங்கள் நடையில் குறிப்பேடுகளில் பதிவு செய்யவேண்டும்.

உவமைகளைப் பயன்படுத்திச் சூரியகுடும்பம் என்னும் கருத்தைப் புரியவைத்தல்

சூரியன் ஒரு பூசணிக்காய் என வைத்துக்கொண்டால் பூமி ஒரு கடுகு. அவற்றுக்கிடையே சுமார் 50 மீட்டர் இடைவெளியுண்டு. சூரியன் ஒரு கடுகுபோலிருந்தால் பூமி 50 செ. மீட்டர் தொலைவில் இருக்கிறது. அண்மையிலுள்ள நட்சத்திரம் 60 கி. மீ. தொலைவில் இருக்கிறது.

இயற்கணித சமன்பாட்டுக்குத் தராசு, பொட்டலம் ஆகிய உவமைகளைப் பயன்படுத்தித் தீர்வுகாணுதல்

ஒரு பொருளை நூலால் கட்டி பொட்டலமாக்குங்கள். இப்போது அந்தப் பரிசுப் பொட்டலத்தைத் திறந்துபார்க்க வேண்டும். என்ன செய்வது? பொட்டலத்தை எப்படிக் கட்டினோமோ அதற்கு நேர் எதிராகச் செய்தால்தான் அதை அவிழ்க்கமுடியும். கீழ்வரும் எடுத்துக்காட்டு தவறு. காரணம் அவிழ்க்காமல் பொட்டலத்தைத் திறப்பது போல இது இருக்கிறது.

$$\frac{2x+4}{7} = 10$$

$$\frac{2x}{7} = 10-4 = 6$$

பொட்டலத்தை அவிழ்ப்பது எப்படியென்று தெரிய வேண்டுமென்றால் ‘அந்தப் பொட்டலத்தை எப்படிக் கட்டியிருப்பார்கள்’ என்ற கேள்வியைக் கேட்டுக்கொள்ளச் சொல்லுங்கள். கீழே தந்திருப்பதை எடுத்துக்கொண்டால் ‘முதலில் மாறியை இரண்டால் பெருக்கியிருக்கிறார்கள். பிறகு நான்கைக் கூட்டியிருக்கிறார்கள். கிடைத்த தொகையை ஏழால் வகுத்திருக்கிறார்கள்’ என்று குழந்தைகளால் சொல்லமுடியவேண்டும்.

$$\frac{2x+4}{7}$$

ஒரு மாறி கொண்ட இயற்கைச் சமன்பாட்டுக்குத் தீர்வு காண பழங்களையும் (எலுமிச்சம்பழம் மிகவும் வசதியானது.) எடைக்கற்களையும் பயன்படுத்தலாம்.

$$4x+3 = 2x+6$$

$$2x = 3$$

$$x = 1{\cdot}5$$

கண்டுபிடித்துக் கற்பது

அறிவியலிலும் கணிதத்திலும் கருத்துமாற்றத்துக்கு உதவும் மிகச் சிறந்த உத்தி சுய கண்டுபிடிப்பு உத்தி. கண்டுபிடித்துக் கற்றல் என்ற மிகச் சிறந்த கற்றல்முறை இந்தியக் கல்விச்சூழலில் மிகவும் தாமதமாகத்தான் பின்பற்றப்பட்டது. கண்டுபிடித்துக் கற்றல்முறையில் பல்வேறு பொருள்களைக் கையாளக் குழந்தைகளுக்கு வாய்ப்பளிக்கப்படுகிறது. குழந்தைகள் உற்சாகமாகச் செயல்பட்டு அறிவை உற்பத்தி செய்து

தாமாகக் கருத்துமாற்றம் ஏற்படுத்துவார்கள் என எதிர்பார்க்கப் படுகிறது. ஆக்கவியமுறைப்படிப் பார்த்தால் இது மிகவும் சிறந்த வழி முறை. இது வழக்கமான கற்பித்தலுக்கு நேர் எதிரானது. இங்கு ஆசிரியர் பாடமொன்றைத் தயாரித்துவந்து குழந்தைகளிடம் சொல் வார் (சொற்பொழிவுமுறை) அல்லது பாடப்புத்தகத்தை இம்மி பிசகாமல் பின்பற்றுவார். கீழ்வரும் அட்டவணை வழக்கமான கற்றல் முறையின் நன்மை தீமைகளைக் கூறுகிறது.

நன்மைகள்

கருத்துகளை வெளிப்படையாகக்கூறி விளங்கவைக்கிறார்கள்.

கருத்துகளை வரிசைப்படுத்துவது கருத்துமாற்றத்துக்கு உதவுகிறது.

தொடர்பான அனைத்துக் கருத்துகளையும் உட்படுத்துகிறார்கள். அதனால் குழந்தைகள் அனைத்தையும் கண்டுபிடிக்க வேண்டும் என்று எதிர்பார்ப்பதில்லை.

தீமைகள்

ஆசிரியர்கள் சொல்வதைக் கவனிக்காமல் குழந்தைகள் வேடிக்கை பார்ப்பார்கள். கற்பிக்கும் கருத்தைப் பற்றிப் பேசவோ சிந்திக்கவோ வாய்ப்பில்லை

ஒரு சிறந்த சொற்பொழிவைத் தயாரிக்கும்போது குழந்தைகளின் பின்னணியைப் பற்றிக் கவலைப்பட வேண்டாம். அதனால் அந்தச் சொற்பொழிவு சுவையற்றதாக மாறலாம். புரிந்துகொள்ளக் கடின மானதாக இருக்கலாம்.

வெளிப்படையான கற்றலிலும் கருத்துருவாக்கத்துக்கான வாய்ப்புகள் உண்டு. மாணவர்கள் ஒரு சிறந்த சொற்பொழிவைக் கவனமாகக் கேட்டு, முன்பு என்னென்ன கருத்துகள் தெரிந்திருந்தன? சொற்பொழிவைக் கேட்டபிறகு கருத்தில் ஏற்பட்ட மாற்றம் என்ன என்பதை உணர்ந்து கொள்ள முடியும். ஆனால் இத்தகைய சொற்பொழிவுகள் சிறந்த முறை யில் தயாரிக்கப்பட்டிருக்க வேண்டும். சிறந்த முறையில் வழங்கப்பட வேண்டும். மாணவர்களின் விருப்பத்தை, பின்னணியைக் கருத்தில் கொள்ள வேண்டும். இடையிடையே ஏராளம் வினாக்கள் கேட்டும் கலந்துரையாடியும் அவர்களை ஆர்வத்துடன் பங்கெடுக்கச் செய்ய வேண்டும். ஆனால், பெரும்பான்மையான வகுப்புகள் தனக்குத்தானே பேசிக்கொள்பவையாக மாறிவிடுகின்றன. ஒரு புதியகருத்தை மாணவர் களிடம் ஏற்படுத்த நாம் இரண்டு முக்கியமான செயல்களைச் செய்ய வேண்டும். ஒன்று தற்போதைய ஸ்கீமாவைத் தூண்டிவிட்டு அதில் புதிய

ஸ்கீமாவுக்கான இடத்தை ஏற்படுத்த வேண்டும். வழக்கமான கற்றலில் முதலில் சொன்னது நடப்பதில்லை. இந்தப் பெருங்குறை கண்டு பிடிப்புக் கற்றல் முறையை விரும்பவைக்கிறது. ஆனால், கண்டு பிடிப்புக் கற்றல் முறையில் மாணவர்களுக்குப் புதிய தகவல்கள் கிடைக்காவிட்டால் இரண்டாவதாகச் சொன்னது நடப்பதில்லை.

ஜெர்மனியிலுள்ள இலோங்கா ஹார்டியும் குழுவினரும் ‘பரிசுத்தமான’ கண்டுபிடிப்பு முறையில் ஏற்படும் இந்தப் பிரச்னையைப் பற்றியும் அதற்கான தீர்வு பற்றியும் ஆய்வு செய்துள்ளனர். ஜெர்மனியிலுள்ள எட்டு வயதுக்குழந்தைகளுக்கு மூழ்குவது, மிதப்பது பற்றி எட்டு வகுப்புகள் கொண்ட ஆய்வை நடத்தினர். இதற்குமுன் இக்குழந்தை கள் இந்தப் பாடத்தை முறையான வகுப்பில் கற்றதில்லை. (இப்பாடம் அவர்களைப் பொறுத்தவரை சற்று கடினமானது) ‘□இரும்பால் செய்த மிகப்பெரிய கப்பல் மிதப்பது ஏன்?’’ என்ற கேள்வி அக்குழந்தை களிடம் கேட்கப்பட்டது. சிறுகுழந்தைகள் ஒரு மாறி கொண்ட கேள்விக்குப் பதில் சொல்வது அவர்களுக்குப் பழக்கமானது. (எடையுள்ள / பெரிய பொருட்கள் மூழ்கும் / துவாரங்கள் இருக்கும் பொருள் மிதக்கும்) பொருட்களின் செறிவு, நீர்மத்தின் செறிவு, புவிக்கவர்ச்சி, மிதவைவிசை ஆகியவற்றோடு தொடர்படுத்தித்தான் அறிவியல் விளக்கம் அமையும். ஓர் இயற்பியல் அறிவியலாளருக்கு இருக்கும் இத்தகைய அறிவைக் குழந்தைகளால் கண்டுபிடிக்க முடியும் என்று நாம் எதிர்பார்க்கமுடியுமா?

இப்பிரச்னையைத் தீர்க்கக் குழந்தைகளுக்கென பலபொருட்கள் உரு வாக்கப்பட்டு சுதந்திரமாகக் கையாள வாய்ப்பளிக்கப்பட்டது. அவை மரம், உலோகம், மெழுகு, களிமண்... போன்ற பொருட்களால் உரு வாக்கப்பட்டப் பல்வேறு அளவும் வடிவும் கொண்டவை. இப் பொருட்கள் அவர்களின் கருதுகோள்களைப் பரிசோதிப்பதற்கேற்ற முறையில் உருவாக்கப்பட்டிருந்தன. எடுத்துக்காட்டாக மரத்தாலும் உலோகத்தாலும் செய்யப்பட்ட ஒரே பருமனும் வடிவமும் கொண்ட இருபொருட்கள் இருக்கும். இவை மிதப்பது என்பது பருமனை மட்டும் அடிப்படையாகக் கொண்டதல்ல என்பதை குழந்தைகளுக்கு உணர்த்தும். குழந்தைகளை வழி நடத்த அறிவுரைகள், வினாக்கள், குறிப்புகள் எழுதப்பட்ட வலை தளங்களும் வடிவமைக்கப் பட்டன. மேலும் இந்த பயிற்சி வகுப்பு முழுவதும் ஒரு ஆசிரியர் உடன் இருக்கவும் செய்வார்.

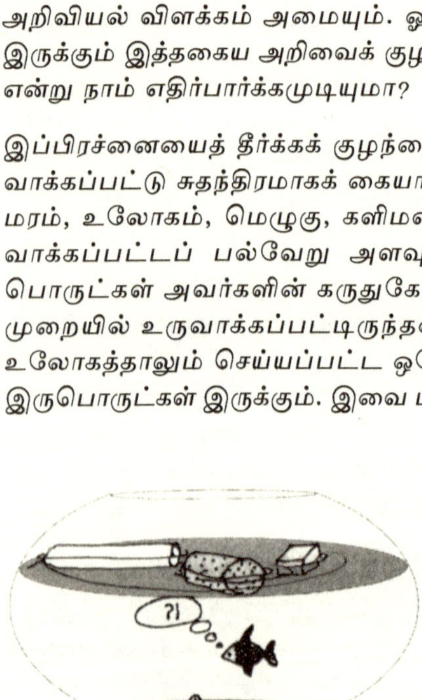

‘பரிசுத்தமான கண்டுபிடித்துக் கற்றல்முறை’, ‘வழிகாட்டுதலின் உதவியோடு கண்டுபிடித்துக் கற்கும்முறை’ ஆகியவற்றை இந்த ஆய்வு ஒப்புமைப்படுத்தியது. தாங்கள் விரும்பிய பரிசோதனைகள் செய்ய வும், விரும்பிய பயிற்சித்தாள்களிலுள்ள வினாக்களுக்கு விடையளிக்க வும் குழந்தைகளின் ஒரு குழுவுக்கு வாய்ப்பளிக்கப்பட்டது. மிகக் குறைந்த அறிவுரை வழங்கி இந்தக் குழுவினரை வழிநடத்தும் ஆசிரியர் கலந்துரையாடலை ஊக்கப்படுத்துவது, அவர்களைக் கவனிப்பது என்பதை மட்டும் செய்வார். கற்றல் எப்படி நடக்க வேண்டும் என்பதில் தலையிட மாட்டார். இங்கு சிறந்த பல கருத்து களைப் பற்றிய கலந்துரையாடல்கள்நடந்தன. இது குழந்தையை மைய மாகக்கொண்ட கற்றலுக்கான எடுத்துக்காட்டென்று உறுதியாகச் சொல்லலாம். தாங்கள் விரும்பியதைச் செய்யவும் கற்கவும் குழந்தைகளுக்குச் சுதந்தரம் அளிக்கப்பட்டது.

இரண்டாவது குழுவுக்கு ஆசிரியர் திட்டமிட்டு முறைப்படுத்திய அறிவுரைகளை வழங்கினார். அவர் இந்தப் பாடத்தை எட்டு பிரிவு களாகப் பிரித்தார். சில கருத்துகளை மையப்படுத்திக் கலந்துரையாடல் நடத்தினார் (அதிக அறிவுரை வழங்கி). முன்பே முடிவு செய்யப்பட்ட பயிற்சித்தாள்களையும் பரிசோதனைகளையும்செய்யும்படிக் குழந்தை கள் வழிநடத்தப்பட்டார்கள். இந்த வகுப்பில் மூழ்குதல், மிதத்தல் பற்றிக் குழந்தைகள் கொண்ட கருத்தை மாற்றுவதற்காக எதிரெதிர் எடுத்துக்காட்டுகள் அறிமுகப்படுத்தப்பட்டன. இவை அவர்களின் ஸ்கீமாவை மாற்றுவதற்காகவே வடிவமைக்கப்பட்டவை. இக்குழுவி லுள்ள ஒவ்வொரு குழந்தைக்கும் அறிவுரை வழங்கப்பட்டது. ஆனால் தாங்கள் விரும்பிய பரிசோதனை செய்யவோ செயல்பாடுகள் செய்யவோ சுதந்திரம் வழங்கப்படவில்லை.

என்ன நடந்தது? கருத்துப் புரிதல் பற்றி உடனே நடத்திய தேர்வில் இரண்டு குழுக்களும் ஒரேபோல் விடையளித்தனர். இவ்வகுப்பில் பங்கெடுக்காத பிற குழந்தைகளைவிட மிகச்சிறந்த முறையில் பதில் கூறினர். ஆனால், ஒருவருடம் கழிந்த பிறகு நடத்திய தேர்வில் குறைந்த அளவு அறிவுரை கிடைத்த குழுவினரால் எதிர்பார்த்த முறை யில் பதிலளிக்க முடியவில்லை. பல தவறான கருத்துகள் இவர்களிடம் திரும்பி வந்திருந்தன. அதிக அறிவுரை கிடைத்த குழுவினருக்கு ஒரு வருடம் முடிந்த பிறகும் புரிதல் மாறவில்லை. இந்த ஆய்வுபோல் சிறந்த கற்றலுக்கும், நினைவாற்றலுக்கும், புதிய பிரச்னைகளை அறிமுகப்படுத்தவும் அதிக அறிவுரை வழங்கும் முறைதான் சிறந்தது என்பதை ஏராளம் ஆய்வுகள் உறுதி செய்கின்றன.

2005 இல் வெளிவந்த ஆய்வுக்கட்டுரையில் ரிச்சார்டு மேயர் என்ற உளவியலாளர் ‘‘ஆக்கவியமுறையையும்’’ அதிக அறிவுரை வழங்கும்

முறையையும் ஒன்றுக்கொன்று சமமானது என்று சொல்லக்கூடாதென வேண்டிக்கொள்கிறார். ஆக்கவியமுறை சுறுசுறுப்பான குணம் கொண்ட குழந்தைகளுக்கானது என நாம் தவறாக எண்ணுகிறோம். சுறுசுறுப்பான குணம் என்ற தொடருக்குள் தானே செய்வது, குழுச் செயல்பாடு, கலந்துரையாடல், பலபொருட்களைக் கையாள்வது ஆகிய கருத்துகள் அடங்கும். ஆக்கவியமுறைப்படி கல்வி கற்க சுறு சுறுப்பான குணம் இருக்கவேண்டும் என்றோ சரியான சூழல் உருவாக்க இந்தக் குணம் தேவையென்றோ கட்டாயம் இல்லை என்று மேயர் வலியுறுத்திக் கூறுகிறார். உண்மையில் சிந்தனை தூண்டப்பட வேண்டும். அளிக்கப்படும் தகவல்கள், சூழலுக்குப் பொருத்தமானதை மட்டும் தேர்வு செய்வது, தற்போதைய அறிவோடு இப்புதிய அறிவை ஒருங்கிணைப்பது, முறைப்படுத்துவது என்பவை எப்படி நடக்கிறது என்பதைக் கவனிக்க வேண்டும். ஆசிரியர்களாகிய நாம் வகுப்பறை யின் தோற்றத்தை மட்டும் (இதற்கு அதற்கேயுரிய நன்மையுண்டு) மாற்றுவது போதாது.

அதிகச் செயல்பாடுகள், சலனங்கள், குழந்தைகளின் பங்களிப்பு இவை ஏராளம் நடைபெறுவதால் அங்கு கற்றல் நடக்கவேண்டும் என்ப தில்லை. ஆசிரியர்களாகிய நாம் கற்பிக்கும் பாடத்தை முறைப்படுத்த வேண்டும். கருத்துகளை வரிசைப்படுத்தவேண்டும். சவாலான வினாக்கள் கேட்கவேண்டும் (சிறந்த முறையில் எழுதப்பட்ட பாடப்புத்தகத்தைப் பின்பற்றினால் இவற்றுள் பெரும்பான்மை யானவை நடக்கும் என்பதை உறுதிப்படுத்தலாம்.) இந்த உறுதியான அடிப்படையோடு செயல்பாடுகள் செய்து பார்ப்பதும், குழந்தைகளே எழுப்பும் ஐயங்கள் பற்றி வெளிப்படையான கலந்துரையாடல் நடத்துவதும் கற்றலுக்கு மிகவும் உதவும்.

இறுதியாக, கற்றலை நாம் எப்படிப் பார்க்கிறோம் என்பதைப் பொறுத்து நம் கற்பித்தல் மாறுகிறது. கற்பித்தலில் நடத்தும் சிறிய, படிப்படியான மாற்றங்கள் மிகுந்த பயனளிக்கும். நாம் இப்போது கற்றலின் இரண்டாவது நிலையான செய்முறைக்கற்றலுக்குச் செல்கிறோம்.

செய்முறையறிவும் திறமையும்

செய்முறையறிவு என்பது ஒன்றை எப்படிச் செய்வது என்பதைத் தெரிந்து வைத்திருப்பதைக் குறிக்கும். பள்ளியில் கற்பிக்கும் பெரும் பான்மையான பாடங்களுக்கும் இந்த அறிவு தேவை. 'எப்படி செய்வது' என்னும் அறிவு கணிதம், நுண்கலைகள், மொழி, அறிவியல் போன்ற பல பாடங்களுக்கும் ஓரளவுவரை அவசியம். இந்த அறிவைச் சில மாதிரிகள் காண்பித்துக் கற்பிக்கிறோம். அதாவது சமன்பாட்டுக்குத் தீர்வுகாண்பது, இலக்கணம், அழகாக எழுதுவது போன்றவற்றை ஆசிரியர் செய்து காண்பிக்கிறார். அதைப் பார்த்துக் குழந்தைகள் தங்கள் திறமைக்கேற்ப அதைத் திருப்பிச் செய்கிறார்கள்.

ஆனால், செய்முறையறிவு பள்ளிப் பிரச்னைகளுக்குத் தீர்வுகாண்ப தோடு நின்றுவிடுவதில்லை! இது மூளையில் சிறப்பான, மிக முக்கிய மான கற்றலுக்கு வாய்ப்பளிக்கிறது. இந்தத் திறமையில்லாவிட்டால் வாழ்வில் நம்மால் செயல்படமுடியாது. செய்முறையறிவைக் கற்றுக் கொள்வது எப்போதும் நடக்கிறது. பிறந்த முதல் நாளிலிருந்தே நடக்கிறது. குழந்தை தலையைத் திருப்புவது, ஊர்ந்து செல்வது, பொருட் களை எடுக்கச் செல்வது, அர்த்தமுள்ள ஒலியெழுப்புவது, கரண்டியைக் கையாள்வது, ஷு லேஸ் கட்டுவது, சைக்கிள் ஓட்டுவது, தீப் பெட்டியைப் பற்ற வைப்பது, சாலையைக் கடப்பது, சமன்பாட்டைச் சீர்செய்வது, சப்பாத்தி இடுவது எனத் தொடர்ந்துகொண்டேபோகிறது.

பெரியவர்களாகும்போது ஸ்கூட்டர் ஓட்டக் கற்றுக்கொள்வது, தட்டச்சு செய்வது, புதிய யந்திரத்தை இயக்குவது போன்ற சூழலில் நாம் புதிய செய்முறையறிவைக் கற்கிறோம். இவ்வனைத்துச் சூழலுக்கும் பொதுவான சில கருத்துகள் உண்டு. அவை எவையெவை யென்று பார்ப்போம்.

- அறிவுரைகளைக் கேட்பதாலோ பிறர் செய்வதைப் பார்த்தோ நாம் இந்தத் திறமைகளைப் பெறுவதில்லை. நாமே செய்வ தால் கற்றல் சிறந்த முறையில் நடக்கிறது.

- திரும்பத் திரும்பச் செய்து பயிற்சி பெறுவதால் செய்முறை யறிவு மேம்படுகிறது.

- இவ்வறிவு நமக்குள்ளே மறைந்துகிடக்கிறது. வார்த்தைகளால் விளக்கமுடிவதில்லை (முகலாய மன்னர்களின் பட்டியல் உரு வாக்குவது போலல்ல)

- விசேஷ கவனம் செலுத்தாமலே நம்மால் இயங்க முடிகிறது. சிரமமில்லை; தொடர்ந்து பயிற்சிபெற்று, குறிப்பிட்ட எல்லை தாண்டிவிட்டால் செயல்களைக் கட்டுப்படுத்தத் தனிக்கவனம் செலுத்தும் தேவையேற்படுவதில்லை.

செய்முறையறிவில் திரும்பச் செய்வதும் பயிற்சி பெறுவதும் நம் செயலில் வெளிப்படும். அந்தத் திறமை நம்மையறியாமலே தானே செய்வது வரைக்கும் பயிற்சி தேவைப்படுகிறது. திறமை பெறுவதும் ஒரு கருத்தைக் கற்றுக்கொள்வதும் முற்றிலும் வேறுபட்டது. மிக முக்கியமான வேறுபாடு எந்த அளவுக்குப் பயிற்சி தேவை என்பதுதான். செய்முறையறிவு பெற ஒரேயொரு சிறந்த வழி தொடர்ந்து பயிற்சி பெறுவதுதான் என உளவியலாளர்கள் சொல்கிறார்கள். பள்ளியில் நம்மிடம் அர்த்தமற்ற பல செயல்பாடுகளைத் திரும்பத் திரும்பச் செய்யச்சொன்னதின் உண்மையான நோக்கம் இதுவாக இருக்கலாம். உளவியலைப்பற்றியும் கல்வியைப்பற்றியும் பொதுவான கருத் தொன்றைச் சொல்வதற்கு இதுதான் தகுந்த இடம். கற்றலுக்கான சிறந்த சூழலைக் கண்டுபிடிப்பது, அதில் மறைந்திருக்கும் செய் முறையைக் கண்டுபிடிப்பது போன்றவற்றை உளவியலாளர்கள் ஆய்வு செய்கிறார்கள். எடுத்துக்காட்டாகச் செய்முறையறிவு பெறுவதற்கான ஒரேவழி தொடர்ந்து பயிற்சி பெறுவது, அதிகநேரம் செய்வது என்று உளவியலாளர்கள் சொல்கிறார்கள். இப்போது ஓர் ஆசிரியர் இந்தக் கருத்துக்கேற்ப எப்படி நடந்துகொள்ள வேண்டும்? குழந்தைகளுக்கு ஏராளமான பயிற்சியளிக்க வேண்டுமா?

பயிற்சியையும் கற்றலில் அது செலுத்தும் தாக்கத்தையும் பற்றி மேலும் விளக்க விரும்பவில்லை. பெரும்பான்மையான ஆசிரியர்களுக்கும் ஒன்றுக்கொன்று முரணான இந்தக் கருத்துகளைப் பற்றித் தெரியும். பயிற்சி என்பது சலிப்பைத் தருவது. அதேநேரம், சில குறிப்பிட்ட செய்முறைகளைத் தெரிந்துகொள்வதற்குத் தொடர்பயிற்சியைத் தவிர வேறுவழியில்லை. பயிற்சி பெறுவதைப் பார்த்துப் புரிதல் ஏற்பட்டு விட்டது என்று நாம் நினைக்கும்போது அங்கே பிரச்னை தலை தூக்குகிறது. கருத்துகளும் செய்முறைகளும் முற்றிலும் வேறு பட்டவை. ஆனால், அவையிரண்டும் மாணவர்களுக்குத் தேவை. பயிற்சியால் மட்டும் கருத்துப் புரிதல் நடப்பதில்லை. புரிதல் மட்டும் இருப்பதால் ஒருவர் ஒரு செய்முறையில் நிபுணராகவும் முடியாது.

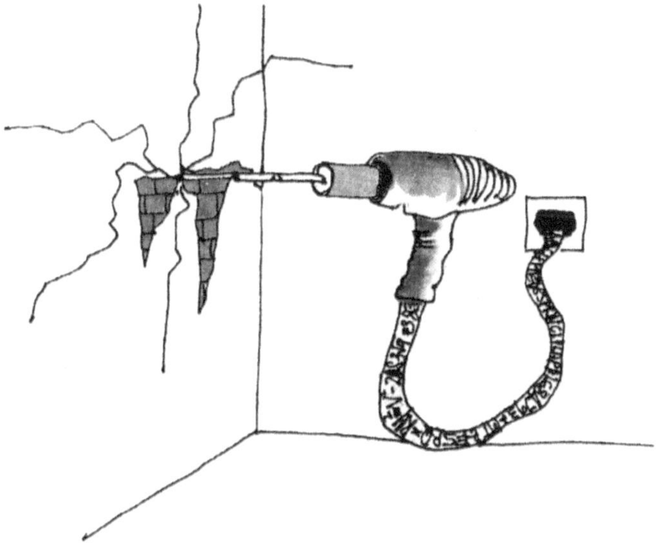

எக்கச்சக்க டிரில்

முன்பு, இயல்பான கற்றலைப்பற்றி நாம் பேசும்போது கருத்தறிவும், செய்முறையறிவும் இந்தக் கற்றலுக்கு மிகவும் தேவையென்று கூறினோம். மிகச் சிறிய குழந்தைகள் இயல்பாகவும் ஒரு செயலைத் திரும்பத் திரும்பச் செய்தும் திரும்பத் திரும்ப ஒலியெழுப்பியும் அதில் திறமைபெறுகிறார்கள். மழலைப்பருவத்திலிருந்தே குழந்தைகள் ஒரு செயலைத் திரும்பத் திரும்பச் செய்வதை விரும்புகிறார்கள். நாம் அதை ‘‘விளையாட்டு’’ என்று சொல்கிறோம். பெருக்கல் வாய்ப்பாட்டின் ஒருபக்கத்தை விளையாட்டு என்று சொன்னால் எவ்வளவு வியப்பாக இருக்கும்! இயல்பற்ற செய்முறையில் பயிற்சிபெறுவது ஒரு குறிப்பிட்ட எல்லைக்கப்புறம் சுவையற்றதாகிறது. இதுபோன்ற ஒரு செயலைத் திரும்பத் திரும்பச் செய்து திறமைபெறும்படிக் குழந்தைகளிடம் கூறினால் அவர்கள் அதைச் செய்யமாட்டார்கள்.

டேவிட் கியரி (இவரை முதல் அத்தியாயத்தில் சந்தித்தோம்) ‘அதிக நேரம் பயிற்சி செய்வதால் ஏற்படும் அதிருப்தி, செய்முறையறிவுக்குப் பதிலாகக் கருத்தறிவு தேவையென்று வலியுறுத்தவைக்கிறது’ என்கிறார். கற்றல் எப்போதும் சுவாரசியமாக இருக்கவேண்டும் என்று கருத்தைக் குழந்தைகளிடம் விதைப்பது நன்மையைவிடத் தீமையையே தரும் என்கிறார் இவர். சிலவகையான கடினமான கற்றல் வாழ்வுக்குத் தேவை என்று சொல்லிப் புரியவைக்கவேண்டும். அப்போதுதான் சுவையற்றதாக இருந்தாலும் கற்றலில் தொடர்ந்து பயிற்சியெடுத்துக்கொள்ளக் குழந்தைகளைத் தூண்டும் என்கிறார்.

அமெரிக்கா போன்ற முற்போக்குக் கல்விமுறை அமுல்படுத்தப்படும் நாடுகளில் இந்தக் கருத்தைப்பற்றி யோசிப்பது மிகமிக அவசிய மாகிறது. ஆனால் இந்தியா போன்ற நாடுகளில் யந்திரத்தனமான பயிற்சிக்கு இப்போதும் அதிக இடம் அளிக்கப்படுகிறது. பல வகுப் பறைகளிலும் விஷயங்கள் புரியவேண்டும் என்பதற்கு இரண்டாம் இடமே தரப்படுகிறது. இந்த இரண்டுக்கும் சம இடம் கொடுக்கும் அணுகுமுறைதான் இப்போதைய நம் தேவை.

மக்கள் அடிக்கடி செய்யும் சுவையற்ற செயல்கள் ஊக்குவித்தலோடு எப்படித் தொடர்புகொண்டுள்ளது என்பதை எட்டாவது அத்தி யாயத்தில் பார்ப்போம். ஆனால், சில குறிப்புகள் தருவது இந்த நிலை யில் பொருத்தமாக இருக்கும். குழந்தைகளுக்கு இயல்பான கற்றல் செயல்பாடுகளில் பயிற்சிபெறுவதற்குப் பிறவிலேயே உற்சாகம் இருக்கிறது. இயல்பற்ற கற்றல் செயல்பாடுகளில் பயிற்சிபெற, அவர்கள் அந்த அளவுக்கு உற்சாகம் காட்டுவதில்லை. இரண்டாவது செயல்பாட்டுக்கான ஊக்குவித்தல் முந்தையதிலிருந்து வேறுபடு கிறது. இங்கு விளையாட்டுத்தன்மை இருக்காது. ஆனால், செயலில் ஏற்படும் சிறுசிறு முன்னேற்றம் பரிசாக மாறுகிறது. ஏமாற்றம் இருந்தாலும் தொடர்ந்து உழைக்க வேண்டியுள்ளது. நீண்ட நாட் களுக்குப் பிறகு பல்வேறு துறைகளில் நிபுணர்களாக மாற உதவுகிறது என்பது நம்மை ஊக்குவிக்கிறது. பள்ளி வேலைகளை ஆசிரியரின் தண்டனைக்குப் பயந்து செய்வதைப் பற்றி நாம் பேசவில்லை என்பதை நினைவில்கொள்ள வேண்டும். இத்தகைய ஊக்குவித்தல் இறுதியில் சுயதோல்விக்கு வழிவகுக்கிறது.

பயிற்சி என்பது உண்மையில் புரிதலுக்கு உதவுமா? பெரும்பான்மை யான கல்வியாளர்கள் கருத்தறிவும் செய்முறையறிவும் ஒரே திசையில் பயணிப்பவை என்று நம்புகிறார்கள். ஒரு கருத்தை ஆழமாகப் புரிந்து கொண்டால் அதன் செய்முறையைச் சிறப்பாகப் புரிந்துகொள்ளலாம். ஆனால் செய்முறையை ஆழமாகக் கற்றுக்கொள்வது கருத்துப்புரிதலை ஆழப்படுத்தாது. ஒன்றைக் கற்றுக்கொள்வது இன்னொன்றுக்கு உதவுமா? அப்படி உதவுவதற்கு என்னென்ன வழிகள் இருக்கின்றன என்றமுறையில் சமீபகால ஆய்வுகள் நடக்கின்றன. இவை முன்னும் பின்னும் தொடர்ந்து உதவுமா? இந்த இரண்டும் உண்மையில் இரண்டு திசைகளில் செல்பவை என்று நமக்குத் தோன்றுகிறது. ஒரு செய்முறை யில் வல்லமை பெற்றவரால் அதுபற்றிய கருத்தையும் ஆழமாகப் புரிந்துகொள்ள இயலும். மாணவர்களிடம் சில குறிப்பிட்ட செய்முறைகள் வெற்றிபெறும்; சில வெற்றிபெறாது. எப்போது? ஏன்? என நாம் கேட்க வேண்டும். எடுத்துக்காட்டாக இரண்டு பெரிய

எண்களைக் கூட்டும்போது இடமதிப்பின்படி ஒன்றின் கீழ் அடுத்ததை எழுதுவது எதற்காக என்று மாணவர்களிடம் கேட்க வேண்டும்.

செய்முறையறிவு மேம்படுவதால் ஏற்படும் இன்னுமொரு நன்மை யென்னவென்றால், ஒரு திறமை நன்கு கைவந்துவிட்டால் கவனத்தை வேறு விஷயங்களுக்கு திசைதிருப்பிவிட வழிபிறக்கும். காரண காரியத்தை உயர்நிலையில் யோசித்தல், திட்டமிடுதல், வழி நடத்து தல், தொடர்புபடுத்துதல் ஆகியவற்றில் முழுமையான கவனம் செலுத்தமுடியும். ஒரு புதியமொழியில் எழுதியவற்றைச் சரளமாக வாசிக்கும் திறன் கிடைக்கும்வரையில் அம்மொழியில் எழுதப்பட்ட ஒருபகுதியை வாசித்துப் புரிந்துகொள்வது நமக்கு மிகவும் கடினம்தான். மூன்றாம் அத்தியாயத்தில் இதுபற்றி மேலும் பலஎடுத்துக்காட்டுகளைக் காணலாம்.

பயிற்சி பெறுவது என்பது இந்த அர்த்தத்தில் பார்க்கும்போது அவ் வளவு மோசமானதல்ல. ஆனால், அதன் பயனை இயன்றளவு நாம் பெறவேண்டும். சிறந்த முறையில் பயிற்சி செய்வதின் முக்கிய தன்மைகள்:

- பல்வேறு செய்முறைகள் இணைந்து வர வேண்டும்.
- சிறிய அளவில் நீண்ட காலம் பயிற்சி மேற்கொள்ள வேண்டும். (சில குறிப்பிட்ட திறமைகளுக்கென நாளும் இருபது நிமிடங் களுக்கு மேல் பயிற்சி செய்யக்கூடாது என சில உளவிய லாளர்கள் கூறுகிறார்கள்)
- சில குறிப்பிட்ட செய்முறைகள் வெற்றிபெறுவது ஏன் என்ற கேள்வி கேட்பது பயிற்சிக்கு உதவும்

'புரிதலுக்காகக் கற்பித்தல்' என்ற தொடர் சாதாரணமாகக் கருத்தறிவை மட்டும் குறிப்பிடுவதாக நினைக்கிறோம். இந்த அத்தியாயம் முடி வடையும் போது செய்முறையறிவும் கருத்தறிவும் ஒன்றையொன்று தழுவிச்செல்கின்றன என்று நீங்கள் புரிந்துகொண்டால் என் நோக்கம் நிறைவேறியது என்று கருதுவேன்.

சூழலின் அடிப்படையில் காரண காரியத் தொடர்பு

1985 டேவிட்பெர்கின்ஸ் என்ற உளவியலாளர் பள்ளிக்கூடங்களைப் பற்றி எழுதினார். 'பன்னிரண்டு ஆண்டுகள் கல்வி கற்றுவரும் ஒரு மாணவருக்குச் சிறந்த முறையில் வாசிக்க, எழுத, கணக்கிட , சில தகவல்களை ஞாபகப்படுத்த மட்டும் தெரிந்தால் போதாது. மாறாகச்

சிந்திக்கவும் தெரியவேண்டும்' என எதிர்பார்க்கப்படுகிறது. பெர்கின்ஸ் இந்த சிந்திக்கும் திறனை முறைசாரா தர்க்கம் அல்லது அன்றாட காரண காரியத் தொடர்புகாணும் திறன் என்கிறார். இந்தத் திறமையை வளர்க்க பள்ளிக்கூடங்கள் சிறிதளவும் கவனம் செலுத்துவதில்லை என்பதைப் பற்றி மிகவும் வருந்துகிறார். காரணத்தைக் கட்டாயம் கண்டுபிடித்தே யாக வேண்டும் என்று வலியுறுத்துவது, கணக்கிட்டுச் சொல்வது என்பவை முறைசாரா காரண காரியத்தொடர்பு காணும்போது தேவை யில்லை. நாம் ஒரு சூழலைச் சந்திக்கும்போது, உரிமை கொண்டாடும் போது இரண்டு பக்கத்திலுமுள்ள (பல பக்கத்திலுள்ள) அனைத்து ஆதாரங்களையும் அலசிப்பார்த்து மதிப்பிட வேண்டும். எடுத்துக் காட்டாக தொலைக்காட்சியிலும் கணினியிலும்வரும் வன்முறைக் காட்சிகள் சமூகத்தில் வன்முறையைத் தூண்டுகின்றனவா என்று நம்மிடம் கேட்டால் நம்மால் வெறுமனே ஆம், இல்லையென்று சொல்ல முடியாது. ஒவ்வொன்றினுடையவும் பல்வேறு ஆதாரங் களைக் கவனத்தோடு முழுமையாகச் சீர்தூக்கிப் பார்த்த பிறகுதான் பதிலைச் சொல்ல முடியும். முறைசாரா காரண காரியத்தொடர்பு காண்பதைச் சிறந்த முறையில் நடத்தப் பல்வறு வழிகளில் வாதிட வேண்டும். ஒரு கருத்தையே பல்வேறு ஆதாரங்களோடு எதிர்க்கவோ ஆதரிக்கவோ வேண்டும். அவ்வாறு அந்தப் பிரச்னையை அவிழ்ப்பதற் கான திறமை நமக்கிருக்க வேண்டும்.

ஆனால் உயர்நிலைப்பள்ளி, கல்லூரி மாணவர்களிடம் பெர்க்கின்ஸ் நடத்திய ஆய்விலிருந்து அவர்களுடைய முறைசாரா தர்க்கத் திறமை வியப்பளிக்கும் வகையில் குறைவாக இருக்கிறது என்று கண்டறியப் பட்டுள்ளது. அவர்களிடம் கேட்ட வினாவுக்கு மிகக் குறைந்த எண்ணிக்கையிலான மாணவர்களால் மட்டும்தான் சிறந்த காரணங் களை முன்வைத்து பிரச்னையை நெருங்க முடிந்தது. அவர்களுடைய வாதத்தை எதிர்ப்பதற்குப் போதுமான ஆதாரங்களை முன்வைக்க அவர்களால் முடியவில்லை (இது எனக்கு வியப்புதரவில்லை). ஒரு பிரச்னையை மேலோட்டமாகக் காண்பது பற்றி இதற்கு முன்பும் பலஆய்வுகள் நடந்துள்ளன. மாணவர்கள் பிரச்னையோடு தொடர் புடைய அறிவின் ஒரு பகுதியை மட்டும் பயன்படுத்துகின்றனர். அவர்கள் முன்வைக்கும் வாதங்கள் அவர்களுடைய புத்திசாலித் தனத்தோடு ஒப்பிடும்போது மிகவும் குறைவாகவே இருக்கின்றன. பெரும்பான்மையான மாணவர்கள் ஒரேயொரு வாதத்தை முன்வைத்து விட்டுத் திருப்திப்பட்டுக்கொள்கிறார்கள். 'முடங்கிப்போன அறிவு' என்ற பிரச்னையாக இதை அழைக்கிறார்கள். இந்தப் பெயர் மிகவும் பொருத்தமானது என்று நினைக்கிறேன். பொதுவாக அவர் முன் வைக்கும் வாதங்கள் மேலோட்டமானதாக குறுகியவையாக இருக்

கின்றன. அவர்களுடைய சிந்தனை, அவசரமானதாக, அநிச்சையாக, கூர்மையின்றி, குழப்பமானவையாக இருக்கின்றன.

ஒரு திறந்த (பன்முக) பிரச்னைக்குத் தீர்வுகாணும் திறமையை நம் கல்விமுறை வளர்ப்பதில்லை என்று பெர்கின்ஸ் கருதுகிறார். பள்ளிக் கூடங்களில் குழந்தைகளுக்குக் கொடுக்கும் வேலைகள் சரியான விடை, நேர்கோட்டுச் சிந்தனை, விரைந்து முடிப்பது என்பவற்றை மையப்படுத்துகின்றன. அன்றாட வாழ்வில் பலசூழல்களில் பன்முகப் பிரச்னைகளைச் சந்திக்க வேண்டியிருக்கிறது. பெரும்பான்மையான நம் முடிவுகள் பொருளாதாரம், ஆரோக்கியம், உறவுகள் போன்ற அனைத்தும் முறையாகக் காரண காரியத்தொடர்பு காணும் திறன் வளர்ந்தால் மேம்படும். நம்மால் சிறந்த முறையில் சிந்திக்கக் கற்றுக்கொள்ள முடியுமா என்ற கேள்விக்கு விடைகாண இந்த அத்தியாயம் இதுவரை முயன்றுள்ளது. இந்தப் பிரச்னைக்கு இரண்டு அணுகுமுறைகள் இருப்பதாக ஆய்வுகள் கூறுகின்றன. சிந்தனையைத் தனிப்பாடப்பகுதியாக எடுத்துக் குழந்தைகளுக்குக் கற்பிப்பது, இதற்கு உதவும் ஏராளம் செயல்பாடுகளை வடிவமைப்பது, பள்ளிக்குழந்தை களுக்குக் கற்பிப்பது, மதிப்பிடுவது என்பது முதல் அணுகுமுறை. இந்த அணுகுமுறை தங்களுடைய சிந்தனையைப்பற்றி குழந்தைகளுக்கு விழிப்புணர்வு ஏற்படுத்துவது, (பலம், பலவீனம், ஏமாறும் வாய்ப் புள்ள இடங்கள்) பல்வேறு உத்திகளைப் பயன்படுத்தி அவர்தம் சிந்தனை முறையை ஒழுங்குபடுத்துவது என்ற இரண்டு விஷயங் களைக் கருத்தில்கொள்கிறது. மேத்யூ லிப்மான் உருவாக்கிய வெற்றி பெற்ற விமரிசன சிந்தனைப் பாடத்திட்டம் இதற்கொரு சிறந்த எடுத்துக் காட்டாகும். இத்திட்டங்களால் ஒரு பிரச்னை எழுகிறது. எட்டு வாரங் களுக்கு இரண்டு அல்லது மூன்று வகுப்புகள் என விலையுயர்ந்த பள்ளி நேரத்தை இவை அபகரிக்கின்றன. இந்தியப் பாடத்திட்டத்தில் இதற் கான நேரம் எங்கே இருக்கிறது? இந்தப் பாடத்திட்டம் சந்திக்கும் மற் றொரு பிரச்னை பள்ளிப்பாடங்களைப் பற்றிய தகவல்களை இவை பேசுவதில்லை. மாறாகப் பல்வேறு நுண்பிரச்னைகளைப் பற்றி அலசு கின்றன. எந்தத் துறையாக இருந்தாலும் அதில் திறமையை வளர்க்க வும் நிபுணத்துவம் பெறவும் உதவும் 'சூழலுக்கேற்ற சிந்தனையை' குழந்தைகளிடம் இம்முறை வளர்ப்பதில்லை.

பெட்டிச் செய்தி - 2

எதிர்திசைக் கற்பித்தல் (Reciprocal Teaching)

இந்த கற்பித்தல் முறையை 1980 களில் உளவியலாளர் ஆன் பிரௌனும் இவருடைய குழுவினரும் வடிவமைத்து பரிசோதித்தனர்.

கற்றலுக்கான முழுப் பொறுப்பையும் தாங்களே எடுத்துக்கொண்டு குழுவாகக் கற்கும் சமூகமாக மாணவர்கள் மாறுவதே இம்முறை. சவாலான பாடப்பகுதியைப் புரிந்துகொள்ள மாணவர்களும் ஆசிரியரும் கலந்துரையாடுதல் என்னும் உத்தியைப் பயன்படுத்தினர். இம்முறை மாணவர்களின் சுய மதிப்பீடு சார்ந்த திறனை வளர்த்தது. அறிவியல், கணிதம் ,மொழி என எந்தப் பாடப்பகுதியாக வேண்டுமானாலும் இருக்கலாம். ஆனால், அதிலுள்ள பாடங்கள் சிறு சிறு அலகுகளாக, சாதாரணமாகப் பத்திகளாகப் பிரிக்கப்பட வேண்டும்.

இந்தக் கற்றல் ஆறு முதல் பதினேழுவரை மாணவர்கள் கொண்ட குழுவில் நடைமுறைப்படுத்தப்பட்டது. பெரிய வகுப்பாக இருந்தாலும் கவலையில்லை. இந்தக் கற்றல் முறையின் உத்திகளை ஆசிரியரின் அதிக உதவியில்லாமலே சிறு குழுவினரிடம் அமல்படுத்தலாம். வகுப்பு மாணவர்களை ஆறிலிருந்து எட்டுபேர் கொண்ட குழுவாகப் பிரிக்கவேண்டும். உதவி தேவைப்படும் குழுவினருக்கு மட்டும் ஆசிரியர் உதவி செய்தால் போதும். முதலில் ஆசிரியராக நாம் இதில் உள்ளடங்கிய தொகுத்துக்கூறுதல், விளக்கமளித்தல், வினா எழுப்புதல், ஊகித்தல் (கீழ்வரும் குறிப்பைப் பார்க்க) என்னும் நான்கு திறன்களையும் நடத்திக் காட்டவேண்டும். படிப்படியாக உங்கள் குழந்தைகளுக்கு இந்த முறை பழக்கமாகிவிடும். பிறகு அவர்களால் ஆசிரியர் உதவியில்லாமல் இந்த முறையைத் தொடர முடியும்.

ஒரு பத்தியை எல்லோரும் வாசிக்கின்றனர். ஒரு குழந்தை அதிலுள்ள கருத்துகளைத் தனது சொந்தநடையில் தொகுத்துக் கூறுகிறது. புரிந்துகொள்ளச் சிரமமான பகுதியோ குழப்பமான, எதிரான கருத்துகளோ வரும்போது பிற குழந்தைகளின் உதவியோடு வேறொரு குழந்தை விளக்கமளிக்கிறது. மூன்றாவது குழந்தை அந்தப்

பத்தியிலிருந்து வினாக்கள் கேட்கிறது. பத்தியிலிருந்தே விடை கண்டுபிடிக்கக் கூடியதாகவும் இருக்கலாம். அதிலுள்ள கருத்தால் தூண்டப்பட்ட வினாவாகவும் இருக்கலாம். வாசித்த பத்தியிலுள்ள கருத்தின் அடிப்படையிலும், அதைப் பற்றிய தன் சொந்த அறிவின் அடிப்படையிலும் அடுத்துவரும் பத்தியின் கருத்தை வேறொரு குழந்தை ஊகித்துச் சொல்கிறது. இப்போது அடுத்த பத்திக்கு இந்தக்குழு செல்கிறது. அடுத்தகுழு இதேமுறையைப் பின்பற்றுகிறது.

இம்முறையைப் பற்றி எழுதுவது மிகவும் எளியதாக, பயனளிப்பதாக இருக்கிறது. ஆனால், சோதனை செய்து பார்க்கவேண்டும். அப்போதுதான் அந்தப் பத்தியை வாசிக்கும் குழுவினரின் கருத்தாழத்தையும் புரிதலின் நிலையையும் இம்முறை எப்படி விரைவில் மாற்றுகிறது என்பது புரியும். சிரமமான பகுதியைத் தாங்களே வாசித்துப் புரிந்துகொள்ளும் இந்தமுறை படிப்படியாக குழந்தைகளுக்கு கைவரப்பெறுகிறது. அதனால் வாசிப்பது எப்படியெனக் கற்றுக்கொள்கிறார்கள். பாடத்தைப் புரிந்துகொள்வதை மதிப்பிடவும் வழிநடத்தவும் அவர்களால் முடிகிறது.

இரண்டாவது அணுகுமுறை இந்த இரண்டு பிரச்னைகளுக்கும் ஒரே உத்தியால் தீர்வுகாண முயற்சி செய்கிறது. அதாவது கற்பிக்கும் பாடப்பகுதியின் மூலமாகச் சிந்தனைத் திறனை வளர்ப்பது. பெர்கின்ஸ் இதை 'இரண்டறக் கலப்பது' என்று அழைக்கிறார். காரணம் இந்தத் திறன் பொதுவான சிந்தனைத்திறனையும் வளர்க்கும் என அவர் நினைக்கிறார். 1980 களில் ஆன் ப்ரெளனால் உருவாக்கப்பட்ட, எதிர்திசைக் கற்றல் அணுகுமுறையைப்பற்றி பெட்டிச் செய்தி இரண்டில் விளக்கப்பட்டுள்ளது. இம்முறை எந்தப் பாடப்பகுதியையும் புரிந்துகொள்ள உதவும். ஒருவருக்கு அந்தப் பாடத்தைப் பற்றிய புரிதல் எப்படியிருந்தது என்பதைப் பற்றி விழிப்புணர்வை உருவாக்கவும் ஊக்கப்படுத்தவும் இம்முறை வழிவகுக்கிறது. 'சிந்தனையைப் பற்றிய சிந்தனை' என்ற பெயரில் இம்முறை அறியப்படுகிறது. சுருங்கக்கூறின் ஒருபாடம் எந்தஅளவுக்கு ஒருவருக்குப் புரிந்துள்ளது? என்ன செய்தால் அந்தப் புரிதல் மேலும்கூடும் என்பதை அவரே உணர்ந்துகொள்ளும் திறமையை வளர்க்கிறது. பெரும்பான்மையான குழந்தைகளுக்கு இத்திறமை இல்லையென்பது நமக்கு ஆச்சரியத்தைத் தரலாம். தங்களுக்கு அதிக அறிவு இருப்பதாகவோ ஆழமான புரிதல் உள்ளதாகவோ மக்கள் பொதுவாக நினைக்கிறார்கள். அல்லது தங்கள் அறிவை மிகக் குறைவாக மதிப்பிடுகிறார்கள். இதனால் பொருத்தமான உத்திகளைப் பயன்படுத்தி அறிவை வளர்க்க முன்வருவதில்லை. குழந்தை

வளர்ப்பைப் பற்றிக்கூறும் நான்காவது அத்தியாயத்தில் சிந்தனையைப் பற்றிச் சிந்திக்கும் திறனைக் குழந்தைப்பருவத்திலேயே வளர்ப்பது எப்படியென்பதைத் தெரிந்துகொள்ளலாம். சிந்தனையைப் பற்றிச் சிந்திப்பது என்பது முறைசாரா தர்க்கம் காண்பதில் முக்கிய பங்கு வகிக்கிறது.

இரண்டறக் கலந்த அணுகுமுறையிலும், ஒருவருடைய காரணக் காரியத் தொடர்பு காணும் திறமையை வளர்ப்பதற்கான உத்திகள் அடங்கியுள்ளன. தர்க்க அறிவு சிறப்பாகச் செயல்பட அடிப்படையான அறிவு இருந்தாலே போதும் வேறெதுவும் வேண்டாம் என்ற வாதத்தைச் சில உளவியலாளர்கள் முன்வைக்கிறார்கள். சமூகவியல், குழந்தைப்பருவம், தொடர்புபடுத்துதல், காரணம் சொல்வது ஆகியவைபற்றிக் கொஞ்சம் படித்திருக்கும் ஒருவரால், இவைபற்றி எதுவும் அறியாத ஒருவரைவிட நன்கு யோசித்து ஒரு பதில் சொல்ல முடியும் அல்லவா. உதாரணமாக, தொலைக்காட்சியில் வரும் வன்முறை சமூகத்தில் வன்முறையைப் பரப்புகிறதா என்ற கேள்விக்கு அவரால் நன்கு பதில் சொல்ல முடியாதா? சிறப்பாக முடியும். கணிதம், அறிவியல், மொழி, வரலாறு போன்ற பாடங்களின் மூலமாகவும் கருத்தறிவு, செய்முறையறிவு ஆகிய இரண்டு திறமைகளை வளர்த்துக் கொள்ளலாம். பல்வேறு துறைகளின் மூலம் பொதுவாக வளர்க்கப் பட்ட இந்தத் திறமையைப் புதுச்சூழலில் பயன்படுத்த நம்மால் முடிகிறது. மற்றொருமுறையில் கூறினால் பல்வேறு பாடப்பகுதிக் கேற்ப வேறுபட்ட சூழல்களை உருவாக்கி கருத்தறிவையும் செய் முறையறிவையும் வளர்க்கும்போது குழந்தைகளுக்கு ஒழுங்குபடுத்தப் பட்ட அதிக அறிவு கிடைக்கிறது என உறுதிப்படுத்தலாம். இதனால் பொதுவான காரண காரியத்தொடர்பு காணும் திறமை வளர்கிறது. அறிவைப் பற்றிக்கூறும் ஏழாவது அத்தியாயத்தில் இதைப் பற்றி மேலும் விரிவாகத் தெரிந்துகொள்ளலாம். காரண காரியத்தொடர்பு காணும் பொதுத்திறமை என்பது அறிவை வரையறை செய்வதின் ஒரு பிரிவாகும்.

இந்தப் பிரச்னைக்கு என் தீர்வு என்னவென்றால் பல்வேறு பாடங்களின் வாயிலாகக் கருத்தறிவையும் செய்முறையறிவையும் கற்பிக்க வேண்டும். வாய்ப்புக் கிடைக்கும்போதெல்லாம் எதிர்திசைக் கற்றல் முறையையும் கடைப்பிடிக்க வேண்டும். கற்றலின் இயல்பு, புரிதல், நினைவாற்றல் போன்றவைபற்றி அவ்வப்போது குழந்தைகளுடன் கலந்துரையாட வேண்டும். வாரத்துக்கு ஒரு வகுப்பில் பன்முக வினாக்களைப்பற்றிக் கலந்துரையாடுவது முறைசாரா தர்க்க அறிவை வளர்க்கும். இவ்வகுப்புகளில் மேலோட்டமான சிந்தனையின் எதிர்விளைவுகளைப் பற்றிய விழிப்புணர்வை உருவாக்க வேண்டும்.

குறுகிய, ஆழமற்ற, நோக்கமற்ற, பேச்சின் பாதிப்புகளைப் பற்றிக் கலந்துரையாட வேண்டும். இவைபோன்ற மேலும் பல கருத்துகளை அவர்களைக் கூறச்செய்ய வேண்டும்.

முடிவுரை

குழந்தைகளின் கற்றல் திறமையைப்பற்றி நாம் குறைவாக மதிப்பிடு கிறோம். சில ஆசிரியர்கள் எப்போதும் இவ்வாறு மதிப்பிடுகிறார்கள். எல்லா ஆசிரியர்களும் ஒரு நேரம் அல்லது பிறிதொரு நேரம் குழந்தை களைப் பற்றி இப்படி நினைக்கிறார்கள். கற்றலின் குழப்பமான, சிக்கல் நிறைந்த தன்மையை நாம் புரிந்துகொள்ள வேண்டும். கற்றலின் இயல்பையும் மனிதர்களுடைய கற்றல்கோட்பாட்டையும் கருத்தில் கொண்டு நம் உள்ளறிவைப் பயன்படுத்தி அதற்கேற்ப செயல்பாடு களை வடிவமைக்க வேண்டும். நினைவாற்றல் என்பது கற்றலோடு நெருங்கிய தொடர்புடையது. அதைப்பற்றி அடுத்த அத்தியாயத்தில் பார்க்கலாம். உண்மையில் இவையிரண்டும் ஒன்றுதான். கற்றல் என்றால் நினைவுபடுத்துவதுதான். மூன்றாம் அத்தியாயத்தில் கருத் தறிவுக்கும் செய்முறையறிவுக்கும் சற்றே வேறுபட்ட தொடர்கள் கொடுத்துக் கற்கப்போகிறோம். கூடவே நினைவாற்றலின் முற்றிலும் வேறுபட்ட சில கருத்துகளையும் பார்க்கப்போகிறோம்.

அத்தியாயம் - 3

நினைவாற்றல்

என் முன்னால் இருக்கும் கணினியின் வெள்ளைத்தாளில் இதைத் தட்டச்சு செய்யும்போது ஒருதாளை எழுத்துகளால் நிரப்புவதற்கும் மூளையை அறிவால் நிரப்புவதற்கும் இடையே இருக்கும் வேறுபாடு பற்றிய எண்ணம் என் மனதில் எழுகிறது. இந்த வேறுபாடுகளைப் பட்டியலிடுவது மனிதனின் நினைவாற்றல், கற்றல் ஆகியவற்றைப் புரிந்துகொள்ள உதவும்.

- தாளில் நான் தட்டச்சு செய்யும் பகுதி காலங்களுக்கு அப்படியே நிலைத்து நிற்கும். மனித ஞாபகம் முக்கியமானவற்றை மட்டும் எடுத்துக்கொள்ளும். அவை பொருள் பொதிந்ததாக இருக்கும். குறிப்பிட்ட நோக்கம் இருந்தாலொழிய ஒரு செயலை வார்த்தைகளாக நினைவில் வைக்க மாட்டோம் (ஒரு செய்யுளை நினைவுபடுத்துவது நாம் செய்யும் செயல்).

- நான் தட்டச்சு செய்யும்தாள் காலியாக இருக்கிறது. அதில் நான் தட்டச்சு செய்யும் புதியவாக்கியம் பழைய வாக்கியங்களை மாற்றுவதில்லை (அதற்கு மிக்க நன்றி).

- இதற்கு மாறாக மனித நினைவாற்றலில் புதிய தகவல்களைப் பழைய தகவல்களுடன் கலந்து ஒழுங்குபடுத்தப்படுகிறது. புதிய தகவல்கள் பழைய தகவல்களை மாற்றுகின்றன. எனவே தென்னிந்தியாவிலுள்ள பறவைகளைப் பற்றிய ஒரு புத்தகத்தை நான் வாசித்தால் அது தென்னிந்தியப் பறவைகளைப்பற்றிய என்

முந்தைய அறிவை மாற்றுகிறது. வார்த்தைகளாக எதுவும் நிலைநிற்பதில்லை. மாறாததாக எதுவும் இல்லை.

- நான் தட்டச்சு செய்யும் இதை ஒரு கோப்புத்தொகுப்பில் (ஃபோல்டர்) சேமிக்கிறேன். இன்னொன்றை வேறொரு கோப்புத்தொகுப்பில் சேமிக்கிறேன். இப்படித் தொடர்ந்து செய்கிறேன். இந்தச் சங்கிலித்தொடர் மாறுவதில்லை. இந்தப் பக்கத்தை எடுக்க ஒருகுறிப்பிட்ட கோப்புத்தொகுப்பைத் திறந்தால் போதும். இந்த வழிமுறை உறுதியானது. இந்தக் கோப்பில் தகவல்களை நேர்கோட்டு முறையில், ஒரு வாக்கியத்துக்குப் பின் அடுத்த வாக்கியம் என நிரப்பிப் பாதுகாக்கலாம். மாறாக மனித நினைவாற்றல் மிகவும் சிக்கலான, நுண்ணியமுறையில் ஒழுங்குபடுத்தப்பட்டுள்ளது. நினைவாற்றல் உண்மையில் சூழலோடு தொடர்புகொண்டுள்ளது. பல்வேறு ஞாபகங்கள் ஒன்றுக்கொன்று தொடர்புகொண்டுள்ளன. அதனால் ஒன்று நினைவுக்கு வந்தால் அடுத்த நிகழ்வுகளும் ஞாபகத்துக்கு வந்துவிடும். பல்வேறு வழிகளில் ஒரு தகவலைத் திரும்பப் பெற முடியும்.

சிலவேளை ஆசிரியர்களும் பள்ளிக்கூடங்களும் மாணவர்களிடம் நினைவாற்றலின் இப்பண்புகளால் செய்ய முடியாதவற்றைச் செய்யும்படிச் சொல்கிறார்கள். பொருத்தமற்ற முறையில் நினைவாற்றலைப் பயன்படுத்துவதால் அதன் அளப்பரிய திறமைகளை நாம் வீணாக்குகிறோம். நினைவாற்றல் எப்படி வேலை செய்கிறது என்பதையறிய உளவியலாளர்கள் மிகக் கடினமாக உழைத்துள்ளனர். அவர்களால் முழுமையாகக் கண்டுபிடிக்கமுடியாவிட்டாலும் பலசுவையான தகவல்களை கண்டுபிடித்துள்ளனர். முன்பு கூறிய மூன்று கருத்துகள் ஆழமான ஆய்வுக்குள்ளாகின. அவை: தகவல்கள், பதிவு / கற்றல், ஒழுங்குபடுத்தப்படுவது. இம்மூன்றும் நீண்டகால நினைவற்றலோடு தொடர்புடையது. இதைப்பற்றிய விளக்கத்தோடு இந்த அத்தியாயம் தொடங்குகிறது.

நீண்டகால நினைவாற்றலுக்குட்படும் தகவல்கள்

நீண்டகால நினைவாற்றலுக்கு எல்லையேயில்லை. பெயர் குறிப்பிடுவதுபோல் ஒரு தகவல் அல்லது நிகழ்வு நீண்ட காலத்துக்கு அல்லது வாழ்நாள் முழுவதும் நினைவில் நிலைத்து நிற்கிறது. ஆனால், இந்த ஞாபகங்கள் வார்த்தைகளால் ஒருபோதும் பதிவு செய்யப்படுவதில்லை. நாம் அனுபவித்த அனுபவங்களின் நகல்களாகப் பதிந்துள்ளன. மொழியாகப் பதிவு செய்யப்படுவதும் நீண்டகால நினைவாற்றலும் இரண்டு உறைவிடங்களிலிருந்து வருகின்றன. நாம் வெறுமனே நிகழ்வுகளை அனுபவிப்பதில்லை. அதை நமக்கேயுரிய கோணத்தில் பார்க்கிறோம். அதனால் இரண்டு பேர் ஒரேமாதிரி ஒரு

நிகழ்வை அணுகுவதில்லை. இவற்றையெல்லாம்விட நாம் ஒரு நிகழ்வை அதன் விரிவான விளக்கங்களுடன் நினைவுபடுத்துவ தில்லை. நம் நினைவாற்றலில் பலஇடைவெளிகள் உள்ளன. அவற்றை நாம் அறிவுப்பூர்வமான ஊகங்களால் நிரப்புகிறோம். சுருக்கமாகச் சொன்னால், நாம் ஒருநாளும் வெளியில் நடந்ததை நினைவுபடுத்துவதில்லை. நம் மனத்தில் நாம் எப்படி பதிவுசெய்தோமோ அப்படித்தான் நினைவுபடுத்துகிறோம். நாம் அனுபவித்ததின் நகல் போல் இவை இல்லாவிட்டாலும் அவை நமக்குப் பொருள் நிறைந்த தாகத் தோன்றுகிறது. நீண்டகால நினைவாற்றலின் இந்தக் குணத்தை நான் ஒரு குறையாகக் கருதவில்லை. இது உண்மையில் அன்றாட வாழ்க்கையில் நம்மைத் திறமையானவர்களாக மாற்றுகிறது. நம்செயல் களைப் பயன் நிறைந்ததாக ஆக்குகிறது. அனுபவங்களின் முக்கியமான பகுதியை மட்டும் பதிவு செய்வது ஆழமான புரிதலுக்கும், வேறு சூழல்களிலிருந்து, அனுபவங்களிலிருந்து பாடம் கற்றுக்கொள்ளவும் உதவுகிறது. நினைவுப்பெட்டகத்துக்கு ஒருபாரமாக மாறுவதுமில்லை. ஆம். இது மாணவர்களுக்கு உதவுவதில்லை. அங்கு மாணவர்கள் ஏராளமான தகவல்களை யந்திரத்தனமாக நினைவுபடுத்த வேண்டும்.

நீண்டகால நினைவாற்றல் இரண்டு வகைப்படும். 1.எவற்றைப் பற்றி யெல்லாம் நம்மால் பேசமுடியுமோ அவை வெளிப்படையானவை அல்லது விவரிக்கக்கூடியவை. 2.எந்தெந்த நிகழ்வுகளை செய்கை களால், குணங்களால் வெளிப்படுத்துகிறோமோ அவை மறைமுக மான அல்லது செய்முறை நினைவுகள். இரண்டாம் அத்தியாயத்தில் கருத்தறிவுக்கும் செய்முறையறிவுக்கும் இடையேயுள்ள நாம் பார்த்த வேறுபாடுகளும் வெளிப்படையான / அல்லது விவரிக்கக்கூடிய நினைவாற்றலுக்கும் செய்கையால் காட்டக்கூடிய நினைவாற்றலுக் கும் இடையேயுள்ள வேறுபாடுகளும் ஒன்றுதான்.

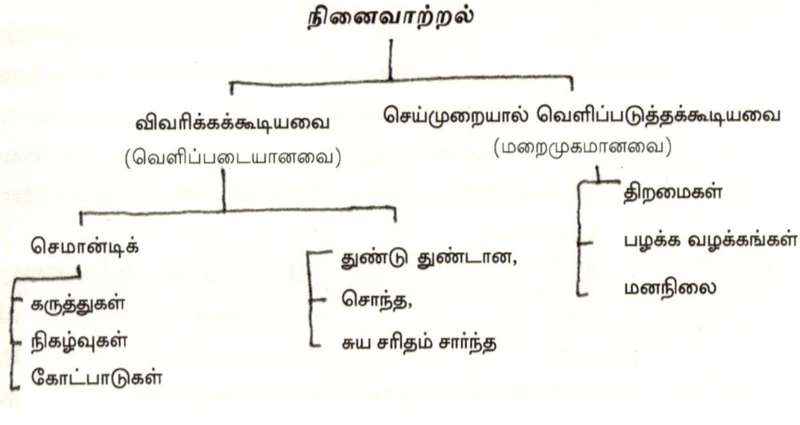

இந்த வரைபடத்தில் செய்முறை நினைவாற்றலின் திறமைகள், பழக்க வழக்கங்கள், மனநிலை ஆகியவை உட்பட்டிருப்பதைக் காணலாம். வாசிப்புத்திறன், சைக்கிள் ஓட்டும்திறன் ஆகியவை இதற்கு எடுத்துக் காட்டுகளாகும்.

வெளிப்படை நினைவாற்றலில் அனைத்துத் தகவல்கள், கருத்துகள், கோட்பாடுகள் மற்றும் தனிநபர் சார்ந்த நிகழ்வுகள் ஆகியவை உட்படு கின்றன. முகலாய மன்னர்களின் பட்டியல், இந்தியா பிளவுபட்ட தற்கான காரணம், முதல் வகுப்பிலிருந்த நெருங்கிய நண்பனின் பெயர் ஆகியவை இதற்கு எடுத்துக்காட்டுகளாகும். இவையிரண்டும் நமக்குப் பயன்தரக்கூடியவை. இவற்றை வகைப்படுத்திப் பார்ப்பதும் சரிதான். காரணம் இவையிரண்டும் மூளையின் இரண்டு இடங்களில் முறைப் படுத்தப்படுகின்றன. மூளை பாதிக்கப்பட்ட நோயாளிகளின் நட வடிக்கைகளைக் கவனித்து இது உண்மைதான் என நாம் உறுதி செய்திருக்கிறோம். ஹிம்போகாம்பஸ் பழுதுபட்ட ஒருவரைப்பற்றி முதல் அத்தியாயத்தில் கூறியது நினைவிருக்கிறதா? அவரால் வெளிப்படையான நினைவுகளைப் பதிவு செய்ய முடியாது. ஆனால், அவரால் நீண்டகால மறைமுக நினைவுகளைப் பதிவு செய்யமுடியும். அவரை தினமும் சந்திக்கும் மருத்துவரை அவரால் அடையாளம் காண முடியாது. புதிதாகச் சந்திப்பதுபோல் தினமும் வரவேற்பார். தினமும் கண்ணாடியில் ஓவியம் வரையும் வேலையில் பயிற்சியெடுத்துக் கொண்டார். அதில் அவருக்கு நல்ல முன்னேற்றம் இருந்துகொண்டே இருந்தது. தினமும் பயிற்சியெடுத்ததை அவர் மறந்துவிட்டார். ஆனால் திறமை நாளுக்கு நாள் வளர்ந்துகொண்டேயிருந்தது.

வெளிப்படை நினைவாற்றலை இரண்டு முறையில் வகைப்படுத்த லாம். கருத்துகள், தகவல்கள் ஆகியவற்றின் அடிப்படையில் செயல் படுபவை (செமான்ட்டிக் நினைவாற்றல்). நம் வாழ்க்கையில் நடக்கும் தனித்தனி நிகழ்வுகளின் அடிப்படையில் செயல்படுபவை (எப்பிசோடிக் நினைவாற்றல்) மூளையின் சிலகுறிப்பிட்ட பகுதிகளில் பழுது ஏற்பட்ட நோயாளிகள் எப்பிசோடிக் நினைவாற்றலை இழந் திருப்பார்கள். ஆனால், செமான்ட்டிக் நினைவாற்றல்திறன் இருக்கும். இதிலிருந்து இவ்விரு நினைவாற்றலும் வேறுபட்டவை என்பதை உணரலாம். 'நான் யார்? நான் எங்கே இருக்கிறேன்?' என்ற வகையைச் சார்ந்த நோயாளிகள் தங்கள் பொதுஅறிவையும் திறமையையும் மறப்பதில்லை. ஆனால், அவர்களால் தங்கள் வாழ்க்கையில் நடந்த ஒரு சிறுநிகழ்வைக்கூட நினைவுபடுத்த முடியாது. எடுத்துக்காட்டாகத் தன்னிடம் இருக்கும் கார் எந்த வருடம் எந்த கம்பெனியால் உருவாக்கப் பட்டது என்பதை இவர்களால் சரியாகச் சொல்லமுடியும். ஆனால், அந்தக் காரை அவர் ஓட்டியது ஒருமுறை கூட நினைவுக்கு வராது.

பாடத்திட்டத்தின் பகுதியாகப் பள்ளிக்கூடங்களில் கற்பிக்கும் பெரும் பான்மையான தகவல்கள், கருத்துகள், எண்ணங்கள் ஆகியவை மாணவர் களின் செமான்டிக் நினைவாற்றலில் பதிவாகின்றன. இவற்றை நினைவு படுத்துமாறு, வெளிப்படுத்துமாறு நாம் மாணவர்களிடம் வேண்டு கிறோம். ஒரு மாணவனிடம் பித்தகோரஸ் தேற்றத்தை விளக்கும்படிச் சொன்னால் எந்த நாளில் அவர் அதைக் கற்றுக்கொண்டார்; அந்த வகுப்புக்கு முன்பு அவர் என்ன சாப்பிட்டார் போன்ற தகவல்கள் நமக்குத் தேவையில்லை. அந்தத் தேற்றத்தை மட்டும் கூறும்படிச் சொல்கிறோம்.

நான் சொல்வது என்னவென்றால் நம் கற்பித்தல் மாணவர்களின் செமான்டிக் நினைவாற்றலைக் 'கூட்டுகிறது'. கூட்டுவது என்ற சொல் இந்த நினைவாற்றலின் சிக்கலான செய்முறையை முழுமையாக வெளிப்படுத்துவதில்லை. ஒரு மாணவனின் செமான்டிக் நினைவாற்ற லில் பதிவாகியுள்ள அடிப்படை அறிவு பல பரிமாணங்களில் கூடு கிறது. புதிய தகவல்களையும் கருத்துகளையும் அறிமுகப்படுத்தும் போது அவருடைய அறிவின் **அளவு**, மொத்த எண்ணிக்கை கூடிக் கொண்டே இருக்கிறது. தற்போது அவருக்கு இருக்கும் அறிவுகளுக்கு **இடையேயுள்ள தொடர்புகளின் எண்ணிக்கையும்** கூடுகிறது. இத் தொடர்புகள் கூடக்கூட **குழப்பமும்** அதிகரிக்கிறது. பல்வேறு அறிவு களின் **நிலைத்தன்மை, புரிதலில் அளவு** ஆகியவை அதிகரிக்கின்றன. ஆனால், கற்பிக்கும்போது இந்தக் கருத்துகளையெல்லாம் நாம் கருத்தில் கொள்கிறோமா?

நம் கல்வித்துறை முதலில் கூறியவற்றை கவனத்தில்கொள்கிறது என என்னால் உறுதியாகச் சொல்லமுடியும். சிறுசிறு அறிவுத்துணுக்கு களை நினைவாற்றலோடு சேர்ப்பதில் நமக்கு எந்தத் தயக்கமும் இல்லை. ஆனால், ஆசிரியர்களாகிய நாம் செமான்டிக் நினைவாற்றலில் மாற்றங் கள் நடப்பதற்கான சுவையான வழிகளைக் கடைப்பிடிக்கச் சிறப்புக் கவனம் எடுத்துக்கொள்ளவேண்டும். அறிவுகளுக்கிடையே தொடர்பு களை ஏற்படுத்த மாணவர்களுக்கு உதவவேண்டும். அவர்களிடமுள்ள தகவல்களை வெளிப்படுத்தி அவற்றை உறுதிப்படுத்தவும் அதன் மூலம் அவர்களுக்கு நுண்கருத்துகளின் அடிப்படையை ஆழமாக அமைக்கவும் உதவிட வேண்டும். பாடப்புத்தகங்கள் தனியாக இந்த வேலையைச் செய்யமுடியாது. ஆசிரியர்களின் இடத்தை வேறு யாராலும் நிரப்பமுடியாது. மாணவர்கள் அறிவுபெறுவதற்கான பல்வேறு வழிகளைப்பற்றி நாம் யோசித்தால் கற்பித்தல்முறைகளில் மாற்றங்கள் செய்யத் தானாக முன்வருவோம்.

ஒரு சாதாரண மனிதனின் செமான்டிக் நினைவாற்றலின் அளவு எத்தனை பெரியது? இது விடைகாணமுடியாத வினாவாகத்

தோன்றலாம். ஆனால், ஆய்வாளர்கள் இந்த நினைவாற்றலை அளப்பதற்கான முயற்சியை மேற்கொண்டுள்ளனர். கற்றலைப்பற்றிக் கூறும் அத்தியாயத்தில் சந்தித்த மிஷலேனி சீ நாம் ஒவ்வொருவரும் சுமார் பத்துலட்சம் அறிவுத்துணுக்குகளை நினைவில் வைத்திருக்கிறோம் என்கிறார். (இந்தப் புத்தகத்தின் முதலிரண்டு அத்தியாயங்களைப் படித்திருந்தால்) பத்துலட்சத்துக்கும் அதிகமான இந்த அறிவுத்துணுக்குகள் தங்களுக்குள் நெருங்கிய தொடர்புகளை அமைத்திருக்கும் எனச் சொல்லவேண்டியதில்லை. எந்த அடிப்படையில் இவை ஒழுங்குபடுத்தப்பட்டுள்ளன என்பதை இனிவரும் பகுதிகளில் காணலாம்.

நீண்டகால நினைவாற்றல் எவ்வாறு ஒழுங்குபடுத்தப்படுகிறது?

தகவல்கள் எவ்வாறு சேமிப்புப்பெட்டகத்தில் ஒழுங்குபடுத்தப்படுகின்றன என்பதைப் பொறுத்துத் திரும்பப்பெறுவதும், எந்தளவுக்குப் பயன்படுகிறது என்பதும் அமைந்திருக்கிறது. ஆசிரியர்களாகிய நாம் மாணவர்களுக்குக் கற்பிக்கும் தகவல்கள் அவர்களுக்குப் பயன்படும் வகையில் பொருத்தமான நேரத்தில் அவர்களின் தேவைக்கேற்ப (வருடமுடிவில் நடத்தும் தேர்வுக்காக அல்ல) வெளிப்படுத்த வேண்டும் என்று விரும்புகிறோம். ஒரு மாணவன் கழித்தல் கணக்குக்கு விடைகாணும் திறன் பெற்றால் அந்தத் திறமையைக் கீழ்க்காணும் அனைத்துச் சூழலிலும் வெளிப்படுத்த வேண்டும் என்று ஆசிரியர் எதிர்பார்க்கிறார்.

- *456 - 345 =?*
- *345 + ? = 456*
- *456 க்கும் 345 க்கும் இடையேயுள்ள வேறுபாடு எவ்வளவு?*
- *ஜெய் என்பவரிடம் 456 ரூபாயும் அவர் மனைவியிடம் 345 ரூபாயும் உண்டு. மனைவியைவிட ஜெய்யிடம் எத்தனை ரூபாய் அதிகம் இருக்கிறது?*

இவைபோன்ற வேறு சூழல்கள்...

இந்த ஒவ்வொரு வினாவும் கழித்தல்பற்றிக் குழந்தைகள் கொண்டிருக்கும் நீண்ட கால நினைவாற்றலில் இருந்து திரும்பப்பெறுவதற்கான தூண்டல்களாகும். நாம் இரு எண்களுக்கிடையேயுள்ள வேறுபாடு காண்பது எப்படியெனக் கற்பிக்கும்போது எந்தச் சூழலில் பயன்படுத்த வேண்டும், எந்தெந்த எண்கள் வந்தால் எப்படிக் கழிக்க வேண்டும் என்பதையும் கற்பிக்கவேண்டும். எப்போது பயன்படுத்துவது? எண்கள் மாறி வந்தால் என்னசெய்வது என்பதை நாம் கற்பிக்காவிட்டால் தேவையான போது அந்தத் தகவல்களைத் திரும்பப் பெறமுடியாவிட்டால் நாம் கழித்தல் கற்பித்துப் பயனில்லை.

எந்தத் துறையில் எந்தப் படிப்புப் படித்தாலும் இந்தக் கருத்து பொருந்தும். குழந்தைகளின் முன்னறிவோடு தொடர்புபடுத்தியும், அவர்கள் சந்திக்கப்போகும் சூழலோடு தொடர்புபடுத்தியும் ஒரு பாடப்பகுதியைக் கற்பித்தால் அந்தத் தகவல்களைத் திரும்பப் பெறுவது மிகவும் எளிது. அதை நினைவில் வைத்துக் கொள்ளப் பல் வேறு பாதைகள் உருவாகும்.

அப்படியானால் ஞாபகங்கள் எவ்வாறு மூளையில் ஒழுங்குபடுத்தப் படுகின்றன? அது அத்தனை எளிதல்ல. ஒரு பெரிய புத்தகத்தில் நாம் படிக்கும் அனைத்தும் தொடக்கம் முதல் இறுதிவரை பதிவுசெய்யப் பட்டிருப்பதுபோல் பதியப்படவில்லை. மூளையைச் சிலர் ஒரு நூலகத்தோடு ஒப்பிடுகிறார்கள். ஆயிரக்கணக்கான புத்தகங்கள் எளிதில் எடுக்கும் முறையில் வகைப்படுத்தி அடுக்கி வைக்கப்பட்டிருக் கும் நூலகம். அதனால் எப்போது எந்தப் புத்தகம் வேண்டுமோ அப் போது மிகஎளிதில் அதைக் கண்டுபிடித்து எடுக்கமுடியும். ஒரு நூலகம் போல் மூளையில் தகவல்களும் அனுபவங்களும் பதிவாகின்றன என்று சொன்னாலும் அது ஓர் மிக எளிய உவமையாகத்தான் இருக்கும். நூலகங்களில் புத்தகங்களைத் துறைகளின் அடிப்படையில் வகைப் படுத்தி, எழுத்தாளர்களின் பெயர்களின் அகர வரிசைப்படி அடுக்கி வைத்திருப்பார்கள். உங்களுக்கு கிப்ளிங் எழுதிய ஜங்கிள் புக் என்று புத்தகம் வேண்டுமானால் கதைப்பகுதிக்குப் போய் 'கெ' என்ற எழுத்தின் கீழ்ப் பார்த்தால் போதும். ஆனால் மௌகிலியைப் பற்றிய புத்தகம் எடுக்க வேண்டும். மௌகிலியைப் பற்றி வேறு எந்தத் தகவலும் தெரியாது. இந்தச் சூழலில் நாம் எல்லாப் புத்தகங்களையும் புரட்டிப் பார்க்க வேண்டிய நிலைமை ஏற்படும் அல்லவா. ஏனென்றால், நூலகப்புத்தகங் கள் முக்கிய கதாபாத்திரங்களின் அடிப்படையில் அடுக்கப்படவில்லை!

சக்திமான் பத்தின புக் இருக்கா?

மனித நினைவுகள் எப்படியெல்லாம் முடியுமோ அப்படியெல்லாம் அடுக்கப்பட்டிருக்கின்றன. நீங்கள் ஜங்கிள் புக் படித்திருந்தால் உங்களால் கீழ்வரும் கேள்விகளுக்கு விரைந்து பதில் சொல்ல முடியும்: கிப்ளிங்கின் ஒரு கதையின் அடிப்படையில் ஒரு திரைப்படம் எடுக்கப்பட்டுள்ளது. அந்தப் புத்தகத்தின் பெயர் என்ன? மௌகிலி கதாபாத்திரமாக வரும் கதையின் பெயர் என்ன? பகீராவைப் பற்றிக் கூறும் புத்தகத்தின் பெயர் என்ன? இன்னும் இதுபோல் பல கேள்வி களுக்கு உங்களால் பதில் சொல்ல முடியும். எத்தகைய வினாக்கள் கேட் டாலும் சரியான பதில்களை விரைந்து சொல்லுவதற்கு ஏற்றாற்போல் புத்தகங்கள் பற்றிய தகவல்கள் ஒழுங்குபடுத்தப்பட்டுள்ளதாகத் தோன்றுகிறது. நம்மைப் பற்றிய நினைவுகளும் இதேமுறையில் அடுக்கப்பட்டுள்ளன. பெரியம்மை வந்தபோது நீங்கள் வாசித்த புத்தகம் என்ன என்று கேட்டாலும் ஜங்கிள் புக் என்று உங்களால் பதில் சொல்ல முடியும்.

தற்போது நினைவுகள் ஒழுங்குபடுத்தப்படும்முறையின் புகழ்பெற்ற இரண்டு மாதிரிகளை நான் இங்கு சுருக்கிக் கூறப்போகிறேன். ஒன்று செமான்டிக் நெட்வர்க் கோட்பாடு. கருத்துகள் (நாற்காலி, மகிழ்ச்சி, முயல்) ஒவ்வொன்றும் உறவுகளின் அடிப்படையில் தொடர்பு கொண்டுள்ளன. சிலகருத்துகள் தகுதிப்படி உட்பிரிவுகளாகவும், சில காரணகாரியத்தின் அடிப்படையிலும், சில முன்பின் எனவும் (படத்தைப் பார்க்க) அடுக்கப்பட்டுள்ளன.

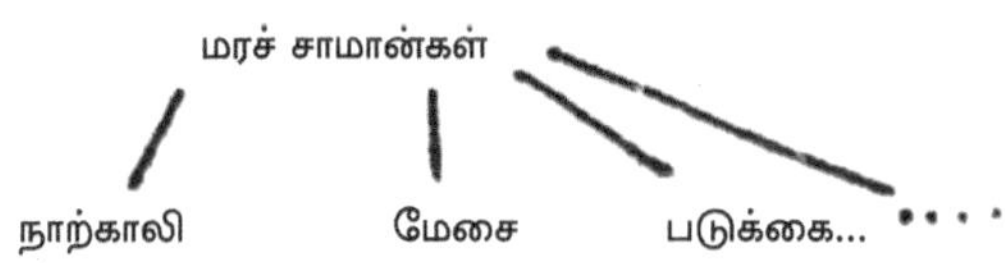

உட்பிரிவுக் கட்டமைப்பு

காரண காரியம்

நெருங்கிய தொடர்புகொண்ட கருத்துகள் இணைந்து ஒருதுறையாக, மண்டலமாக மாறுகின்றன. குளித்தல், வேதியியல், வீட்டு உப கரணங்கள் என இம்மண்டலங்கள் ஒன்றுக்கொன்று முற்றிலும் மாறுபட்டவையாக இருக்கக்கூடும். ஓர் எல்லைவரை இந்த மண்டலங் களிலுள்ள கருத்துகள் ஒன்றோடொன்று இணைந்து கலந்துவிடு

கின்றன. குளியல்தொட்டி, சோப்பு, வார்னீஷ். (படத்தைப் பார்க்க) இப்படி ஒன்றுக்கொன்று குறுக்கு மறுக்காகக் கலந்து இருப்பது 'சிக்கலான கட்டமைப்பு' என்று அழைக்கப்படுகிறது. நினைவாற்றலைப் பற்றிய மிகச் சிறந்த விளக்கமாக இதைக் கருதுகிறேன்.

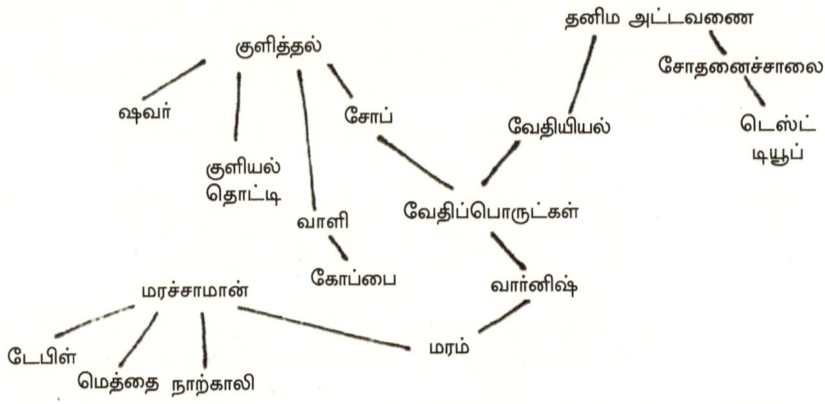

வேறொரு கோட்பாட்டின்படி 'விவரிக்க முடிந்த அறிவுகள்' என்பதை அனுபவங்களில் திரும்பத் திரும்ப வரும் அடுக்கு என்று சொல்லலாம். குறிப்பு, திட்டம், வரைபடம் அல்லது புதிய அனுபவத்தை எந்தக் கோணத்தில் பார்க்கிறோம் என்னும் விளக்கம் போன்ற பியாஜெட்டின் கருத்துத்தொகுப்புகளாக ('ஸ்கீமா') அது பதிவாகியிருக்கும். கருத்துத் தொகுப்புகள் நுட்பமானவை. ஏனென்றால், அவை பல்வேறு அனுபவங்களில் மறைந்திருக்கும் பொதுப்பண்புகளை, அடுக்குகளைக் குறிக்கின்றன. ஒரு சூழலிலுள்ள ஏதேனும் ஒன்று ஒரு கருத்துத்தொகுப்பைத் தூண்டிவிட்டால் முழுக்கருத்துத் தொகுப்பும் அப்படியே நினைவுக்கு வந்துவிடும். (எடுத்துக்காட்டாக என்னுடைய 'இந்தியக்கல்வித்துறை' என்னும் கருத்துத் தொகுப்பு என்.சி.இ.ஆர்.டி என்று கேட்டதும் தூண்டப்படுகிறது.) புதியதொரு கருத்துத்தொகுப்பு ஏற்கெனவே பதிவாகியிருக்கும் தகவலின் அடிப்படையில் புரிந்துகொள்ளப்படும்.

எந்தக் கோட்பாடாக இருந்தாலும் நம் கற்பித்தல் பல்வேறு வகையான தொடர்புகளையும் உறவுகளையும் உருவாக்க மாணவர்களை ஊக்கப்படுத்துவதாக இருக்கவேண்டும். நினைவாற்றல் இயல்பாகவே ஒழுங்குபடுத்தப்படுமானால் மாணவர்களின் நன்மைக்காக அந்த இயல்பை நாமும் பயன்படுத்துவோம். எங்கெங்கு வாய்ப்புக் கிடைக்கிறதோ அங்கெல்லாம் கீழ்வரும் செயல்பாடுகளுக்கான வாய்ப்புகளைப் பயன்படுத்தவேண்டும்.

- படிநிலையை வெளிப்படுத்திக் காட்ட வேண்டும் (வகைப் பிரித்தல் போல்)
- இடையேயுள்ள தொடர்பை முக்கியப்படுத்திக் காட்ட வேண்டும். (பல்வேறு நிகழ்வுகளுக்கிடையே)
- காரணகாரியத் தொடர்பைக் கண்டுபிடித்துக் கூறவேண்டும்
- எடுத்துக்காட்டுகளிலுள்ள மையக்கோட்பாட்டை வேறுபடுத்திக் காட்ட வேண்டும். (கோட்பாடு, சட்டம் ஆகியவை எடுத்துக் காட்டு)
- உவமைகளை ஒப்பீடுசெய்ய வாய்ப்பளிக்க வேண்டும். (மண்டலங்களுக்குள்ளும் இடையிலும்)

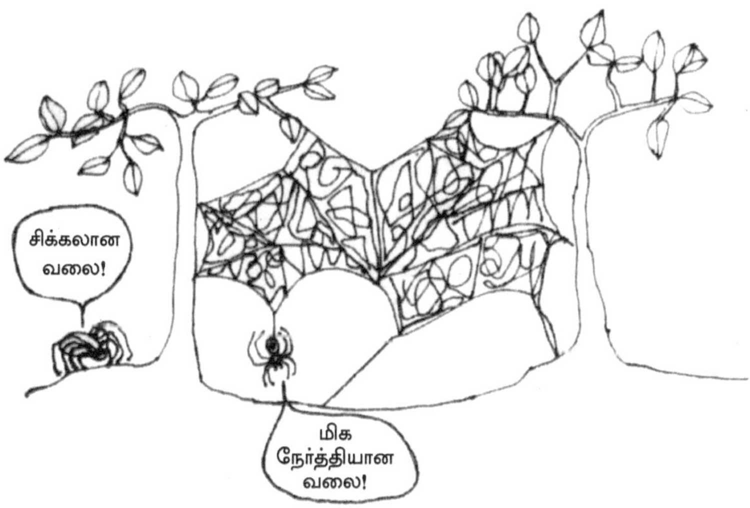

நிகழ்கால நினைவாற்றல்

அனைத்து நீண்ட கால நினைவாற்றலும் தேவைப்படும்போது 'கிடைக்கக்கூடிய' நிலையிலேயே இருக்கின்றன (ஒருமுறை அல்லது வேறொருமுறை சரியாக நினைவுக்கு வராமல் தொல்லைதருவதும் உண்டு). எல்லா கடந்தகால நினைவாற்றலும் நிகழ்காலத்தில் அப்படியே பசுமரத்தாணிபோல் மனதில் நிற்பதில்லை என்பதை நீங்கள் ஒத்துக்கொள்வீர்கள். இது பெரிய நூலகத்திலுள்ள அனைத்துப் புத்தகங்களிலுள்ள எல்லாச் சொற்களையும் வாசிப்பதுபோல் நடக்காத செயலாகும். அதனால் எப்போது அதைப்பற்றி நினைக்கிறோமோ அப்போது அந்த நினைவுகளை நம்மால் மீட்டெடுக்கமுடிகிறது. இது

மனத்தில் நடக்கும் இடத்தை 'நிகழ்கால நினைவாற்றல்'[1] என்று சொல் வார்கள். கணினியில் தற்போது தட்டச்சு செய்வதாக இதை எடுத்துக் கொள்ளலாம். கணினித்திரையில் கடந்தகால நினைவாற்றலின் சிலபகுதிகளும் இருக்கும். உங்கள் அறிவிலிருந்து உற்பத்தியாகிக் கொண்டிருக்கும் புதியசெய்திகளும் இருக்கும். நாம் தற்போது கணினித்திரையில் கிடைக்கும் தகவல்களோடு செயல்பட்டுக்கொண் டிருப்போம். அது மிகவும் சிறியதாக இருப்பதால் அந்தக் குறிப்பிட்ட நேரத்தில் அந்தக் குறிப்பிட்ட சிறிய பகுதியில் மட்டும் நம் கவனம் குவிந்திருக்கும். புதியதாக ஏதேனும் வரும்போது கடந்தகால நினை வாற்றலில் இருந்து ஒருபுதிய செய்தியோ வெளியிலிருந்து வரும் ஓசையோ வந்தால் நம் கவனம் சிதறும். காரணம் அந்தப் புதியதகவல் கணினித்திரையில் இருக்கும் பழைய செய்தியை மறைத்து ஆதிக்கம் செலுத்தும். பழைய செய்தியை மறக்காமல் இருக்க ஒரேவழி கணினித் திரையில் தொடர்ந்து வேலை செய்வதுதான், அதைப்பற்றி நினைப்பது தான், அல்லது மீண்டும் மீண்டும் நினைவுபடுத்துவதுதான். இப்படிப் பார்க்கும்போது நிகழ்கால நினைவாற்றல் என்பது கணினித்திரைபோல் அல்ல என்று உறுதியாகச் சொல்ல முடியும். கணினித்திரையில் மாதக் கணக்காகத் திறந்து பார்க்காத பலகோப்புகள் இருக்கும். அதில் நாம் ஒரு வேலையும் செய்வதில்லை. இவ்வாறு நிகழ்கால நினைவாற்றலுக்கு ஓர் அளவுக்குத்தான் திறமையிருக்கிறது. கால அளவும் குறைவுதான். நீங்கள் எப்போது கவனம் கொடுக்கத் தவறுகிறீர்களோ அப்போது நிகழ்கால நினைவாற்றல் மறைந்துவிடும். ஆனால், கடந்தகால நினைவாற்றல் அப்படியல்ல. புதியதாகக் கற்கும் அனைத்தும் நிகழ்கால நினைவாற்றலில்தான் நடக்கிறது.

நினைவுகளைப் பாதுகாப்பதற்கும் அவற்றைப் பயன்படுத்துவதற்கும் நிகழ்கால நினைவாற்றல் வசதியளிக்கிறது என்பது இதன் சிறப்பாகும். நினைவாற்றலின் அடிப்படையில் செயல்படவும் அவற்றைப் பயன்படுத்தவும் உங்களுக்குத் திறமையிருந்தால் நினைவாற்றலில் அதிகத் தகவல்களைப் பாதுகாக்கலாம். எடுத்துக்காட்டாகக் கடிதங் களுக்கு ஒருபகுதி, வரவு செலவுக்கு ஒருபகுதி, பட்டியல் அட்ட

---

[1] நிகழ்கால நினைவாற்றல் பெரும்பான்மையும் ஹிப்போகாம்பஸுடன் தொடர் புடையது. மூளையின் அமைப்பைப்பற்றி முதல் அத்தியாயத்தில் சிறிதளவு பார்த்தோம். ஹிப்போகாம்பஸின் முயற்சிக்கு நன்றி சொல்லவேண்டும்! மூளையின் இந்தப்பகுதி வெளிப்படையான, தெளிவான நிகழ்வுகளைப் பதிவுசெய்யும் பொறுப்பை ஏற்றுள்ளது. வாழ்க்கை முழுவதும் நம் அனுபவங்களையும் கற்றலை யும் தொடர்ந்து பெருமுயற்சி செய்து ஹிப்போகாம்பஸ் பதிவுசெய்கிறது. பிறகு உரிய நேரத்தில் தொடர்ந்து நியோகோர்டெக்ஸ்க்கு அனுப்புகிறது. இந்த நினைவுகள் இப்பகுதியில் நீண்டகாலத்துக்குப் பாதுகாக்கப்படுகின்றன. சிலகாலங்களுக்குப் பிறகு ஹிப்போகாம்பஸாலேயே 'அழிக்க'ப்படுகின்றன.

வணைக்கு ஒருபகுதி எனத் தற்கால நினைவாற்றலைப் பலபகுதி களாகப் பிரித்து ஒழுங்குபடுத்தினால் இச்செயல் மிகவும் சுலபமாகும். அதிக தகவல்களைப் பயன்படுத்தலாம். திறமையாகவும் பயன்படுத்த லாம். இதே முறையை நிகழ்கால நினைவாற்றலுக்கும் கடைப்பிடித் தால் அதிகத் தகவல்களைப் பாதுகாக்க முடிவதோடு அவற்றைத் தேவைக்கேற்ப மிகத்திறமையாகப் பயன்படுத்தவும் முடியும்.

நம்மிடம் இருக்கும் அல்லது நமக்குக் கிடைக்கும் தகவல்களின் அடிப் படையில்தான் நம்மால் நினைவாற்றலை ஒழுங்குபடுத்த முடியும். கீழ்வரும் எடுத்துக்காட்டு இந்தக் கருத்தைத் தெளிவுபடுத்தும். நீங்கள் எட்டு தொலைபேசி எண்களைக் கேட்கிறீர்கள். அவ்வெண்களுக்குள் ஒற்றுமையில்லை. வெவ்வேறானவை. அறிமுகமில்லாதவர்களின் தொலைபேசி எண்கள் என வைத்துக்கொள்வோம். அவற்றை உங்களால் அந்த நேரத்தில் குறித்து வைக்க முடியவில்லை. எனவே அவற்றைத் திரும்பத் திரும்பச் சொல்லிப்பார்த்து நிகழ்கால நினைவாற்றலில் பாதுகாக்கவேண்டும் (பயிற்சி செய்தல்). இந்த எட்டு இலக்க எண் உங்கள் நிகழ்கால நினைவற்றலைக் களைப்படையச் செய்துவிடும். இன்னும் சிலஎண்களை இத்துடன் இணைப்பது மிகவும் சிரமமானதாக மாறிவிடும். அசாத்தியம் என்றே சொல்லலாம். ஒரு புதிய அலைபேசி எண்ணை இதேமுறையில் இத்துடன் இணைக்கச் சிரமப்பட்ட அனுபவம் உங்க ளுக்கு இருக்கும். ஆனால், எட்டிலக்க எண்ணில் முதல் ஐந்து இலக்க எண் உங்கள் நண்பருடைய எண்ணைப்போலவே இருந்தால் உங்க ளால் பத்து எண்களைக்கூடத் தற்கால நினைவாற்றலில் தக்க வைத்துக் கொள்ள முடியும். முதல் ஐந்து எண்கள் ஒரேபோலிருப்பதால் அவற்றை ‘மொத்தமாக’ ஒரே முயற்சியிலேயே நினைவில் வைத்துக்கொள்ளலாம். தொடர்பில்லாத ஆறு வார்த்தைகளை, ஆறு சொற்களை ஏதேனும் தொடர்பின் அடிப்படையில் ஒரு மாலைபோல் கோக்கும்போது அவற்றை மிக எளிதில் நினைவில் வைத்துக்கொள்ள முடிகிறது. இவ்வாறு தொடர்பு படுத்துவது தற்கால நினைவாற்றலின் திறமையைக் கூட்டுகிறது.

ஆக, தற்கால நினைவற்றலின் திறமை என்பது தகவல்களை அலசித் தொடர்பு காண்பதிலும் அவற்றைப் பாதுகாப்பதிலும் அடங்கியிருக்கிறது. இந்தத் திறமையைப் பரிசோதிக்க வேண்டுமானால் தகவல்களை

நினைவுபடுத்துவதற்கும் அவற்றை அலசிப்பார்ப்பதற்கும் யோசிப்பதற்கும் தகுந்தாற்போன்ற ஒரு வேலையைத் தேர்ந்தெடுக்க வேண்டும். 'வாக்கிய விளையாட்டு' ஒரு நல்ல எடுத்துக்காட்டு. ஒருவர் பல வாக்கியங்கள் சொல்லுவார். அவர் சொல்லும் வாக்கியங்களைக் கவனித்துக் கேட்டபின் எது மெய்யானது எது பொய்யானது என முடிவு செய்ய வேண்டும். அவர் சொல்லி முடித்தபின் அந்த வாக்கியங்களின் இறுதிச் சொல்லை நினைவுபடுத்திச் சொல்லவேண்டும். அவர் சொல்லும் வாக்கியங்களின் எண்ணிக்கைக் கூடக்கூட கடைசிச் சொல்லை நினைவுபடுத்துவது மிகவும் சிரமாக இருக்கும். நீங்கள் எந்த இடத்தில் தவறு செய்கிறீர்களோ அதுவரைதான் உங்கள் தற்கால நினைவாற்றலின் திறமையெனப் புரிந்துகொள்ளலாம்.

தற்கால நினைவாற்றலும் கற்றல்-கற்பித்தல் செயல்பாடும்

ஆசிரியர்களாகிய நமக்கு நீண்டகால நினைவாற்றல் மிகவும் முக்கியமானது என்பது தெள்ளத் தெளிவு. நீண்டகால நினைவாற்றலை ஒழுங்குபடுத்துவது எப்படி, தகவல்களைத் திரும்பப்பெறுவது எப்படி, ஞாபகமறதி ஏற்படுவது எப்படி போன்றவைபற்றித் தெரிந்துகொள்ள இயல்பாகவே நமக்கு ஆர்வம் இருக்கும். இதைப்போல நிகழ்கால நினைவாற்றலும் முக்கியமானதே. இதன் திறமை மிகவும் குறைவு. சிலநொடிகள் மட்டும்தான் நிலைநிற்கிறது. இருந்தும் இது ஏன் முக்கியமானது? இதற்கு இரண்டு காரணங்கள் உள்ளன. ஒன்று, ஒவ்வொருவருடையவும் நிகழ்கால நினைவாற்றல் திறன் வேறுபட்டிருக்கிறது. ஆசிரியர்களாகிய நாம் அதைக் கருத்திற்கொள்ள வேண்டும். இரண்டு இதன் தானியங்கும்தன்மை. அதை எப்படி சிறப்புறப் பயன்படுத்துவது என்பதையும் ஆசிரியர் தெரிந்துகொள்ள வேண்டும்.

முன்னர் பார்த்தது போல் நாம் கற்கும் அனைத்தும் நிகழ்கால நினைவாற்றல்வழி கடந்துசெல்ல வேண்டும். ஒவ்வொரு கற்றல் சூழலிலும் தெரிந்துகொள்ளும் தகவல்கள் யாவும் முன்பு கற்றவற்றுடன் தொடர்புடையவை. ஆனால் அவற்றை நிகழ்கால நினைவாற்றலின் மூலம்தான் தெரிந்துகொள்கிறோம். இவ்விரண்டையும் அதற்கேற்ப சரிவர ஒழுங்குபடுத்த வேண்டும். ஆக, இறுதியில் புதியதாகக் கற்றுக்கொண்ட அறிவும் நீண்டகால நினைவாற்றலுடன் சேர்ந்துகொள்கிறது. ஆனால் ஒரு குழந்தையின் தற்கால நினைவாற்றல் திறன் குறைவாக இருந்தால் மொத்தச் செயல்பாட்டையும் அது பாதிக்கும். புதிய தகவல்களில் மிகச்சிலவற்றுக்குத்தான் முன்னறிவுடன் தொடர்பிருக்கும். அவற்றிலும் மிகக்குறைந்த அளவைத்தான் நாம் உள்வாங்கிக்கொள்கிறோம். அவ்வாறு உள்வாங்கிக்கொண்டவற்றை மட்டும்தான் அடுத்தமுறை நினைவுகூர முடியும். அதிக நேரம் வேலைசெய்தால் அது

கற்றலைப் பாதிக்கும். எனவே, நிகழ்கால நினைவாற்றல் என்பது கற்றலைப் பொறுத்தவரை அவிழ்க்க முடியாத பிரச்னையாக மாறுகிறது. கேட்பதற்குச் சரியெனத் தோன்றுகிறது. ஆனால், உண்மையில் இவ்வாறு நடக்கிறதா?

இவ்வாறு நடக்கிறது என்பதற்குப் போதுமான சாட்சியங்கள் உள்ளன. எந்த வயதுக் குழந்தைகளாக இருந்தாலும் அவர்களுடைய நிகழ்கால நினைவாற்றல்திறன் வேறுபடுகிறது. எனவே, அவர்களுடைய கற்கும் திறனும் வேறுபடுகிறது. குறைந்த நிகழ்கால நினைவாற்றல்திறன் கொண்ட குழந்தைகள் பள்ளிவேலைகளைச் செய்வதில் சிரமப்படுவார்கள். இங்கிலாந்தைச் சேர்ந்த சூசன் கேதர்கோல் என்பவரும் அவருடைய நண்பர்களும் நிகழ்கால நினைவாற்றலுக்கும் குழந்தைகளின் கற்றலுக்கும் இடையேயுள்ள தொடர்பைப் பற்றி மிகவும் ஆழமான ஆய்வை மேற்கொண்டுள்ளனர். அவர்களின் ஆய்வு முடிவுகள்:

- 12 வயதுமுதல் 15 வயதுவரை, வயது கூடக்கூட குழந்தைகளின் நிகழ்கால நினைவாற்றல்திறனும் கூடுகிறது.
- ஒத்த வயதுடையவர்கள் மத்தியில் வாசிப்பு, எழுத்து, கணிதத் திறன் ஆகியவற்றோடு நிகழ்கால நினைவாற்றல் வலிமையான தொடர்பைக் கொண்டுள்ளது.

கேதர்கோல் மேலும் கூறுகிறார்: நடத்தைப் பிரச்னைகளோ, உளவியல் பிரச்னைகளோ இல்லாத ஒரு குழந்தை கற்றலில் பின்தங்கியிருந்தால் அதே வயதுடைய பிற குழந்தைகளை விட இந்தக் குழந்தையின் நிகழ்கால நினைவாற்றல்திறன் குறைவாக இருக்கும் எனப் புரிந்துகொள்ளலாம். இக்கருத்து பள்ளியில் குழந்தை வெளிப்படுத்தும் கற்றல் திறமையில் நிகழ்கால நினைவாற்றலுக்கு இருக்கும் முக்கிய பங்கை வலியுறுத்துகிறது.

உண்மையில் கேதர்கோலும் பிற ஆய்வாளர்களும் பள்ளிச்செயல்பாடுகளில் பிரச்னைகளுள்ள, நிகழ்கால நினைவாற்றல் குறைவான மூன்று முதல் ஐந்து வயதுடைய குழந்தைகளைப்பற்றி ஓர் ஆய்வு நடத்தினர். இயல்பான வகுப்பறைச் சூழலில் அவர்கள் எப்படி நடந்துகொள்கிறார்கள் என்பது கூர்மையாகக் கவனிக்கப்பட்டது. எப்போதெல்லாம் கற்றல் செயல்பாட்டில் பிரச்னை வருகிறதோ, நிகழ்கால நினைவாற்றல் அந்தச் சூழலில் எவ்வாறு செயல்படுகிறது என்பதுபற்றி விரிவாக அலசப்பட்டது. அங்கு நிகழ்கால நினைவாற்றல் தாண்ட முடியாத தடையாகச் செயல்படுவதைக் கண்டுபிடித்தார்கள். அந்தக் குழந்தைகளுக்கு நேர்ந்த சில குறிப்பிட்ட பிரச்னைகள்:

- ஆசிரியர் சொல்லும் தொடர்ச்சியான குறிப்புகளைக் கேட்டு அது போல் செயல்பட முடியவில்லை. அந்தக் குறிப்புகளை அவர்கள் மறந்திருந்தனர்.

- கரும்பலகையில் எழுதப்பட்டிருப்பதைப் பார்த்து எழுதும் போது, விட்ட இடத்திலிருந்து தொடர்ந்து எழுதமுடியாமல் சில வார்த்தைகளை விட்டுவிடுகின்றனர்.

- கதை சொல்லும் வேளையில் சில பகுதிகளைப் புரிந்துகொள்ள முயற்சிக்கும்போது வேறுசில பகுதிகளைத் தவறவிடுகின்றனர். எனவே கதையைச் சரிவரப் புரிந்துகொள்ளவில்லை. அதனால் கதைபற்றிய நீண்டகால நினைவாற்றலும் பலவீனமாக இருக்கும். இப்போது அவர்கள் சிறிய குழந்தைகளாக இருக்க லாம்; ஆனால் காலம் செல்லச்செல்ல கற்றல் செயல்பாடுகளில் அவர்கள் பின்தங்கிப்போவார்கள்.

கேதர்கோலின் ஆய்வின் அடிப்படையில் நிகழ்கால நினைவாற்றல் குறைவாக இருக்கும் குழந்தைகளுக்குப் பல்வேறு ஆலோசனைகள் தொகுத்து வழங்கப்பட்டுள்ளன. அந்த ஆலோசனைகளைச் சுருக்க மாகப் பார்ப்போம்.

- நிகழ்கால நினைவாற்றலுக்கு அதிக வேலைப்பளு கொடுக்கும் போது ஏற்படும் அறிகுறிகளைக் கவனியுங்கள் (இந்த அத்தி யாயத்திலிருந்து இவ்வறிகுறிகள் எப்படிப்பட்டவை என்பதைத் தெரிந்துகொள்ளலாம்)

- நீங்கள் அவர்களுக்குக் கொடுக்கும் வேலை நிகழ்கால நினை வாற்றலுக்கு எத்தகைய பாரத்தைக் கொடுக்கிறது என்பதை மதிப்பிடுங்கள்.

- வேலைப்பளு அதிகமாக இருந்தால் அதைச் சிறுசிறு பகுதி களாகப் பிரியுங்கள். அது பற்றிய குறிப்புகளை எழுதுங்கள். குழந்தைகளுக்கு அறிமுகமான பொருட்களைப் பயன்படுத்துங் கள். பலமுறை செய்து பார்க்கவும் எழுதிப்பார்க்கவும் வாய்ப் பளியுங்கள். பென்சில், தாள் ஆகியவை நினைவாற்றலுக்கு உதவும் கருவிகளாக மாறட்டும்.

தன்னியக்கம்: சிறப்புப் பயன்பாடு

பெரும்பான்மையான குழந்தைகள் ஒரு புதிய மொழியில் வாசிக்கவும் எழுதவும் கற்றுக்கொள்கிறார்கள். நீங்கள் புதிய மொழியைக்

கற்றிருந்தால் அந்தப் புதுமொழியிலுள்ள ஒவ்வொரு எழுத்தையும் தனித்தனியாக வாசிக்க அதிக நேரமும் உழைப்பும் தேவைப்படுகிறது என்பதை உணர்ந்திருப்பீர்கள். அவ்வாறு ஒரு சொல்லிலுள்ள ஒவ்வொரு எழுத்தையும் இனம்பிரித்து அறியும்போது முன்பு வாசித்த எழுத்தை உங்கள் நிகழ்கால நினைவாற்றலில் வைத்திருக்க வேண்டும். அப்போதுதான் எழுத்துகளை நூலில் கோர்த்தது போலிருக்கும் ஒரு சொல்லை வாசிக்க முடியும். ஒரு சொல்லின் மூன்றாவது நான்காவது எழுத்தை நீங்கள் வாசிக்கும்போது உங்கள் நினைவாற்றலின் திறமை மொத்தமும் அந்த எழுத்துகளை இனம்பிரிக்கப் பயன்படுத்தும்போது அதற்குமுன்பு வாசித்த எழுத்துகள் நிகழ்கால நினைவாற்றலில் இருந்து அடிக்கடி வெளியே போயிருக்கும். இப்போது மீண்டும் பின்னால் சென்று அந்த வார்த்தையை முழுவதும் நினைவுத்திரையில் அச்செடுக்க வேண்டும். இவ்வாறு தொடர்ந்து செய்ய வேண்டும். இது வாசிப்பின் வேகத்தைக் குறைக்கும். சிரமம் தரும்.

ஆனால் தொடர்ந்து பயிற்சி செய்வதன் மூலம் எழுத்துக்களை இனம்பிரிக்கும் செயல் உங்களை அறியாமலே நடந்துகொண்டிருக்கும். இதற்குத் தனிப்பட்ட கவனமும் முயற்சியும் தேவையில்லை. நீண்டகால நினைவாற்றல் மூலம் எழுத்துகளை வாசிக்கும் திறமை வளர வளர, உங்களால் சில எழுத்துத்தொகுப்புகளையும், வார்த்தைகளையும் கூட அப்படியே வாசிக்கும் திறமை பெற்றிருப்பீர்கள். அவ்வாறு சொற்களை வாசிப்பது எளிமையாகிறது. சிரமமற்றதாகிறது. தற்போது நிகழ்கால நினைவாற்றலைப் பயன்படுத்திச் சொற்களை அப்படியே நினைவில் வைத்துக்கொள்ளமுடிகிறது. ஒரு வாக்கியத்திலுள்ள சொற்களை வாசிக்கும்போது முன்பு வாசித்தவை நினைவில் இருக்கும். அதனால் வாக்கியத்தின் கருத்தை உங்களால் புரிந்துகொள்ள முடிகிறது. மேலும் உங்களுக்கு அந்த மொழியிலுள்ள ஏராளம் சொற்கள் தெரிந்திருந்தால், அதாவது உங்கள் நீண்டகால நினைவாற்றலில் அச்சொற்களின் பொருள் பதிவுசெய்யப்பட்டிருந்தால் ஒரு சொல்லை / சொற்றொடரை அடுத்தடுத்து விரைந்து வாசிக்க முடிகிறது. இவ்வாறு ஒரு நீண்ட வாக்கியத்திலுள்ள கடினமான சொற்களையும் பல தொடர்களையும்கூட உங்களால் எளிதில் புரிந்துகொள்ளமுடிகிறது. ஏனென்றால், இந்த நிலையில் ஒரே நேரத்தில் சொற்களையும் தொடர்களையும் மொத்தமாக வாசித்துக்கொண்டிருப்பீர்கள்.

தானியங்கு தன்மை என்பது தொடர்பயிற்சியினால் குறிப்பிட்ட நேரத்தில் நிகழ்கால நினைவாற்றலைப் பயன்படுத்திப் பெரிய கருத்துத்தொகுப்பை அப்படியே மொத்தமாகப் புரிந்துகொள்ளும்

திறமை. கணித வகுப்பில் தானியங்குத்தன்மை அதிக அளவில் பயன் படுவதைக் காணலாம்.

ஒரு குழந்தை ஒரு வழிக்கணக்கைச் செய்கிறது என வைத்துக் கொள்வோம். ஜெயனிடம் 45 ரூபாய் இருக்கிறது. அவன் தங்கையிடம் 35 ரூபாய் உண்டு. இருவரும் தங்கள் பணத்தை 320 ரூபாய் லாபம் கிடைக்கும் ஒரு தொழிலில் முதலீடு செய்தனர். அந்த லாபத்தை அவர்கள் எப்படிப் பகிர்ந்துகொள்வார்கள்? இதை உரக்கச் சொல்லிக் கொண்டே மனக்கணக்காகச் செய்வது நல்லது. அது உங்களுக்கும் குழந்தைகளுக்கும் நிகழ்கால நினைவாற்றலின் வேலைப்பாட்டை உணர்த்தும். விடை காண்பது எப்படியெனத் தெரிந்திருந்தால் முதலில் அவர்கள் 45:35 என்ற விகிதத்தை எளிமைப்படுத்த முயற்சிப்பார்கள். அவர்கள் முதலில் 5 x 9 = 45 என்பதை நினைவுபடுத்திக் கொள்ளவேண்டி யிருக்கும். 9 என்ற எண்ணை மனத்தில் வைத்துக்கொள்வார்கள். அவ்வாறு செய்யும்போதே 35 ஐ ஐந்தால் வகுப்பார்கள். இந்த நேரத்தில் அவர்களுக்கு 7 என்ற விடை கிடைத்திருக்கும். அதற்குள் 9 ஐ அவர்கள் மறந்திருப்பார்கள். பிறகு, 9 ஐயும் 7 ஐயும் கூட்டி, கிடைக்கும் 16 ஆல் 320 ஐ வகுத்திருப்பார்கள். இதற்கு 16 x 2 = 32 என்ற பெருக்கல் உண்மையை நினைவுபடுத்த வேண்டும். இதற்கிடையில் 9 ஐயும் 7ஐயும் மறக்காமலிருக்க வேண்டும். 20 என்ற விடை கிடைக்கும்போது 9 அல்லது 7 ஐ மறந்திருப்பார்கள். இப்போது அவர்கள் 9 ஐயும் 20 ஐயும் பெருக்கி 180 என்ற பெருக்கற்பலனைக் கண்டிருக்க வேண்டும். இதற்கிடையில் 7 ஐ மறந்திருக்கலாம். பிறகு 7 ஐயும் 20 ஐயும் பெருக்கி 140 எனக் கண்டுபிடிக்க வேண்டும். அதற்குள் 180 மனதை விட்டுப் போயிருக்கலாம். கூடவே ஜெயன் என்ற பெயர் மறந்து போயிருக்க லாம்.இவ்வேளைகளில் விடை கண்டுபிடிக்கும் வழிமுறையை அவர்கள் மறக்காமல் நினைவில் வைத்துக்கொள்ள வேண்டும். இந்தச் சிக்கலான செயல்பாட்டை ஒரு குழந்தை சரியாகச் செய்வதை அற்புதம் என்று சொல்லாமல் வேறென்ன சொல்வது!

இதில் தானியங்குத்தன்மை எப்படி உதவுகிறது? ஒவ்வொரு நிலை யிலும் இது உதவுகிறது என்பதே பதில். குழந்தைகள் உடனுக்குடன் தனிக்கவனம் எடுக்காமலே 5 ஆல் வகுத்து, சிறிய எண்களைக் கூட்டி, 16 ஆல் வகுத்து, இரண்டால் பெருக்கி... எனப் பல செயல்கள் செய் தாலும் எந்தத் தகவலையும் இடையில் மறக்கவில்லை. எப்போது நிகழ் கால நினைவாற்றலைப் பயன்படுத்தி இத்தனை செயல்களையும் செய் கிறார்களோ அப்போது வேலைப்பளு அதிகமாகும். மிகுந்த சிரமம் தோன்றும். எடுத்துக்காட்டாக அவர்கள் 45 ஐ 9 ஆல் வகுக்க, பெருக்கல் வாய்ப்பாட்டை நினைவுபடுத்திச் சொல்லவோ அல்லது 9-ஐ தொடர்ந்து ஐந்துமுறை கூட்டவோ செய்யும்போது நிகழ்கால நினை

வாற்றலுக்கு வேறு எந்தச் செயலைச் செய்யவும் இடமிருக்காது. அதனால் சில தகவல்கள் 'வெளியே' போய்விடலாம்.[2]

எனவே, பெருக்கல் வாய்ப்பாட்டையோ தேவையான தகவல்களையோ பாராமல் சொல்லப் பயிற்சியெடுப்பது நல்லது. அல்லது அவற்றைத் தெரிந்துவைத்திருப்பது நல்லது. அதனால் எவ்வித சிரமமும் இல்லாமல், தனிக்கவனம் எடுக்காமல் அவற்றை நிகழ்கால நினைவாற்றலுக்கு எளிதில் கொண்டுவர முடியும். இது வேகமான வாசிப்புக்கும் பொருந்தும். சொற்பொருள் தெரிந்திருப்பதும், வழிமுறைகளின் பயன்பட்டை அறிந்திருப்பதும் நல்லது. இந்தியர்களாகிய நாம் சலிப்பேற்படும் அளவுக்கு ஏராளமான தகவல்களைப் பாராமல் சொல்லப் பயிற்சியெடுக்கிறோம். தகவல்களைப் பாராமல் படிப்பதுதான் கற்றல் என்று சுருக்கிவிடக் கூடாது. மாறாக இத்தகவல்களைப் பயன்படுத்தவும் அதன்மூலம் எளிமையாக, சிரமமில்லாமல் உயர்நிலை சிந்தனையாற்றலைப் பெறவேண்டும். விருப்பமான, சவாலான கற்றல்தான் பாடத்திட்டத்தின் நோக்கமாக இருக்க வேண்டும். பயிற்சி என்பது அதற்கு உதவும் கருவியாக மாறவேண்டும்.

இதுவரை, நினைவாற்றலை விருப்பத்தோடும் சிறப்பாகவும் பயன்படுத்துவது எப்படியென்பதைப் பார்த்தோம். தற்போது கல்வித்துறையில் நிலவும் தேர்வு, நினைவாற்றல் அவைக்கிடையே ஏற்படும் பிரச்னைகள் பற்றிப்பேசாமல் இருந்தால் இந்த அத்தியாயம் முழுமைபெறாது.

'நான் படிக்கிறேன்.'

என் பள்ளி நாட்கள் முழுவதும் படிப்பு என்கிற வார்த்தையை நம் பள்ளிக்கூடங்களில் நடைமுறையிலிருக்கும் ஒரு குறிப்பிட்ட மனனச்செயல்பாட்டைக் குறிப்பதற்காகவே பயன்படுத்தி வந்திருக்கிறேன். திரும்பிப் பார்க்கும்போது 'படிப்பு' என்னும் சொல்லுக்குள் பலதும் அடங்கியிருப்பது தெரிகிறது. குறிப்பேட்டையோ, பாட புத்தகத்தையோ மீண்டும் படிப்பது, பிரச்னைகளுக்கு மீண்டும் தீர்வுகண்டு

[2] இதனால்தான் கணிதப்பாடத்தில் வழிமுறைகளைப் படிப்படியாக எழுதும்படி குழந்தைகளிடம் வலியுறுத்துகிறோம். தாளும் பென்சிலும் நிகழ்கால நினைவாற்றலின் சிரமத்தைக் குறைக்கலாம். ஆனால், சில தகவல்களையும் வழிமுறைகளையும் நன்கு அறிந்திருந்திருப்பதற்கு எதுவும் ஈடாகாது.

விடையைச் சரிபார்ப்பது ஆகியவை இதில் அடங்கும். இதில் பெரும் பகுதியும் மனனம் செய்து படிப்பதுதான். பாடல்கள், வரையறைகள், சூத்திரங்கள், செய்திகள், வழிமுறைகள், சிலவேளைகளில் முழுப் பத்தியையும் மனனம் செய்யவேண்டும். நீண்ட பட்டியலை, பெயர் களை அப்படியே நினைவில் வைத்துக்கொள்வது எப்படி என்பது பற்றி முழுப்புத்தகமே எழுதப்பட்டிருக்கிறது. குழந்தைகளாகிய நாங்களும் பல புதிய உத்திகளைப் பின்பற்றிப் பலதகவல்களை நினைவில் வைத்துக்கொள்வோம். சில உத்திகள் மிகச் சிறந்த பயனைத் தந்திருக் கின்றன. இது பல்வேறு தேர்வுகளில் வெற்றிபெற உதவியிருக்கிறது. ஆனால், என் மனதில் ஒரு கேள்வி எழுகிறது. தேர்வில் வெற்றி பெறுவதைத் தவிர, மனனம் செய்து படித்த தகவல்களினால் வேறு என்ன பயன் கிடைக்கும்?

தானியங்கு தன்மையின் மூலம் தகவல்களை ஒழுங்குபடுத்துவதை ‘மனப்பாடம்’ செய்து படிப்பது என்று அழைக்க முடியுமென்றால், அதன் நன்மைபற்றி முன்னரே சொல்லிவிட்டேன். ஆனால், இது மிகவும் சிரமப்பட்டு பயிற்சிசெய்து மனப்பாடம் செய்வது போலல்ல. பாராமல் படிப்பது என்பது அதிகச் சிரமமின்றி எளிதாகத் தொடர்பற்ற பல தகவல்களை நீண்டகால நினைவாற்றலில் பாதுகாப்பதைக் குறிக்கிறது. ஓர் சராசரி இந்திய மாணவன் சிறிதளவு மட்டும் பயன்தரும் ஏராளமான தகவல்களை மிகுந்த சிரமத்தோடு மனப்பாடம் செய் கிறான். அந்தத் தகவல்களின் பயன் என்னவென்று பட்டியலிட்டுப் பார்ப்போம். செய்யுள்பகுதியை விரும்புபவராக இருந்தால் செய்யுட் கள், பல்வேறு நாடுகளின் தலைநகரங்கள், முக்கிய வரலாற்று நிகழ்வு கள், அவை நடந்த தேதிகள், பிரமுகர்களின் பெயர்கள் ஆகியவற்றை நினைவில் வைத்துக்கொள்ள மனப்பாடம் செய்யவேண்டியிருக்கும். ஆனால், இவ்வகையறிவு பள்ளிக்கல்வியின் ஒரு சிறியபகுதி மட்டுமே. இந்தத் தவகல்கள் உயிரற்றவை. காரணகாரியத் தொடர்பில்லாதவை. அவற்றிலிருந்து மேலும் கற்றுக்கொள்ள எதுவுமில்லை. ஆனால், கருத்துகள் மிகவும் சிக்கலான கருவிகள். அவை இந்த உலகைப் புரிந்துகொள்ளவும் வாழவும் உதவுகின்றன. ஒரு மாணவன் ஒரு கருத்தை ‘பாராமல் படிக்க’ முயற்சி செய்தால், அதுவும் புரியாமல் படித்தால், அந்தக் கருத்து அதே துறையிலுள்ள பிற கருத்துகளோடு தொடர்பின்றித் தனித்து நிற்கும். அது பள்ளிச்சூழலில் மட்டுமே (வீட்டுப்பாடம் செய்தல், தேர்வு எழுதுதல்) பயன்தரும். ஆனால், நடைமுறை வாழ்க்கையில் முன்பு புரிந்துகொண்ட கருத்து, அது தவறாக இருப்பினும் அதுதான் பயன்பாட்டுக்கு வரும். அது ஒரு போதும் திருத்தப்படுவதில்லை. இது பற்றி நாம் இரண்டாம் அத்தி யாயத்தில் பார்த்தோம்.

மேலும் நமக்கு நாமே கேட்டுக்கொள்ள ஒரு வினா உண்டு. பள்ளியில் வைத்துக் கற்றவற்றை வருடங்களுக்குப் பிறகு எந்தளவுக்கு நம்மால் நினைவுகூர முடிகிறது? முன்பு நன்கு தெரிந்திருந்த பல கருத்துகள் இப்போது மறந்து போய்விட்டன எனப் பலர் புகார் சொல்கின்றனர். ‘அப்படியானால் பள்ளிப் படிப்பின் பயன் என்ன? எப்படியிருந்தாலும் நான் மறந்துவிடப்போகிறேன்’ என அவர்கள் கேட்கிறார்கள். உளவியல் அறிஞர் ஹாரி பாஹ்ரிக்கும் அவருடைய நண்பர்களும் புதுமையான ஓர் ஆய்வை மேற்கொண்டுள்ளனர். அது நீண்டகால நினைவாற்றலைப் பற்றியது. ஐம்பது வருடங்களுக்குப் பிறகும் நினைவில் நிற்பதைப் பற்றியது. இயற்கணிதம், வடிவகணிதம், புதியமொழி, கூடப்படித்தவர்களின் பெயர்கள், முகங்கள் என்பவை பற்றிய புதுமையான ஆய்வு அது. மொத்தத்தில் ஞாபகமறதியின் விகிதம் ஆச்சரியம் அளிக்கும் வகையில் குறைவாக இருக்கிறது என்பது அவர்களின் ஆய்வு முடிவு. ஆனால், அந்தத் தகவல்கள் வெறுமனே குறுகிய காலத்துக்கு மட்டும் அறிமுகப்படுத்தப்பட்டவை அல்ல. ஒரு கருத்தைத் திரும்பத் திரும்ப மனனம் செய்யாமல் நீண்ட காலத்துக்கு மறக்காமல் இருக்கவேண்டுமானால் தொடர்ந்து நீண்ட காலத்துக்கு மீண்டும் மீண்டும் அதைப் படிக்க வேண்டும். பல்லாண்டுகாலம் ஒரு கருத்துடன் தொடர்பு இருந்துகொண்டே இருக்குமானால் அந்தக் கருத்தைப் பயன்படுத்தும்திறமை மாறாமல் இருக்கும். பாராமல் படிக்காமல், பயிற்சியெடுக்காமல் அந்தக் கருத்து அரை நூற்றாண்டு வரை நம்மோடு இருக்கும் என்று பாஹ்ரிக் சொல்கிறார். அதே நேரத்தில் குறுகிய காலத்துக்கு மட்டும் அறிமுகப்பட்டிருந்தால் அது விரைவில் மறைந்துவிடுகிறது. எந்தளவுக்குத் தீவிரமானதாக இருந்தாலும் ஆறுமாதம், ஒருவருடம் போன்ற குறுகியகாலப் பாடத்திட்டங்கள் பயனளிப்பதில்லை என்பதை இவ்வாய்வு உறுதிப்படுத்துகிறது. அதே நேரத்தில் குறுகிய காலப்பாடத்திட்டத்தில் அறிமுகப்பட்ட கருத்தைத் தொடர்ந்து கற்கவும் பயன்படுத்தவும் செய்தால் நீண்டகாலத்துக்கு நினைவில் நிற்கும் என்பதில் சற்றும் ஐயமில்லை.

பள்ளியில் நாம் கற்ற வாசிப்பு, எழுத்து, கணக்கிடுதல், மற்றும் உயர் நிலைத் திறமைகளான புரிதல், பிரச்னைகளுக்குத் தீர்வு காணுதல், அலசுதல், முடிவுக்கு வருதல் ஆகிய முக்கியமான திறமைகளை நாம் மறப்பதில்லை. இத்திறமைகளுக்கு முக்கியத்துவம் அளித்து ஆசிரியர்கள் கற்பித்திருந்தார்கள். இத்திறமைகளையும் இவைபோன்ற பிறவற்றையும் தொடர்ந்து பயன்படுத்தக் குழந்தைகளை ஊக்கப்படுத்தாமல் வெறுமனே தவகல்களை மட்டும் மொத்தமாகக் கற்பித்தால் அவர்கள் பெரியவர்களாகும்போது அவை சுத்தமாக மறந்துபோயிருக்கும். அவற்றைக் கற்பிக்க ஆசிரியர்கள் எடுத்துக்கொண்ட முயற்சி வீண் முயற்சியாகிவிடும்.

முடிவுரை

நம்மிடத்தில் வியத்தகு திறமை கொண்ட நினைவாற்றல் எந்திரம் உள்ளது. அதைத் திறமையாகப் பயன்படுத்தாவிட்டால் அது நமக்கு அவமானம். 'நாம் நம் மூளையின் 10% ஆற்றலைத்தான் பயன்படுத்து கிறோம்' என்று பலரும் ஆர்வத்துடன் மேற்கோள்காட்டுவதைப் பார்த்திருப்பீர்கள். மூளையின் அளவு, ஆற்றல் ஆகியவற்றோடு ஒப் பிடும்போது இந்த வாக்கியம் முட்டாள்தனமாக இருக்கும். இருப் பினும் தகவல்களை ஒழுங்குபடுத்த, தொடர்புபடுத்த, புதியன வற்றைக் கற்க நம் நினைவாற்றலுக்கு இருக்கும் திறமையை நாம் குறைவாகவே பயன்படுத்துகிறோம் என்பதை இந்த வாக்கியம் சுட்டிக்காட்டுகிறது. ஆசிரியராகிய நாம் நம் குழந்தைகளின் இயல்பான நினைவாற்றல் திறமையைச் சரிவரப்பயன்படுத்துகிறோமா என்பது பற்றித் தீவிரமாக யோசிக்க வேண்டும்.

அத்தியாயம் – 4

குழந்தை வளர்ப்பு

- குழந்தைகள் முதியவர்களைவிட முற்றிலும் வேறுபட்டவர்களென நினைக்கிறீர்களா? அல்லது முதியோர்களைவிட சற்றே திறமை குன்றியவர்கள், சற்று அறிவு குறைவானவர்கள் என்று கருதுகிறீர்களா?

- மழலைப்பருவ அனுபவங்கள் மிக மிக முக்கியத்துவம் வாய்ந்தவை என நினைக்கிறீர்களா? குழந்தையின் எதிர்கால வாழ்க்கையை ஆக்கவும் அழிக்கவும் அந்த அனுபவங்களால் முடியுமா? அல்லது அவர்களால் பிரச்னைகளிலிருந்து எளிதில் மீண்டுவர முடியுமா? வருங்கால அனுபவங்கள் மழலைப்பருவ அனுபவங்களின் குறைவை நிவர்த்தி செய்யுமா?

- குழந்தை ஒரு வெற்றுத்தாள் போன்றது என்று நினைக்கிறீர்களா? அதில் எழுதப்படும் அனுபவங்கள் என்னும் பாடங்களிலிருந்துதான் குழந்தை கற்றுக்கொள்கிறது என்று நம்புகிறீர்களா? வேறு வார்த்தையில் சொல்வதானால், நம்மை நாமாக மாற்றுவது கல்விதான் என்று சொல்லலாமா? அல்லது பெரும்பான்மையான நம் திறமைகளும் குணங்களும் பரம்பரையாகக் கிடைத்தவை. அதனால் நாம் நாமாக இருப்பது தவிர்க்க முடியாதது. எனவே, புறச்சூழல் எப்படியிருந்தாலும் தொடக்கத்திலிருந்தே நாம் நாமாகவே இருப்போம் என்று நினைக்கிறீர்களா?

- குழந்தைகள் இயல்பாகவே 'நல்லவர்கள்' என்று நம்புகிறீர்களா? சமூகத்தின் தீமைகளை அறிய அறியக் குழந்தைகளும் அதன் பாகமாக மாறுகிறார்கள் என்று நினைக்கிறீர்களா? குழந்தைகள் இயல்பாகவே நாகரிகமற்றவர்கள்; சமூகத்துடன் பழகினால் தான் அவர்கள் நற்குணம் படைத்தவர்களாக முடியும் என நம்புகிறீர்களா?

இந்த நான்கு கேள்விகள் பெரும்பான்மையான உளவியல் கோட்பாடுகள் உருவாக அடிப்படையாக அமைந்துள்ளன. பண்பு / அளவு சார் மாற்றம், முக்கிய பருவங்கள், பிறப்பு / வளர்ப்பு, பண்பு வளர்ச்சி ஆகிய தலைப்புகளில் இவை பேசப்படுகின்றன. இந்த நான்கு கேள்விகளுக்கு தங்கள் கருத்து என்ன என்பதைப் பொறுத்துப் புகழ்பெற்ற உளவியல் அறிஞர்களை நான்கு பிரிவாகப் பிரிக்க முடியும். குழந்தைகளின் பண்புகள் பெரியவர்களைவிடப் பெருமளவு வேறுபட்டிருக்கின்றன என்று பியாஜெட் நம்புகிறார். குழந்தைக்கால அனுபவங்கள் அவர்களின் ஆளுமையில் நீடித்து நிற்கும் தாக்கத்தை ஏற்படுத்துகின்றன என்று ப்ராய்டு நம்புகிறார். குழந்தைகளின் நடத்தை மாற்றங்களைப் படிப்படியான சிறு சிறு அனுபவங்களின் அடிப்படையில் விளக்கலாம் என்கிறார் ஸ்கின்னர். குழந்தைகள் பிறக்கும்போது 'நேர்மையான ஆதிவாசி' போல் பிறக்கிறார்கள். நாம் அவர்களை மாசுபடுத்தாவிட்டால் தலைசிறந்த சமூகத்தை அவர்கள் உருவாக்குவார்கள் என்கிறார் ரூசோ.

உன்கூட விளையாட நேரமில்ல... குழந்தைகள் முன்னேற்றம் பற்றி பேசிட்டிருக்கோம்!

கேள்விகளின் உண்மையான விடைகளை இந்தக் கருத்துகளின் அடிப்படையில் நாம் எப்படிக் கண்டுபிடிக்கப்போகிறோம் என்று நீங்கள் ஆச்சரியப்படலாம். பல்லாண்டு கால ஆய்வுகள் சில தாற்காலிகப் பதில்களைத் தருகின்றன. நீங்கள் எதிர்பார்ப்பதுபோல் இந்த விடைகள் முற்றிலும் சரியென ஆதாரபூர்வமாக நிரூபிக்க முடியாதவை. ஒவ்வொன்றும் முற்றிலும் சரியுமல்ல அதே நேரத்தில் முற்றிலும் தவறுமல்ல. இந்த வினாக்களைச் சற்று மாற்றிக்கேட்டால் குழந்தைகளின் இயல்புபற்றிய வேறொரு வியத்தகு சித்திரம் உருவாகும். இந்தச் சித்திரம் மங்கலானது.

ஆனால் சக்தி வாய்ந்தது. ஒருபோதும் கருப்பு வெள்ளையல்ல. இச்சித்திரம் ஆசிரியர்கள், கல்வியாளர்களாகிய நம்மை நோக்கி முக்கியமான பல கேள்விகளை எழுப்புகிறது.

குழந்தை பிறந்ததிலிருந்து குழந்தைப் பருவம் எய்தும்வரை மூளையில் நடக்கும் மாற்றத்தைப் பற்றி இந்த அத்தியாயம் சுருக்கமாகக் கூறு கிறது. தொடர்ந்து பண்புசார்ந்த மாற்றத்தையும் முக்கிய பருவங் களைப் பற்றியும் பேசுகிறது. இங்கு கேட்கப்பட்ட பிறப்பு/வளர்ப்பு, பண்பு வளர்ச்சி ஆகிய வினாக்கள் பற்றி விவரிக்கத் தனித்தனி அத்தி யாயங்கள் தேவைப்படுகின்றன.

மூளையின் வளர்ச்சி

குழந்தை வளரும்போது மூளையின் எடையில் ஏற்படும் மாற்றம் மிகத் தெளிவாகத் தெரிகிறது. முதல் வயதில் 400 கிராம் முதல் 800 கிராம் வரை எடைகொண்ட மூளை மூன்று வயதாகும்போது 1,100 கிராமாகக் கூடுகிறது. முதுமை அடையும் போது 1,450 கிராமைத் தொடுகிறது. குழந்தைகளின் உடல் எடையே முதியவர்களின் உடல் எடையோடு ஒப்பிடும்போது ஐந்தில் ஒரு பாகமாக இருக்க, மூளையின் எடையோ பாதியாக இருக்கிறது. பிறப்புக்குப்பின் நடக்கும் மனித மூளையின் துரித வளர்ச்சி சிம்பன்சி போன்ற பிற பாலூட்டிகளிடமிருந்து வெகுவாக வேறுபட்டிருக்கிறது. பாலூட்டி களின் மூளைவளர்ச்சி பிறப்புக்குப் பின் மிகவும் மந்தகதியில் நடக்கிறது. இது வேறொரு உண்மையோடு தொடர்பு பட்டிருக் கிறது. பிற பாலூட்டிகளோடு ஒப்பிடும்போது நாம் முதிர்ச்சியின்றிப் பிறக்கிறோம். பிறரைச் சார்ந்திருக்கிறோம். மனிதக் குழந்தைகள் முதிர்ச்சியடைய நீண்ட காலம் தேவைப்படு கிறது.

இருப்பினும் குழந்தைப் பருவத்தில் மூளையின் எல்லாப் பகுதிகளும் சீராக வளர்வதில்லை. பிறக்கும்போதே மூளைத்தண்டுவடமும், நடு மூளையும் அளவிலும் அமைப்பிலும் நன்கு வளர்ந்து காணப்படு கின்றன. ஆனால், செரிபரல் கார்டெக்ஸ் முதியவர்களைவிட மிக முதிர்ச்சியின்றி இருக்கிறது. கோர்டெக்ஸின் பெரும்பகுதியும் பிறக்கும்போது 'பொறுப்பேற்கும்' நிலையில் இல்லை. தகவல்களை அலசவும் குழந்தைகளின் நேரடியான நடவடிக்கைகளைக் கட்டுப் படுத்தவும் பழக்கமில்லாமல் இருக்கும். எடுத்துக்காட்டாக கோர்டெக் ஸின் முன்பகுதி, அதற்கு அருகில் இருக்கும் பகுதி ஆகியவை திட்ட மிடுதல், விழிப்புணர்வுடன் இருத்தல், தவறான நடத்தைகளை விலக்குதல் போன்ற வேலைகளைச் செய்கின்றன. ஆனால் இவை இளமைப்பருவத்தை அடையும்போதுதான் முதிர்ச்சியடைகிறது. இவையெல்லாம் வளரும் மூளை நெகிழ்வுத்தன்மையுடையது

என்பதைக் காட்டுகிறது. குழந்தை பிறந்த பிறகும் இளமைப்பருவம் அடையும்வரை மூளை வளர்ந்துகொண்டே இருக்கிறது.

'மூளை வளர்கிறது' என்ற தொடரால் நாம் புரிந்துகொள்வது என்ன? மூளையின் வளர்ச்சிக்கு உதவும் காரணிகள் இரண்டு. ஒன்று, நியூரான்களுக்கிடையே நடக்கும் தொடர்புகளின் எண்ணிக்கை, மற்றொன்று நியூரான்களைப் பொதிந்திருக்கும் உறை.

நியூரான்களிடையேயான தொடர்புகள்

நாம் பிறக்கும்போதே 150 பில்லியன் (1 பில்லியன் = 100 கோடி) நியூரான்களுடன் பிறக்கிறோம். ஒவ்வொன்றும் 1000 நியூரான்களுடன் தொடர்பை ஏற்படுத்தும். எனவே, நியூரான்களுக்கிடையே மொத்தம் 150, 000, 000, 000, 000 தொடர்புகளுக்கான வாய்ப்பு உருவாகிறது. ஆனால், தகவல் என்பது *எல்லாத் தொடர்புகளையும்* சார்ந்திருப்ப தில்லை. 'தொடர்புகளின் தேர்வு' தகவல்களை அர்த்தமுடையதாக்கு கிறது. குறிப்பிட்ட வயதில் மூளையின் சிலபகுதிகள் சற்று அதிகமான எண்ணிக்கையில் தொடர்பை ஏற்படுத்துகின்றன. இதை ஸினாப்டோ ஜெனிஸிஸ் என்று கூறுவர். ஆண்டுகள் செல்லச் செல்ல அனுபவங் களைப் பொறுத்து இந்தத் தொடர்புகள் வலுவிழந்து, உலர்ந்து உதிர்ந்து விடுகின்றன. அனுபவங்கள் எந்தத் தொடர்புகளைத் தொடர்ந்து தூண்டிக்கொண்டே இருக்கின்றனவோ அவை மட்டும் உயிர்ப்போடு இருக்கும். மற்றவை மறைந்துவிடும்.

மூளையின் இந்த நெகிழ்வுத்தன்மையை **அனுபவத்தை எதிர்பார்க்கும் ஒன்று** என்றழைக்கின்றனர். இந்தக் குழந்தைப் பருவத்தில் சினாப்ஸிஸ் களின் அதிக உற்பத்தி எந்தவித வகைப்பட்டுக்குள்ளும் அடங்காமல் நிகழ்கின்றன. அதைத் தொடர்ந்து அந்த சினாப்சிஸ்களுக்கு உகந்ததாக அல்லது முரணாக இருக்கும் அனுபவங்கள் வெட்டியும் ஒட்டியும் சீரமைக்கப்படுகின்றன. மேலும் வேறொரு நெகிழ்வுத்தன்மையு முண்டு. அதை **அனுபவம் சார்ந்தது** என்கிறார்கள். இது குழந்தைக்குக் கிடைக்கப்பெறும் அனுபவங்களின் அடிப்படையில் உருவாகும் புதிய சினாப்சிஸ்களின் தன்மையைக் குறிக்கிறது. குழந்தை ஒன்றை அனுபவித்த பத்துப் பதினைந்து விநாடிக்குள் அந்த அனுபவத்தை அலசிப்பார்க்கும் மூளையின் குறிப்பிட்ட பகுதியில் புதிய சினாப்சிஸ் கள் உற்பத்தியாகும். இங்கும்கூட தேவைக்கு அதிகமான சினாப்சிஸ் கள் உற்பத்தியாகின்றன. தேவையானவை நிலைநிறுத்தப்படுவதும், தேவையற்றவை உலர்ந்து உதிர்வதும் தொடர்ந்து நடைபெறுகிறது.

தூண்டல்களுக்குத் துலங்கும் மூளையின் இந்த இருவித மாற்றங்களை ஓர் எளிய உவமையின் மூலம் புரிந்துகொள்ள முயற்சி செய்வோம். ஒரு குழந்தை நீச்சல் கற்றுக்கொள்கிறது என்று வைத்துக்கொள்வோம்.

தண்ணீரில் கை கால்களை வீசித் தண்ணீரைச் சிதறச்செய்து மிதக்கிறது. நீந்துகிறது. தண்ணீருக்குள் நீந்துகிறது (அனுபவத்தை எதிர்பார்த்து நடக்கும் செயல்). இதற்குப் பின் ஒரு பயிற்சியாளர் உங்களுக்குக் கற்றுத் தர வருகிறார் என்று வைத்துக் கொள்வோம். அவர் இரண்டு வழிகளில் கற்றுத் தருவார். அதுவரை அறிமுகப்படாத புதிய வழியில் நீந்தக் கற்றுத்தரலாம் (அனுபவம் சார்ந்த வழிமுறை). முன்பு சுயமாகக் கற்ற சில உத்திகளைத் தக்கவைத்துக்கொள்ளவும் சிலவற்றை விட்டு விடவும் கற்றுத்தரலாம்.

நியூரான்களின் உறை

நியூரான் இழைகள் கொழுப்புத் திசுக்களால் பொதியப்பட்டுள்ளன. இதனால் தூண்டல்களின் மூலம் நியூரான்களில் ஏற்படும் மின்னோட்டம் வேகம் பெறுகிறது. குழந்தை பிறக்கும்போது பெரும்பான்மையான நியூரான் இழைகள் இந்தத் திசுக்களால் பொதியப்படாமல் இருக்கும். பலவருடங்களில் படிப்படியாக மூளையின் பலபகுதிகளிலுள்ள நியூரான்கள் கொழுப்புத் திசுக்களால் பொதியப்படுகின்றன. சிந்தனைகளை அலசும் தானியங்குத்தன்மை உருவாக இதுவே காரணம். ஒரு செயலைப் பலமுறை செய்து பயிற்சியெடுக்கும்போது தனிக்கவனம் எடுக்காமலே, எவ்வித சிரமமுமில்லாமல் அந்தச் செயலைச் செய்ய நம்மால் இயலுகிறது. இதுவே தானியங்கு தன்மை. குழந்தைகள் வளர வளரத் திசுக்களால் பொதியப்படும் நியூரான்களின் எண்ணிக்கை அதிகரிக்கிறது. அதனால் மேலும் பல்வேறு மூளைச் செயல்பாடுகள் தன்னியக்கத்துக்கு உட்படுகின்றன. நியூரான்களைப் பொதியும் செயல் மிக மந்தகதியில் நடக்கக்கூடியது என்பதை மறந்துவிடக்கூடாது. இது குழந்தைகளின் வளர்ச்சிக்கு மிகவும் உதவக்கூடியது. இதுபற்றி இந்த அத்தியாயத்தின் கடைசிப்பகுதியில் பார்ப்போம்.

என்னோட நியுரான்களின் உறை இன்னும் வளரலை

முன்பு நாம் எழுப்பிய அந்த நான்கு கேள்விகளை மீண்டும் நினைவு கூர்வோம். குழந்தைகள் முதியவர்களிடமிருந்து முற்றிலும் வேறு பட்ட முறையில் சிந்திக்கிறார்களா? முதியவர்களைவிடத் திறமை குறைந்தவர்களா? அவர்களுக்குக் கொஞ்சம்தான் தெரியுமா?

அளவு மாற்றத்தின் தொகுப்பே தர மேன்மை

ஷான் பியாஜெட் என்னும் ஸ்விட்சர்லார்ந்து உளவியல் அறிஞர் குழந்தை வளர்ப்பு அறிவியலுக்கு மாபெரும் நன்கொடை அளித் துள்ளார். அவருடைய குழந்தை வளர்ப்புக் கோட்பாடு குழந்தைகளின் நடவடிக்கைகளின் காரணங்களை மிகத் தெளிவாக விளக்குகிறது. பிற உளவியல் அறிஞர்களுக்குத் தன்னுடைய விளக்கத்தை எதிர்க்கவும் மாற்றுக்கோட்பாடு படைக்கவும் வாய்ப்பு ஏற்படுத்திக் கொடுத்தது பியாஜெட்டின் மிகச் சிறந்த நன்கொடையாகக் கருதலாம். குழந்தை யின் வளர்ச்சி பல படிநிலைகளை உடையது. ஒவ்வொரு நிலையும் அதற்கு முந்தைய நிலையின் பண்புகளோடு குறிப்பிட்ட வேறுபாடு களைக் கொண்டது என்று விளக்குகிறார். படிநிலைகள் என்பதின் மூலம் நாம் புரிந்துகொள்வது என்ன? குழந்தையின் திறமை சட்டென வேறுபடுவதை நாம் கவனிக்கிறோம். பல்வேறு சூழல்களின் அடிப் படையில் ஒப்பிட்டு முன்னைவிட முற்றிலும் மாறுபட்டது என் கிறோம். அதை ‘இப்போது எவ்வளவோ பரவாயில்லை’ என்கிறோம். இந்த வளர்ச்சியை நாம் படிநிலை என்று கருதலாம்.

குழந்தையின் சிந்தனைத்திறன் ஒவ்வொரு வளர்ச்சி நிலையிலும் சில மையக் கருத்துகளை அடிப்படையாகக் கொண்டது என்கிறார் அவர். அவை தன் மையச் சிந்தனை (ஈகோசென்டரிஸம்), இல்லாத பொருளையும் கற்பனை செய்து பார்க்கும் திறமை, தர்க்கச் சிந்தனை யின் வளர்ச்சி என்பன. காரணகாரியத் தொடர்பைக் கண்டுபிடிக்க முடியாத குழந்தை ஒரு நிலையை எட்டியதும் அந்தத் திறமை பெறு வதற்கு மேற்கூறிய மையக்கருத்துகள் சார்ந்த அனுபவங்கள்தான் காரணமாகின்றன. இதை வேறொரு முறையில் கூறினால் ஒரு நிலையில் ஒரு குறிப்பிட்ட கேள்விக்குத் தவறாகவே பதிலளித்து வந்த குழந்தை அடுத்த நிலையை அடைந்ததும் அந்தக் கேள்விக்கு எப் போதும் சரியான பதிலையே தரும். வளர்ச்சி நிலையை ‘முடியாது - அப்பறம் - முடியும்’ நிலைகள் என விளக்கும் பியாஜெட்டின் கோட் பாடு கற்றல் கற்பித்தலில் பெரும் தாக்கத்தை ஏற்படுத்துகிறது. ஒரு கருத்தைக் கற்பிக்கலாமா? கற்றுக்கொள்ளத் தயார்படுத்துவது எப்படி? கற்கும் சூழல் எப்படியிருக்கவேண்டும்? வளர்ச்சிநிலை மாற்றத்தைத் தூண்டுபவை எவை போன்றவை பற்றிப் பலஅடிப்படை வினாக்களை இவரது கோட்பாடு எழுப்புகிறது.

இப்போது, பியாஜெட்டின் கோட்பாட்டை எதிர்க்க என்ன இருக்கிறது? ஆனால், உளவியல் அறிஞர்கள் இவரது கோட்பாட்டின் பல்வேறு அம்சங்களைப் பற்றி வினாக்கள் எழுப்புகின்றனர். உங்கள் கவனத்துக்கு இரண்டு முக்கியமான வினாக்களை மட்டும் குறிப்பிடு கிறேன்.

- நீண்டகால இடைவெளியில் குழந்தைகளின் நடத்தை மாற்றங் களை ஒப்பிடும்போது வளர்ச்சிப் படிநிலைகள் என்ற கருத்தைத் தெளிவாக உணர முடிகிறது. ஆனால், இதற்கிடையில் குழந்தை களின் நடத்தையில் ஏற்படும் தொடர்மாற்றங்களை நாம் கவனிக்கத் தவறிவிடுகிறோமோ?

குழந்தைகளின் திறமைகளில் நாளுக்கு நாள் தொடர்ந்து மாற்றங்கள் ஏற்படுகின்றன என வைத்துக்கொள்வோம். தகவல்களை அலசும் வேகம், தெரிந்துவைத்திருக்கும் தவகல்கள், காரணகாரியத்தொடர்பு காணும் புதிய உத்திகளைக் கற்றுக்கொள்ளல், முன்னரே கைவசம் இருக்கும் உத்திகளை மேலும் திறமையாகப் பயன்படுத்துதல் என்பவற்றில் தொடர்ந்து மாற்றம் நிகழ்கிறது எனக் கருதுவோம். ஒவ்வொருநாளும், ஒவ்வொரு வாரமும் குழந்தைகளின் இந்தத் திறமைகள் மேம்படுகின்றன. இவ்வாறு சில ஆண்டுகள் கழியும்போது இந்தப் படிப்படியான மாற்றம் சிலகாலம் முன்புவரை குழந்தையிடம் இருந்துவந்த நடத்தையை முற்றிலும் மாற்றிப் புதிய குணத்தை அளித்திருக்கும். இந்த நீண்ட தொடர்மாற்றம் 'சட்டென' அதுவரை செய்ய முடியாத செயலைச் செய்யும் திறமையைக் குழந்தைக்கு அளிக்கலாம். சிலவேளை குழந்தை மிகத் திறமையாக அந்தச் செயலைச் செய்வதால் ஒருநாள் பெற்றோர்களின் கவனத்துக்கு வந்திருக்கலாம்.

- எப்போது குழந்தை ஒரு கேள்விக்குப் பதில் சொல்லாமல் இருக்கிறதோ அப்போது அந்தக் குழந்தைக்கு அந்தப் பதில் தெரியாது என்று நாம் மிக எளிமையாக எடுத்துக்கொள்கிறோம். பதில் சொல்லாமல் இருப்பதற்குக் குழந்தைக்கு வேறுபல காரணங்கள் இருக்கலாம். அந்தப் பதில் சட்டென நினைவுக்கு வராமல் இருக்கலாம். நாம் தவறான குறிப்புகள் கொடுத் திருக்கலாம். நினைப்பது போல் அந்தப் பதிலை வெளிப்படுத்த முடியாமல் இருக்கலாம்.

நாம் கேள்வி கேட்கும் முறை, ஒரு வேலை எவ்வளவு முக்கியமானது, அதை எப்படிச் செய்ய வேண்டும் எனச்சொல்லும் விதம், குழந்தையின் திறமை ஆகியவற்றைப் பொறுத்துப் பதில் அமைந்திருக்கிறது. தன் மைய சிந்தனை சார்ந்து பியாஜெட் நடத்திய பரிசோதனை இதற்கு நல்ல எடுத்துக்காட்டு. மேசைமீது மலைகளின் மூன்று நகல் மாதிரிகள்

வைக்கப்பட்டிருந்தன. அவை சற்று சிக்கலானவை. முப்பரிமாணத் தோற்றமுடையவை. குழந்தைகள் மேசையைச் சுற்றிவந்து அதைக் கவனித்தனர். அவர்கள் மேசையின் ஒருபக்கம் உட்கார்ந்தனர். அவர் களிடம் மூன்று படங்கள் காட்டப்பட்டன. 'மேசையின் மறுபக்கம் இருக்கும் குழந்தைகள் மலையைப் பார்த்தால் அது எந்தப் படம் போலிருக்கும்? தேர்ந்தெடுக்க முடியுமா என்ற கேள்வி கேட்கப் பட்டது. பெரும்பான்மையான குழந்தைகளால் சரியான படத்தைத் தேர்வு செய்ய முடியவில்லை. அவர்களின் பார்வைக்கு மலை எப்படித் தெரிந்ததோ அந்தப் படத்தையே அவர்கள் தேர்ந்தெடுத்தனர். குழந்தைகளின் வளர்ச்சி நிலையில் தங்களை முன்னிலைப்படுத்தும் இயல்புக்கு ஆதாரமாக பியாஜெட் இந்தப் பரிசோதனையைக் கருது கிறார். தன்னை முன்னிலைப்படுத்துவது என்பது அடுத்தவர்களின் கோணத்திலிருந்து பார்க்கும் திறமையின்மை என்கிறார்.

ஆனால், இதே வேலையைக் கீழ்வருமாறு சற்று எளிமைப்படுத்தி நடத்துகிறோம் என்று வைத்துக்கொள்வோம். பெரியவர்களின் எதிர்புறம் ஒரு குழந்தை உட்கார்ந்திருக்கிறது. அதனிடம் ஒரு பட அட்டை கொடுக்கப்படுகிறது. பட அட்டையின் ஒரு புறம் வீடு. மறுபுறம் ஒரு மரம். மரத்தைத் தன்பக்கம் பார்த்துப் பிடிக்கச்சொன்ன பின் இப்போது பெரியவர்களால் வீட்டை மட்டும்தான் பார்க்க முடியும். மரத்தைப் பார்க்க முடியாது என்று தெரிந்திருக்கிறதா எனப் பரிசோதித்தபோது குழந்தை சரியாகவே பதில் சொன்னது. அடுத்தவர் களுக்கு அவர்களுக்கே உரிய பார்வையுண்டு என்பது குழந்தைகளுக்குத் தெளிவாகத் தெரிந்திருந்தது. அவர்கள் முற்றிலும் தங்களை முன்னிலைப்படுத்தும் பண்புகொண்டவர்கள் அல்ல. பியாஜெட்

முப்பரிமாண மலைகளை வைத்து நடத்திய பரிசோதனை குழந்தைகளிடம் இடம் பற்றிய மிக உயர்ந்த திறனை எதிர்பார்க்கிறது. மனதில் மலைகளின் பிம்பங்களை உருவாக்க வேண்டும். பிறகு அதை நினைவுபடுத்திச் சொல்ல வேண்டும். எனவே இது ஈகோ சென்டரிக் சிந்தனையைச் சோதிப்பதற்கான பரிசோதனை அல்ல. இவ்வகைத் திறமைகள் படிப்படியாக வயது கூடக்கூட மேம்படலாம். ஆனால் குழந்தைகளின் நடவடிக்கைகளை வைத்து ஈகோசென்டரிஸம் கொண்ட வளர்ச்சிநிலை என்றும் தன்னை முன்னிலைப்படுத்தாத வளர்ச்சிநிலை என்றும் தவறாக மதிப்பிடலாம்.

பிற கோட்பாடுகளைவிட பியாஜெட்டின் கோட்பாடு சரியென்பதை நிரூபிக்க நடத்திய அனைத்து முயற்களிலும் இரண்டுவிதமான ஆதாரங்கள் மீண்டும் மீண்டும் கிடைத்தன. சின்னஞ்சிறு குழந்தைகள் பிற குழந்தைகளைவிடக் காரணங்கள் கண்டுபிடிப்பதில் திறமைசாலிகளாக இருக்கின்றனர். சற்றே முதிர்ந்த குழந்தைகளால் (பெரியவர்களாலும் கூட) அவ்வளவு சரியாகக் காரணகாரியத் தொடர்பைக் கூற முடியவில்லை. குழந்தைகள் ‘‘செய்யவே முடியாது’’ என்ற நிலையிலிருந்து ‘‘எப்போதும் செய்ய முடியும்’’ என்ற நிலையை அடைந்து விட்டார்கள் என்பதற்குப் பதிலாக ‘‘எப்போதாவது செய்யும்’’ என்பதிலிருந்து ‘‘அடிக்கடி செய்யும்’’ என்று நாம் கூறுகிறோம். இந்த ஆதாரங்களைப் பற்றி பியாஜெட்டின் கோட்பாடு சரியான விளக்கம் தரத் தவறிவிடுகிறது. இதனால் வளர்ச்சியைப் பற்றி முற்றிலும் வேறுபட்ட கருத்துகளை உருவாக்கிவிடுகிறது. ராபர்ட் சீக்லர் என்பவர் இதிலிருந்து ஓர் அணுகுமுறையைத் தேர்ந்தெடுத்திருக்கிறார். அதைத் தகவல் பயன்பாட்டு வளர்ச்சிக் கோட்பாடு என்கிறார்.

சீக்லரும் அவரைப்போன்ற பிறரும் முதியவர்களின் சிந்தனைக்கும் குழந்தைகளின் சிந்தனைக்கும் இடையே இருக்க வேண்டிய தொடர்புக்கு மிகுந்த முக்கியத்துவம் அளிக்கின்றனர். இதிலிருந்து குழந்தைகளின் சிந்தனைமுறையும் முதியவர்களின் சிந்தனைமுறையும் ஒன்று, ஆனால் ஒருபடி குறைந்தது என்று கருதுகின்றனர். மூளையின் செயல்பாடு மேம்படும்போது, அறிவு வளரும்போது, நாளும் அனுபவங்கள் ஏற்படும்போது குழந்தைத்தனமான சிந்தனைமுறை மாறி முதியவர்களின் சிந்தனைமுறையைக் குழந்தை அடைகிறது.

இருப்பினும் உண்மையில் வளர்வது என்ன? அறிவு வளர்ச்சி பல நிலைகளின்படி நடப்பதில்லையென்றால் பிறகு எப்படி நடக்கிறது? அதை வேறுவழியில் விளக்க முடியுமா? உறுதியாக முடியும். அதுவும் ஆதாரங்களுடன் விளக்க முடியும். குழந்தைகளின் திறன்வளர்ச்சிமுறை பற்றிய சிறுகுறிப்பு இதோ.

மூளை என்பது தகவல்களைப் பயன்படுத்திச் செயல்படும் கருவி என்று எடுத்துக்கொள்வோம். ஐம்புலன்கள் வழி கிடைக்கும் தகவல்களை யும் முன்னரே சேமித்து வைத்த தகவல்களையும் பயன்படுத்தி மூளையில் பலசெயல்கள் புரியமுடியும். மூளையால் என்னென்ன செய்ய முடியும்? இந்த நீண்ட பட்டியலைப் பாருங்கள்.

சிசுக்கள், மழலையர், பள்ளி முன்பருவத்தினர், குழந்தைகள், பதின் பருவத்தினர், முதியவர்கள் ஆகியோரிடம் இந்தத் திறமைகள் பற்றிய ஆய்வு நடத்தப்பட்டது. வாழ்க்கையின் தொடக்கநிலையிலேயே இந்தப் பொதுவான திறமைகள் இருக்கின்றன என்று இந்த ஆய்வு கூறுகிறது. வயதும் அனுபவமும் கூடக்கூட பல அறிவுத்துறைகளில் குழந்தைகளின் திறமைகள் சீரான வளர்ச்சி பெறுகிறது. திறமைகளின் எண்ணிக்கையும் அதிகரிக்கிறது. ஒவ்வொன்றைப் பற்றித் தனித்தனி யாகவும் விரிவாகவும் பார்ப்போம்.

பிரித்தறியும் நினைவாற்றல் சிசுக்களிடம் சிறந்த முறையில் காணப்படுகிறது. தெளிவாக நினைவுபடுத்தவும் அவர்களால் முடிகிறது. ஓர் ஆய்வின்படி பதிநான்கு மாதச் சிசு ஒருகுறிப்பிட்ட செயலை நான்கு மாதங்கள் கழிந்த பிறகும்கூடக் கண்டுகொள்கிறது என்பதை அறியமுடிந்தது. வயது கூடுவதற்கேற்ப இந்தத் திறமை வளரவும் செய்கிறது.

பள்ளி முன்பருவத்தினர் ஒருசொல்லைத் திரும்பத் திரும்பப் பயன்படுத்துவதற்கு விருப்பம் காட்டுகின்றனர். வாக்கிய அமைப்பை யும் சொற்களையும் நினைவுபடுத்தும் திறனும் அவர்களுக்குண்டு. சற்று வளர்ந்த குழந்தைகள் ஒரு சூழலின் முக்கிய கருத்தை எளிதில் புரிந்துகொள்வது போல் இவர்களால் முடிவதில்லை. இதற்கு இவர் களின் உலகறிவு மேலும் வளர வேண்டியது அவசியமாக இருக்கலாம். ஆக, இவர்களின் நினைவாற்றல் ஒரு நிகழ்ச்சியையும் அதோடு தொடர் புடைய மொழிக்கூறுகளையும் நினைவுபடுத்துவதைப் பெரிதும் சார்ந்திருக்கிறது.

இந்த நினைவாற்றல் மெல்ல மெல்ல நினைவுத்திரையை விட்டு அகன்றுவிடுகிறது. முக்கிய கருத்து மட்டும் அதிக காலம் நிற்கிறது. வளர்ந்தவர்களிடம் நடத்திய பல்வேறு ஆய்வுகள் இக்கருத்தை உறுதிசெய்கின்றன. வளர்ந்தவர்களின் நினைவாற்றல் திறனைவிட வயது குறைந்தவர்களின் நினைவாற்றல் பலவீனமாக இருப்பதில் வியப்பதற்கு எதுவும் இல்லை.

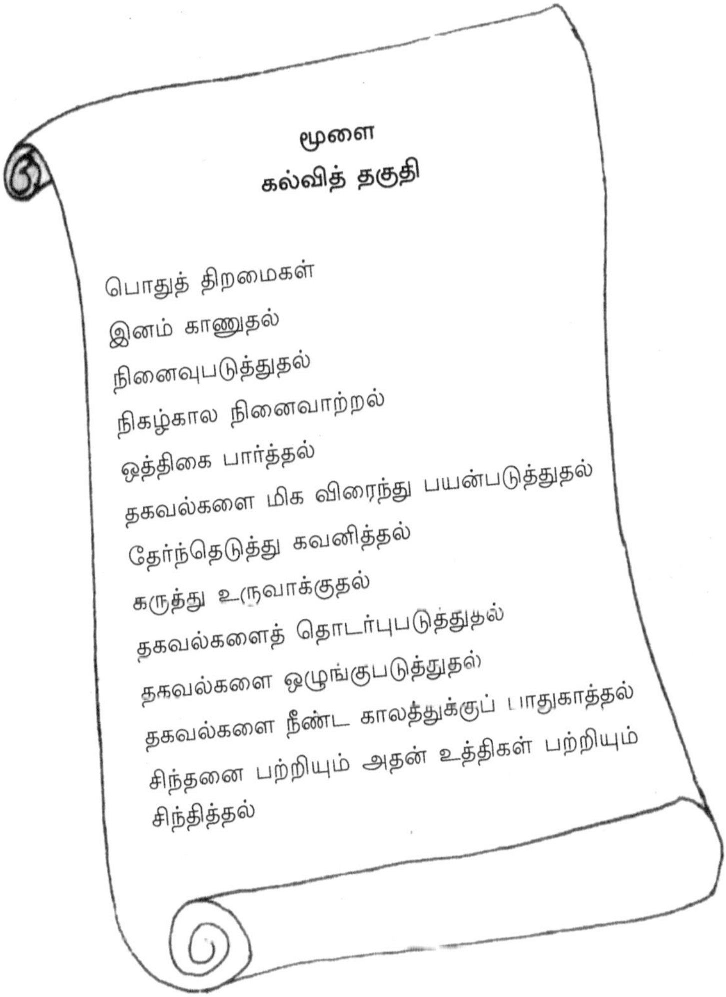

வயது கூடக்கூட நிகழ்கால நினைவாற்றலும் (தற்போது என்னென்ன தெரியுமோ அவற்றை இங்குதான் வைத்திருக்கிறோம். இங்கு வைத்துத் தான் ஐம்புலன்களின் வாயிலாக வரும் தகவலை நீண்ட கால நினை வாற்றலோடு இணைத்து புதிய அறிவை உருவாக்குகிறோம்) சீராகக் கூடுகிறது. ஒரே நேரத்தில் ஏழு குறியீடுகளின் அடிப்படையில்தான் செயல்பட முடியும். முதியவர்களுக்கு இரண்டு குறியீடுகள் கூடவோ

குறையவோ செய்யலாம். ஆனால் ஐந்து வயதுக் குழந்தையால் ஒரு நேரத்தில் மூன்று குறியீடுகளின் அடிப்படையில் மட்டும்தான் செயல் படமுடியும். இத்திறமையைக் கூட்டுவது எது? தகவல்களின் சேமிப்பு அதிகரிக்க வேண்டுமா அல்லது பயன்பாட்டுத்திறம் கூடவேண்டுமா? இக்கேள்விக்கு இன்னும் உறுதியான விடை கிடைக்கவில்லை. ஆனால் இரண்டாவது கருத்து விடையாக மாறுவதற்கு வாய்ப்பிருக் கிறது. எடுத்துக்காட்டாக வயதுமுதிர்ந்த குழந்தைகள் சொற்களையும் எண்களையும் சிறிய குழந்தைகளைவிட வேகமாக உச்சரிக்கின்றனர். அதனால் அவர்களால் நிகழ்கால நினைவாற்றலின் உதவியோடு பல பொருட்களைப் பயன்படுத்தி விரைந்து பயிற்சிபெற முடிகிறது. விரைந்து பயிற்சிபெறுவதால் அதிகப் பொருட்களைப் பயன்படுத்த முடிகிறது. இவ்வாறு நிகழ்கால நினைவாற்றல் அதிக அளவுகொண்ட தாக நமக்குத் தோன்றுகிறது.

வயது கூடும்போது தகவல்களைப்பயன்படுத்தும் வேகம் பலமடங்கு அதிகரிக்கிறது (தந்திருக்கும் படம் மடங்கு அடிப்படையில் பெருகு வதின் விளைவைச் சரியாகக் காட்டுகிறது). ராபர்ட் கெயில் என்ற உளவியல் அறிஞர் தகவல்களைப் பயன்படுத்தும் வேகம் பற்றிப் பல் வேறு பரிசோதனைகள் நடத்தியுள்ளார். சிறிய வெளிப்பாடுகள் முதல் மனக்கணக்கு வரை அந்தப் பரிசோதனையில் அடங்கும். முதியவர்கள் நான்கு வயதுக் குழந்தைகளைவிட மூன்று மடங்கு வேகத்திலும் எட்டு வயதுக் குழந்தைகளைவிட இருமடங்கு வேகத்திலும் பதினொன்று வயதுக் குழந்தைகளைவிட ஒன்றரை மடங்கு வேகத்திலும் தகவல் களைப் பயன்படுத்துகிறார்கள் என்று இந்தப் பரிசோதனை முடிவுகள் கூறுகின்றன. மாறுபட்ட பரிசோதனைகளை கெயில் தேர்ந்தெடுத்த போதும் இந்த விகிதம் மாறாமல் இருந்தது. தகவல்களைப் பயன் படுத்தும் வேகம் வயதுக்கு ஏற்ப மாறுவதற்கு மூளையின் பொது அமைப்பு காரணமாகலாம் என்பதை இது காட்டுகிறது. நரம்பு இழை களைக் கொழுப்புத் திசுக்கள் மூடுவது இதற்குக் காரணமாக வாய்ப் பிருக்கிறது.

தேர்ந்தெடுத்துக் கவனிப்பது என்பது ஒவ்வொரு நிமிடமும் நம்மைத் தாக்கும் பல்வேறு தூண்டல்களிலிருந்து தேவையான ஒன்றை மட்டும் தேர்ந்தெடுத்து அதில் கவனத்தைக் குவிப்பதாகும். வயது கூடும்போது இந்த உத்தியைப் பயன்படுத்தும் திறமையும் கூடுகிறது. எடுத்துக் காட்டாக ஓர் ஆய்வு முடிவைப் பார்ப்போம். எட்டுவயதுக் குழந்தை களிடம் இரண்டு படங்களைக் கொடுத்து இரண்டுக்கும் இடையே இருக்கும் வேற்றுமைகளைக் கண்டுபிடிக்கச் சொல்லப்பட்டது. அந்தப் படங்களைக் கவனித்தவிதம், தங்களைவிட வயது குறைந்த வர்கள் கவனிப்பதை க் காட்டிலும் சிறப்பாகவும் நேர்த்தியாகவும்

இருந்தது. தேவையில்லாதவற்றைப் புறக்கணித்து, தேவையான சில வற்றில் மட்டும் கவனம் குவிக்கவேண்டும். அதுதான் ஒரு கேள்விக்குச் சரியான பதிலைத் தரும் திறமையையும் ஒரு வேலையைச் சரிவரச் செய்து முடிக்கும் திறமையையும் வளர்க்கும். வயதுடன் இந்தத் திறமையும் கூடுவதாக இருப்பின் 'சட்டென' குழந்தைக்கு அந்தத் திறமை எப்படி வந்தது என்ற கேள்விக்கு இதுவே பதிலாக அமையும்.

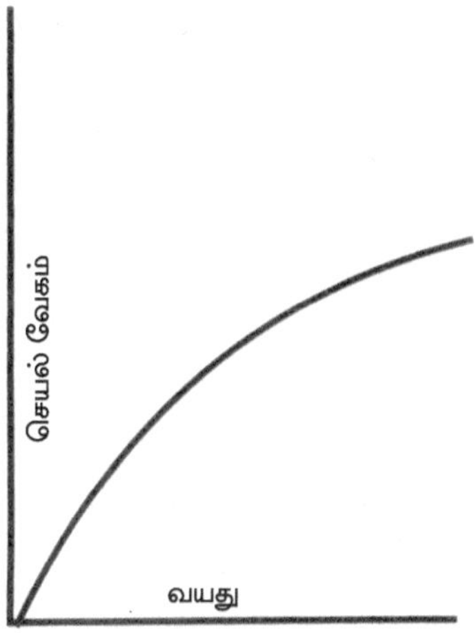

குழந்தைகள் பச்சிளம் குழந்தைகளாக இருக்கும்போதே கோட்பாடுகளை உருவாக்கிக் கொள்ள ஆரம்பிக்கி றார்கள். கோட்பாடு என்பது ஒன்றுக் கொன்று தொடர்புடைய பல்வேறு எண்ணங்களின் தொகுப்பாகும். மூன் றுமாதக் குழந்தைகூட நிறம், வடிவம் ஆகிய நுண்கருத்துகளை உருவாக் கும். அந்தக் கருத்துப்படி நடக்கவும் செய்யும். பச்சிளம் குழந்தைகளிடம் நகரும் பொருட்களைக் கொடுத்து, இந்தக் கருத்தை நிரூபிக்க நடத்திய பரிசோதனை, அடுத்த அத்தியாயத் தில் விளக்கப்பட்டுள்ளது. தொடக்க நிலையில் கருத்துகள் தொடர் நிகழ்வின் அடிப்படையில் உருவாகின்றன. அதாவது, இரண்டு நிகழ்வுகள் ஒன்றாக ஒரே சமயத்தில் நடக்கும்; நாயையும் நாயின் வாலையும் நாம் ஒன்றாகத்தான் பார்க்கிறோம். அதுவன்றி நாயைத் தனியாகவும் வாலைத் தனியாகவும் நாம் பார்ப்பதில்லை. ஒன்றுக்கொன்று தொடர்புடைய இந்த விஷயங்கள் ஒரு கருத்தாக மாறும்: நாய்களுக்கு வாலுண்டு.

குழந்தைகள் வளரும்போது தனிப்பட்ட குணாம்சங்களையும் பொது வான விதிகளையும் பிரித்தறியும் திறமை பெறுகின்றனர். அதனால் வரையறைகளின் அடிப்படையில் கருத்துருவாக்கிக் கொள்கின்றனர். சாதாரணமாக நாய்களுக்கு வாலுண்டு. ஆனால் அவற்றுக்கு எப் போதும் முகம் உண்டு. பிராங்க் கெய்ல் என்னும் உளவியலறிஞர் குழந்தைகளின் கருத்துருவாக்கம் பற்றி ஆய்வு செய்துள்ளார். தாங்கள் காணும் ஒவ்வொரு செயலுக்கும் காரணம் தேடவும் புரிந்துகொள்ள வும் குழந்தைகள் முயற்சி செய்கின்றனர் என்று இவர் நம்புகிறார். காரியகாரணத்தைப் பற்றி குழந்தைக்குக் கிடைக்கும் விளக்கம் சிறு 'கோட்பாடுகள்'உருவாக வழிவகுக்கிறது. இதுவே குழந்தைகளின்

தொடக்கக்காலக் கருத்துருவாக்கம். எடுத்துக்காட்டாக சதுரவடிவச் சக்கரங்களுள்ள காரைப் பார்த்திருக்காவிட்டாலும் இதற்கும் உருளைவடிவ சக்கரங்களைக் கொண்ட காருக்கும் இடையேயுள்ள அடிப்படை வேறுபாட்டைக் குழந்தைகளால் உணர்ந்துகொள்ள முடியும். குழந்தைகளிடம் 'ஏன்' என முடியும் வினாக்கள் கேட்டால் அவர்களால் பதில் சொல்ல முடிகிறது. இது தொடக்கக்காலக் கருத் துருவாக்கத்தின் முக்கியத்துவத்தைக் காட்டுகிறது என்பது கெய்லின் ஆய்வு முடிவாகும்.

மேடம் இது வேலைக்கு ஆகாது!

பச்சிளம் குழந்தைகளிடம் மிகக் குறைந்த அளவு கருத்துகள்தாம் இருக்கும். அதுபோல் அந்தக் கருத்துகளுக்கிடையே மிகக் குறைந்த தொடர்புகள்தான் இருக்கும். அவர்கள் வளர வளர கருத்துகளிடையே யுள்ள தொடர்புகளும் அவற்றின் ஒழுங்கமைப்பும் ஆழமுடையதாக மாறுகிறது. படிப்படியாக, ஏராளமான தனித்தனி தகவல்களுக் கிடையேயுள்ள தொடர்பைக் கண்டுபிடிக்கவும் அதை விளக்கிச் செல்லவும் அதன் மூலம் புதிய கருத்துகளை உருவாக்கவும் முடிகிறது. இவ்வாறு காலம் செல்லச் செல்லக் குழந்தைகள், பல்வேறு துறைகளைச் சார்ந்த நீண்டகால அறிவுகளைப் பெருமளவில் திரட்டு கின்றனர். இந்த நீண்டகால அறிவுகளைக் குழந்தைகள் வெறுமனே வைத்துவிட்டு, சிலகாலத்துக்குப் பிறகு அவற்றை நினைவுபடுத்துவ தில்லை (ஆண்டுத்தேர்வு போல). புதிய அனுபவங்களின் மூலம் கிடைக்கும் தகவல்களை ஒழுங்குபடுத்துவதில் இந்த முன்னறிவு முக்கிய பங்குவகிக்கிறது. ஒருவருக்கு எந்த அளவுக்குத் தகவல்கள் தெரிந்திருக்கிறதோ அந்த அளவுக்கு அவரால் அறிவைப் பெற்றுக் கொள்ளவும் முடிகிறது.

நம் ஒவ்வொருவருக்கும் அவரவர் அறிவுத்திறமை பற்றிய வெளிப் படையான மற்றும் மறைமுகமான அறிவு இருக்கிறது. ஒரு குறிப்பிட்ட

சூழலில், நாம் ஈடுபட வேண்டிய வேலையைப் பொறுத்து நம் உத்திகள் மாறுகின்றன. இதை அறிதல் பற்றிய அறிவு (metacognitive Knowledge) என்று அழைக்கின்றனர். ஒவ்வொருவரும் எவ்வாறு அறிவு பெறுகின்றனர் என்பதைப் பற்றிச் சிந்தித்து மதிப்பிடலாம்; நம் முடைய புரிதலைப் பற்றிப் படிக்கலாம்; வழிநடத்தலாம்; படித்த வற்றுள் எந்தளவுக்கு நினைவிருக்கிறது என்று கணக்கிடலாம் - படிக்கலாம்; நம் வேலையின் தரத்தைப்பற்றி எழுதலாம் - கருத்தைச் சொல்லலாம். குழந்தைகள் வளர வளர இந்தத் திறமைகள் நிச்சயமாக மேம்படும். பத்து வயதாகும்போது ஒரு கருத்தை வார்த்தைக்கு வார்த்தைத் திருப்பிச் சொல்வதைவிட அதன் கருத்தைச் சுருக்கமாகச் சொல்வது எளிது; பலமுறை திரும்பத் திரும்பச் சொன்னால் மறக்காது; அப்படியே திரும்பச் சொல்வதைவிடப் பிரித்தறிவது எளிது போன்ற வற்றைக் கண்டுபிடித்துச் சொல்லமுடியும். இன்னும் சற்று முதிர்ந்த குழந்தைகளிடம் அறிதல் பற்றிய அறிவு அதிகமாகவே காணப் படுகிறது. ஒரு பகுதியை வாசிக்கும்போது முரணான கருத்துகள் இருப்பின் அவற்றைக் கண்டுபிடிக்கவும், முக்கியமான பகுதியைச் சுட்டிக்காட்டவும், புரியாத பகுதியை மீண்டும் வாசிக்கவும் அவர் களால் முடிகிறது.

சுருங்கச் சொன்னால், நாம் நினைத்திருந்ததைவிட முன்னதாகவே குழந்தைகளிடம் சிந்தனைத்திறன் பற்றிய அறிவு காணப்படுகிறது. தகவல்களை முறைப்படுத்துவதில் ஏற்படும் சிரமம், தொடக்க நிலை யில் இந்தத் திறமைகள் மறைமுகச் சிந்தனைமுறையைச் சார்ந்திருப்பது ஆகிய காரணங்களால் குழந்தைகளால் இந்தத் திறமைகளை வெளிக் காட்டமுடியாமல் போகலாம். சிறு குழந்தைகளால் இதைப் பற்றிய கருத்தைச் சொல்லவோ வார்த்தைகளால் விளக்கிச் சொல்லவோ முடிவ தில்லை. தகவல்களை முறைப்படுத்தும் கருவியாக மூளையைக் காண்பது குழந்தைப் பருவம் முழுவதும் அறிவு பெறும் வழிகளைப் புரிந்து கொள்ளவும், அதன் படிப்படியான வளர்ச்சியைப் புரிந்துகொள்ளவும் உறுதியாக உதவுகிறது. இது பரம்பரை வளர்ச்சிக் கோட்பாட்டுக்குச் சிறந்த மாற்றாக விளங்குகிறது. மட்டுமல்ல இந்தக் கோட்பாடு ஆசிரியர்களுக்குப் பெரிதும் உதவுகிறது. காரணம் ஒவ்வொரு வயதிலும் குழந்தைகள் எந்தெந்த நிலைகளில் எங்கெங்கு சிரமப்படுகிறார்கள் என்பதைப் புரிந்துகொள்ள உதவுகிறது. அதனால் குழந்தைகளுக்குச் சிக்கலான சூழல்களை வெற்றிகரமாகச் சமாளிக்கும் முறையைப் புரிய வைக்கலாம். குறிப்பிட்ட, மிக எளிய வேலையைக் குழந்தைகளுக்குக் கொடுத்தால் போதும்; எதிர்பார்ப்பைக் குறைத்தால் போதும்.

உங்களுக்கு நீங்களே செய்து பார்க்க மூன்று எடுத்துக்காட்டுகள் தருகிறேன்.

1. வேலையைச் சிறு சிறு பகுதிகளாகப் பிரிப்பதாலும் குழந்தைகளுக்குக் கொடுக்கும் குறிப்புகளை எழுதிக் காட்டுவதாலும் நிகழ்கால நினைவாற்றலின் பயன்பாட்டை மிகவும் குறைக்கலாம். எல்லாவற்றையும் பதிவுசெய்யும்படி ஊக்குவிப்பது தேவைக்கு அதிகமான தகவல்களை நிகழ்கால நினைவாற்றலில் பாதுகாப்பதைத் தவிர்ப்பது ஆகியவற்றால் வேறு செயல்களைச் செய்வதற்கு மூளையில் தேவையான இடம் கிடைக்கிறது.

2. ஒரு குறிப்பிட்ட சூழலில் எவற்றையெல்லாம் கவனிக்க வேண்டும் எவற்றையெல்லாம் புறக்கணிக்க வேண்டும் எனத் தெளிவாகக் கூறுங்கள். குழந்தைகளுக்குக் கொடுக்கும் பொருளில் கவனச்சிதறல் ஏற்படுத்தும் அம்சங்கள் இல்லாதபடிப் பார்த்துகொள்ளுங்கள்.

3. புதிய பொருள்களைக் கொடுக்கும்போது அவற்றைக் குழந்தைக்கு அறிமுகமானவற்றோடு தொடர்புபடுத்துங்கள். இயன்றவரை தெரிந்த சூழலைப் பயன்படுத்திப் புதிய கருத்துகளைக் கற்றுக் கொடுங்கள்.

மேற்குறிப்பிட்ட யோசனைகள் கற்றலை ஊக்கப்படுத்தும். ஆனால், இதற்கும் கற்றலைத் துரிதப்படுத்துவதற்கும் ஒரு மெல்லிய வேறுபாடு உண்டு. குழந்தைகளின் வளர்ச்சியைத் தொடர்ந்து கவனிக்கும் நமக்கு அன்றாடம் கிடைக்கும் அனுபவங்களில் தீவிரமான தொடர்பயிற்சியெடுப்பது கற்றலை வேகப்படுத்தும் என்ற எண்ணம் ஏற்படலாம். இது சிறந்த பயனைத்தரும் என்று நினைக்கிறீர்களா? இவ்வாறு தீவிரமாகப் பயிற்சி செய்வது குழந்தையின் கற்றல் வேகத்தைத் தடைப்படுத்துமா? இந்தக் கேள்விகளுக்கான விரிவான விளக்கத்தை 'தொடக்ககால குழந்தைக் கல்வி' என்ற அடுத்த அத்தியாயத்தில் பார்க்கலாம்.

வளர்ச்சிக்கு அவரவருக்குரிய கால அவகாசம் தேவை

Give your child a Superior Mind, Do Not push your preschooler என்பவை 1980-களில் எழுதப்பட்ட இரண்டு புத்தகங்களாகும். இந்த இரண்டில் நீங்கள் எதைத் தேர்ந்தெடுப்பீர்கள்? குழந்தைகளின் வளர்ச்சிக் காலகட்டத்தில் அளவுக்கும் தரத்துக்கும் இடையிலான கருத்துகளை அடிப்படையாகக் கொண்டு இந்த இரண்டு புத்தகங்கள் எழுதப்பட்டுள்ளன. பருவ வயதினர் செய்யும் எல்லா செயல்களையும் (சிந்தித்து) குழந்தைகள் செய்ய முடியுமென்றால் சற்று தரம் குறைவாக இருந்தாலும் பரவாயில்லை, அவர்கள் மேம்படுவதற்கான கூடுதல் வாய்ப்புகளைக் கொடுக்கலாம். ஆனால், வளர்ச்சி என்பதற்கு ஒரு முறையுண்டு. அந்த வளர்ச்சி தரமான வளர்ச்சியாக இருக்கவேண்டும்.

பல்வேறு வளர்ச்சி நிலைகளுக்கு உட்பட்டிருக்கவேண்டும். வயது கூடக்கூடத்தான் வளர்ச்சியின் தரமும் கூடும் என்று வைத்துக்கொண் டால் பச்சிளம் குழந்தைகளை இவ்வாறு கட்டாயப்படுத்துவது முற்றிலும் பொருளற்றது. இது காலத்தை வீணடிப்பதற்கு ஒப்பானது. அதுமட்டுமல்லாமல் எதிர்பாராத சில மோசமான விளைவுகளையும் ஏற்படுத்தலாம்.

1989-ல் மரியோன் ஹைசனும் நண்பர்களும் நடத்திய ஆய்வு இந்தக் கருத்தை உறுதிப்படுத்துகிறது. ப்ரீ ஸ்கூல் குழந்தைகளின் இரண்டு குழுவை இரண்டு வேறுபட்ட கல்வி முறைக்கு உட்படுத்தினர். ஒரு குழுவுக்கு முறையான கல்வி சார்ந்த செயல்பாடுகளும் (ஆங்கில எழுத்துகளும் எண்களும் கற்பிக்கப்பட்டன) அடுத்த குழுவுக்கு கல்விசாரா செயல்பாடுகளும் (நாள் முழுவதும் குழந்தைகள் தாமாகத் தேர்ந்தெடுக்கும் செயல்பாடுகளில் ஈடுபட வாய்ப்பளிக்கப்பட்டது) கற்பிக்கப்பட்டன. ஆண்டு முடிவில் இரண்டு குழுக்களையும் பல்வேறு அளவீடுகள் பயன்படுத்தி ஒப்பிட்டனர். கல்வி சார்ந்த செயல்பாடு களில் ஈடுபட்ட குழந்தைகள் எழுத்துகளையும் எண்களையும் அடுத்த குழுவைவிடச் சிறப்பாக இனம் கண்டுகொண்டனர். இவை அவர் களுக்கு முறையாகக் கற்பிக்கப்பட்டிருந்தன. இரண்டு குழுவினரும் பொது அறிவிலும் சமூகப் பழக்க வழக்கங்களிலும் சமமான திறன் படைத்தவர்களாக விளங்கினர். அடுத்த ஆண்டு அவர்கள் எல்லோரும் மழலை வகுப்பில் சேர்க்கப்பட்டனர். அந்த ஆண்டு முடிவில் முறை யான கல்விச் செயல்பாடுகளில் ஈடுபட்ட குழந்தைகளின் வளர்ச்சி

குறைந்திருந்தது. அதோடு பள்ளிச் செயல்பாடுகளை விரும்பாதவர்களாகவும், தேர்வைக்கண்டு அஞ்சுபவர்களாகவும் விளங்கினர்.[1]

இதுபோன்ற மேலும் பல ஆய்வுகளை ஹைசன் நடத்தினார். அவற்றின் முடிவுகள் அனைத்தும் பெரிய மாற்றமின்றி ஒன்றாகவே இருந்தன. இதிலிருந்து நாம் கற்றுக்கொள்வது என்ன? ப்ரீ ஸ்கூல் குழந்தைகளைக் கட்டாயப்படுத்திச் சில செயல்பாடுகளில் ஈடுபடச் செய்து அவர்களின் கற்றல் வேகத்தைக் கூட்டலாம். ஆனால், இது குறுகியகாலத்துக்கு மட்டும்தான் நிலைத்து நிற்கும். இவ்வாறு கட்டாயப்படுத்துவது குழந்தையின் 'சுயசிந்தனை மற்றும் பழக்கவழக்கங்களில்' எதிர்மறையான மாற்றங்களையே ஏற்படுத்தும். இங்கு குறிப்பிட்ட சுயசிந்தனை மற்றும் பழக்க வழக்கங்கள் என்பவை வாசிப்பு மற்றும் எழுத்துச் செயல்பாடுகளில் குழந்தைக்கு இருக்கும் ஆர்வத்தைக் குறிக்கிறது. குழந்தைகளுக்குப் பிடிக்காதவற்றைச் செய்யச் சொல்லி எந்தளவுக்கு கட்டாயப்படுத்துகிறோமோ அந்த அளவுக்குக் குழந்தைகளுக்கு அந்த விஷயங்களில் ஆர்வம் குறையும். இந்த ஆய்வு முடிவுகளை ஆழமாக அலசும்போது இரண்டு கருத்துகள் புரிய வருகின்றன. வளர்ச்சியின் அளவையோ தரத்தையோ எதைக் கருத்தில்கொண்டாலும் கற்றல் வேகத்தைக் கூட்டுவது இயலாதது. அதோடு கெட்டதும்கூட.

எந்தக் கருத்தின் அடிப்படையிலிருந்து பார்த்தாலும் குழந்தைகள் பக்குவமற்ற சிந்தனைத்திறன் கொண்டவர்கள் என்பதை எல்லோரும் ஒப்புக்கொள்கின்றனர். டேவிட் போர்க்லண்ட் என்னும் உளவியலறிஞர் இந்தப் பக்குவமற்ற நிலை அடிப்படை வளர்ச்சிக்குப் பலவகைகளில் உதவுகிறது என்று நம்புகிறார். குழந்தைப் பருவம் என்பது வளர்ச்சிக்கும் முதிர்ச்சிக்கும் தேவையான காலகட்டமாகும். குழந்தைகள் வளர்ந்து பெரிதாகித் தன்காலில் நிற்க நீண்டகாலம் தேவைப்படுகிறது. அதுவரை பெரியவர்களைச் சார்ந்து வாழ்கிறார்கள். சுயசார்புடையவர்களாக வாழ்வதற்குத் தேவையான அறிவையும் திறமையும் இந்தக் காலத்தில் கற்றுக்கொள்கிறார்கள். இதற்கு உதவும் பண்பாட்டுச் சூழலை மனித சமூகம் வளர்த்தெடுத்துள்ளது. நமது நெருங்கிய உறவினர்களான குரங்கினத்துடன் ஒப்பிடும்போது மனிதக் குழந்தைகள்

---

[1] இந்த ஆய்வுக்கு உட்பட்ட குழந்தைகள் நடுத்தர, உயர் நடுத்தர குடும்பத்தைச் சார்ந்தவர்கள். வறுமைக்கோட்டுக்குக் கீழே இருப்பவர்களுக்கு இந்த ஆய்வு பொருந்தாது என்று நினைப்பதற்குப் போதுமான காரணங்கள் இருக்கின்றன. குறைந்த வருமானமுள்ள குடும்பத்தைச் சார்ந்த ப்ரீ ஸ்கூலர்களுக்கான பல கல்வித் திட்டங்கள் வெற்றி பெற்றுள்ளன. இக்குடும்பங்களின் பொதுச்சூழலிலிருந்து அறிவுபூர்வமான தூண்டல்கள் போதியளவு குழந்தைகளுக்குக் கிடைப்பதில்லை. இந்தக் குறையை இந்தக் கல்வித்திட்டங்கள் நிவர்த்தி செய்கின்றன. நுட்பமான பருவங்கள் பற்றிய அடுத்த அத்தியாயத்தில் இதுபற்றி மீண்டும் பேசப்பட்டுள்ளது.

மிக நீண்டகாலம் பக்குவமற்று, பிறரைச் சார்ந்திருக்கிறார்கள். உடல் ரீதியாகவும் பாலியல் ரீதியாகவும், சிந்தனைமுறையிலும் பெரியவர்களைச் சார்ந்து வாழ்கிறார்கள். இவற்றுள் டேவிட் போர்க்லண்ட் குழந்தைகளின் சிந்தனைமுறைக்கு அதிக முக்கியத்துவம் அளிக்கிறார்.

குழந்தைகளின் பக்குவமற்ற சிந்தனைமுறையை ஒருவிதக் குறைபாடாக நாம் பார்க்கிறோம். அந்தக் குறையை அனுபவங்களாலும் கற்பிப்பதாலும் நிவர்த்தி செய்யவேண்டும் என்று கருதுகிறோம். ஆனால், இதை வேறு கோணத்திலும் பார்க்கலாம் என்கிறார் போர்க்லாண்ட். அதாவது, இந்தப் பக்குவமற்ற காலம்தான் குழந்தைகளின் வளர்ச்சிக்கு முக்கியபங்கு வகிக்கும் காலம் என்கிறார். இந்தக் காலகட்டத்தில் குழந்தைகளிடம் காணப்படும் திறமையின்மையைத் தரத்தில் சற்று வேறுபட்ட, வித்தியாசமான திறமை என்று கருதலாம். அனுபவங்களை ஒழுங்குபடுத்தி ஒருகட்டுக்கோப்புக்குள் கொண்டுவர இந்தத் திறமையின்மை உதவுகிறது. எனவே, இதைக் குழந்தைப் பருவத்தில் நடக்கும் கற்றல் என்று சொல்லலாம். ஓர் எடுத்துக்காட்டைப் பார்ப்போம். குழந்தைகளுக்கு 20/20 பார்வைத்திறன் இல்லை; பிறந்த சில மாதங்களுக்கு குழந்தையின் பார்வை மங்கலாகவே இருக்கிறது. இதனால் உலகத்துடன் உறவாடும் குழந்தையின் புலன்களின் வழியாக வரும் தூண்டல்களின் எண்ணிக்கை மிகவும் குறைகிறது. மேலும் ஓரடி தூரத்தில் இருக்கும் பொருளைக் கூர்ந்து கவனிக்க முடிவதால் பால்குடிக்கும் வேளையில் தாயின் கண்ணோடு கண் உறவுகொள்ள முடிகிறது. அதற்கு அப்பால் இருக்கும் பொருட்களைச் சரியாகப் பார்த்து இனம் காணத்தெரியாது. ஆனால், அதை ஒரு குறைபாடாகக் கருதிக் குழந்தைகளுக்கு அந்த வயதிலேயே மூக்குக்கண்ணாடிகள் அணிவிப்பது தவறு அல்லவா.

இது போன்று, குழந்தைகளின் வளர்ச்சிக்கு உதவும் முதிராத, பக்குவமற்ற வேறு பண்புகள் குழந்தைகளிடமுண்டா? அப்படியிருக்குமானால் இவை கல்வியில் முக்கிய தாக்கத்தை ஏற்படுத்தக்கூடியவை. சில வேளை குழந்தைகளின் சிந்தனைமுறை பிரச்னையுள்ளதாக இருப்பதைப் பார்க்கிறோம். அதைத் திருத்தியமைக்க நினைக்கிறோம். இல்லாவிட்டால் குழந்தை

வளர்வதுபோல் வளர விட்டுவிடுவதுதான் புத்திசாலித்தனம் என்று நினைப்பதற்கு வாய்ப்புண்டு. டேவிட் போர்க்லண்ட் குழந்தைகளின் முதிர்ச்சிக்கு உதவும் பலபயனுள்ள பண்புகளைக் கண்டுபிடித்துள்ளார். எடுத்துக்காட்டாக அவற்றுள் இரண்டினை விளக்கமாகப் பார்ப்போம்.

அறிவுத் திறமையைப் பற்றிய அறிவு என்பது நம்முடைய அறிவுபெறும் வழியைக் குறிப்பிடுகிறது. பெரும்பான்மையான குழந்தைகள் தங்களுக்கு அதிக அறிவுத்திறன் இருப்பதாக நம்புவதைப் பல்லாண்டுகளாக நடந்த ஆய்வுகள் உறுதிப்படுத்துகின்றன. இதற்கு எடுத்துக்காட்டாக ஐந்து வயதுக் குழந்தைகளிடம் நினைவாற்றலைப் பற்றி நடத்திய ஆய்வைச் சொல்லலாம். சிலவற்றைப் பாராமல் சொல்வதற்குச் சிறிதளவு நேரம் மட்டும் எடுத்துக்கொண்டு என்னால் எல்லாவற்றையும் பாராமல் சொல்ல முடியும் என்று தங்கள் திறமை மீது அதீத நம்பிக்கை வைத்துள்ளார்கள் குழந்தைகள். பின் அவர்கள் நம்பியது போல் நடக்காமலிருந்த பிறகும்கூட, பாராமல் சொல்லும் தங்கள் திறமை மீது குழந்தைகள் வைத்திருந்த அளவு கடந்த நம்பிக்கை குறையவில்லை. என்னால் அதைச் செய்ய முடியும் இதைச் செய்ய முடியும் என்று தங்கள் திறமைமீது பொதுவாகவே குழந்தைகள் அதீத நம்பிக்கை வைத்திருக்கிறார்கள். ஒரு குறிப்பிட்ட வயது வரும்வரை தங்களுக்குத் தெரியாது என்பதை எளிதாக ஒப்புக்கொள்ளமாட்டார்கள்.

குழந்தைகளின் இந்த 'தவறான நன்னம்பிக்கை' ஒரு பிரச்னையாக நமக்குத் தோன்றலாம். சற்று முதிர்ந்த குழந்தைகள், மூத்தவர்கள் ஆகியோருக்கு 'அறிவுத் திறமை பற்றிய அறிவு' குறைவாக இருப்பது பல்வேறு செயல்பாடுகளில் அவர்களுடைய திறமை குறையக் காரணமாக இருக்கிறது. ஆனால், வயது குறைந்த குழந்தைகளுக்கு இந்த 'தவறான நன்னம்பிக்கை' மிகப் பயனுள்ள, முக்கிய பங்கு வகிக்கிறது. கடினமான செயல்பாடாக இருந்தாலும் தொடர்ந்து முயற்சி செய்வதற்கும் உற்சாகத்தோடு பங்கெடுப்பதற்கும் இது பயன் படுகிறது. போர்க்லாண்ட் ஓர் அழகான எடுத்துக்காட்டை முன்வைக்கிறார். மூன்று முதல் ஐந்து வரை வயதுள்ள குழந்தைகள் தங்கள் திறமைமீது பெரும் நம்பிக்கைகொண்டு மூன்று பந்துகளை மேலெறிந்து பிடிக்கும் மிகச் சிக்கலான செயலைச் செய்ய முன் வருகின்றனர். இந்தப் பண்பு மிகச் சிக்கலான சிரமமான செயல்களைக் கூடச் செய்து பார்க்கவும் பயிற்சி செய்யவும் தூண்டுகிறது. ஆனால், தங்கள் திறமையைப் பற்றியும் திறமைக்குறைவைப் பற்றியும் தெளிவான கருத்துள்ள முதிர்ந்தவர்கள் செய்து பார்க்காமலே தங்களால் முடியாது என்று சொல்லிவிடுவார்கள். சிறு குழந்தைகள் கூச்சமில்லாமல் தவறான பதில்களைச் சொல்வதும் இந்தப் பண்பின் அடையாளம்

தான் என்று போர்க்லண்ட் மேலும் கூறுகிறார். இந்தத் தன்மைக்குக் காரண காரியத்தோடும், திட்டமிட்டுச் செயல்புரியவும் உதவும் மூளையின் ப்ரீஃப்ரண்டல் கோர்டெக்ஸின் பக்குவமற்ற நரம்பியல் அமைப்பு தான் காரணம். சிறு குழந்தைகளுடன் ஒப்பிடும்போது பெரிய குழந்தைகளும் முதிர்ந்தவர்களும் பிறர்முன் தவறுசெய்யத் தயங்குவார்கள். ஆனால், சிறு குழந்தைகளின் தவறான பதிலை உடனே திருத்தவும் முன்வருகிறார்கள். தவறை ஏற்றுக்கொள்ளத் தயங்குகிறார்கள். குழந்தைகள் 'முதிர்ந்தவர்களைப்' போல யோசித்து உறுதியாகத் தெரிந்த பதிலை மட்டும் தேர்ந்தெடுத்துக் கூறினால் அவர்களைத் திருத்துவதற்கான வாய்ப்பு மிகவும் குறைவாக இருக்கும். அதனால் அவர்களின் கற்றலும் குறைவாகவே இருக்கும். இரண்டு வயதுக் குழந்தை மொழியைக் கற்றுக்கொள்ளும் சூழல் இதற்கு நல்ல எடுத்துக்காட்டாகும். தான் கண்டுபிடித்த புதிய சொல்லை, புதிய வாக்கியத்தைச் சரியா தவறாவென்று யோசிக்காமலே கூச்சமின்றிச் சொல்ல குழந்தை முன்வருகிறது. *(நாளைக்கு ஸ்கூல் கிடையுமா கிடையாதா?)* குழந்தை தவறு செய்யும் ஒவ்வொருமுறையும் பெரியவர்கள் அதையே திருப்பிச் சொல்லித் திருத்துவார்கள். *(நாளைக்கு ஸ்கூல் உண்டா இல்லையா?)*

நான்கு முதல் இருபது வரையோ அதற்கு மேலோ வயதாகும்போது செய்முறை வேகம் பலமடங்கு பெருகுகிறது. அதே நேரத்தில் மூளையின் நெகிழ்வுத்தன்மை அல்லது புதியனவற்றைக் கற்றுக்கொள்ளும் திறமை குறைகிறது. இதுவும் குழந்தையின் வளர்ச்சியில் முக்கியமான பங்கு வகிக்கிறதா? ஆம் என்று உறுதியாகச் சொல்கிறார் போர்க்லண்ட். ஒரு சிறுகுழந்தைக்கு ஏராளமான அறிவுசார் செயல்கள் மெதுவாகத்தான் செயல்படத் தொடங்குகின்றன. குழந்தை வளர வளர, வயது கூடக்கூட மேலும் மேலும் அதிகமான அறிவுசார் செயல்பாடுகள் தானியங்கு தன்மை பெறுகின்றன. அதுவும் விரைந்து செயல்படுகின்றன. இது மிகவும் நல்லது. ஆனால், இதற்கொரு தீமையும் உண்டு. தானாகவும் விரைவாகவும் வெளிப்படும் தூண்டல்களைக் கட்டுப்படுத்துவதோ மடைமாற்றுவதோ மிகவும் சிரமம். அதாவது இந்தத் தூண்டல்கள் ஏறக்குறைய உறுதியானவை. ஆனால் பக்குவமற்ற நரம்பியல் அமைப்பு மிக அதிக நெகிழ்வுத் தன்மை கொண்டதாக இருக்கிறது. முன்பு பார்த்ததுபோல் அறிவுசார் செயல்பாடுகளுக்கு வேகமும் தானியங்குத் தன்மையும் கொடுப்பது நியூரான்களைப் பொதியும் உறையைப் பொறுத்து அமைகிறது. அவ்வாறு ஒரு குழந்தையின் நியூரான்கள் முழுதும் கொழுப்பு உறையால் பொதியப்படாமல் இருந்தால் அது கற்றலுக்கு ஆயத்தமாக இருக்கிறது என்று கருத வேண்டும். எதிர்காலத்தில் அமையப்போகும்

சூழலோடு உறவாடி, அறிவு பெறுவதற்கு ஏற்றவாறு தன்னை மாற்றிக்கொள்ள இது உதவுகிறது.

ஆல்பர்ட் ஐன்ஸ்டீனுடைய மிகப்பொருத்தமான பொன்மொழி இதோ:

> சில வேளைகளில் சார்பியல் கோட்பாட்டைக் கண்டுபிடித்தது நான்தானா என என்னை நானே கேட்டுக்கொள்வேன். ஒரு சாதாரண குழந்தை ஒருபோதும் அண்டவெளி பற்றியோ நேரம் பற்றியோ பொறுமையாக யோசிக்காது. குழந்தையாக இருக்கும்போது மட்டும்தான் இவற்றைப்பற்றி யோசிக்க முடியும். ஆனால், என்னுடைய அறிவுவளர்ச்சி மந்தமானது. இதன் விளைவாக முதிர்ந்த பிறகுதான் அண்டவெளியைப் பற்றியும் நேரத்தைப் பற்றியும் வியப்போடு சிந்திக்கத் தொடங்கினேன். அதனால் ஒரு சாதாரண குழந்தை யோசிப்பதை விட ஆழமாக யோசிக்க என்னால் முடிந்தது.

கீழ்வரும் நான்கு கேள்விகள் இந்தக் கருத்தோடு நெருங்கிய தொடர்புடையவை. ஆரம்பகால அனுபவங்கள் மிகவும் முக்கியமானவையா? குழந்தையின் வளர்ச்சியை ஆக்கவும் அழிக்கவும் அவற்றால் முடியுமா? தனக்கு ஏற்படும் பாதிப்புகளிலிருந்து குழந்தைகளால் மீண்டுவர முடியுமா? எதிர்கால அனுபவங்கள் ஆரம்பகால அனுபவங்களுக்கேற்றாற்போல் மாறமுடியுமா?

வளர்ச்சியின் முக்கியமான காலகட்டம்

நான் சமீபத்தில் ஒரு துண்டுப்பிரசுரம் பார்த்தேன். கற்றல், அறிவு வளர்ச்சி என்பவற்றுக்கான முக்கியமான வளர்ச்சிக் காலகட்டம் பற்றிய கருத்தரங்கம் நடைபெறப்போவதை அது அறிவித்தது. சில பெற்றோர் இந்த விஷயத்தை மிகவும் பதற்றத்தோடு அணுகுவார்கள் என்று என்னால் கற்பனை செய்யமுடிந்தது. அந்த முக்கியமான வளர்ச்சி காலகட்டம் திரும்ப வராது என்றொரு கருத்து உண்டு. சரியான அனுபவத்தை, சரியான காலகட்டத்தில் குழந்தைக்குக் கொடுக்கா விட்டால் என்னவாகும்? பிறகு ஒருநாளும் குழந்தையால் சிறந்த முறையில் கற்றுக்கொள்ள முடியாமல் போய்விடுமா? பெரும்பான்மையான பெற்றோர் இது போன்ற எண்ணத்தால் குழம்பிப் போகிறார்கள். அதனால், ஏராளமான அனுபவங்களால் குழந்தையின் ஒவ்வொரு நாளையும் நிறைக்கிறார்கள். பிறகு வருத்தப்பட வேண்டிய தேவையில்லையல்லவா?

இதில் எந்தளவுக்கு உண்மையிருக்கிறது? இரண்டு கருத்துகளையும் கேட்க வேண்டியிருக்கிறது. ஐந்தில் வளையாதது ஐம்பதில் வளையாது என்கிறோம். முற்றிய பயிருக்கு உரமிடாதே என்கிறோம். முதலில்

‘முக்கியமான’ என்ற சொல் முழுவதும் பொருத்தமானதல்ல என்று உறுதியாகச் சொல்லலாம். குழந்தைகளின் அறிவுசார் செயல்பாடு களையும் உணர்வுகளையும் கருத்தில்கொள்ளும் இந்தச் சொல்லுக்குப் பதிலாக ‘உணர்வுபூர்வமான காலகட்டம்’ என்ற தொடரைப் பயன் படுத்தலாம். ‘முக்கியமான’ என்ற சொல் ஒன்று, முழுவதும் சரி அல்லது முழுவதும் தவறு என்ற கருத்தைத் தோற்றுவிக்கிறது. எடுத்துக் காட்டாக ஆரம்ப நாட்களில் ஒரு கோழிக்குஞ்சு அசையும் பொருளின் பின்னே செல்லும். தாய்க்கோழியாக இல்லாவிட்டாலும் அது பின்னே செல்லும். ஆரம்ப நாட்களில் இந்தக் குணம் இல்லாவிட்டால் தாயின் பின்னே செல்லும் பழக்கத்தைக் கற்றுக்கொள்ள முடியாது. செப்ரா ஃபிஞ்ச் என்ற ஒருவகை பறவைகள் ஒரு குறிப்பிட்ட வளர்ச்சி காலத்தில் ஒரு குறிப்பிட்ட பாடலைக் கேட்டேயாக வேண்டும். அப்போதுதான் அவற்றால் அதை நினைவுபடுத்தவும் பாடவும் முடியும். இல்லா விட்டால் பிறகு ஒருநாளும் இதைக் கற்றுக்கொள்ள முடியாது. மனிதர் களின் ஐம்புலன்களுக்கும் இதுபோன்ற முக்கியமான காலகட்டம் உண்டு. எடுத்துக்காட்டாகப் பார்வையைப் பிரித்தறியும் மூளையின் பகுதி முறையாக வளர வேண்டுமானால் ஆரம்ப மாதங்களில் குழந்தை களுக்கு இயல்பான பார்வை அனுபவம் கிடைப்பது மிகவும் அவசியம்.

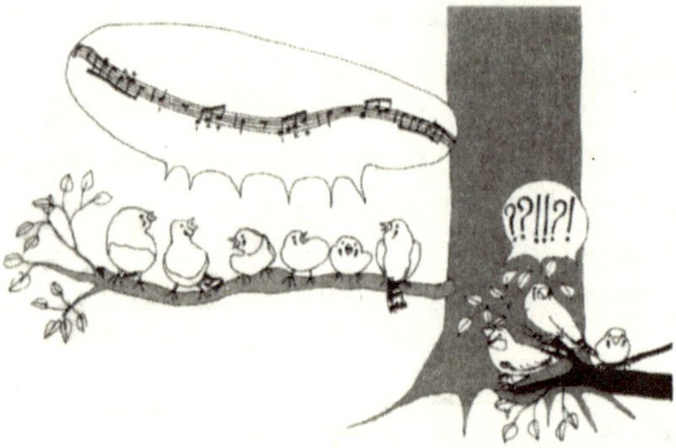

இருப்பினும் மனிதர்களின் உணர்வு மற்றும் அறிவு வளர்ச்சி இதிலிருந்து சற்று வேறுபட்டது. மழலைப்பருவம் என்பது முக்கியமானது என்று சொல்வதைவிட உணர்வுபூர்வமானது என்று சொல்லலாம். காப்பகங்களில் வாழும் குழந்தைகளில் ஒரு வயதுக்குள் தத்தெடுக்கப்படுபவர்கள் அதற்குப் பிறகு தத்தெடுக்கப்படுபவர்களைவிடப் புதிய சூழலில் எளிதில் வாழப் பழகிக்கொண்டுவிடுகிறார்கள். ஆனால், கூடுதல் வயதான பிறகு தத்தெடுக்கப்படுபவர்களும்கூட அன்பும் அரவணைப்பும் நிறைந்த வளர்ப்புப் பெற்றோர் கிடைத்தால் ஆரம்ப கால வேதனைகளைத் தாண்டிவந்துவிட முடியும். அறிவு வளர்ச்சியைக் கணக்கிலெடுக்கும்போது அப்படியொரு முக்கியமான காலகட்டம் இருக்கிறதா என்பதே சந்தேகமாக இருக்கிறது. குழந்தைகள் மொழி

---

2 காடுகளில் பல வருடங்கள் தொலைந்துபோன குழந்தைகள் பற்றி சுவாரசியமான பல தகவல்கள் கிடைத்துள்ளன. திரும்பக் கிடைத்தபோது அந்தக் குழந்தைகளிடம் காணக்கிடைத்த ‘காட்டுமிராண்டித்தன’ நடத்தைகள் அவர்கள் ஓநாய்களால் பாதுகாக்கப்பட்டிருக்ககூடும் என்று நம்பவைக்கின்றன. நாகரிகமான வழிகளை அந்தக் குழந்தைகளுக்குக் கற்றுக்கொடுக்க முயன்றபோது விஞ்ஞானிகள், குழந்தைகளின் வளர்ச்சி தொடர்பாகப் பல விஷயங்களைத் தெரிந்துகொண்டனர்.

கற்கும் சூழலை எடுத்துக்கொள்வோம். ஒரு மொழியைக் கற்கும் திறமையை வளர்த்துக்கொள்ள ஆரம்பகால அனுபவம் இன்றியமையாதது என்ற கருத்து நிலவிவருகிறது. மிகவும் ஏழ்மையான சூழலில் வாழ்ந்த சில குழந்தைகளின் மொழி கற்கும் திறமையும் சமூகத்தோடு பழகும் திறமையும் குறைவாக இருக்கின்றனவே தவிர சுத்தமாக இல்லையென்று சொல்ல முடியாது.[2] அதுபோல முதிர்ந்தவர்களை விடக் குழந்தைகள் ஒரு மொழியை வேகமாகக் கற்றுக் கொள்கிறார்கள். அதுபோல் சற்று சிரமப்பட்டாலும் பெரியவர் களாலும் கற்றுக்கொள்ள முடிகிறது. கற்றலும் நினைவாற்றலும் முதுமைவரை தொடர்ந்து வருகிறது. அதனால் ஆயுள்காலம் முழு வதும் புதியவற்றைக் கற்கவும் புதிய திறமைகளைப் பெறவும் நம்மால் இயலும்.

சார்லஸ் நெல்சன் என்னும் உளவியலறிஞர் ஆயுள் காலம் முழுவதும் நடக்கும் கற்றலைப் பற்றி விரிவான ஆய்வை மேற்கொண்டுள்ளார். வளர்ச்சியின் முக்கியமான காலகட்டத்தைப் பற்றி இரண்டு முக்கிய கருத்துகளைக் கூறியுள்ளார். முதலாவது எதிர்மறையான ஆரம்பகாலச் சூழல் மிக நீண்டகால பாதிப்பை ஏற்படுத்தும் என்கிறார். எடுத்துக் காட்டாக ஒரு குழந்தை அளவுக்கதிகமான மன அழுத்தத்துக்கு உட் பட்டால் அந்தக்குழந்தை வளர்ந்து பெரியவராகும்போது ஹிப்போ காம்பஸ் சுருங்கிவிடுகிறது. கற்றலையும் நினைவாற்றலையும் ஹிப்போகாம்பஸ் கட்டுப்படுத்துகிறது. இவ்வாறு ஹிப்போகாம்பஸ் சுருங்குவதால் கற்றலும் நினைவாற்றலும் சரிசெய்ய முடியாதபடி பழுதுபடுகிறது. பிற்காலத்தில் ஏற்படும் மன அழுத்தம் நம்மைப் பாதிக்காது என்று சொல்லமுடியாது. எவரொருவர் கடுத்த மன அழுத்தத்துக்கு உள்ளாகிறாரோ அவருக்குப் பதற்றம், மனச்சோர்வு மற்றும் பிற உளவியல் பிரச்னைகள் ஏற்படுகின்றன. எனவே மன அழுத்தம், சந்தர்பங்களின் தாக்கம் ஆகியவை வளர்ந்த மூளையைவிட வளர்ந்து கொண்டிருக்கும் மூளையை வேறொரு வகையில் பாதிக்கிறது என்று நெல்சன் கூறுகிறார்.

இவருடைய இரண்டாவது கருத்து 'சாதகமான' தொடக்கக் காலச் சூழல் பற்றியது. உளவியல் அடிப்படையில் இவை 'சாதாரண மானவை' அதாவது ஒரு குழந்தைக்கு சராசரி அளவு புறத்தூண்டுதல் கள் கிடைத்தால் அந்தக் குழந்தையின் அறிவு வளர்ச்சி சாதாரண முறையில் தொடரும் என ஆய்வுகள் கூறுகின்றன. அசாதாரணமான தூண்டுதல்களுக்கு உட்படும் குழந்தையின் அறிவு வளர்ச்சியில் அசாதாரணமான மாற்றங்கள் நடந்தது என்று உறுதியாகக் கூறுவதற்குப் போதுமான ஆதாரங்கள் இல்லை. ஏன்? இல்லையென்றே சொல்ல

லாம். எதிர்காலத்தில் அசாதாரண வளர்ச்சியை அடையும் என்றும் கூற முடியாது.

இந்த இரண்டாவது கருத்துக்குச் சற்று அழுத்தம் கொடுப்பது அவசியம். நுட்பமான அல்லது உணர்வுபூர்வமான வளர்ச்சி கால கட்டம் என்பது சாதாரண சூழலில் சாதாரண வளர்ச்சியையே குறிப் பிடுகிறது. குழந்தைகளின் (மனித இனமோ விலங்கினமோ) வளர்ச்சிக்குத் தேவையான சாதாரணமான சூழல் கிடைக்காவிட்டால் அவர்கள் சில அடிப்படைத் திறன்களை இழந்துவிடுவார்கள். இந்தக் கருத்தைச் சில சிறப்பான சூழல்களின் மூலம், குறிப்பிட்ட சில சிறப்புத் திறன்களை வளர்க்கும் சூழலோடு ஒப்பிட்டுக் குழப்பிக்கொள்ளக் கூடாது. குறிப்பாக, இந்தியாவில் மக்கள் இரண்டுவிதமான கவலை களுக்கு உள்ளாகிறார்கள். 'ஆறுவயதிலேயே கர்நாடக சங்கீதத்தை அறிமுகப்படுத்தாவிட்டால் பதினெட்டு வயதான பின்பு அவளால் கற்றுக்கொள்ள முடியுமா?' என்பது ஒன்று. 'ஆறு வயதுக் குழந்தையை இந்தக் குறிப்பிட்ட சிறப்புக் கல்வித்திட்டத்தில் சேர்த்தால் அவள் மேதையாக வளர்வாளா?' என்பது மற்றொன்று.

இக்கேள்விகளுக்கு நேரடியாகப் பதிலளிக்கும் ஆய்வுகள் மிகவும் குறைவு. தொடக்ககால மேம்பாட்டுத் திட்டங்கள் (அமெரிக்காவில் நடைமுறைப்படுத்திய ப்ரீ ஸ்கூலர்களுக்கான 'ஹெட்ஸ்டார்ட்' திட்டம் போல) சிறந்த விளைவுகளை ஏற்படுத்தின என்று சொல்லும்போது, அவை பின்தங்கிய சமூகத்துக் குழந்தைகளை முன்னிறுத்தி நடை முறைப்படுத்தப்பட்டது என்பதை நினைவில்கொள்ள வேண்டும். தெளிவாகக் கூறினால் அறிவு வளர்ச்சிக்கு உதவும் சாதகமான சூழல் கிடைக்காத குழந்தைகளுக்கு இந்தத் திட்டம் பெரிதும் உதவியுள்ளது. அதுவன்றிச் சாதாரண சூழலில் வளரும் குழந்தைகளின் திறனை மேம்படுத்தவில்லை. எனவே சிறப்பான கல்விச் சூழல் பற்றிய எந்தக் கேள்விக்கும் அவரவர் அறிவுக்கேற்ப பதிலளிக்கலாமே தவிர அறிவியல் பூர்வமான ஆய்வுகளின் ஆதாரத்தோடு பதிலளிக்க முடியாது!

முடிவுரை

குழந்தைப் பருவத்தில் கற்பதற்கான சூழலைப் பெரிதும் இழந்த குழந்தைகளின் அறிவுத்திறனை வயதுகூடும்போது மாற்றுவது கடினம் என்று உறுதியாகச் சொல்லலாம். இருப்பினும் கீழ்வரும் கருத்துகளை ஆய்வுகள் பல நிலைகளில் உறுதிப்படுத்துகின்றன.

- பொதுவாக, ஏற்றுக்கொள்ளமுடிந்த பரந்து விரிந்த பல்வேறு சூழல்களில், குழந்தைகளின் அறிவு வளர்ச்சி இயல்பாகவே இருக்கும்.

- ஒரு குழந்தையின் ஆரம்ப வருடங்கள் மிகவும் முக்கியமானதாக இருப்பினும் மூளையின் நெகிழ்வுத் தன்மையைக் கணக்கி லெடுக்கும்போது முழு குழந்தைப் பருவமும், வளரிளம் பருவமும் உணர்வுப்பூர்வமான முக்கியமான காலகட்டமாகும்.
- மனிதர்கள் வாழ்நாள் முழுவதும் ஐம்புலன்கள், அறிவு மண் டலம் ஆகியவற்றோடு தொடர்புடைய புதியனவற்றைக் கற்றுக் கொள்ளும் திறமை படைத்தவர்கள்.

மூளை இதற்கேற்றவாறு வடிவமைக்கப்பட்டது. ஆனால் ஆயுள் முழுக்கக் கற்றல் நடைபெற வேண்டுமானால் மூளைக்குத் தொடர்ந்து வேலைகொடுக்க வேண்டும். சவால்கள் எழுப்ப வேண்டும். தூண்டப் பட வேண்டும்.

நெல்சன் சுட்டிக்காட்டும் ஒரு கருத்தை நாம் கவனிக்கத் தவறிவிடு கிறோம். அது மூளையின் வளர்ச்சியைப் பற்றியது. சிசுவாக இருக்கும் காலத்தில், தாயின் அரவணைப்பில் இருக்கும் நாட்களில் குழந்தையின் ஆரோக்கியத்துக்குப் பல்வேறுவிதமான ஆபத்துகள் ஏற்பட வழி யுண்டு. குழந்தையின் ஆரோக்கியம் சிறப்பாக இருந்தால் மட்டும்தான் மூளைவளர்ச்சி சிறப்பாக இருக்கும் என்பதை நிரூபிக்கும் அறிவியல் ஆய்வுகள் ஏராளம் உண்டு. தாயின் சிறந்த அரவணைப்பு, போதுமான சத்துணவு, குழந்தை பிறந்தபின் எடுத்துக்கொள்ளும் உணவு, சுகாதார மான சுற்றுச்சூழல், பக்கவிளைவுகளை ஏற்படுத்தும் மருந்துகளைத் தவிர்த்தல், நோய்க்கிருமிகளிடமிருந்து பாதுகாப்பு, குழந்தைகளுக்கு மனஅழுத்தம் ஏற்படாவண்ணம் பெற்றோர்கள் பார்த்துக்கொள்ளுதல் என ஏராளம் விஷயங்கள் உண்டு. குழந்தைக் காப்பாளர்களும், குழந்தையுடன் உறவாடுபவர்களும் மேற்கூறியதைக் கவனிக்கத் தவறிவிட்டு, வழக்கமான காரியங்களைப் பற்றிமட்டுமே கவலைப்படு கிறார்கள். எனவே, மூளையின் சிறப்பான வளர்ச்சிக்காகப் பாடுபடு பவர்கள் தங்கள் முயற்சியுடன் தாய் சேய் ஆகியோரின் ஆரோக்கி யத்தையும் சுகாதாரத்தையும் கவனிக்க வேண்டும். மக்கள் தொடர்பு சேவையின் மூலம் இதுபற்றிய விழிப்புணர்வை ஏற்படுத்த வேண்டும். மக்கள்தொகையின் பாதிப்பு பற்றியும் பெற்றோர், சமூகத்தினர் ஆகியோர் சிசுக்களையும் மழலைக்குழந்தைகளையும் பாதுகாப்பதின் முக்கியத்துவத்தையும் எடுத்துரைக்க வேண்டும். இந்தக் கருத்து இந்தியாவுக்கு மிகவும் முக்கியமானது.

அடுத்த இரண்டு அத்தியாயங்கள் இரண்டு முக்கிய வினாக்களைப் பற்றிப் பேசுகின்றன: பிறப்பா வளர்ப்பா? நற்பண்புகளைக் குழந்தை களிடம் விதைப்பது எப்படி? இவை உளவியலறிஞர்களிடையே காரசாரமாக வாதிடப்படும் விஷயங்களாகும்.

அத்தியாயம் - 5

பிறப்பும் வளர்ப்பும்

மனிதப் பண்புகளையும் திறமைகளையும் பிறப்பு அல்லது வளர்ப்பு என்ற ஏதேனும் ஒரு பிரிவுக்குள் அடக்க முற்படுவதில் அனைவருக்கும் விருப்பம் உண்டு. 'அவன் மிகவும் புத்திசாலி; அப்பாவைப் போலத் தானே மகனும் இருப்பான்' அல்லது 'அவளுக்கு மிகவும் பரந்த மனசு ; அவளுடைய அம்மா அப்படி வளர்த்திருக்கிறார்கள்' என்று சொல்வது நமக்குப் பிடித்திருக்கிறது. நான்காவது அத்தியாயத்தின் இறுதியில் இந்த முரண்பாட்டை வாய்ப்புகளின் எதிர் துருவங்கள் என்று குறிப்பிட்டிருந்தோம். குழந்தை ஒரு வெற்றுத்தாள் போன்றது. அனுபவங்களிலிருந்து கற்றுக்கொள்ளும் பாடங்கள் அத்தாளில் எழுதப்படுகின்றன என்ற கருத்தை நீங்கள் ஒத்துக்கொள்கிறீர்களா? நம்மை நாமாக மாற்றுவது கற்றல்தான் என்றும் இந்தக் கருத்தைக் குறிப்பிடலாம். மாறாக, நம் குணங்களும் பண்புகளும் பரம்பரையாகக் கிடைத்தவை. நாம் வாழும் சூழல் எப்படிப்பட்டதாக இருந்தாலும் பரவாயில்லை. நாம் எப்படிப்பட்டவர்கள் என்பது பிறவியிலேயே முடிவு செய்யப்பட்டுவிட்டது என்ற கூற்றை ஏற்றுக்கொள்ள முடியுமா? ஆனால், 'எல்லாமே பரம்பரையாகக் கிடைக்கப்பெற்றது' அல்லது 'அனைத்தும் சூழலால் முடிவுசெய்யப்படுகிறது' என்னும்

இரண்டு கருத்துகளுக்கிடையில் உண்மை எங்கேயோ மறைந்திருக்கிறது என்பதை நாம் அனைவரும் அறிவோம்.

ஒருவருடைய உயரம், அறிவு, ஆரோக்கியமான மனது என மனிதப் பண்புகளை முடிவு செய்வதில் பிறப்புக்கும் வளர்ப்புக்கும் முக்கிய பங்குண்டு என்பதை ஏற்றுக்கொண்டாலும் பிறப்பின் பங்கு எந்தளவுக்கு இருக்கிறது; வளர்ப்புமுறையின் பங்கு எந்தளவுக்கு இருக்கிறது என்ற ஐயம் ஏற்படலாம். அதாவது எது முக்கியமானது? பிறப்பா... வளர்ப்பா? என்ற கேள்வி நம் மனதில் எழலாம்.

தனிநபரைப் பொறுத்தவரை பிறப்பா வளர்ப்பா என்ற கேள்வியே அடிப்படையில் தவறு. ஒரு எளிய உவமையின் உதவியோடு இந்தக் கருத்தை விளக்கலாம். செவ்வக வடிவில் ஒரு திடல் இருப்பதாக வைத்துக்கொள்ளுங்கள். இதன் பரப்பளவில் நீளத்தின் பங்கு எத்தனை, அகலத்தின் பங்கு எத்தனை என்று நீங்கள் கேட்கமாட்டீர்கள்தானே? பரப்பளவு என்பது நீள அகலங்களின் பெருக்குத்தொகைதானே தவிர நீளம்தான் முக்கியம் அல்லது அகலம்தான் முக்கியம் என்று சொல்ல முடியுமா? வேறொரு எடுத்துக்காட்டைப் பார்ப்போம். நீங்கள் ஜவுளிக் கடையிலிருந்து துணி வாங்கிச் சட்டை தைக்கிறீர்கள் என்று வைத்துக் கொள்ளலாம். இந்தச் சட்டையில் துணியின் பங்கு எவ்வளவு, தையலின் பங்கு எவ்வளவு என்று நீங்கள் கேட்க முற்படுவீர்களா? உண்மையென்னவென்றால் தைக்காவிட்டால் துணி சட்டையாக மாறாது. துணியில்லாமல் வெறுமனே தைத்தால் சட்டை கிடைக்காது.

இவ்வெடுத்துக்காட்டுகளைப் போல பிறப்பா வளர்ப்பா என்ற கேள்வி தனியொருவரைப் பொறுத்தவரைப் பொருந்தாது. ஒரு ஓட்டப் பந்தயவீரரின் திறமை 75 விழுக்காடு பிறப்பின் மூலமும் 25 விழுக்காடு சூழலாலும் கிடைத்தது என்று சொல்ல முடியாது. சரியான சூழல் கிடைக்காவிட்டால் அவரது திறமையில் 25 விழுக்காடு மட்டுமே குறைவு ஏற்பட்டிருக்கும் என்று சொல்லவும் முடியாது. வெவ்வேறு சூழலில் வளர்ந்த, வெவ்வேறு மரபைச் சேர்ந்த ஒரு குழுவினரைப் பார்த்து பிறப்பா வளர்ப்பா என்ற கேள்வியை எழுப்பலாம். அக்குழுவினரின் திறன் வேறுபாட்டுக்கு மரபு எந்தளவுக்குக் காரணமாயுள்ளது? அவர்கள் வளர்ந்த சூழல் எந்தளவுக்குத் தாக்கத்தை ஏற்படுத்தியுள்ளது? என்று கேட்பதுதான் சரி. இந்தக் கேள்வியின் அடிப்படையில் ஏராளம் ஆய்வுகள் நடத்தப்பட்டுள்ளன. மனிதர்களின் இயல்புகளுக்கான காரணங்களையும் கண்டுபிடித்திருக்கிறார்கள். எடுத்துக்காட்டாக ஒருவரின் சொற்களஞ்சியம் என்பது 'மரபு வழி பெற முடிந்தது' என்று ஆய்வுகள் நிரூபித்திருக்கின்றன.

ஒரு பண்பானது 'மரபு வழியில் பெற முடிந்தது' என்று கூறும்போது அந்தப் பண்போடு அவர் பிறந்து வந்தார் என்று பொருள் கொள்ளக் கூடாது. நாம் பிறக்கும்போதே பல்வேறு சொற்களோடு பிறக்க வில்லை. சுற்றுச்சூழலிலிருந்து நாம் சொற்களைக் கற்றுக்கொள் கிறோம். ஆனால், நாம் எந்தளவுக்கு அதிகமாகச் சொற்களைக் கற்றுக் கொள்கிறோம் என்பது மரபணு சார்ந்ததாக இருக்கும். ஒரே பரம் பரையைச் சார்ந்த ஆனால் வேறுவேறு உறவுகள் கொண்டவர்களை (ஒன்று போலிருக்கும் இரட்டையர்கள், சகோதரர்கள், பெற்றோர், அவர்தம் குழந்தைகள்) ஆய்வுக்கு உட்படுத்தியபோது அவர்களுடைய சொற்களஞ்சியத்தின் அளவுவேறுபாட்டுக்கு மரபணுக்கூறுகளே காரணமாக அமைந்திருக்கின்றன என்று கண்டுபிடிக்கப்பட்டது. சில எடுத்துக்காட்டுகளைப் பரிசோதித்தால் இந்தக் கருத்து மேலும் தெளிவாகும். ஒரே மாதிரி இருக்கும் இரட்டையர்களின் சொற்களஞ்சி யத்தின் அளவு ஒன்றுபோலில்லாத இரட்டையர்களின் சொற்களஞ்சி யத்தைவிடக் கூடுதலாக இருக்கும். இது இயற்கையின் நன்கொடை யென்று உறுதியாகச் சொல்லலாம். இரட்டையர்கள் அல்லாத சகோ தரர்களைவிட ஒரேமாதிரி இல்லாத இரட்டையர்களின் சொற்களஞ்சி யத்தின் அளவு அதிகமாக இருக்கிறது!

இந்தக் கருத்து மிகவும் முக்கியமானது. ஒரே மாதிரி இல்லாத இரட்டை யர்களும், இரட்டையர்கள் அல்லாத சகோதரர்களும் மரபணுவை ஒரேவிகிதத்தில் பகிர்ந்துகொள்கிறார்கள். (50 விழுக்காடு) ஒரே மாதிரி இல்லாத இரட்டையர்கள் ஒரேமாதிரியான சூழலை அனுபவிக் கிறார்கள். அதே நேரத்தில் இரட்டையர்கள் அல்லாத சகோதரர்கள் அப்படியல்ல. ஒருவர் சில ஆண்டுகள் முன்னரே பிறந்திருப்பார். இந்த இரண்டாவது எடுத்துக்காட்டுச் சூழ்நிலையின் முக்கியத்துவத்தைப் பற்றி நம்மை எச்சரிக்கிறது. தத்தெடுக்கப்பட்ட குழந்தையின் சொற் களஞ்சியத்தின் அளவு அந்தக் குழந்தையின் உண்மையான அம்மா மற்றும் வளர்ப்புத்தாயின் சொற்களஞ்சியங்களின் அளவுகளுடன் மிகவும் நெருங்கி இருக்கிறது. பிறப்பு, வளர்ப்பு ஆகிய இரண்டின் தாக்கம் மீண்டும் உறுதியாகிறது.

இருப்பினும் இதை இவ்வளவு எளிதாக எடுத்துக்கொள்ளக்கூடாது. ஒருவரின் குண இயல்புகளை நிர்ணயிப்பதில் மரபியல்கூறுகளும் சூழ்நிலையும் தனித்தனியாகத் தாக்கம் செலுத்துவதில்லை. இவை ஒன்றையொன்று சார்ந்திருக்கின்றன. ஓர் எளிய எடுத்துக்காட்டைப் பார்ப்போம். ஒரே மாதிரி இல்லாத இரட்டையர்களைவிட ஒரேமாதிரி யான இரட்டையர்கள் ஒரேவிதமாக வளர்க்கப்பட்டிருப்பார்கள். அதுபோல் தத்தெடுத்த சகோதரர்களைவிட ஒருதாய் பிள்ளைகள் ஒரே விதமாக வளர்க்கப்பட்டிருப்பார்கள். இக்கருத்தை, மரபணு ஒற்றுமை

சுற்றுச்சூழல் ஒற்றுமைக்குக் காரணமாகிறது என்றும் குறிப்பிடலாம். ஒரேமாதிரியான இரட்டையர்களின் மரபணுக்களும் வளர்ப்பும் ஒரே மாதிரி இருக்காத இரட்டையர்களைவிட நெருக்கமானதாக இருப்பதற்கும், அல்லது தத்தெடுத்த சகோதரர்களைவிட ஒருதாய் பிள்ளைகளின் மரபணுக்களும், வளர்ப்பும் நெருக்கமாக இருப்பதற்கும் மரபுசார் கூறுகள், வளர்ப்புச்சூழல் ஆகிய இரண்டுமே காரணங்களாகின்றன. எனவே ஒரு குழுவினரை அடிப்படையாகக் கொண்டு ஆய்வு செய்தால்கூடப் பிறப்பு வளர்ப்பு இரண்டையும் பிரித்துப் பார்த்துவிட முடியாது. அதுபோல் ஒரு குழுவினரை அடிப்படையாகக்கொண்டாலும் பிறப்பா வளர்ப்பா எது அதிக தாக்கத்தைச் செலுத்துகிறது என்ற கேள்விக்கு முழுதிருப்தியளிக்கும் விடையைக் கூறமுடியாது.

தத்து சகோதரர்கள்

சகோதரர்கள்

ஒரே மாதிரியல்லாத
இரட்டையர்கள்

மரபு, சுற்றுச்சூழல் ஒற்றுமை
இட - வலமாக அதிகரிக்கிறது

ஒரே மாதிரியான இரட்டையர்கள்

மரபணுசார் ஒப்புமையும் சுற்றுச்சூழல் ஒப்புமையும் இடமிருந்து வலமாகக் கூடிக்கொண்டிருக்கிறது. சொற்களஞ்சியம் பற்றிய தொடர்பும் அதுபோலவே கூடுகிறது.

ஆனால், கவலைப்பட வேண்டாம். பிறப்பா வளர்ப்பா என்பதைப் பற்றி அலசுவதற்கு இரண்டு வினாத்தொகுப்புகள் உள்ளன. ஒன்று, அகில உலகுக்கும் பொதுவானது (மனித இனத்தை மொத்தமாகக் கருத்தில்கொள்வது) அடுத்தது தனிநபரைச் சார்ந்தது (தனி மனிதர்களைக் கருத்தில்கொள்வது). இவற்றை வரிசையாகப் பார்ப்போம். இது ஆசிரியர்களை இலக்காக வைத்து எழுதப்படும் புத்தகம் என்பதால்

குறிப்பாகச் சிந்தனை பற்றியும் கற்றல் பற்றியும் பார்ப்போம். அறிவுசார் திறமைகளுக்கு அதிக முக்கியத்துவம் கொடுத்து இந்தக் கேள்விகளுக்கு விடைகாண முயற்சி செய்வோம்.

உலகம் தழுவிய பொதுவினா

நம்முடைய மரபணுசார்ந்த பழக்கவழக்கங்கள் எவை? இவை சுற்றுச்சூழலால் எவ்வாறு கட்டுப்படுத்தப்படுகின்றன? நாம் பிறப்பதற்கு முன்னரே மூளையில் சில சிறப்பு நரம்பியல் அமைப்புகளைத் தாங்கி வந்திருக்கிறோம் என்ற கருத்தின் அடிப்படையில் இந்தக் கேள்வி கேட்கப்பட்டிருக்கிறது. நாம் பிறக்கும்போது வெற்றுத்தாள்களாக இருந்தோம் என்ற கருத்தை இது மறுக்கிறது. இருப்பினும் பழக்க வழக்கங்கள், கட்டுப்பாடு என்னும் சொற்களிலிருந்து சுற்றுச்சூழல் முக்கிய பங்கு வகிக்கிறது என்பதையும் அறியலாம். மரபணுப் பண்புகள் எப்படி வெளிப்பட வேண்டும் என்பதை இவை முடிவுசெய்கின்றன.

பிறப்பியல்புகள் அறிவுசார் திறமைகளை எப்படி மேம்படுத்துகின்றன?

பரிணாமத் தத்துவத்தின்படி எல்லா உயிரினமும் இந்த மண்ணில் வாழ்வதற்கும் சந்ததியைப் பெருக்குவதற்கும் தேவையான மரபணுப் பழக்க வழக்கங்களோடு பிறக்கின்றன. மனிதச் சிசுவும் இதற்கு விதிவிலக்கல்ல. அவை இயல்பாகப் பால்குடிக்கிறது. கையில் கிடைத்த பொருளை வாய்க்குக் கொண்டுசெல்கிறது, நகரும் பொருட்களைப் பார்வையால் பின்தொடர்கிறது. ஆனால், பல விலங்குகளின் சிசுக்கள் நிராதரவாக, பக்குவமில்லாமல் பிறக்கின்றன. அவை வளர்ந்து பக்குவம்பெற்று இளமைப்பருவம் அடைய நீண்ட காலம் தேவைப்படுகிறது. மூளையின் வளர்ச்சிக்கும் இந்த நீண்டகாலம் தேவைப்படுகிறது என்று நாம் படித்திருக்கிறோம். இது ஏன்? குறைந்த கால அளவோ (கடலாமை போல) நீண்ட கால அளவோ (மனிதர்கள் போல) பக்குவமடைவதற்குக் கால அளவு தேவைப்படுவது ஏன்? இதற்கான ஒருபதில் புதியதாகப் பிறந்த குழந்தைக்கு 'சாதாரணச் சூழலில்' வாழ்வதற்குத் தேவையான திறமைகளை மரபணுக்கள் வழங்குகின்றன என்பதாகும். இதுதவிர குறிப்பிட்ட, சிறப்பான, நிகரற்ற பல சூழல்கள் குழந்தையின் வாழ்வில் எதிர்பாராமல் குறுக்கிடுகின்றன. இந்தச் சூழல்களோடு பொருந்திப் போக வேண்டுமானால் ஐம்புலன்களும் பல்வேறு திறமைகளைக் கற்றுக்கொள்ள வேண்டும். பிறந்ததிலிருந்தே புலன்களுக்குக் கற்றுக் கொள்ளும் திறமைகள் இருக்கின்றன என்பதை இந்தவேளையில் நினைவுபடுத்தவேண்டும். கற்றுக்கொள்ளல், நினைவுபடுத்தல் ஆகியவை சற்று சிக்கலான திறமைகள். இந்தத் திறமைகளை மரபணுக்கள் நமக்குத் தருகின்றன.

இரு துருவங்களுக்கிடையேயுள்ள பரிமாற்றமாக, கொடுக்கல் வாங்கலாக இதைப் பார்க்கலாம். ஒன்று, இந்த உலகில் நிலைநிற்பதற்குத் தேவையான அனைத்தையும் (இயல்பூக்கங்களாக) இயற்கை நன்கொடையாகத் தந்திருந்தால், நம்மால் இந்த உலகில்வாழப் பக்குவமானவர்களாக விரைவில் மாறமுடியும். ஆனால், மாறும் சூழல்களை எதிர்கொள்ள முடியாமல் போகும் ஆபத்துண்டு. மாறாக, இயற்கை நமக்கு ஒருசில திறமைகளை மட்டுமே தந்திருந்தால், மாறும் பல்வேறு சூழல்களுக்கேற்ப நெகிழ்ந்து கொடுக்கும் தன்மையைக் கற்றுக் கொள்ள இந்தத் திறமைகள் உதவுகின்றன. ஆனால், இதற்கு நீண்ட காலம் தேவைப்படுகிறது. மனிதப் பண்பாட்டுச் சூழல் மிகவும் வேறுபட்டிருப்பதிலிருந்து ஓர் உண்மையைத் தெளிவாகப் புரிந்துகொள்ளலாம். கற்றுக்கொள்பவராக நாம் இருப்பதால் இரு பக்கமிருந்தும் நமக்கு நன்மையே விளைகிறது. பிறவிலேயே கிடைக்கப்பெற்ற இயல்பூக்கங்கள், பிறந்த சில மாதங்களைத் தவிர நீண்டகால நன்மை தராது! மனிதனுக்குத் தனிப்பட்ட, சிறப்பான சூழலோடு பொருந்தி வாழ்வதற்கு நீண்டகால ஆழ்ந்த பயிற்சி தேவை. வேறொரு முறையில் கூறினால்: மனிதச் சிசுக்களின் பக்குவமற்ற நீண்டகாலம் என்பது சூழல்களோடு பொருந்தி வாழ்வதற்குக் கற்றுக் கொள்வதன் முக்கியத்துவத்தைக் காட்டுகிறது.

உளவியல் ஆய்வுகள் கூறும் இரண்டு உண்மைகள் இந்தக் கருத்துடன் ஒத்துப்போகின்றன. *(1)* தொடக்கநாளிலிருந்தே, ஏன் கருவறையிலிருக்கும் பொழுதே குழந்தைகள் சிறந்த முறையில் கற்கத் தொடங்குகின்றனர். *(2)* குழந்தைகள் வளரிளம் பருவத்தை அடையும்வரை மூளைவளர்ச்சி தொடர்ந்து நடக்கிறது. இந்தத் தொடர்வளர்ச்சி ஒரு குறிப்பிட்ட சூழலில் நெகிழ்வுத்தன்மையோடு நடந்துகொள்ள வழிசெய்கிறது. சூழலோடு பொருந்தி வாழ்வதற்கான கல்வி குழந்தைப்பருவம் முழுவதும் தொடர்வதற்கு ஏதுவாகிறது.

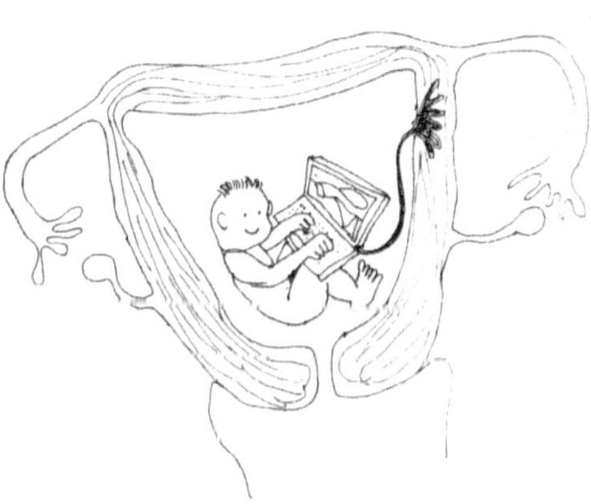

இப்போது பிறப்பா வளர்ப்பா என்ற கேள்வி வேறுபட்ட, மற்றொரு பரிணாமத்தைப் பெறுகிறது. பார்வை, கேள்வி, சுவை, மணம், வாய், கண் ஆகியவற்றின் அசைவை கட்டுப்படுத்தும் திறன் என நாம் பிறவிலேயே பல்வேறு திறன்களோடு பிறக்கிறோம் என்பது தெள்ளத் தெளிவு. அதுபோலவே நாம் வேறுசில திறன்களோடும் பிறந்திருக் கிறோம். இந்தத் திறன்கள் உலகுடன் தொடர்புகொண்டு அதைப் புரிந்துகொள்ள உதவுகின்றன. இந்தத் திறன்கள் எவையெவையென்று தெளிவுபடுத்த முடியுமா? இந்தப் பிறவித்திறன்கள்பற்றிப் பெருமளவு ஆய்வுகள் நடந்துள்ளன. அதன் நீண்ட பட்டியல் நமக்கு வியப்பைத் தரும். அந்தத் திறன்கள் எடுத்துக்காட்டுகளுடன் பட்டியலாகக் கீழே தரப்பட்டுள்ளன.

- பிறந்த நொடிப்பொழுதிலிருந்தே புதியவற்றைக் கண்டால் அவற்றைநோக்கிக் கவனம் திரும்பும் வகையில் சிசுக்கள் வடிவமைக்கப்பட்டிருக்கிறார்கள். இதுவே கற்றலின் தொடக்கம். அறிமுகமில்லாத, புதியபொருள் எதைக் கண்டாலும் அதை நோக்கிச் சிசுக்களின் கவனம் குவியும். இந்தத் தூண்டலைத் தவிர்த்து சிக்கலான, பல்வகைத் தூண்டலின்பால் கவனம் செலுத்தும்படியும் வடிவமைக்கப்பட்டிருக்கிறார்கள். எடுத்துக் காட்டாகத் தனிப்பட்ட தூண்டலைவிடச் சீரான தூண்டல்களைப் பெரிதும் விரும்புவார்கள். இவ்வாறு தேர்ந்தெடுத்து கவனிக்கும் தன்மை நமக்குக் கிடைத்திருப்பது சுற்றுச்சூழலைப் பற்றிக் கற்றுக்கொள்ளவே என்பதில் ஐயமில்லை.

- குழந்தைகள் தூண்டலுக்கேற்ப செயல்படுவதற்காகவே பிறந்த வர்கள். அது அவர்களின் இயல்பு. தூண்டலோடு தொடர்புடைய விதிகளின்படி நடக்கத் தெரிந்தவர்கள். ஓர் ஆய்வு முடிவைப் பார்ப்போம். பிறந்து சில மணிநேரங்களேயான சிசுக்களின் நெற்றி யில் மென்மையாகத் தட்டிவிட்டு உடனே வாயில் இனிப்புநீர்த் துளிகள் விடப்பட்டன. சிசுக்கள் அவற்றைச் சட்டெனெ உறிஞ்சி னார்கள். இது இயற்கையான இயல்பூக்கத்தின் வெளிப்பாடு. இவ்வாறு சிலமுறை செய்த பின் நெற்றியில் மட்டும் தட்டிவிட்டு இனிப்பு நீர் கொடுக்காமல் இருந்தபோதும் சிசுக்கள் உறிஞ்சத் தொடங்கினார்கள். சற்று நேரமானதும், நெற்றியில் தட்டிய பின் இனிப்பு நீர் கிடைக்காததால் ஏமாற்றமடைந்து அழத்தொடங்கினர். பிறந்த சில மணிநேரங்களிலேயே இரண்டு நிகழ்வுகளைத் தொடர்புபடுத்தும் திறன் குழந்தைகளுக்கு இருக்கிறது என்பதை இந்தப் பரிசோதனை காட்டுகிறது. இத்தகைய கற்றல் அனு பவங்கள் கிடைப்பதால் உலகத்தைப் பற்றிய எதிர்பார்ப்பு ஏற்படு கிறது. சில ஊகங்களை உருவாக்க முடிகிறது.

- மனிதர்கள் ஒரு செயலைப் பலமுறை செய்து பார்த்து உறுதிப் படுத்துபவர்கள். தண்டனைக்கேற்ப நடத்தையை மாற்று பவர்கள். சூழலுக்கேற்ப நடத்தை மாற்றம் செய்யும் இயல்பு கொண்டவர்கள் மனிதர்கள். எடுத்துக்காட்டாக சிசுக்கள் இயற்கையாகவே தலை, கைகால்கள், உடல் ஆகிய உறுப்புக் களைப் பயன்படுத்திப் பலசெயல்களில் ஈடுபடுவார்கள். இந்தச் செயல்களுள் ஏதேனும் ஒன்றைத் தேர்வு செய்வோம். எடுத்துக் காட்டாக தலையைத் திருப்புவது. ஒவ்வொருமுறை தலையைத் திருப்பும்போதும் உறிஞ்சுவதற்கு ஏதாவது கொடுக்கிறோம் என்று வைத்துக்கொள்வோம். இதன் விளைவாக விரை விலேயே குழந்தை அடிக்கடி தலையைத் திருப்புவதைக் காண லாம். தலையைத் திருப்புவதின் எண்ணிக்கை அதிகரித்திருப் பதை உணரலாம். உணவு, மகிழ்ச்சிதரும் வசதிகள் போன்று தனக்குச் சாதகமான வினைகளின் அடிப்படையில் இந்த நடத்தைகளைக் குழந்தைகள் தேர்ந்தெடுக்கின்றன. இதன் மூலம் இச்செயல்களைத் தொடர்ந்து பயிற்சியெடுத்துக் கற்றுக்கொள் கின்றன. இந்த எளிமையான முறையைப் பின்பற்றித் தொடக்கக் காலத்தில் தன்னைப் பேணிக்கொள்ளவும் சற்று வளர்ந்த பிறகு மொழியையும் கற்றுக்கொள்கிறார்கள். சண்டித்தனம் செய்வது கூட இந்தக் கற்றலில் அடங்கும்.

- போலச்செய்வதில் அதாவது நகலெடுப்பதில் மனிதர்கள் வல்லவர்கள். புதிய பழக்கவழக்கங்களைக் கற்றுக்கொள்ள இந்த வழிமுறை உதவுகிறது. இந்தத் திறமையால் பாராட்டு, தண்டனை என்பவற்றுக்கேற்ப நடத்தைகளைத் தேர்வு செய்யா மலே புதியனவற்றைக் கற்றுக்கொள்ள முடிகிறது. போலச்செய் வதைப் பற்றி ஓர் ஆய்வு குறிப்பிடுவதைப் பார்ப்போம். அப்பாவோ அம்மாவோ ஒரேயொருமுறை கதவைத் தள்ளு வதைப் பார்த்த ஒன்பது மாதக் குழந்தை 24 மணிநேரத்துக்குப் பிறகு அதே செயலைத் திருப்பிச் செய்கிறது. இது உண்மையில் தாமதமான நகலெடுப்பு ஆகும். இது உடனடி நகலெடுப்பை விடக் கற்றலுக்குக் கூடுதலாக உதவும்.

- சில குறிப்பிட்ட தனித்தன்மைகளை மீறி பொதுமைப்படுத்தும் குணம் குழந்தைகளுக்கு உண்டு. பிறந்த மூன்று மாதமேயான சிசுக்களிடம் நடத்திய ஓர் ஆய்வு இந்தக் கருத்தை உறுதிசெய் கிறது. ‘ı’ வடிவமுள்ள சில விளையாட்டுப் பொருட்கள் தொங்க விடப்பட்டன. அவற்றின் மறு முனைகள் சிசுக்களின் கால்களோடு கட்டப்பட்டிருந்தன. சிசுக்கள் அவற்றைப் பலம்கொண்டு உதைக்கத் தொடங்கினர். அவ்வாறு உதைக்கும்போது அந்த

விளையாட்டுப்பொருள் அவர்களைச் சுற்றி ஆர்வத்தைத் தூண்டும் வகையில் ஆடத்தொடங்கியது. ஒவ்வொரு சிசுவுக்கும் 15 நிமிடங்கள் வீதம் மூன்றுமுறை விளையாட வாய்ப்பளிக்கப் பட்டது. ஒவ்வொருமுறையும் வேறுவேறு நிறங்கள்கொண்ட அதே விளையாட்டுப்பொருட்கள் பயன்படுத்தப்பட்டன. மூன்றுமுறையும் சிசுக்கள் அவற்றை உதைப்பதின் எண்ணிக்கை அதிகரித்து வந்தன. நான்காவது வாய்ப்புதான் உண்மையான பரிசோதனை. நான்காவது முறை சிசுக்களில் பாதிப்பேருக்கு '+' வடிவம்கொண்ட ஆனால் வண்ணம் மட்டும் மாறியிருக்கும் விளையாட்டுப் பொருட்கள் அளிக்கப்பட்டன. சிசுக்களில் பாதிப்பேருக்கு முன்பு அறிமுகமான நிறத்தில் 'B' வடிவமுள்ள விளையாட்டுப் பொருட்கள் வழங்கப்பட்டன. என்ன நடந்தது தெரியுமா? நிறம் மட்டும் மாறிய '+' வடிவம் கொண்ட விளை யாட்டுப் பொருட்களைப் பார்த்த சிசுக்கள் உடனே கால்களைப் பலமாக உதறி உதைக்கத் தொடங்கினர். 'B' வடிவ விளையாட்டுப் பொருட்களைப் பார்த்த குழந்தைகள் எதுவும்செய்யாமல் பேசா மல் இருந்தனர். வடிவம், வண்ணம் ஆகிய கருத்துகளைப் புரிந்துகொண்டவர் களைப்போல நடந்துகொண்டார்கள்.

இனம் பிரித்தல், வகைப்படுத்துதல், கருத்துருவாக்குதல் போன்ற நுண் கருத்துகளைப் புரிந்துகொள்ளும் திறமை சிசுக்களுக்கு இருப்பதை இந்தப் பரிசோதனைகள் குறிப்பிடுகின்றன. இந்தச் சிக்கலான, குழப்பம் நிறைந்த நுண்கருத்துகளைப் புரிந்துகொள்ளும் திறமை, முழுமையான வடிவில் இல்லாவிட்டாலும்கூட, வாழ்வின் தொடக்கக் காலத்திலேயே சிசுக்களிடம் காணப்படுகிறது.

- குழந்தைகள் 'கற்றலுக்கு உகந்த முறையில் வடிவமைக்கப் பட்டவர்கள்' என்ற கருத்தாக்கத்துக்கு அவர்கள் ஒரு மொழியைக் கற்கும்முறை ஓர் அழகான எடுத்துக்காட்டாகும். இதைப்பற்றி ஆய்வாளர்கள் ஏராளம் எழுதியுள்ளார்கள். மொழிவளமிக்க சூழலில் எப்படி நடந்துகொள்ள வேண்டும் என்பதை முடிவு செய்யக்கூடிய ஏராளமான தூண்டல்கள் சிசுக்களிடம் காணப் படுகின்றன. அதனால் அபாரமான வேகத்தில் மொழியைக் கற்றுக்கொள்கிறார்கள். ஒரு மொழியைக் கற்க உதவும்

பிறவித்திறன்களின் சில எடுத்துக்காட்டுகளைப் பார்ப்போம். பிறந்து சில மாதங்களேயான சிசுக்கள் கருவிகளிலிருந்து வெளி வரும் இசையைவிடப் பிற ஒலிகளையே விரும்புகிறார்கள். கனமான பா, மென்மையான பா, ரா, லா போன்ற ஒலி அலகு களை இனம் பிரித்தறிகிறார்கள். உலகத்திலுள்ள அனைத்து மொழிகளுக்கும் பொதுவான உயிர்மெய் ஒலிகளை எழுப்பு கிறார்கள் (குழறுதல், பொருளற்ற வார்த்தைகளைச் சொல்லுதல்) ஒற்றைச் சொற்கள் மெள்ளப் பொருள்நிறைந்த சொற்றொடர்களாக மாறுகின்றன. ஒரு வாக்கியத்தில் வரும் சொற்களின், சொற்றொடர்களின் அடுக்கைக் கவனிக்கிறார்கள். கருத்துப்பரிமாற்றத்தில் மாற்றங்கள் செய்கிறார்கள்! இதிலிருந்து உளவியலறிஞர்கள் சொல்ல விரும்பும் கருத்து என்னவென்றால், மொழியைப்போன்ற சிக்கலான ஒன்றைத் தகவல்களை முறைப் படுத்தும் ஓர் அமைப்பால் கற்றுக்கொள்வது மிகவும் சிரமம். அதுவும் ஆச்சரியமளிக்கும் விதத்தில் குறுகிய நேரத்துக்குள் சிசுக்கள் ஒரு மொழியைக் கற்றுக்கொள்கிறார்கள் என்றால் நிச்சயமாகப் பிறக்கும்போதே இதற்கான அடிப்படை காரணி களுடன் பிறக்கிறார்கள் என்று உறுதியாகச் சொல்லலாம்.

மனிதர்களுக்குப் பிறவித்திறனாகக் கிடைத்த கற்றுக்கொள்ளும் திறமையை ஒருவகைக் கருவியாக எடுத்துக்கொள்ளவேண்டும். இந்தக் கருவியைப் பயன்படுத்திச் சுற்றுச்சூழலிலிருந்து இயன்றளவு கற்றுக் கொள்ள முடியும். வளர்ப்புச்சூழலின் முக்கியத்துவத்தைப் பற்றிப் பேசுவதற்கு இதுதான் பொருத்தமான நேரம்.

அறிவுசார் திறமைகளுக்கு வளர்ப்புமுறையின் நன்கொடைகள்

சூழ்நிலையோடு உறவுகொள்ளாவிட்டால் கற்றுக்கொள்ள உதவும் பிறவித்திறன்களுக்கு அவ்வளவு மதிப்பில்லை. முன்பு பட்டியலிட்ட பிறவித்திறன்கள் அனைத்தும் சூழ்நிலையின் சில தன்மைகளோடு தொடர்புகொள்ளும்போதுதான் பயனளிக்கும். கற்றலின் ஆழம் கூடும். இதிலிருந்து சூழ்நிலையின் முக்கியத்துவம் தெளிவாக விளங்குகிறது அல்லவா? நாம் வாழும் சூழல் எப்படியிருப்பினும் கற்றல் அதன் தன்மைக்கேற்ப தொடருமா என்பது நல்ல கேள்வி. வளமான சூழலில் (பல்வேறுவிதமான அனுபவங்கள் கொண்ட சூழல்) நாம் இருந்தால் கற்றல் சிறப்பாக இருக்குமா? வளமற்ற சூழலில் இருந்தால் (பல்வேறு வகையான அனுபவங்கள் கிடைப்பதற்குக் குழந்தைகளுக்கு வாய்ப் பில்லாவிட்டால்) கற்றல் மோசமாகுமா?

நாம் சூழலை எப்படி வரையறுக்கிறோம் என்பதைப் பொறுத்துத்தான் இந்தக் கேள்விகளைப்பற்றி யோசிக்கமுடியும். வளமான சூழல் என்று

எதைச் சொல்கிறோம்? கற்றலுக்கு வாய்ப்பளிக்காத சூழல் என்று எதைக் குறிப்பிடுகிறோம்? ஆரம்பம் என்ற நிலையில் ஒரு குறிப்பிட்ட வரையறையோடு இதைப்பற்றி யோசிப்போம். பொதுவாக, நாம் வாழும் சூழலை வளமற்றது, சாதாரணமானது, வளமானது என மூன்று வகையாகப் பிரிக்கலாம். சாதாரணச் சூழலுக்குக் குறைந்தது கீழ்வரும் தன்மைகள் இருக்க வேண்டும்.

- போதுமான புறப்பாதுகாப்பு (உணவு, பாதுகாப்பு)
- பிறரோடு கலந்து பழகுவதற்குப் போதுமான வாய்ப்பு
- பேச்சுமொழியைக் கேட்பதற்குப் போதுமான வாய்ப்பு
- போதுமான விளையாட்டுப் பொருட்களுடன் விளையாடும் வாய்ப்பு (இயற்கை, செயற்கையான விளையாட்டுப் பொருட்கள்)

பல்வேறுவகை சூழல்கள் அனைத்தும் இந்தப் பட்டியலில் அடங்கும். நாளும் நடக்கும் அனுபவங்களிலிருந்தும் இயற்கையான சூழலி லிருந்தும் பலவற்றைக் கற்றுக்கொள்வதற்குத் தேவையான சிந்தனைத் திறனும் பழக்கவழக்கமும் குழந்தையிடம் இயல்பாகவே இருப்பதால் பட்டியலை அதிகம் நீட்டவில்லை. 'இயற்கையான சூழல்' என்ன வென்று புரிந்துகொள்வதற்கு, குழந்தைகள் உட்கார, ஊர்ந்து செல்ல, நிற்க, நடக்க, பேச, கைகளால் பொருட்களை எடுத்து விளையாட போன்ற செயல்களைச் செய்யக் கற்றுக்கொள்ளும் முறையை நினைத்துப் பாருங்கள். இவற்றுள் எந்தச் செயலையும் நாம் முறையாகக் கற்றுக்கொடுக்க வேண்டியதேவையில்லை. குறிப்பிட்ட பொருட்கள், சிறப்புத் துணைக்கருவிகள் ஆகியவற்றின் துணையின்றி ஒரு ஆரோக்கியமான குழந்தை இவற்றைக் கற்றுக்கொள்கிறது. இதற்கான ஒரேயொரு தேவை 'சாதாரணமான' சூழல் மட்டும்தான். இதுபோன்ற சூழலில் உயிரிகளுக்கேயுரிய அடிப்படைத் திறன்களை வளர்த்துக்கொள்வதற்கான சிந்தனைத்திறனும் பழக்கவழக்கங்களும் கொண்டவர்களாக மனித சிசுக்கள் விளங்குகிறார்கள் என்று உளவியலறிஞர் டேவிட் கியரி குறிப்பிடுகிறார். பேசுவதும் பிறர் பேச்சைக்கேட்டுப் புரிந்துகொள்வதும், முப்பரிமாணம் என்ற கருத்தை மறைமுகமாகப் புரிந்துகொள்ளுதல் (எடுத்துக்காட்டு: இரண்டு புள்ளிகளுக்கிடையேயுள்ள மிகக் குறைந்த தூரம் நேர்கோடாக இருக்கும்), குறைந்த எண்ணிக்கையுள்ள பொருள்களின் கூட்டத்தை (நான்கு வரை) எண்ணுதல் ஆகியவை இந்த அடிப்படைத் திறன்களுக்கான எடுத்துக்காட்டுகளாகும். சாதாரணச்சூழல் என்பது உலகளவில் ஒன்றுக்கொன்று வேறுபட்டிருந்தாலும் குழந்தைகளின் அடிப்படைத் திறன்வளர்ச்சிக்கு இவை உதவுகின்றன.

இது இப்படியிருக்க, ஒரு வளமான சூழல் குழந்தைகளின் பிறவித்திறன்களான சிந்தனையிலும் பழக்கவழக்கங்களிலும் என்னென்ன மாற்றங்களை ஏற்படுத்துகிறது? பள்ளிக்கூடங்களை வளமான சூழலுக்கான எடுத்துக்காட்டாகச் சொல்லலாம். பெரியவர்களின் பார்வையில் குழந்தைகளின் உற்சாகத்தைத் தூண்டாத, ஒரு சாதாரணப் பள்ளிக்கூடம்கூட ஒரு பரிணாம உளவியலறிஞரின் பார்வையில் வளமான சூழலாகக் கருதப்படுகிறது.

ஒரு குழந்தையின் சிந்தனையும் பழக்கவழக்கங்களும், வளர்ந்த ஒருவர் குறிப்பிட்ட நோக்கத்தோடு பல்வேறு கருத்துகளைக் கற்பிக்க முயற்சிக்கும் பள்ளிக்கூடம் போன்ற ஒரு சூழலை எதிர்பார்ப்பதில்லை. ஒரு பள்ளிக்கூடம் உயிரிகளுக்கேயுரிய அடிப்படைத் திறன்களை வளர்ப்பதோடு வேறுதிறன்களையும் வளர்க்குமா என்று மேற்குறிப்பிட்ட கருத்தை வினா வடிவிலும் கேட்கலாம். ஆம் என்பதுதான் பதில். ஒருவர் நடத்தும் நேரடி முயற்சியால், டேவிட் கியரி குறிப்பிடும் உயிரிகளுக்கான துணைத்திறன்களின் வளர்ச்சி உறுதியாக நடக்கும். சொற்பொருள் புரிதல் (வாசிப்பும் எழுத்தும்) முப்பரிமாண வடிவ கணிதம்பற்றிப் புரிந்துகொள்ளுதல், எண்பெயர்கள், நான்கைவிட அதிக எண்ணிக்கை பொருட்களின் கூட்டத்தை எண்ணுதல்... எனத் துணைத்திறன்களின் பட்டியல் நீண்டுகொண்டே செல்கிறது. முதல் வகுப்பிலிருந்து பன்னிரண்டாம் வகுப்புவரைப் பள்ளிக்கூடப் பாடத்திட்டத்தில் இருக்கும் அனைத்துத் திறன்களையும் இந்தப் பட்டியலில் உட்படுத்தலாம். பிறவியிலேயே கிடைக்கப்பெற்ற அறிவுசார்ந்த திறன்களைப் பயன்படுத்திப் பெருமளவு அறிவுபெறுவதற்குப் பள்ளிக்கூடத்தில் கிடைக்கும் வளமான சூழல் உதவுகிறது.

இந்தக் கருத்தைப் பற்றி மேலும் சற்று விவாதிப்போம். காரணம் இந்த வினாவுக்கு விடைதேடி நடந்த ஆய்வுகளில் சில மிகவும் சுவை யானவை. ஒரு பள்ளிக்கூடம் எவ்வாறு நம் பிறவித்திறன்களான அறிவு சார் திறமைகளைக் கட்டுப்படுத்தி மாற்றுகிறது? மூளையின் அடிப் படைச் செயல்பாட்டைப் பள்ளிக்கூடம் மேம்படுத்துகிறதா? பல்வேறு நாடுகளில் நடந்த ஆய்வுகள் கீழ்வரும் கருத்தை ஒருமித்துக் கூறு கின்றன: பள்ளிக்கூடங்கள் தற்காலத்துக்கேனும் நினைவாற்றல், அறிவுசார் சிந்தனைத்திறன், சில குறிப்பிட்ட துறைபற்றிய அறிவு ஆகியவற்றை மேம்படுத்துகின்றன. பள்ளிக்கூடங்கள் நுண்ணறிவு மதிப்பெண்ணைக் (ஐக்யூவைக்) கூட்டும் என்றும் ஆய்வுகள் கூறுகின்றன.[1]

மைக்கேல் கோள் என்ற வளர்நிலை உளவியலறிஞரும் அவருடைய குழுவினரும் உலகின் பல்வேறு இடங்களிலுள்ள பள்ளிக்கூடத்தில் பயின்ற குழந்தைகள், அல்லாதவர்கள், பதின்பருவத்தினர் ஆகியோரை ஆய்வுக்கு உட்படுத்தியிருந்தனர். பள்ளிக்கூடங்கள் குழந்தைகளின் 'பொதுவான, ஆழமான சிந்தனைமுறை'யைப் பாதிப்பதில்லை என்ற முடிவுக்கு வந்தனர். பதிலாக, பள்ளிச்செயல்பாடுகளைச் செய்யும் முறையைப் பள்ளிக்கூடங்கள் மாற்றுகின்றன என்று கண்டுபிடித் துள்ளனர். மைக்கேல் கோளின் ஆய்விலிருந்து சில சுவையான பகுதிகள்:

- லைபீரியா நாட்டிலுள்ள வை என்ற இடத்திலுள்ள ஒரு குழுவினரிடம் அவர்கள் மொழியிலேயே பல சொற்றொடர் களைச் சொல்லி இலக்கணமுறைப்படி சரியா தவறா என்று கூறும்படி கேட்டுக்கொண்டார். கல்விகற்றவர்களும் கல்லாதவர் களும் அந்தச் சொற்றொடர்களைச் சரியாக மதிப்பிடுவதைக் கண்டார். ஆனால், பள்ளியில் பயின்றவர்கள் அந்தச் சொற் றொடர்கள் இலக்கணமுறைப்படி ஏன் தவறானவை என்று காரணத்தையும் கூறினர். காரணத்தை விளக்குவது பள்ளி களுக்கேயுரியது. பள்ளிக்கு வெளியே அதற்கான தேவை யில்லை. அங்கு இலக்கணப்பிழையின்றிச் சரியாகப் பேசும் திறன் மட்டுமே போதுமானது.

[1] இதிலிருந்து பள்ளிக்கல்வி நுண்ணறிவை அதன் முழுஅர்த்தத்தில் மேம்படுத்துகிறது என்று அனுமானிக்க முடியாது. ஏழாம் அத்தியாயத்தில் இதைப்பற்றி மேலும் விரிவாகப் பார்ப்போம். ஒருவருடைய நுண்ணறிவு மதிப்பெண்ணைக் கணக்கிட நடத்தப்படும் அனைத்துச் செயல்பாடுகளும் பள்ளிச்செயல்பாடுகளாகவே இருக்கின்றன. எனவே, பள்ளிக்கல்வி நுண்ணறிவு மதிப்பெண்ணை மேம்படுத்து கிறது என்பதில் ஆச்சரியப்படுவதற்கு எதுவுமில்லை.

- கௌதமாலாவிலுள்ள மயம் இனத்தைச் சார்ந்த பள்ளி செல்லாத கிராமப்புறக் குழந்தைகளிடம் ஒரு பட்டியலிலுள்ள தொடர்பற்ற சொற்களை நினைவுபடுத்திச் சொல்லும்படிக் கேட்டபோது, அதே வயதுடைய அமெரிக்கச் சிறுவர்களோடு ஒப்பிடுகையில் அவர்கள் தடுமாறிப்போனார்கள். ஆனால், அந்த நினைவாற்றல் செயல்பாட்டைச் சற்று மாற்றி நடத்தியபோது அமெரிக்கச் சிறுவர்களைப் போலவே கிராமப்புறக் குழந்தைகளும் சிறந்த முறையில் பதிலளித்தனர். பார்பரா ரோகாஃப் மற்றும் காத்ரின் வாடல் ஆகியோர் 80 சிறிய வடிவப் பொருட்களைத் (விலங்குகள், மக்கள், மேசைநாற்காலிகள் போன்றவை) மேசை மேல் பரப்பி வைத்தனர். அவற்றுள் 20 பொருட்களைத் தேர்ந்தெடுத்து, சாதாரண மயன் கிராமப்புறத்தில் அவை எங்கெங்கு இருக்குமோ அதுபோல் அங்கும் இங்குமாக வைத்தனர். பிறகு அந்தப் பொருட்களை மீண்டும் மேசைமேல் வைத்தனர். சிறிது நேரத்துக்குப் பிறகு அந்த இருபது பொருட்கள் முன்பு எங்கெங்கு இருந்தனவோ அங்கங்கு வைக்குமாறு குழந்தைகளிடம் கேட்டுக்கொண்டனர். இந்தச் செயல்பாட்டில், அமெரிக்கக் குழந்தைகளைப் போலவே கிராமப்புறக் குழந்தைகளும் வெகு சிறப்பாகவே செயல்பட்டனர். நினைவாற்றல் என்ற குறிப்பிட்ட திறனை மேம்படுத்துவதில் பள்ளிக்கூடங்கள் பெரியளவில் பங்காற்றுவதில்லை என்பது மீண்டும் உறுதிப்படுகிறது. அதேநேரம் பள்ளிச்செயல்பாடுகள் செய்வதற்குத் தேவையான திறன்களைப் பள்ளிக்கூடங்களால் பயிற்சி கொடுத்து மேம்படுத்த முடியும்.

- கருத்தின் அடிப்படையில் வகைப்படுத்துவதோடு தொடர்புடைய ஓர் ஆய்வை மூன்றாவதாகக் காண்போம். பள்ளிச் சிறுவர்களும் பெரியவர்களும் சாதாரணமாகச் சொற்களின் ஒரு குழுவை 'விலங்குகள், தாவரங்கள், உணவுகள்' என வகுப்பு வாரியாக வகைப்படுத்துவது வழக்கம். ஆனால், பள்ளிச் செல்லாத ஆப்பிரிக்கக் குழந்தைகள் அந்தச் சொற்களைப் பயன்பாட்டின் அடிப்படையில் வகைப்படுத்துகிறார்கள் என்று கோளும் நண்பர்களும் கண்டுபிடித்தனர். எடுத்துக்காட்டாக 'உண்ணக் கூடியவை, உண்ணமுடியாதவை' என்ற முறையில் இனம்பிரிப்பதைக் கண்டனர். பிறகு, 'முட்டாள்கள் வகைப்படுத்துவது போல் செய்ய முடியுமா' என்று கேட்டபோது அவர்களும் அப்படியே தாறுமாறாக வகைப்படுத்தினர். பள்ளிக்கூடங்கள் எந்தெந்த கருத்துகளின் அடிப்படையில் வகைப்படுத்தலாம் என்று கற்றுத் தருகின்றனவே தவிர வகைப்படுத்தும் திறனை மேம்படுத்துவதில்லை.

பள்ளிச்சூழல் எப்படிப்பட்டது என்பதைப் பற்றி மைக்கேல் கூறும் விளக்கம் பொருத்தமாக இருக்கிறது.

.... ஆடுமாடு மேய்ப்பது, தம்பி தங்கைகளைக் கவனிப்பது, பழைய தட்டுமுட்டுசாமான்களைப் பெருக்கி விற்பது போன்ற வேலைகளைச் செய்யும் குழந்தைகளைவிடப் பள்ளி செல்லும் சிறுவர்கள் கேட்டும் பேசியும் கற்றுக்கொள்ள மிக அதிக நேரத்தைச் செலவிடுகின்றனர். ஆனால் நேரடி யான அனுபவம் குறைவு. பள்ளியில் நடக்கும் பேச்சு நுண்கருத்துக்களைப் புரிந்துகொள்ளத் தேவைப்படுகிறது. ஆனால் வெளியுலகிற்கு இது அவ்வளவு தேவையில்லை. எடுத்துக்காட்டாக உயிரியல் பாடத்தில் சூரிய ஒளி தாவரங்களின் வளர்ச்சிக்கு எவ்வாறு பயன்படுகிறது என்பதை நான்கு சுவர்களுக்குள் இருந்துகொண்டு, ஒரு தாவரத்தைக் கூடப் பார்க்காமல் கற்றுக்கொடுக்க முடியும். இதன் விளைவாக வார்த்தைகளால் உருவாக்கும் நுண்ணிய கருத்துவேறுபாட்டைக்கூடப் புரிந்துகொள்ளும் திறமையைக் குழந்தைகள் வளர்த்துக்கொள்ள வேண்டிய கட்டாயம் ஏற்படுகிறது.[2]

ஒரு நிமிடம் சற்று விலகி நின்று இந்தப் படத்தைப் பார்ப்போம். மனிதன் பிறக்கும்போதே 'கற்றுக்கொள்ளத் தயாரான' பல்வேறு பிறவித்திறன்களுடன் பிறக்கிறான். அவை சுற்றுச்சூழலிலிருந்து

---

[2] கோல், மரபார்ந்த பள்ளிச் சூழல் பற்றிப் பொதுவாகப் பேசியிருக்கிறார். பள்ளி வாழ்க்கை, கற்பித்தல் போன்றவற்றில் இந்த உலகில் பல்வேறு வேறுபாடுகள் உண்டு என்பது உண்மைதான். இந்தியாவில் பல்வேறு மாறுபட்ட கல்வி முறைகள் உண்டு. இரண்டாம் அத்தியாயத்தில் கற்றல் பற்றிச் சொன்னதுபோல், நன்கு கற்றுக் கொள்ள உதவும் படியாகக் கற்பிக்க பல வழிகள் உண்டு. அந்த பள்ளிகள் குழந்தைகளின் மூளைச் செயல்பாடுகளில் எந்த பெரிய மாற்றத்தையும் கொண்டுவருவதில்லை என்பது கண்டறியப்பட்டிருக்கிறது. ஆனால், நல்ல கல்வி என்பது குழந்தைக்கு எதையும் கற்றுத் தருவதில்லை என்று அர்த்தமில்லை.

பாடம் கற்க உதவுகின்றன. இந்த வகைக் கற்றல் அவனுடைய இயல்பு களின் தீவிரமான தூண்டுதலால் நடக்கிறது. ஒரு வளமான பள்ளிச் சூழல் வாசிப்பு, எழுத்து, கணக்கு போன்ற ஏராளமான தகவல்களைத் தந்து அவற்றை முறைப்படுத்துவது போன்ற திறமைகளை வளர்ப் பதற்குப் பயிற்சியளிக்கிறது. இதுதவிர சில குறிப்பிட்ட பிரச்னை களுக்குத் தீர்வுகாணும் முறையில் சில மாற்றங்களை ஏற்படுத்துகிறது என்றும் சொல்லலாம். ஆனால், சிந்தனைமுறையில் எந்த அடிப்படை மாற்றத்தையும் நிகழ்த்துவதில்லை. நேரடி வாழ்க்கையில், பொது வான சூழலில் பள்ளிக்குழந்தைகள் அவ்வளவு ஆழமாக யோசிக்கி றார்கள் என்று சொல்ல முடியாது. அப்படியே அவர்கள் சிறந்த முறை யில் ஈடுபடுகிறார்கள் என்றால் அது பள்ளிக்கூடச் செயல்பாடுகளாகத் தான் இருக்கும்.

பிறகு எதற்குப் பள்ளிக்கூடங்களைப் பற்றிக் கவலைப்பட வேண்டும்? ஏனென்றால் பள்ளிக்கூடங்கள் வளமான சூழலை வழங்குகின்றன என்று நம் கருதுகிறோம். அல்லது பள்ளி செல்லாத குழந்தை வளமற்ற சூழலில் வாழ்வதாக நாம் நினைக்கிறோம். பிறக்கும்போது கிடைத்த சில அடிப்படைத் திறன்களைவிட இன்னும் பலவற்றைத் தொழிற் நுட்பத்துறையில் மிகமுன்னேறிய, சிக்கலான இன்றைய சமூகம் நம்மிடமிருந்து எதிர்பார்க்கிறது. வாழ்வதற்கு இவை தேவையாக யிருக்கிறது வெற்றிபெறுவதற்கல்ல என்று சிலர் வாதிடுவர். காடுகளில் வேட்டையாடி வாழ்ந்த நம்முன்னோர்களைத் தாண்டி நாம் எத்தனையோ மைல் தொலைவு வந்துவிட்டோம். எனவே, பரிணாம சித்தாந்தத்தின் அடிப்படையில் பார்த்தால் பள்ளிக்கூடங்களில் இருப்பது வளமான சூழல். சமூகத்தின் பார்வையில் பள்ளிக்கூடங்கள் தருவது சாதாரண சூழல். இன்று நம்மில் பெரும்பான்மையோரும் பள்ளி செல்லாத குழந்தை எதையோ இழந்துவிட்டதாக நினைக்கிறோம். இந்த நிலையில் பிறப்பா வளர்ப்பா என்பதைப் பற்றி யோசிக்கும்போது நாம் நினைவில்கொள்ள வேண்டிய ஒரு கருத்து உண்டு. நம் மூளை இன்று காணும் பிரச்னைகளுக்குத் தீர்வு காண்பதற்காக பரிணாமம் கொள்ள வில்லை. அது சற்று வேறுபட்ட சூழலில் எழும் பிரச்னைகளுக்குத் தீர்வுகாண்பதற்கான திறன் பெற்றது. இன்றைய நடைமுறை வாழ்க்கை யில் எதிர்கொள்ளும் பெரும்பான்மையான பிரச்னைகள், ஏன் எல்லா பிரச்னைகளுமே நுண்கருத்துகளின் உதவியால் தீர்வு காணக்கூடியவை யாக இருக்கின்றன. இதற்குத் தேவையான திறமையை வளர்த்துக் கொள்ளப் பள்ளிக்கூடங்கள் பயிற்சியளிக்கின்றன.

இதற்கு மறுபுறம் உண்டு. முற்றிலும் வளமற்ற, ஏழ்மையான சூழலில் வளரும் குழந்தைகளும் உள்ளனர். ஓநாய்களால் வளர்க்கப்பட்டவர் களில் ஆரம்பித்து மோசமான அநாதை விடுதிகளில் வளர்ந்தவர்கள்

வரை சாதகமற்ற சூழலில் வாழும் குழந்தைகளைப் பற்றிய ஏராளம் பதிவுகள் இருக்கின்றன. இவர்களின் சூழல் எந்தளவுக்கு சிரமமானது என்றால் நீங்கள் சில பக்கங்களுக்கு முன்பு வாசித்த அந்தக் குறைந்த அளவு அனுபவங்கள்கூடக் கிடைக்கப்பெறாதவர்கள். இவர்களைப் பற்றிய ஆய்வு, வளர்ச்சியின் முக்கியமான காலகட்டத்தைப் பற்றிய தாக மாறிவிடுகிறது. இதைப் பற்றி நாம் முந்தைய அத்தியாயத்தில் பார்த்தோம்.

பிறப்பா வளர்ப்பா என்ற உலகம் தழுவிய வாதப்பிரதிவாதத்தின் சுருக்கத்தைப் பார்ப்போம். மனிதர்கள், கற்றுக்கொள்வதற்கு உதவும் ஏராளமான பிறவித்திறன்களுடன் மண்ணில் பிறக்கிறார்கள். பல்வேறு வகையான ‘சாதாரண’ சூழல்களுடன் தொடர்பு கொள்ளும்போது மிகச் சிக்கலானவற்றைக்கூடக் கற்றுக்கொள்வதற்கு இந்தப் பிறவித் திறன்கள் உதவுகின்றன. ஆனால், சூழலில் ஏற்படும் குறிப்பிட்ட மாற்றங்கள் இந்தப் பிறவித்திறன்களை வேறுபட்டமுறையில் வெளிப்படச் செய்கிறது. எடுத்துக்காட்டாக வளமற்ற சூழலில் வளரும் ஒரு குழந்தை மிகக் குறைந்த அளவுதான் கற்கிறது. அதே நேரத்தில் பள்ளிக்கூடம் போன்ற வளமான சூழலில் வளரும் குழந்தை பெருமளவு அறிவைப்பெறுகிறது. ஆக, நாம் வாழும்சூழல் நம்முடைய பிறவித்திறன்களில் கணிசமான மாற்றங்கள் நிகழ்த்தும் வலிமைபெற்றது.

தனிநபர் வேறுபாடு என்னும் பிரச்னை

அவரவருக்குப் பிறப்பிலேயே கிடைக்கப்பெற்ற வேறுபாடுகளைச் சூழலால் மாற்றமுடியுமா?

இந்தக் கேள்வி, வேறுபாடுகள்தான் மனிதப்பண்புகளின் அடிப்படை என்ற கருத்திலிருந்து உருவானது. இந்த அத்தியாயத்தின் முற்பகுதியில் எல்லா சிசுக்களுக்கும் சில பிறவித்திறன்கள் உண்டு என்று பார்த்தோம். அதேநேரத்தில் இந்தப் பிறவித்திறன்கள் குழந்தைக்குக் குழந்தை வேறுபடுகின்றன என்பதும் உண்மையாகும். எடுத்துக்காட்டாகப் புதுமையை விரும்பும் பண்பை எடுத்துக்கொள்வோம். சில குழந்தைகள் திரும்பத் திரும்பக் கிடைக்கும் ஒரு தூண்டலுக்கு வெகுவிரைவில் பழகி விடுவார்கள். அதனால் புதுப்புதுத் தூண்டலால் சீக்கிரம் கவரப்படு வார்கள். சிலகுழந்தைகள் ஒரு செயலுக்கேற்ற மறுசெயல் என்ன என் பதை வேகமாக முடிவுசெய்வார்கள். குழந்தைகளிடம் காணப்படும் பண்புகளைப் பற்றிப் பெருமளவு ஆய்வுகள் நடந்துள்ளன.[3]

---

[3] குழந்தைகளாக இருக்கும்போது காணும் இந்தக் குணாதிசய வேறுபாடுகள் பல்வேறு சூழல்களிலும் தொடர்ந்து நீடித்து நிற்கின்றன.

எரிச்சலடைதல், துக்கப்படுதல், அமைதிப்படுதல், கவனம் சிதறுதல், கட்டுக்கடங்காமல் இருத்தல் ஆகியவை இந்தப் பண்புகளுக்கு சிறந்த எடுத்துக்காட்டாகும். புதியதாகப் பிறந்த குழந்தைகளிடம் இந்த வேறுபாடுகளைத் தெளிவாகக் காணலாம். இவை நரம்பியல் தொடர் பானவை என்று கருதப்படுகிறது.

ஓர் உளவியல் அறிஞரின் மனதில் எட்டிப்பார்க்கும் அடுத்த கேள்வி அவரவர் பிறவித்திறன்களில் காணும் வேறுபாடு நிலைத்து நிற்குமா? எதிர்காலத்தில் ஏற்படும் வேறுபாடுகளை நிர்ணயிக்குமா? எதிர்காலத் தில் எந்த அளவுக்குத் தாக்கத்தை ஏற்படுத்தும்? பொறுமையிழந்து ஆத்திரப்படும் ஒரு குழந்தை உணர்ச்சிவசப்படும் மனிதனாக வளருமா? இந்த வினாக்களுக்கு விடைகாணப் பலவருடங்கள் தொடர்ந்து ஒரு குழுவினரைக் கவனிக்க வேண்டும். குழந்தையாக இருக்கும்போது வெளிப்பட்ட வேறுபாடுகளையும் பெரிதாகும்போது அவர்களின் குணாதிசய வேறுபாடுகளையும் ஒப்பிட வேண்டும். இதுபோல நடத்திய ஆய்வுகள் பல உண்டு. உளவியலறிஞர் ஜான் பேட்ஸும் நண்பர்களும் இத்தகைய ஆய்வை நடத்தியுள்ளனர். எடுத்துக்காட்டாக ஆறுமாதக் குழந்தையிலிருந்து பத்துவயது சிறுவர்கள்வரையான ஒரு பெரிய குழுவை ஆய்வுக்கு உட்படுத்தியிருந்தனர். முதல் இரண்டு வருடக் காலயளவில், அவர்கள் சிசுக்களாக இருந்தபோது 'கட்டுக்கடங்காமல் இருப்பது' என்ற குணத்தின் தீவிரத்தை மதிப்பிட்டனர். ஒரு விளை யாட்டுப்பொருளை எடுக்காதே என்றால் கேட்காமல் அதை எடுத்து தொடர்ந்து விளையாடுவது இந்தக் குணத்துக்கொரு எடுத்துக்காட் டாகும். இரண்டு வயதுக்குழந்தையாக இருந்தபோது வெளிப்படுத்திய இந்தக் குணம் பத்து வருடங்களுக்குப் பிறகும் மதிப்பிடப்பட்டது. பேட்ஸ் ஆசிரியர்களிடம் அந்தக் குழந்தைகளின் புறவியல் பண்பை (இதைப் பணிவின்மை, வெறித்தனம் என்றும் சொல்லலாம்) மதிப்பிட்டுத் தரநிர்ணயம் செய்யும்படிச் சொன்னார். ஆசிரியர் 'இவர்களைச் சமாளிப்பது கடினம்' என்று குறிப்பிட்ட அத்தனைபேரும் குழந்தைகளாக இருந்தபோது 'கட்டுப்பாட்டுக்கு எதிர்ப்பு' குணத்தை வெளிப்படுத்தியவர்கள் என்பது கவனிக்கத்தக்கது.

இந்தத் தொடர்ச்சி நம்மை அச்சுறுத்துகிறது. சில குணாதிசயங்களோடு ஒரு குழந்தை பிறந்தால், பெரியவரான பிறகும் அந்தக் குணங்கள் தவிர்க்க முடியாத தாக்கத்தை உருவாக்குமா? அப்படி உருவாக்கும் என்று நம்பினால் கட்டுப்பாட்டுக்கு எதிர்ப்புத் தெரிவிக்கும் குழந்தை களைத் திருத்த முயற்சிக்காமல் 'இந்தக் குழந்தை பள்ளிக்கூடத்தில் பிரச்னைகளை உருவாக்கும் குழந்தையாக மாறப்போகிறது. நம்மால் எதுவும் செய்ய முடியாது' என்று கைவிட்டுவிடுவோம். ஆனால் நம் நல்லநேரம், இதுபோன்ற குணங்களில் மாற்றங்களை உருவாக்க

முடியும் என்பது நிரூபணமாகியுள்ளது. முன்பு குறிப்பிட்ட அதே ஆய்வின் பகுதியாக பேட்ஸும் நண்பர்களும் அந்தக் குழந்தைகளுக்கு ஐந்து வயதுள்ளபோது அவர்களின் சில குறிப்பிட்ட குணங்களை மதிப்பிட்டுள்ளனர். குழந்தைகள் ஏற்றுக்கொள்ளமுடியாத, தொல்லை தரும் செயல்களைச் செய்யும்போது அம்மாவின் திட்டு, தடைவிதித்தல் ஆகிய கட்டுப்பாடுகள் எந்தளவுக்குப் பலன்தருகிறது என்று மதிப் பிட்டுள்ளனர். இதன் முடிவிலிருந்து மரபணு, சூழ்நிலை ஆகிய வற்றின் தாக்கத்தைத் தெளிவாக உணரமுடிகிறது. குழந்தைகளாக இருந்தபோது கட்டுக்கடங்காமல் இருந்தவர்கள், ஆனால் ஐந்து வயதாகும்போது சில கட்டுப்பாட்டுக்கு உள்ளானவர்கள், பத்து வயதானபோது அவர்களின் பண்பின் தீவிரம் சற்று குறைந்திருந்தது. குழந்தையாக இருந்தபோது அனுசரணையாக நடந்துகொண்டு ஐந்து வயதாகும்போது சில கட்டுப்பாட்டுக்கு உள்ளானவர்களுக்குப் பத்து வயதானபோது சமாளிப்பது கடினமாக இருந்தது!

இதற்கான காரணம் என்னவாக இருக்கும்? மரபியல்கூறுகளும் சூழ்நிலையும் இணைந்து தாக்கம் செலுத்துவதற்கான பல்வேறு வாய்ப்புகள் இருக்கின்றன. குழந்தைகளின் செயல்கள் கட்டுப் பாட்டுக்கு அடங்காமல் இருக்கும்போது பெற்றோர் குழந்தையுடன் விளையாடுவதைத் தவிர்த்துச் சற்று கண்டிப்புடன் (ஒழுக்கமாக நடந்துகொள்ளக் கட்டாயப்படுத்தி) நடந்துகொள்வது நாளடைவில் பள்ளிக்கூடத்தில் குழந்தையின் நடவடிக்கைகளில் தாக்கம் செலுத்து வதற்கு வாய்ப்பிருக்கிறது. இது சரியெனப் பலமுறை நிரூபிக்கப் பட்டுள்ளது. எதிர்வினை மாறுபாட்டெண் (Reactive covariance) என்ற கலைச்சொல்லால் இதைக் குறிப்பிடுவர். சில குறிப்பிட்ட குணாதி சயங்கள் கொண்ட குழந்தைகள் சில விளைவுகளுக்கேற்ப தங்களுக் கேற்ற சூழலை உருவாக்கிக் கொள்வதற்கும் வாய்ப்பிருக்கிறது. எடுத்துக்காட்டாகச் சற்று பயந்த குணம் கொண்ட, கூச்சம் மிகுந்த குழந்தை பிறருடன் பழகும் சூழலைத் தவிர்க்கும். அதனால் சமூகத்துடன் உறவாடும் திறமை குறையும். இந்தக் குழந்தைக்கு முற்றிலும் வேறுபட்ட சூழல் கிடைக்காமலிருந்தால் பயம், கூச்சம் ஆகியவை மேலும் அதிகமாகும். இதை வினைபுரி மாறுபாட்டெண் (active covariance) என்று குறிப்பிடுவர். எனவே, உகந்த சூழலை அமைத்துக்கொடுப்பதின் மூலம் பிறவித்திறன்களில் காணப்படும் வேறுபாடுகளைச் சீர்செய்யலாம் என்ற முடிவுக்கு நம்மால் வர முடிகிறது. எரிச்சலடைதல், துக்கப்படுதல் போன்ற எதிர்மறைக் குணங்களை குழந்தைகள் வெளிப்படுத்தும்போது எப்படி நடந்து கொள்வது என்று பெற்றோருக்குப் பயிற்சியளிப்பது சிறந்த பலனைத் தந்துள்ளது என ஏராளம் ஆய்வு முடிவுகள் கூறுகின்றன. தேடிக்

கண்டுபிடிக்கும் விளையாட்டுகள், சமூகத் திறன்கள், பள்ளிக்கூடத்துடன் இணங்கிப்போவது, கல்வித்தரத்தை உயர்த்துதல் ஆகியவற்றில் சிறந்த மாற்றங்களை ஏற்படுத்த இந்தப் பயிற்சி உதவிபுரிந்திருக்கிறது.

முடிவுரை

பிறப்பா வளர்ப்பா என்ற வினா சற்று சிக்கல் நிறைந்தது என்பதை இந்த விரிவான விளக்கத்தின் முடிவிலிருந்து புரிந்துகொள்ளலாம். குழந்தைகள் வெற்றுத்தாள்கள் போன்றவர்கள் அல்ல என்ற முடிவுக்கு நம்மால் வரமுடியும். மட்டுமல்ல நாம் வளரும்சூழல் நம்முடைய பிறவித்திறன்களை வளர்ப்பதில் மிக வலிமையான பங்கு வகிக்கிறது என்பதை உணர்ந்துகொள்ளலாம். இயல்பும் சூழலும் சுழற்சிமுறையில், மிக அழகாகத் தொடுக்கப்பட்டிருக்கின்றன என்பதையும் பார்த்தோம்.

இந்த அத்தியாயத்தில் இந்தப் பிரச்னையை உணர்ச்சிவசப்படாமல், நடுநிலைமையோடு அலசியிருக்கிறோம். ஆனால், நடைமுறை வாழ்க்கையில் பிறப்பா வளர்ப்பா என்ற பிரச்னை இப்படிப் பார்க்கப் படுவதில்லை. மிகச் சிறந்த உளவியலறிஞர்கள், அவரவர் துறைகளில் தங்கள் திறமையை நிலைநாட்டியவர்கள் பிறப்பா வளர்ப்பா என்ற பிரச்னையில் எதிரெதிர் அணிகளில் நின்று காரசாரமாக வாதிட்டுள்ளார்கள். அதற்கான காரணம் இந்தப் பிரச்னை அவ்வளவு எளிதானல்ல என்பதுதான். உளவியல் தொடர்பான இவ்வினா சமூகக் கட்டமைப்பில் பெருந்தாக்கத்தை ஏற்படுத்த வல்லது. யாவும் பிறப்பால் நிர்ணயிக்கப்படுகின்றன என்பதை நாம் நம்பினால் சாதகமற்ற சூழலில் வாழ்பவர்களின் வாழ்க்கைத்தரத்தை மேம்படுத்தத் திட்டங்கள் தீட்டுவோமா? அறிவியல் அறிஞர்கள் பிறவித்திறன்கள் பற்றியும் மனப்பாங்கு பற்றியும் அறிக்கைகள் வெளியிடும்போது பெரும்பாலானோர் அஞ்சுகின்றனர். இந்த அறிவியலறிஞர்களைத் தவறாகப் புரிந்துகொள்ளலாம் அல்லது முற்றிலும் பொறுப்பில்லாதவர்கள் என்று கருதப்படலாம். ஏனென்றால் அவர்களின் அறிக்கை, தலைவிதியை நிர்ணயிப்பது பிறப்புதான் என்ற எண்ணத்தை மக்கள் மனத்தில் தோற்றுவித்துவிடும்.

தலைவிதியைப் பிறப்பு நிர்ணயிக்கும் என்பதில் இரண்டு கருத்துக்கள் அடங்கியுள்ளன.

- மனிதர்களின் எல்லா வெளிப்பாடுகளும் முன்பே முடிவுசெய்யப் பட்டுவிட்டன. அவற்றைத் தவிர்க்கமுடியாது.
- அவ்வாறு முடிவுசெய்யும் சக்தி உயிரியல் கூறுகள் அல்லது மரபுப் பண்புகளுக்குத்தான் உண்டு. சூழலுக்கில்லை.

இது மிகவும் அதிகப்படியான வாதம். மனிதர்களின் நடவடிக்கைகள் முன்பே முடிவுசெய்யப்படவில்லை; முயன்றால் அவற்றை மாற்ற லாம் என்று பெரும்பான்மையானவர்கள் நம்புகிறார்கள். அதே நேரத்தில் சூழ்நிலை எல்லாவற்றையும் நிர்ணயிக்கும் என்பதையும் அநேகம் பேர் நம்புவதில்லை. ஆகப் பிறப்புதான் தலைவிதியை நிர்ணயிக்கின்றன என்பதை நம்புகிறவர்களும் இருக்கிறார்களா? ஆம் என்பது தான் வருத்தத்துக்குரிய பதில். உலக வரலாற்றில் இதற்கான ஏராளம் எடுத்துக்காட்டுகள் காணப்படுகின்றன. ஒரு குழுவினரை 'தாழ்ந்த பிறவிகள்' என்று வேறுபடுத்திப் பிரித்துவைத்திருந்தனர். வறுமை போன்ற சமூகப் பிரச்னைகளுக்குக் காரணம் வாய்ப்புகள் இல்லாமல் இருப்பதல்ல... திறமை இல்லாமல் இருப்பதுதான் என்று சொல்லப்படுகிறது. யாரிடம் திறமைகள் இருக்கின்றனவோ அவர்கள் வாழ்க்கையில் வெற்றி பெறுவார்கள்; திறமையில்லாதவர்கள் ஏழைகளாகவே வாழ விதிக்கப்பட்டவர்கள் என்றொரு அரசியல் நோக்கும் உண்டு. சரியான கல்வி, ஆரோக்கியம், வேலை போன்றவற்றை வழங்கினால் யார் வேண்டுமானாலும் வாழ்க்கையில் வெற்றிபெறலாம் என்ற கண்ணோட்டம் கொண்டவர்களும் இருக்கிறார்கள்.

இந்த வேறுபாடு அடிக்கடி உயர்ந்துகொண்டே இருக்கும். அடுத்த அத்தியாயத்தைப் படிக்கும்போது வேறொரு கேள்வியும் நம் மனதில் தோன்றும். ஒருவர் அநீதி செய்யும்போது அது அவருடைய பிறவிக் குணம் என்று நினைத்தால் அவரை தண்டிக்காமல் விட்டுவிடுவோம். ஒழுக்கம், பொறுப்பு ஆகிய குணங்கள் பிறப்பா வளர்ப்பா என்று பிரச்னையோடு நெருங்கிய தொடர்புடையவை. எட்டாவது அத்தியாயத்தில் புத்திக்கூர்மை பற்றிக் கலந்துரையாடும்போது இந்தக் கேள்வியைப் பற்றி மீண்டும் பேசுவோம்.

அத்தியாயம் - 6

ஒழுக்க வளர்ச்சி

சுமார் நாற்பது ஆண்டுகளுக்கு முன்பு உலகத்திலுள்ள செய்தித்தாள்கள் ஒரு செய்தியை வெளியிட்டன. பிலிப்பைன்ஸிலுள்ள அழகான மழைக் காடுகளின் உட்பகுதியில் வாழ்ந்து வந்த, கலாசாரங்களால் மாசுபடாத, வன்முறையற்ற நெறியில் வாழும் இதமான ஒரு பழங்குடியினரைக் கண்டுபிடித்த செய்திதான் அது. டாஸடே என்பதுதான் அந்த இனத்தின் பெயர். இலைகளை ஆடையாக உடுத்தி அன்றாட வேலைகளைச் செய்யப் புறப்படும் அவர்களுடைய படங்கள் செய்தித்தாள்களில் வெளியாகி இருந்தன. இவற்றோடு அவர்களின் சொற்களஞ்சியத்தில் 'போர்' அல்லது 'ஆயுதம்' என்பதைக் குறிப்பதற்கான சொற்களே இல்லை என்ற செய்தியும் எல்லா இடங்களிலும் பரவின. மனிதர்கள் இயல்பாகவே நல்லவர்கள் என்று நம் மனதில் வேரோடியிருந்த எண்ணம் இந்தச் செய்தியால் மேலும் ஆழப்பதிந்தது. யாரோ ஒரு ஏமாற்றுக்காரனின் போலிநாடகம்தான் இது (அதன் முழு ஆதாயத்தையும் அவர் அனுபவித்தார்) என்பது சுமார் பத்து வருடங்களுக்குப் பிறகு 'கண்டுபிடிக்கப்பட்டது'. டாஸடே பழங்குடியினர் உண்மையில் இருக்கிறார்களா இல்லையா என்பது இன்றளவும் முடிவாகவில்லை. ஆனால், இந்தச் செய்தியை அத்தனை விருப்பத்தோடு உலகமக்கள் ஏற்றுக்கொண்டார்கள் என்பதுதான் ஆச்சரியம். பதினெட்டாம் நூற்றாண்டில் வாழ்ந்த ஷான் இ ஜாக்கஸ் ரூசோ என்ற தத்துவமேதை

பிரபலப்படுத்திய 'நேர்மையான பழங்குடிகள்' என்ற கருத்தாக்கத்தில் எத்தனை நம்பிக்கை வைத்திருக்கிறோம் என்பதை இது காட்டுகிறது. மனிதர்கள் உண்மையில் நெறிதவறாதவர்கள் என்று அவர் நம்பினார். பழங்குடிகள் நேர்மையானவர்களாக இருந்தால் பெரியவர்களின் தாக்கம் அவ்வளவு இல்லாத குழந்தைகளும் அப்படித்தானே. ஒழுக்க நெறி வளர்ச்சியில் கல்வியின் பங்கைப் பற்றிப் பேசுவதற்கு இதுவே பொருத்தமான இடம்.

குழந்தைகள் இயல்பாகவே நல்லவர்கள்; சமூகத்தின் தீமைகள்தான் அவர்களைக் கெட்டவர்களாக்குகிறது என்று நம்புகிறீர்களா? மாறாக, குழந்தைகள் இயல்பாகவே நாகரிகமற்றவர்கள்; சமூகத்துடன் பழகும்போதுதான் அவர்கள் ஒழுக்கமானவர்களாக வளர்வார்கள் என்று நம்புகிறீர்களா? ஆசிரியர்கள் என்ற முறையில், குழந்தைகளின் நடத்தைப் பிரச்னைகளைக் கையாளும் சூழல்வரும் போது, நாகரிகமும் சமூகமும் மனிதர்களின் அடிப்படை இயல்பை உயர்த்துகிறது அல்லது கெடுக்கிறது என்பதில் நாம் எந்தப் பக்கம் என்பதைப் பொறுத்து நம் அணுகுமுறை மாறுகிறது. எந்தப் பக்கமாக இருந்தாலும் குழந்தைகளின் கல்வித்தரத்தை உயர்த்துவது மட்டுமே நம் இலக்கல்ல. குழந்தைகள் உண்மை பேசவேண்டும், தன்னிடமுள்ளதைப் பிறருடன் பகிர்ந்துகொள்ள வேண்டும், ஒற்றுமையுணர்வோடு பழக வேண்டும், அடுத்தவர்களுக்கு உதவ வேண்டும், கருணையோடு, மதிப்போடு, தைரியத்தோடு பழக வேண்டும். அதுபோல் பொய் சொல்லக் கூடாது, அடுத்தவர் மனம் புண்படும்படி நடக்கக் கூடாது, சுயநலத்துடன் பழகக்கூடாது, சோம்பேறியாக, முரட்டுத்தனத்தோடு, அச்சப்பட்டு வாழக்கூடாது என்றும் நாம் விரும்புகிறோம்.

தற்போது, விரும்பத்தகுந்த நல்ல குணங்களின் விதைகள் ஏற்கெனவே குழந்தைகளின் மனதில் விதைக்கப்பட்டுள்ளன. அவற்றை அழிக்காமல் இயல்பான ஆர்வத்தையும் நேர்மையையும் பாதுகாக்க வேண்டும் என்பதுதான் நம் முக்கியவேலை என்று ஆசிரியர்கள் நம்புகிறார்கள்.

ஆனால், பெரும்பான்மையான ஆசிரியர்கள் 'நல்லொழுக்கத்தைக் குழந்தைகளிடம் விதைக்க வேண்டுமானால்' எண்ணங்களையும் உணர்வுகளையும் பகிர்ந்துகொள்வது எப்படி, கூட்டுறவுடன் நடந்துகொள்வது எப்படி, வெறித்தனமான செயல்களைத் தவிர்ப்பது எப்படி போன்றவற்றைக் குழந்தைகளுக்குக் கற்றுக்கொடுக்க வேண்டும்; காரணம் இவை இயல்பாக வருவதில்லை என்று கருதுகிறார்கள். எனவே, பள்ளிக்கூடங்கள் குழந்தைகளில் பெருமளவு தாக்கத்தைச் செலுத்தும் வலிமை வாய்ந்த சமூக நிறுவனமாகத் திகழ்கின்றன. உண்மையில் குழந்தைகள் பள்ளிக்கு வரும்முன்பே சமூகத்திறன் வளர்ச்சி தொடங்குகிறது. முதல் பிறந்தநாளைக்கு முன்பே பல்வேறு சூழல்களில் எத்தனையோ கட்டுப்பாடுகளுக்குக் குழந்தைகள் உள்ளாகிறார்கள். எச்சரிக்கை விடுக்கிறோம், புகழ்ந்துபேசி ஒத்துக்கொள்ளச் செய்கிறோம், மிரட்டுகிறோம், தண்டனை கொடுக்கிறோம், கட்டளையிடுகிறோம், தடைவிதிக்கிறோம். நான்கு வயதுக்குள்ளேயே பாதுகாப்பு தொடர்பான, தங்களிடமுள்ள பொருட்கள் தொடர்பான, பிறரை மதிப்பது தொடர்பாக, குடும்ப, சமூகப் பழக்க வழக்கங்கள் தொடர்பாகப் பல்வேறுவகை கோரிக்கைகளுக்கும் கட்டளைகளுக்கும் குழந்தைகள் ஆட்படுகிறார்கள். சுமார் ஆறு வயதிலிருந்து முழு நேர வகுப்புகள் ஆரம்பிக்கின்றன. மதச்சார்புடைய பள்ளிகளோ மதச்சார்பற்ற பள்ளிகளோ எதுவாக இருந்தாலும் அவை ஒழுக்கம் பற்றியும் பழக்கவழக்கங்கள் பற்றியும் பாடங்கள் கற்பிக்கத் தனியாக நேரம் ஒதுக்குகின்றன. இவைபோன்ற ஒழுக்கநெறிப் பாடங்கள் தொடர்ந்து எல்லா நாட்களிலும், சிலவேளை வாரத்துக்கு ஒருமுறை எனப் பள்ளி வாழ்க்கை முழுவதும் கற்பிக்கப்படுகின்றன.

ஆனால், துரதிர்ஷ்டவசமாக இந்த நீண்ட கால அளவில் கற்பிக்கப்படும் ஒழுக்கநெறிகளும் சமூகத்துடன் நடத்திய பழக்க வழக்கமும் எப்போதும் நாம் விரும்பிய விளைவைத் தருவதில்லை. ஒழுக்கநெறிப் பாடங்கள் அனைத்தும் வார்த்தைஜாலங்களாக இருப்பதுதான் இதற்கான காரணமாக இருக்கலாம். ஒழுக்கம் கற்பிக்கப்படவேண்டியதல்ல; கற்றுக்கொள்ள வேண்டியது என்ற பொன்மொழியை இங்கு நினைவுகூர்வது நல்லது. நம் அணுகுமுறை எதுவாக இருந்தாலும் ஒழுக்க வளர்ச்சியின் உண்மையான சிரமங்களைப் புரிந்துகொள்ளாத வரை நம் முயற்சிகள் நினைத்த பலனைத் தராது. இது சிக்கலான விஷயமாக மாறுவதற்கு நான்கு முக்கிய காரணங்கள் உள்ளன.

- ஒழுக்க நெறியும் (உலகம் முழுவதும் ஏற்றுக்கொள்ளப் பட்டவை) மரபுநெறியும் (ஒரு குடும்பத்தாலோ குறிப்பிட்ட சமூகத்தாலோ ஏற்றுக்கொள்ளப்பட்டவை) வேறுபட்டவை. குழந்தைகளுக்கு இதன் வேறுபாடு எப்படிப் புரியும்? அதாவது சில பழக்க வழக்கங்கள் சரியென்றும், சில தவறென்றும் எப்படிக் குழந்தைகளுக்குத் தெரியும்?

- சிறுவயதிலேயே சமூகத்துடன் பழகும் வாய்ப்புக் கிடைத்தாலும் முதியவர்களின் நடத்தை விதிகள் வெற்றுத்தாள்களில் எழுதப் படுவதில்லை. குழந்தைகள் இயல்பிலேயே போட்டியிட, ஒத்துழைக்க, கருணை காட்ட, இரக்கத்துடன் நடக்க, ஆக்கிர மிக்க, அஞ்சி ஒதுங்க போன்ற குணங்களைத் தன்னகத்தே கொண்டவர்கள் என்று ஆய்வுகள் கூறுகின்றன.

- பெரியவர்கள் கூறும் சமூகநெறிகளைக் குழந்தைகள் அப்படியே ஏற்றுக்கொள்வதில்லை. எப்படி தகவல்களைத் தெரிந்து கொள்வது அறிவு வளர்ச்சியாகாதோ அதுபோல் ஒழுக்கம் என்பதும் நடத்தை விதிகளை அப்படியே உட்கொள்வதல்ல. இங்கும் ஆக்கவிய முறைப்படி விதிகள் உருவாக்கப்பட்டுப் புரிந்துகொள்ளப்படுகின்றன.

- ஒழுக்க நெறிப்படி நாம் பெரும்பாலும் நடப்பதில்லை. 'என் கொள்கைப்படிதான் நடப்பேன்' என்று ஒருவரைச் சொல்ல வைப்பது எது? நம்முடைய சொல்லுக்கும் செயலுக்கும் இடையே இருக்கும் தொடர்பின்மை ஒழுக்கநெறியைக் கடைப் பிடிப்பதில் இருப்பதுபோல் வேறெதிலும் இருப்பதில்லை.

இந்த அத்தியாயத்தில் மேற்குறிப்பிட்ட நான்கு கருத்துகளையும் உளவியல் ஆய்வுகளின் அடிப்படையில் பரிசோதிப்போம். ஒழுக்க நெறிக்கும் மரபுநெறிக்கும் இடையே இருக்கும் வேறுபாடு என்ன? உளவியல் வரலாற்றில் பல்வேறு கலாசாரங்களின் அடிப்படையில் நடந்த ஆய்வுகளைப் பார்ப்போம்.

அது எப்படி 'சரியாகும்?'

'அவனை அடிக்காதே, அவன் பாவம்' என்று ஒரு குழந்தையிடம் கடைசியாகச் சொன்னது எப்போதென்று நினைவிருக்கிறதா? அப்படிச் சொன்னபோது 'இந்தப் பள்ளியில் இப்படியெல்லாம் நடக்க நாங்கள் அனுமதிக்கமாட்டோம்; அல்லது 'அவனுக்கு அடிபட்டுவிடும்' என்னும் காரணங்களுள் ஏதேனும் ஒன்றைச் சொன்னீர்களா? பெரிய குழந்தைகளின்முன் ஒரு சிறிய குழந்தையிடம் பணிவாக நடந்து

கொள்ளும்படிச் சொன்னபோது ''பணிவாக நடந்துகொள்வது என்பது நல்லபழக்கம்'; அல்லது 'பணிவாக நடந்துகொண்டால் அடுத்தவர்கள் மகிழ்வார்கள்'' என்ற காரணங்களுள் ஏதேனும் ஒன்றைச் சொன்னீர் களா? எப்போதெல்லாம் ஒரு குழந்தை நீங்கள் ஏற்றுக்கொள்ளாத ஒரு செயலைச் செய்கிறதோ அப்போதெல்லாம் நீங்கள் கீழ்வரும் மூன்று அடிப்படைப் பதில்களில் ஒன்றைச் சொல்லியிருப்பீர்கள்.

- வேண்டாம், அதைச் செய்யாதே
- செய்யாதே, மீறினால் உனக்கு இந்த இந்தத் தண்டனை கிடைக்கும்
- இந்த இந்தக் காரணங்களால் அதைச் செய்யாதே

ஆசிரியர்கள் என்ற முறையில் முதல் வாக்கியத்தோடு நிறுத்திவிடு வோம். ஆனால், உளவியல் ஆய்வுப்படி நம் குறுக்கீடு எதிர்பார்த்த பலனைத் தராது. இரண்டாவது வாக்கியம் நடத்தைவாதக் கோட் பாட்டின் வெளிப்பாடு. இது குழந்தைகளின் நடவடிக்கைகளைக் கட்டுப்படுத்த அடிக்கடி பயன்படுத்தப்படும் வாக்கியம். (இவ் வாக்கியம் விளைவிக்கும் தீமைகளைப் பற்றிப் பெட்டிச்செய்தி விரிவாக விளக்குகிறது.) மூன்றாவதுதான் சரியான அணுகுமுறை. காரணத்தை விளக்கும்போது குழந்தைகளின் மூளையில் உருவாகும் கருத்துத் தொகுப்புடன் தொடர்பு கொள்கிறோம். ஒரு செயலின் காரணத்தை விளக்குகிறோம். நடத்தை மாற்றத்தின் பல்வேறு விளைவுகளைச் சுட்டிக்காட்டுகிறோம். இங்கு சிறந்த முறையில் கற்றல் நடக்கிறது. செய்யாதே என்று தடுப்பதற்கான காரணத்தைச் சொல்வது சொல்லாமலிருப்பதைவிட மேல்; ஆனால், இந்தச் சூழல் இதைவிடச் சற்று சிக்கலானது. மேற்குறிப்பிட்ட எடுத்துக்காட்டில் இரண்டுவிதமான காரணங்கள் சொல்லப்படுகின்றன. ஒன்று மரபு சார்ந்தது. மற்றொன்று ஒழுக்கநெறியோடு தொடர்புடையது. அதாவது, குழந்தையிடம் நீ செய்தது 'சரி/தவறு' என்று சொல்கிறோம். ஏனென்றால், குடும்பம், பள்ளிக்கூடம், சமூகம், மதம் ஆகியவை மரபு சார்ந்து அப்படிச் சொல்கிறது. அல்லது நீ செய்தது சரி/தவறு என்று அந்தச் செயலால் ஏற்படும் மறைமுக நட்டத்தை, நேர்மையின்மையை, தீமையை அதாவது ஒழுக்கநெறிக் காரணங்களைச் சொல்லிப் புரியவைக்கலாம். ஒரு காரணம் வேறொன்றைவிடச் சிறந்தது என்று சொல்லமுடியுமா?

சொல்லலாம் அல்லது சொல்லக்கூடாது என்பது சூழலைப் பொறுத்து அமைகிறது. அனைத்து நடத்தைமீறல்களும் ஒழுக்கக்கேடுகள் அல்ல. எடுத்துக்காட்டாக வகுப்பறைக்குள் வந்த பிறகும் தலையில் கட்டிய கைக்குட்டையை ஒரு மாணவன் அவிழ்க்காமல் இருக்கிறான் என்று

வைத்துக்கொள்வோம். இப்போது என்னைப் பொறுத்தவரைக் கைக்குட்டையை அவிழ்க்காததற்கு எவ்வித ஒழுக்கநெறிக் காரணங் களையும் சொல்லமுடியாது. இதுபோல் தெளிவான ஒழுக்கநெறிக் காரணங்கள் சொல்லமுடியாத எத்தனையோ பழக்கவழக்கங்கள் உள்ளன. இந்தப் பழக்கவழக்கங்களை மீறுவது ஒழுக்கமீறல்கள் என்று சொல்லக்கூடாது. குழந்தைகளும் இளைஞர்களும் ஒழுக்கத்துக்கும் பரம்பரை பழக்க வழக்கத்துக்கும் இடையேயுள்ள வேறுபாட்டை மிகக் குறைந்த வயதிலேயே புரிந்துகொள்கிறார்கள் என்று ஆய்வுகள் கூறுகின்றன. எடுத்துக்காட்டாக லாரி நுஸ்ஸி என்னும் உளவியல் அறிஞர் பல்வேறு விதிகளைப் பற்றியும் சட்டதிட்டங்களைப் பற்றியும் அவற்றைக் குழந்தைகள் எவ்வாறு புரிந்துவைத்திருக்கிறார்கள், ஆசிரியர்களின் பதில் என்ன என்பதைப் பற்றியெல்லாம் விரிவான ஆய்வை மேற்கொண்டுள்ளார். அவருடைய ஆய்வுமுடிவுகளில் ஒன்றைச் சுருக்கமாகச் சொல்ல முயற்சி செய்கிறேன். குழந்தைகள் ஒழுக்கநெறிகளை மீறும்போது ஆசிரியர்கள் குழந்தைகளின் உணர்வு களைப் புரிந்துகொண்டு இதமாக நடந்துகொள்வது கெடுபிடியான முறைகளைவிடப் பயனளிப்பதாக இருக்கிறது. எடுத்துக்காட்டாக 'பிற சக மாணவர்களை அடிப்பது தொடர்பாகச் சில கடுமையான விதி முறைகள் நம் பள்ளியில் உண்டு' என்று சொல்லும்போது குழந்தைகள் நாம் விரும்பும்முறையில் நடந்துகொள்வதில்லை. ஆனால் 'ஒரு குழந்தை உன்னை அடித்தால் உனக்கு எப்படியிருக்கும். வலிக்கும் அல்லவா?' என்று கேட்கும்போது குழந்தைகளிடம் விரும்பத்தகுந்த மாற்றங்கள் காணப்படுகின்றன. அடி, உதை போன்றவை நடக்கும் போது (அடுத்தவரைத் துன்புறுத்தும் நிகழ்ச்சிகள்) இறுக்கமான அல்லது சட்டதிட்டங்களுக்குக் கட்டுப்படுவது என்பதைவிட உணர்வு களைப் புரிந்துகொண்டு இதமாக நடந்துகொள்வது குழந்தைகளிடம் அதிக மாற்றங்களை உருவாக்குகிறது.

பெட்டிச் செய்தி

நிறுத்து... இல்லாவிட்டால்..!

உளவியலின் ஒரு பிரிவான நடத்தைவாதக் கோட்பாடு ஒரு செயலை எப்படி எதிர்கொள்வது என்பதற்குச் சுபலமான வழியைப் பரிந்துரைக் கிறது. விரும்பத்தகாத செயல்பாடுகளைத் தவிர்த்துச் சரியான நடவடிக்கைகளைச் செய்யும்படித் தூண்டப் பல்வேறு தண்டனை அல்லது பரிசு வழங்குதல் என்ற முறையைப் பின்பற்றும்படி இந்தக் கோட்பாடு சொல்கிறது. ஆனால், இந்த எளிய மோசமான முறையை

அனைவரும் சந்தேகத்தோடுதான் பார்க்கிறார்கள். குழந்தைகளை எதிர்கொள்ளும்போது, தண்டனை அல்லது பரிசு வழங்கும் முறையிலிருந்து விலகிச் செல்வதற்குத் தெளிவான காரணங்கள் இருக்கின்றன. எடுத்துக்காட்டாக, ஒரு மாணவர் வகுப்பில் எதைக் கேட்பதாக இருந்தாலும் கொடுப்பதாக இருந்தாலும் பணிவோடு நடந்துகொள்ள வேண்டும் என்பதைக் கற்பிக்க விரும்புகிறோம். அந்த மாணவர் ஒவ்வொருமுறை முரட்டுத்தனமாக நடந்துகொள்ளும்போதும் தண்டனை கொடுத்துக்கொண்டிருக்கிறோம் என்று வைத்துக்கொள்வோம். இது எதிர்பாராத விளைவுகளை ஏற்படுத்தும்.

- உங்களைக் காணும்போது முரட்டுத்தனம் செய்யாமல் இருப்பான். ஆனால், நீங்கள் இல்லாதபோது தொடர்ந்து முரட்டுத்தனத்துடன் நடப்பான்.
- முரட்டுத்தனமாக நடந்துகொள்ளாமல் இருக்கலாம். ஆனால், அதற்குப் பதிலாக நன்னடத்தையுடன் நடந்துகொள்ளவும் மாட்டான்.
- தண்டனையின் பகுதியாக வகுப்பறையைச் சுத்தமாக்கும்படிச் சொன்னால் சுத்தமாக்கும் செயல் ஒரு தண்டனையென அந்த மாணவன் புரிந்துகொள்வான்.
- தனக்குத் தேவையான ஒரு செயலைப் பிறரைச் செய்யவைக்க தண்டனைதான் சரியான வழியென்று தவறாகப் புரிந்து கொள்வான்.
- கோபத்தோடும் பயத்தோடும்தான் பிறருடன் நடந்துகொள்வான்.
- உங்களையோ/வகுப்பறையையோ கோபம், பயம் ஆகிய உணர்வுகளோடு தொடர்புபடுத்துவான். அதனால் இவற்றுள் எதையாவது எதிர்கொள்ளும்போது அவனையறியாமலே அவ்வுணர்வுகள் வெளிவரும்.

பல்லாண்டுகளாக ஏராளமான உளவியல் அறிஞர்கள், நடத்தைவாதக் கோட்பாட்டை நம்பும் உளவியல் அறிஞர்கள் உட்பட, மனிதர்களின் செயல்பாட்டைக் கட்டுப்படுத்தத் தண்டனை கொடுப்பது சிறந்தவழியல்ல என்று கூறிவருகிறார்கள். சில உளவியலறிஞர்கள் நன்னடத்தையைத் தூண்டப் பாராட்டுவது, சலுகைகள் அளிப்பது, சன்மானம் கொடுப்பது போன்றவை உதவும் என்கின்றனர். நம்மில் பெரும்பாலும் சன்மானம் கொடுப்பதை ஊக்கமூட்டுவது என்றும் குறைந்தது துன்புறுத்தாமலாவது இருக்க வேண்டும் என்று

நினைக்கிறோம். எனவே, எப்போதெல்லாம் குழந்தை பணிவோடு பெருந்தன்மையோடு நடந்துகொள்கிறதோ அப்போதெல்லாம் நாம் பாராட்டுகிறோம் அல்லது பரிசளிக்கிறோம். ஆனால் இங்கும் சில நுட்பமான, நாம் நினைக்காத விளைவுகள் ஏற்படுகின்றன. வெகுமதியளிப்பவர்கள் அருகில் இருக்கும்போது மட்டுமோ, நல்ல நடத்தைக்கு சன்மானமும் அங்கீகாரமும் கிடைக்கும் என்று நம்பும் சூழல்களிலோ மட்டும்தான் நாம் விரும்பும்படி மாணவர்கள் நடந்துகொள்வார்கள். அப்படி நடந்துகொண்டதை மிகவும் நியாயப்படுத்துவார்கள். அதாவது வெகுமதி கிடைப்பதற்காகவே அவ்வாறு நடந்துகொள்வதைப் பார்க்கலாம். சன்மானம் அளிப்பதின் மிகவும் மோசமான விளைவு இது. சாதாரணமாக எதிர்பாராமல், தன்னையறியாமல் ஒருவர் சிறந்தமுறையில் நடந்துகொள்ளும்போதோ, நல்லமுறையில் நடந்துகொள்வார் என்று பொறுமையோடு காத்திருக்காதபோதோ அவ்வாறு நடப்பதற்குச் சன்மானம் கொடுப்பது வழக்கம். அடுத்த அத்தியாயத்தில் குழந்தைகள் அடுத்தவர்களின் உணர்வுகளைப் புரிந்துகொண்டு, பெருந்தன்மையோடு, உணர்வுபூர்வமாக நடந்துகொள்வதைப் பார்க்கப்போகிறோம். பெருந்தன்மையோடும் உணர்வோடும் நடந்துகொள்ளும்போது வெகுமதியளிப்பது ‘இப்படி நடந்துகொள்ளும்போது வெகுமதியளிப்பது ஏன் தெரியுமா? வெகுமதியளிக்காவிட்டால் நீ இப்படி நடக்கமாட்டாய்’ என்ற செய்தியை மறைமுகமாகத் தெரிவிக்கிறது.

இருப்பினும் குழந்தைகள் பெருந்தன்மையோடும் நேர்மையோடும் அடுத்தவர் உணர்வுகளைப் புரிந்துகொண்டும் நடக்கும்போது வெகுமதியளிக்கக் கூடாது என்று நினைத்துவிடாதீர்கள். சன்மானம்

கொடுப்பதை அந்தச் செயலோடு தொடர்புபடுத்தாவிட்டால் எதிர்விளைவுகளை ஏற்படுத்தும். ஒரு புத்தகத்தை வாசிப்பது அடுத்த புத்தகத்தை வாசிக்கும் ஆர்வத்தை உங்களுக்கு ஏற்படுத்தும் என்ற இயல்பான விளைவைப் பாராட்டாமல் அதிகப் புத்தகங்கள் வாசித்ததற்குச் சான்றிதழ் வழங்குவது இதற்கான ஓர் எளிய எடுத்துக்காட்டாகும். பாராட்டுவது, ஊக்கப்படுத்துவது, விரிவான பின்னூட்டம் அளிப்பது போன்ற நேர்மறை வலுவூட்டுதல் சிறந்த விளைவுகளை ஏற்படுத்தும்.

நான்சி ஐசன்பர்க் என்னும் மற்றொரு வளர்நிலை உளவியல் அறிஞரும் அவருடைய நண்பர்களும் பத்து வயதுக் குழந்தைகளின் பெருந் தன்மைப் பண்பைப் பற்றி ஆய்வு செய்தபோது இதுபோன்ற

யாராவது அடிச்சா உனக்கு எப்படி வலிக்கும்?

விளைவைக் கண்டார்கள். ஆய்வகத்தில் வைத்து ஒரு விளையாட்டை விளையாடுவதற்காகக் குழந்தைகளுக்கு கொஞ்சம் பணம் கொடுக்கப் பட்டது. பிறகு ஏழைக்குழந்தைகளுக்கு உதவும்படி விண்ணப்பிக்கும் யூனிசெஃபின் சுவரொட்டி காட்டப்பட்டது. நீங்கள் விரும்பினால் இந்த ஏழைக்குழந்தைகளுக்கு உதவ உங்களிடமுள்ள பணத்தின் ஒரு பகுதியைக் கொடுக்கலாம் என்று அவர்களிடம் சொன்னபோது அவர்கள் யாரும் கொடுக்க முன்வரவில்லை. அதற்குப் பிறகு அவர் களுக்கு ஒரு குறும்படம் காட்டப்பட்டது. அதில் ஒரு பெரியவர் இவர்கள் விளையாடிய அதே விளையாட்டை விளையாடினார். படத்தின் முடிவில்

அந்தப் பெரியவர் தம்மிடமுள்ள பணத்தை யூனிசெஃபுக்கு நன்கொடையாக அளிப்பதைப் பற்றி ஆழ்ந்து யோசித்தார். 'இந்தப் பணம் ஏழைக்குழந்தைகளுக்குக் கிடைத்தால் அவர்கள் பெரிதும் மகிழ்வார்கள்; அவர்கள் உற்சாகத்தோடு விளையாட்டுப் பொருட்கள் வாங்குவார்கள்; உணவு உண்பார்கள். பாவம் அந்த ஏழைக் குழந்தைகளிடம் எதுவுமே இல்லை; ஏழைச் சிறுவர் சிறுமிகளுக்கு கொஞ்சம் பணம் நன்கொடையாகக் கொடுப்பது நல்லது; நம்மிடம் இருப்பதைப் பிறருடன் பகிர்ந்து கொள்வது சிறந்த செயல்' என்று சொன்னார். இந்தக் குறும்படத்தைப் பார்த்தபின், பணத்தைப் பகிர்ந்துகொள்வதின் நன்மையை விளக்கிச் சொல்வதைக் கேட்டபின் அதிகப் பணத்தை நன்கொடையாகக் கொடுக்கக் குழந்தைகள் முன்வந்தனர்.

குழந்தைகளும் இளைஞர்களும் மரபார்ந்த பழக்கவழக்கங்களுக்கு அதிக முக்கியத்துவம் கொடுப்பதில்லை. ஒழுக்கநெறிகளைவிடப் பரம்வரை பழக்கவழக்கங்களை மாற்றலாம் என்று அவர்கள் நினைப்பு தாகத் தொடர்ச்சியான உளவியல் ஆய்வுகள் காட்டுகின்றன. ஆனால், இந்த ஆய்வுகள் மேலைநாட்டு குழந்தைகளிடம் நடத்தப்பட்டவை. அவர்களும் மேற்குறிப்பிட்ட அதே கண்ணோட்டத்தைக் கொண்டவர்கள்ளாக இருக்கிறார்கள். எல்லா கலாச்சாரத்தைச் சார்ந்தவர்களும் ஒழுக்கநெறிகளைப் பற்றியும் பரம்பரை பழக்கவழக்கங்களைப் பற்றியும் இதே கண்ணோட்டத்துடன்தான் இருக்கிறார்களா என்பதே கேள்வி. மேலைநாட்டுக் கலாசாரத்தைப் பின்பற்றாத கென்யா, நம் தேசம் போன்ற பகுதிகளில் ஒழுக்கநெறி, பரம்பரைப் பழக்க வழக்கங்கள் ஆகிய இரண்டும் முக்கியமானது என்றும் குழந்தைகளும் பெரியவர்களும் அவற்றைக் கடைப்பிடிக்க வேண்டும் என்றும் கருதுவதாக ஆய்வுகள் கூறுகின்றன. ரிச்சார்டு ஷல்டர் என்னும் மனித இனவியலாளர் பல்வேறு கலாசாரங்களைப் பின்பற்றுபவர்களிடம் ஒழுக்கநெறி வளர்ச்சி எப்படி இருக்கிறது என்பதை ஆய்வு செய்வதில் அதிக விருப்பம் கொண்டவர். 'சில நிகழ்ச்சிகள் இயல்பாகவே ஒழுக்கமானது; சில ஒழுக்கநெறிக்கு அப்பாற்பட்டது' என்ற எண்ணத்தை எதிர்க்கிறார். அதே நேரத்தில் நீதி, திக்கற்றவர்களின் பாதுகாப்பு, சொன்னபடி நடப்பது, நடுநிலைமையோடு நீதி வழங்குவது போன்ற கருத்துகளின் அடிப்படையில் உலகெங்கும் கடைபிடிக்கும் சில விதிமுறைகள் பல சமுதாயத்தினரின் பரம்பரைப் பழக்கவழக்கங்களிலும் ஒழுக்கநெறிகளிலும் உட்பட்டிருக்கின்றன. 1980 களில் ஒரிஸாவில் பழமையில் ஊறிய ஒரு சமுதாயத்தினரிடம் நடத்திய ஆழமான ஆய்வின் அடிப்படையில் இவர் சில முடிவுகளுக்கு வந்தார். இந்தச் சமுதாயக் குழந்தைகள் அப்பாவின் முதல் பெயரைச் சொல்லி அழைப்பதை ஒழுக்கக்கேடாகவும் அதே நேரத்தில் பதினான்கு வயதுடைய மகனுக்கு வந்த கடிதத்தை அப்பா படிப்பதைச் சரி என்றும் நம்புகின்

றனர். இந்தக் குழந்தைகள் இதைப் பரம்பரைப் பழக்கவழக்கமாக நம்பாமல் ஒழுக்கநெறியாக நினைக்கிறார்கள் என்பதை எப்படித் தெரிந்துகொள்வது? உலகத்திலுள்ள மக்கள் அனைவரும் இந்த முறையைக் கடைப்பிடிப்பது நல்லதா? அமெரிக்க மக்கள் இந்த விதிகளைக் கடைப்பிடித்தால் அது இன்னும் நல்ல நாடாக இருந்திருக்குமா? பெரும்பான்மையான இந்தியர்கள் தங்கள் விருப்பத்துக்கேற்ப இந்த விதிகளை மாற்றுவது சரியா? (ஆம், ஆம், இல்லை) குழந்தைகள் இவற்றை பரம்பரைப் பழக்கவழக்கங்களாக நினைக்காமல் ஒழுக்க நெறியாக நினைப்பதை அவர்களின் பதில்கள் தெளிவாகக் காட்டின. இதற்கு நேரெதிராக அமெரிக்கக் குழந்தைகள் அப்பாவின் முதல் பெயரைச் சொல்லி அழைப்பதைத் தவறாக நினைக்கவில்லை. அதே நேரத்தில் மகனின் கடிதத்தை அப்பா படிப்பது தவறு என்றும் நினைக்கிறார்கள்.

மேலைநாட்டுக் கலாசாரத்திலும்கூட ஒழுக்கத்துக்கும் பரம்பரை பழக்கங்களுக்கும் இடையேயுள்ள வேறுபாட்டைத் தெளிவாகக் கூற முடிவதில்லை. சரியான நேரத்தில் வகுப்புக்கு வருவதை எடுத்துக் கொள்வோம். இது மரபார்ந்த பழக்கத்துக்கு மிகவும் சரியான எடுத்துக் காட்டு. இது வகுப்பிலுள்ள பிறரது படிப்பைப் பாதிக்குமா? அதாவது ஒரு மாணவன் வகுப்புக்குக் காலந்தாழ்த்தி வருவதால் அடுத்தவர்களின் படிப்பு பாதிக்கப்படுகிறது. அதனால் இது தவறா? அல்லது பள்ளி சட்ட திட்டத்துக்கு எதிரானதா? ஒரு மாணவி கையை உயர்த்திக் காட்டாமல் வகுப்பில் பேசுவது மரபான பழக்கவழக்கத்துக்கு எதிரானதா? அல்லது அடுத்தவர்களின் வாய்ப்பை அவள் பொருட்படுத்துவதில்லையா? நம் பள்ளிக்கூடங்களில் அமலில் இருக்கும் சட்டதிட்டங்களை ஆழ்ந்து பரிசோதித்தால் மரபான பழக்கங்களுக்கும் ஒழுக்கநெறிக்கும் இடையே இருக்கும் வேறுபாட்டைக் காணமுடியுமா? சில உளவியலறிஞர்கள் ஒழுக்கநெறி, பரம்பரை பழக்கங்கள் ஆகிய இரண்டையும் மீறுதல் என்பது உண்மையில் ஒரேதளத்தில் நடக்கும் செயல்கள்தான். ஒரேயொரு வேறுபாடு என்பது ஒழுக்கமீறல் இரண்டாவது மீறலைவிடச் சற்று தீவிர விளைவைத் தரக்கூடியது என்கின்றனர்.

தற்போது இந்தியாவில் உயர்-நடுத்தர பெருநகரக் குழந்தைகள், கிராமப்புறச் சூழலில் வாழும் குழந்தைகளைவிட மேலைநாட்டுக் குழந்தைகள்போல் காணப்படுகிறார்கள். மரபார்ந்த வழிகளில் வளர்க்கப்பட்ட இளைஞர்களுக்கு முந்தையதலைமுறையினருடன் கருத்துப்பரிமாற்றம் செய்வதில் பிரச்னைகள் எழுகின்றன. முதல் தலைமுறையினர் ஒழுக்கநெறியாக நினைத்ததை அடுத்த தலைமுறையினர் பரம்பரைப் பழக்கவழக்கமாக நினைக்கின்றனர். ஒழுக்கத்தைப் பற்றியும் பரம்பரை ஆசாரங்கள் பற்றியும் நம் மாணவர்களின் கருத்து

என்னவென்று கேட்டுக் கலந்துரையாடுவது மிகவும் சுவையான அனுபவமாக இருக்கும். இதுபோன்ற வினாக்களின் அடிப்படையில் குழந்தைகளுடன் கலந்துரையாட உங்களுக்கு நேரமிருப்பின் அந்த வாய்ப்பை நழுவவிடாதீர்கள்.

ஒழுக்கநெறி பற்றியும் பரம்பரைப் பழக்கவழக்கங்கள் பற்றியும் ஒரு குழப்பமான கருத்து இப்போது நம் மனத்தில் இருக்கிறது. இவ் வேளையில் ஒழுக்க வளர்ச்சிபற்றிய வரலாற்றுக் கண்ணோட்டங்கள் சிலவற்றைத் தெரிந்துகொள்வோம். பரம்பரை பழக்கவழக்கங்கள், ஒழுக்கம் ஆகியவைபற்றிய ஆழமான புரிதலுக்கு இது வழிவகுக்கும். உளவியல் பாடம் படித்தவர்களுக்கு சிக்மண்ட் ஃப்ராய்டு, ஜீன் பியாஜெட், லாரன்ஸ் கோல்பெர்க் போன்றோரின் பெயர்கள் அவசியம் தெரிந்திருக்கும். முதல் இருவர் ஆளுமை வளர்ச்சி மற்றும் அறிவு வளர்ச்சி பற்றி ஆழமான ஆய்வுகளை மேற்கொண்டுள்ளனர். அதே நேரத்தில் மூன்றாமவர் ஒழுக்கநெறியின் ‘கற்றல்நிலைக் கோட்பாடு’ என்ற குறிப்பிட்ட துறையில் பிரபலமானவர். குழந்தைகளின் ஒழுக்கம் பற்றிய இவர்களின் கோட்பாடுகளுக்கிடையே பொதுவான தொடர்புண்டு. ஆனால் சமீப வருடங்களில் இந்தப் பொதுத்தொடர்பை எதிர்த்துக் கேள்வி எழுப்பப்பட்டுள்ளது. இதுபற்றிய வாதப்பிரதிவாத இழுபறி இக்கோட்பாட்டை உடைத்துவிடும் என்று தோன்றுகிறது. மனிதகுலத்தின் உயர்ந்த ஒழுக்கநெறி சமூகத்துடன் உறவாடுவதாலோ காரண காரியத் தொடர்புகாணும் அறிவு வளர்வதாலோ வெளிப் படுகிறது. எனவே, இது வாழ்க்கையின் பின்பகுதியில் நடக்கிறது. பரம்பரை பழக்கவழக்கத்திலிருந்தோ அதன் பிறகோதான் ஒழுக்கம் வெளிப்படுகிறது என்று கோல்பெர்கின் கோட்பாடு தெளிவாகக் குறிப்பிடுகிறது. ஆனால், இந்தக் கருத்து கேள்விக்கு உட்படுத்தப் பட்டுள்ளது. சமீபத்திய தரவுகள் குழந்தைகள் சிறுவயதிலேயே தாங்கள் ஒழுக்கமானவர்கள் எனக் காட்டுவதை நாம் காணலாம். அதற்குமுன் ஒழுக்க வளர்ச்சி பற்றிய மூன்று அணுகுமுறைகளின் சாரத்தைப் பார்ப்போம்.

ஃப்ராய்டின் கருத்துப்படி குழந்தைகள் பிறவியிலேயே அடிப்படை இயல்பூக்கங்களோடும் ஆர்வத்தோடும் பிறக்கின்றனர். அவற்றை வெளிப்படுத்த அல்லது திருப்திப்படுத்த காத்திருக்கின்றனர். இந்த இயல்பூக்கங்கள் முக்கியமாக ‘சுயநலம்’ சார்ந்தவை. இந்த இளம் பிராயத்தில் இவற்றை வெளிப்படுத்தப் பிறர் தேவையென்று குழந்தை நினைப்பதில்லை. தன்னுடைய ஆசைகளை உடனுக்குடன், விரைந்து நிறைவேற்ற முடிவதில்லை, தன்னுடைய தேவைகள் பூர்த்தியாவ தில்லை, காரணம் நடைமுறை வாழ்வில் அதற்கு அனுமதியில்லை என்பதை எப்படியோ புரிந்துகொள்கிறது. இங்கிருந்து சமூகத்துடனான

உறவு தொடங்குகிறது. பெரியவர்கள் அடிக்கடி கூறும் எச்சரிக்கைகள், உத்தரவுகள், பயமுறுத்தல்கள், போன்றவை தன்னையோ அடுத்தவர் களையோ துன்புறுத்தும் செயல்களிலிருந்து தடுக்கிறது. சமூக, குடும்ப சட்டதிட்டங்களுக்குக் கட்டுப்பட்டு நடப்பது எப்படியென கற்பிக் கிறது. ஃப்ராய்டின் பார்வையில், குழந்தைகளின் பிறவி இயல் பூக்கங்கள் தொடர்ந்து தடுக்கப்பட ஏமாற்றத்துக்கு ஆளாகிறார்கள். விரும்பியதை விரும்பியபோது நடத்தமுடியாமல் நடைமுறை வாழ் வின் கசப்பான யதார்த்தங்களுடன் குழந்தை போராடுகிறது. ஐந்து வயதை நெருங்கும்போது வெளிப்புறத் தடைகளைக் குழந்தை உள் வாங்கிக்கொள்கிறது. அவை குழந்தையின் உள்ளுணர்வாக மாறு கிறது. பிறகு அந்த உள்ளுணர்வின்படி செயல்படத் தொடங்குகிறது. இதனால் தண்டனை தருவேன் என்று நினைவூட்ட பெரியவர்கள் அருகில் இல்லாவிட்டாலும் சரியான முறையில் நடந்துகொள்ளக் குழந்தைகளால் முடிகிறது. இங்கு குற்றவுணர்வு என்ற சிக்கலான மனவெழுச்சி அறிமுகப்படுத்தப்படுகிறது.

பியாஜெட் குழந்தைகளை 'தற்பெருமை' நிறைந்தவர்கள் என்கிறார். இந்தச் சொல்லை நாம் சாதாரணமாகப் பயன்படுத்தும் பொருளில் அவர் பயன்படுத்தவில்லை. பிறருடைய கண்ணோட்டத்தில் பார்க்கும் திறமையற்றவர்கள் என்ற பொருளில் தற்பெருமை என்ற சொல்லைப் பயன்படுத்துகிறார். இவருடைய கோட்பாட்டின்படி ஏழுவயதாகும் போதுதான் குழந்தைகளால் தங்கள் செயல் பிறரை எப்படிப் பாதிக் கிறது, காரணகாரியத் தொடர்பு என்ன, அடுத்தவர்களின் எதிர்பார்ப்பு என்ன ஆகியவற்றை அவர்களால் புரிந்துகொள்ள முடிகிறது. இந்தப் புரிதல்தான் ஒழுக்கத்தைக் கடைப்பிடித்து வாழ்வதற்கு அவர்களைத் தூண்டுகிறது என்று நம்பலாம். பியாஜெட்வின் அறிவு வளர்ச்சியின் படிநிலைக் கோட்பாட்டினால் உந்துதல் பெற்ற கோல்பெர்க் ஒழுக்க நெறி வளர்ச்சிக்கும் படிநிலைக் கோட்பாடு ஒன்றினை முன்வைத்தார். அந்தக் கோட்பாட்டின் சுருக்கம்: முதலில் குழந்தைகள் சொந்த மகிழ்ச்சிக்காவும், வலிக்காகவும், தங்கள் தேவைக்காகவும் செயல்படு கிறார்கள் (மரபார்ந்த பழக்கவழக்கங்களுக்கு முந்தைய நிலை). இதைத் தொடர்ந்து பரம்பரை பழக்கவழக்கத்துக்குட்படுகிறார்கள். காரணங்கள் சொல்வது, பிறருடன் ஒத்துப்போக வேண்டியதின் தேவையை உணர்வது, அடுத்தவர்களின் அங்கீகாரம் தேடுவது, சமூகச் சட்டதிட்டங்களுக்கு கட்டுப்படுவது என்ற நிலையை அடைகிறார்கள். பிறகு ஒழுக்கநெறிப்படி (மரபார்ந்த பழக்கவழக்கங்களுக்கு முந்தைய நிலை) நடக்க முன்வருகிறார்கள். எது சரியான, தரமான யுக்திபூர்வ மான நடத்தை என்பதில் கவனம் செலுத்துகிறார்கள். நியாயம், ஏழைகள், வலிமை குறைந்தோருக்கான பாதுகாப்பு, வாக்குறுதிகளைக்

காப்பாற்றுவது, நடுநிலைமையோடு தீர்ப்பு வழங்குவது என முன்பு குறிப்பிட்ட கொள்கைகள் இதற்குள் அடங்கும்.

கோல்பெர்க்கைப் பொறுத்தவரைப் பெரும்பான்மையானவர்கள் அந்தக் கடைசிப்படியை எட்டுவதில்லை. இந்தப் படிநிலைகளின் வரிசை மனிதருக்கு மனிதர் வேறுபடுவதில்லை. அதாவது எல்லோரும் இதே வரிசையில் செல்கிறார்கள் என்று பொருள். இருப்பினும் கோல் பெர்க்கின் ஒழுக்கநெறிக்கான படிகளில் குறிப்பிட்ட வயதுவரம்புகள் இல்லை. எனவே பன்னிரண்டு வயதுச் சிறுமியும் நாற்பத்தைந்து வயது பெண்மணியும் ஒழுக்க வளர்ச்சியின் ஒரே படியில் இருப்பதைக் காண லாம். ஒன்றிலிருந்து அடுத்ததற்கு எனத் தொடர்ந்து பயணிக்கிறார்கள் ஆனால், முதியவர்கள் எல்லோரும் அந்தக் கடைசிப்படியை அடைவ தில்லை. உலகளவில் நடந்த ஆய்வுகள் ஐந்து விழுக்காட்டுக்கும் குறைவான உலக மக்களின் பரம்பரை பழக்கவழக்கத்துக்குப் பிறகுள்ள நிலையைப் பதிவு செய்துள்ளன (பல கலாசாரங்களைச் சார்ந்தவர்களின் ஒழுக்கவளர்ச்சியின் படிகள் பற்றிய கோல் பெர்க்கின் எடுத்துக் காட்டை இரண்டாவது பெட்டிச் செய்தியில் காணலாம்).

ஃப்ராய்டு, பியாஜெட், கோல்பெர்க் ஆகியோரின் கோட்பாடுகள் மனிதர்களைப் பற்றிய சிலஉண்மைகளைக் கூறினாலும் இதில் பல பிரச்னைகள் இல்லாமல் இல்லை. இவர்கள் மூவரும் குழந்தைகளின் ஒழுக்க உணர்வை மிகவும் குறைவாக எடைபோட்டிருக்கிறார்கள் என்று சமீபத்திய ஆய்வுகள் வெளிப்படுத்துகின்றன. குறிப்பாக கோல்

பெர்க்கின் கோட்பாடு முழுமையற்றது, தவறானது என்று கடுமையாக விமர்சிக்கப்படுகிறது. பழக்கவழக்கங்களுக்குப் பிறகுதான் ஒழுக்க வுணர்வு வளர்கிறது என்னும் இவரது கருத்து தவறெனக் கருதப்படு கிறது. எலியட் டுரியல் என்ற உளவியலறிஞர் மரபார்ந்த பழக்க வழக்கங்கள், ஒழுக்கம் ஆகிய இரண்டும் தொடக்கத்திலிருந்தே ஒன்றாக வளர்கின்றன; ஆனால் இரண்டும் இரண்டு வழிகளில் வளர்கின்றன என்று சொல்கிறார். இவரும் இவருடைய நண்பர்களும் நடத்திய ஆய்வு 'ஒழுக்கத்துக்கும், மரபான செயலுக்கும் இடையேயுள்ள வேறுபாட்டைப் பல்வேறு சமூகச் சூழலின் அடிப்படையில் சரியாகப் பிரித்தறியும் திறன் குழந்தைகளுக்கு இருக்கிறது' என்று கூறுகிறது. எடுத்துக்காட்டாக உங்கள் நண்பரின் தலைமுடியைப் பிடித்து இழுத்தால் அவள் வலியால் அழுவாள். ஆனால், ஆசிரியையிடம் 'காலை வணக்கம்' என்று சொல்லா விட்டால் அதன் விளைவு சற்று வேறுபட்டிருக்கும். இதுபோன்ற தொடர்புகளின் அடிப்படையில், பொதுவான விதிகள் எவை, ஒன்றோ டொன்று சார்ந்திருக்கும் விதிகள் எவை என மதிப்பிடவும் கருத்துரு வாக்கம் நடத்தவும் குழந்தைகளால் முடிகிறது என்று கண்டுபிடித் துள்ளார். உண்மையில் அவர் சிறு குழந்தைகளிடம் கீழ்வரும் கேள்வி களைக் கேட்டார். 'வேறொரு நாட்டில், பெற்றோரும் பள்ளிக்கூடமும் அனுமதித்தால் (1) ஆடையணியாமல் பள்ளிக்குச் செல்வது சரியா? அல்லது (2) அடுத்தவரின் தலைமுடியைப் பிடித்து இழுப்பது சரியா? மூன்று முதல் ஐந்து வயதுவரையுள்ள குழந்தைகள் கூட முதல் கேள்விக்கு சரியென்றும் இரண்டாவது கேள்விக்குத் தவறென்றும் பதிலளித்தனர்.

பெட்டிச் செய்தி 2

ஐரோப்பிய ஹெய்ன்ஸை மறந்துவிடுங்கள்

மரணப்படுக்கையில் கிடக்கும் தன்மனைவியின் உயிரைக் காப்பாற்ற மருந்து வாங்க வழியில்லாத துரதிஷ்டசாலியான ஹெய்ன்ஸின் கதையைக் கேட்டிருக்கிறீர்களா? உலகம் முழுவதுமுள்ள குழந்தை களிடம் ஹெய்ன்ஸின் துயரக் கதையைக் கொண்டு சென்றதற்கு லாரனஸ் கோல்பெர்க்குக்கும் வேறு ஆயிரக்கணக்கான உளவிய லறிஞர்களுக்கும் நன்றி. ஹெய்ன்ஸ் மருந்துக் கடைக்காரரிடம் மருந்து தரும்படி மன்றாடுவார், கடைக்காரர் மறுத்துவிடுவார். அவர் மருந்தைத் திருடலாமா? கூடாதா? ஏன்? என்பதுதான் கேள்வி. திருடனைக் கண்டுபிடிக்கும் காவல்காரர், திருட்டு நடந்த சூழலைப் பற்றி விரிவாகத் தெரிந்துகொள்கிறார். இப்போது அந்தக் காவல்காரர் ஹெய்ன்ஸைக் கைது செய்யலாமா? கூடாதா? ஏன்?

மேற்குறிப்பிட்டதுபோன்ற சிக்கல் நிறைந்த கற்பனைச் சூழலை மக்கள்முன் கூறி அதுபற்றி அவர்களின் விளக்கங்கள், நியாயங்கள், எப்படியெல்லாம் நடந்துகொள்ள வாய்ப்பிருக்கிறது என நேர்காணல் நடத்துவதுதான் ஆய்வாளர்கள் தேர்ந்தெடுத்த ஆய்வுமுறை. கோல்பெர்க்கைப் பொறுத்தவரை ஹெய்ன்ஸ் மருந்தைத் திருட வேண்டுமா திருடக்கூடாதா என்பதைவிட அதற்கான காரணத்தை மக்கள் சொல்லும்போது அது ஒழுக்கத்தைப் பற்றிய அவர்களுடைய கருத்தை நமக்குத் தெரிவிக்கும். ஆம். அவர் மருந்தைத் திருட வேண்டும். இல்லாவிட்டால் மனைவியை மரணமடையும்படி விட்டு விட்டதற்குக் கடவுள் அவரைத் தண்டிப்பார். கூடாது. அவர் மருந்தைத் திருடக் கூடாது. காரணம் திருடுவது சட்டத்துக்கு எதிரானது. ஆம். அவர் மருந்தைத் திருட வேண்டும். காரணம் அவர் தன்மனைவியை அவ்வளவு நேசிக்கிறார். மனைவியில்லாமல் அவரால் வாழமுடியாது. கூடாது. அவர் மருந்தைத் திருடினால் சிறை செல்ல நேரிடும். முப்பதாண்டுகளாக மக்கள் ஹெய்ன்ஸின் செயலை நியாயப்படுத்தி யும் விளக்கிச் சொல்லியும் வருகின்றனர். மரபான பழக்கவழக்க நிலையிலிருந்து மாறி குழந்தைகள் காரணத்தை விளக்கிச் சொல்ல முன்வந்தனர். சற்று முதிர்ந்த குழந்தைகளும் முதியவர்களும் மரபான பழக்கவழக்கத்தின் அடிப்படையிலும் சிறு குழந்தைகள் மட்டும் மரபான பழக்கவழக்கத்தின் முந்தையநிலையின் அடிப்படையிலும் இந்தச் சூழலை விளக்கிக் கூறினர். ஆனால் சில உளவியலறிஞர்கள், இந்த பதிலைச் சொல்வதற்குத் சுயவுணர்வோடு கூடிய சொல்லாடல் தேவைப்படுகிறது. எனவே, கோல்பெர்க்கின் ஒழுக்க வளர்ச்சி படிநிலைக்கோட்பாடு வாய்ச்சொல் விளக்கத்தின் வளர்ச்சியே தவிர ஒழுக்க வளர்ச்சியல்ல என்று கருதுகிறார்கள். பெரும்பான்மையான மக்களுக்கும் அவர்கள் சொல்வதைவிட அவர்களுக்குத் தெரிந் திருப்பது அதிகம்; செய்வதும் அதிகம். கோல்பெர்க்கின் ஆச்சரியம் தரும் கண்டுபிடிப்பான ஒழுக்க வளர்ச்சிப் படிநிலையின் கடைசி நிலையைப் பெரும்பான்மையானவர்களால் அடையமுடியாதது ஏன் என்பதற்கான காரணம் இதுவாகத்தான் இருக்கும்.

மேலும், முற்றிலும் முரணான சில பிரச்னைகளைப் பல்வேறு முறைகளில் முழுமையாக விளக்க கோல்பெர்க்கின் கோட்பாடு தவறிவிடுகிறது. ஜோஸ்னா வாசுதேவ், ரேமண்டு ஹம்மல் ஆகியோர் ஜெய்ப்பூர், கொல்கத்தா, டில்லி ஆகிய இடங்களிலுள்ள ஏராளமான பதின் வயதினர், குழந்தைகளிடம் ஹெய்ன்ஸின் கதையைக் கூறியபோது கோல்பெர்க் எதிர்பார்த்திராத வேறுபட்ட சிலஒழுக்கப் பிரச்னைகளை முன்வைப்பதைக் கண்டுபிடித்தனர். இவற்றுள்

வாழ்க்கையின் புனிதத் தன்மை (மனிதர்களுடையது மட்டுமல்ல), அஹிம்சை என்னும் கருத்து, தனிப்பட்ட பிரச்னைகளைவிட சில சமூகப்பிரச்னைகள் உயர்வானவை ஆகிய கருத்துகள் உட்படுகின்றன. இந்தக் கடைசிக் கருத்து வாசுதேவ் சந்தித்த ஒருவர் ‘□ஹெய்ன்ஸின் கதையை மறந்துவிடுங்கள். இந்தியாவுக்கு வாருங்கள். இங்கு வறுமைக்கோட்டுக்குக் கீழே வாழும் அறுபது விழுக்காடு மக்களும் இதே கதையைத்தான் பேசுவார்கள். இங்கு ஹெய்ன்ஸின் கதை எப்போதும் திரும்பத் திரும்ப நடந்துகொண்டிருக்கிறது. மனைவியர் இறக்கின்றனர், குழந்தைகள் மாண்டுவிடுகின்றனர். அவர்களைக் காப்பாற்றப் பணமில்லை... அதனால் மருந்தைத் திருடலாம். ஆனால், அது பெரியளவில் எந்த மாற்றத்தையும் ஏற்படுத்தப்போவதில்லை'' என்றார்.

டூரியலும் நண்பர்களும் இத்துடன் ‘சொந்த விஷயம்’ என்ற மூன்றாவது நடத்தை மண்டலத்தையும் சேர்த்துள்ளனர். இங்கு யாருடைய கருத்துக்கும் இடமில்லை. இது எங்களுடைய சொந்த விஷயம் என்று இளைஞர்கள் நினைக்கும் செயல்கள் (எடுத்துக்காட்டாக, முடியின் நீளம், உறங்கும் நேரம், உடுக்கும் உடை, அறை எவ்வளவு சுத்தமாக இருக்க வேண்டும்!) யாவும் இந்த மண்டலத்தில் உட்படும். பெரியவர்கள் இதற்கு அனுமதிக்கவேண்டும். குறிப்பாக, இளைஞர்களின் ஒழுக்கம், பழக்க வழக்கம் போன்றவற்றில் தலையிடாமல் இருப்பது நல்லது. இளைஞர்களின் பழக்கவழக்கம் பற்றிய இந்த முக்கியமான கருத்தை பதினொன்றாம் அத்தியாயத்தில் மீண்டும் பேசலாம். இப்போது ஒழுக்கநெறியோடு தொடர்புடைய பிறவிக்கூறுகள் ஏதேனும் இருக்கின்றனவா? அப்படி இருப்பின் அவை எவை என்பது பற்றி ஆராய்வோம்.

ஒழுக்கத்தின் பிறவிக்கூறுகள்

ஆக்கிரமித்தல், போட்டி மனப்பான்மை போன்ற இயல்பூக்கங்களைப் பரிணாமம் மனிதர்களிடம் வளர்த்துவிட்டது என்ற கருத்துக்கு எதிராக மக்கள் வாதிடுகின்றனர். பொதுவாகச் சிறுகுழந்தைகள் விலையுயர்ந்த பொம்மையை வெடுக்கெனப் பிடுங்குவதையும், ஒருவரையொருவர் கடித்து வைப்பதையும், முடியைப் பிடித்து இழுப்பதையும் பார்க்கிறோம். இச்செயல்கள் போலச்செய்வது போலவோ, சூழலிலிருந்து கற்றுக்கொண்டதாகவோ தோன்றுவதில்லை. போட்டிபோடும் குணம் சிறுவயதிலேயே இருப்பது தெளிவாகத் தெரிகிறது. ஒரு பொருளுக்காக இரண்டு குழந்தைகள் சண்டையிடும்போது உண்மையில் அந்தப் பொருள் பிரதானமாக இருப்பதில்லை. ஒரு குழந்தை அதைக் கைப்

பற்றும்போது அடுத்த குழந்தை சண்டைபோட வேண்டிய தேவையை உணர்கிறது. சண்டை முடிவடைந்ததும் அந்தப் பொருள் கேட்பாரற்று விடப்பட்டுவிடும். பரிணாமவாதிகளைப் பொறுத்தவரை போட்டியும் ஆக்கிரமித்தலும் நிலைநிற்பதற்குத் தேவையான முக்கிய குணங் களாகும். எனவே அவை பிறப்பிலேயே கிடைத்துவிடுகின்றன.

ஆனால், இதே பரிணாமவாதிகள் கூட்டுறவும் சமூகத்தோடு சேர்ந்து பழகுதலும் நிலைநிற்க உதவும் முக்கிய குணங்கள் என்றும் வாதிடு கின்றனர். பெரும்பான்மையான நேரங்களில் வாழ்க்கை யுத்தத்தில் பிறருக்கு உதவி செய்பவர்கள் நீண்ட காலம் வாழ்ந்து இனப்பெருக்கம் செய்து வாழ அதிக வாய்ப்புகள் இருக்கின்றன. யாருக்கும் உதவாதவர் களும் பிறருடைய உதவிகிடைக்காதவர்களும் நீடிக்க வழியில்லை. குழந்தைகள் கூட்டுறவு மனப்பான்மையோடும், பிறருக்கு உதவும் குணத்தோடும் பிறப்பதில்லை என்பது உறுதி. சிறிதுகாலம் கழிந்து அவர்கள் சமூகத்தோடு சேர்ந்து பழகுகின்றனர். இந்தக் குணத்தின் அடிப்படை பிறவிலேயே காணப்படுகிறது. பிறந்த சில நாட்களேயான குழந்தைகள் அவர்களுடன் யார் நெருக்கமாக உள்ளார்களோ அவர் களின் உணர்வுகளுக்கேற்ப நடந்துகொள்கிறார்கள். போலச்செய்யும் உத்தியின் மூலம் அவர்களின் உணர்வுக்குப் பொருத்தமாக நடந்து கொள்கிறார்கள் (புன்னகை சிந்துவது, முகத்தைச் சுளிப்பது, அச்சத்தை வெளிப்படுத்துவது). ஒரு குழந்தை அழுவதைப் பார்த்து அடுத்த குழந்தை அழுகிறது. தன் தாய்க்குத் துன்பம் வரும்போது அடுத்தவர் களைத் தாக்க முனைகிறது. பச்சாதாபத்தின் தொடக்கமாகத் தன்னைத் தானே துன்புறுத்தினாலும் குழந்தை வளரும்போது இந்தப் பச்சாதாபம் அடுத்தவர்களுக்கு உதவும் குறிப்பிட்ட குணமாக வெளிப்படுகிறது. குழந்தை வளரத் தொடங்கும்போது 'சுயம்' மற்றும் 'அடுத்தவர்' என்ற வேறுபாட்டைப் புரிந்துகொள்வதால்தான் இது ஏற்படுகிறது.

ஒழுக்கத்தின் சற்று சிக்கலான கூறுகளான பொதுநலப்பண்பு, குற்றவுணர்வு ஆகியவை முதல் மற்றும் இரண்டு வயதுக் குழந்தை களிடம் வெளிப்படுகின்றன. மரியன் ராத்கே-யார்ரோ (Marian Radke - Yarrow) என்னும் உளவியலறிஞர் பிறருடன் சேர்ந்து மிகச் சிறிய குழந்தைகளிடம் இதைப்பற்றி ஆய்வு செய்துள்ளார். அவருடைய ஓர் ஆய்வு ஒரு வருட கால அளவு நடைபெற்றது. ஒரு வயதுக் குழந்தைகளின் தாய்மார்களிடம் அசாதாரணமாக, ஆர்வத்தைத் தூண்டும் முறையில் இந்த ஆய்வை மேற்கொண்டார். ஒரு குழந்தைக்குத் துன்பம் ஏற்படும்போது தங்கள் குழந்தைகள் எவ்வாறு நடந்துகொள்கின்றனர் என்பதை முடிந்தவரை நேர்மையாகப் பதிவு செய்ய இவர்களுக்குப் பயிற்சியளிக்கப்பட்டது. மாதத்துக்கொருமுறை ராத்கே - யார்ரோ குழுவினருள் ஒருவர் தாய்மார்களின் வீடுகளுக்குச்

சென்று அவர்களைப் பேட்டி காண்பார்கள். அவ்வாறு வீட்டுக்குச் செல்லும்போது தாய் தனக்குத் துன்பம் நேர்ந்தது போல் நடிப்பார். அப்போது குழந்தைகளின் பிரதிபலிப்பைப் படம் பிடிப்பார். இது தாய்மார்கள் சொல்லும் தகவல்கள் எந்தளவுக்கு நம்பக் கூடியது என்பதைப் பரிசோதிக்க உதவியது.

இந்த ஆய்வுகளின் முடிவு என்ன? இந்தக் காலயளவில் அடுத்தவர் களின் துன்பநிலை கண்டு குழந்தைகள் கட்டியணைப்பது, உதவி செய்வது, ஆறுதல் சொல்வது என குழந்தைகளின் சமூகப் பழக்க வழக்கங்கள் அதிகரித்து வந்தன. மேலும் அவர்கள் பச்சாதாபப் படுவதின் அறிகுறிகளான சோகப்பார்வை, இரக்க குணத்தைக் காட்டும் சைகை ஆகியவற்றையும் வெளிப்படுத்தினர். மேலும் துன்பத்துக்கான காரணத்தையும் அவர்கள் தேடுவதாகவும் தோன்றியது. இது 'அனு மானத்தை உறுதிசெய்தல்' என்று அறியப்படுகிறது. எடுத்துக்காட்டாக, நாற்காலியில் தட்டுத்தடுமாறி விழுந்து பாதத்தில் காயம் ஏற்பட்ட போது குழந்தைகள் பாதத்தையும் நாற்காலியையும் மாறி மாறிப் பார்த்தனர். துன்பத்துக்குக் குழந்தைகளே காரணமாக இருந்த குறிப் பிட்ட சூழல்களை ஆய்வாளர்கள் மிகுந்த ஆர்வத்தோடு கவனித்தனர். ஏனென்றால், குழந்தைகள் குற்றவுணர்வால் வருந்துகிறார்களா என்பதையறிய அவை உபயோகப்பட்டன. பெரியவர்களிடம் குற்ற வுணர்வு மனப்போராட்டத்தை ஏற்படுத்துகிறது. நம்மால் பிறருக்குத் துன்பம் நேரும் சூழலைவிட அடுத்தவர்களால் துன்புற்ற நண்பருக்கு உதவுவது மிகவும் எளிது. ஆனால், குழந்தைகளால் பிறருடைய துன்பத்துக்குத் தாங்கள் காரணமாகிறோம் என்பதை உணர முடியுமா? அப்படி உணர்ந்தால் அவர்கள் எப்படி நடந்துகொள்வார்கள்? அவர்களின் நடத்தையில் வேறுபாடு இருக்குமா?

தங்களால் பிறர் துன்புறும்போது அவர்களுக்கு உதவவும் ஆறுதல் சொல்லவும் முன்வந்தனர். இச்செயல் குழந்தைகளிடமும் இரக்க குணத்தின் அடிப்படையான பரிவு, தவறுக்காக வருந்துவது போன்ற பண்புகள் உள்ளன என்பதைக் காட்டியது. இருப்பினும் தன்னால் பிறருக்குத் துன்பம் ஏற்பட்டபோது அதை மகிழ்ச்சியோடு ரசிப்பது, அதிக வெறித்தனத்தைக் காட்டுவது, அடுத்தவர்களைப் பற்றிக் கவலைப்படாமல் இருப்பது, அதிகமாகத் துன்பப்படுவது (அழுவது அல்லது தேம்பித் தேம்பி அழுவது) ஆகியவற்றைச் செய்யும் குழந்தை களும் இருக்கிறார்கள். தாங்கள் துன்புறுத்தாமல் இருந்தபோதும் அடுத்தவர்களின் துன்பத்துக்கான காரணத்தைத் தேடியவர்கள் இப் போது அப்படிச் செய்யாமலிருப்பதையும் ஆய்வாளர்கள் கவனித் தார்கள். சிறு குழந்தைகள் இவ்வாறு அடுத்தவர்களுக்கு உதவ, ஆறுதல் படுத்த முன்வருவது குற்றவுணர்ச்சியால் அல்லது 'மனசாட்சியின்'

தொடக்க நிலையால் இருக்கலாம் என்று ராத்கே - யார்ரோ கூறுகிறார். குழந்தைகளின் இப்பண்பின் வளர்ச்சிக்கு பெரியவர்கள் உதவுவது இயல்பு. குழந்தைகளின் வெறித்தனத்தைத் தடுக்கவோ பிறருடன் பகிர்ந்துகொள்வதை ஊக்குவிக்கவோ பெரியவர்கள் கடுமையான ஒழுக்கமுறைகளை நடைமுறைப்படுத்தி இதற்கு உதவுகிறார்கள். அடுத்தவர்களின் துன்பம் கண்டு இரக்கப்படும் குழந்தை அந்தத் துன்பத்துக்குத் தானே காரணம் என்று அறியும்போது அதன் மனதில் குழப்பம் ஏற்படுகிறது. அதையே நாம் குற்றவுணர்வு என்று பின்னர் கூறுகிறோம்.

ஒழுக்கத்தின் மிக முக்கிய கூறுகளில் ஒன்று விளைவுகளைப் பற்றிய பயம். சிறுவயதிலேயே குழந்தைகள் சில சூழல்களையும் சில நடவடிக்கைகளையும் தண்டனை அல்லது அன்பின்மை போன்ற அச்சம் தரும் விளைவுகளோடு தொடர்பு ஏற்படுத்திக்கொள்கின்றனர். பெரும்பான்மையான எல்லா விலங்குகளும் ஒரு நிகழ்ச்சி திரும்பத் திரும்ப நடந்தால் அந்த அனுபவத்தை மூளையில் வலிமையாகப் பதிவு செய்து வைக்கும் திறமையோடு பிறக்கின்றன. ஒரு நடத்தையைத் தொடர்ந்து நாம் விரும்பாத விளைவுகள் ஏற்படுமானால் அதே அனுபவம் எதிர்காலத்தில் அடிக்கடி நடப்பதை நாம் விரும்புவதில்லை. இந்த எளியவிதி ஒழுக்க வளர்ச்சியைப் பெரியளவில் பாதிக்கிறது. சிசுக்களும்கூடத் தமக்குப் பிடிக்காத விளைவுகள் அடிக்கடி நடப்பதை விரும்புவதில்லை. பெரியவர்களாகிய நாம் இவைபோன்ற அனுபவங்களின் அடிப்படையில் தற்காத்துக்கொள்வது எப்படி, அத்தகைய சூழல்களில் எப்படி நடந்துகொள்ள வேண்டும்? அதற்கான நடவடிக்கைக் கோட்பாடுகள்

எவை போன்ற முக்கியமான கருத்துகளைக் குழந்தைகளுக்குச் சொல்லு கிறோம். 'உன் கையை அங்கே வைத்தால் காயம் ஏற்படும்' அல்லது ' நீ ரோஜாப்பூவைப் பறித்தால் அம்மாவுக்குக் கோபம் வரும்.' போன்றவை இதற்கான எடுத்துக்காட்டுகளாகும்.

சிலகாலம் கழித்து, யாரும் பார்க்காவிட்டால் பூ பறித்துக்கொள்ளலாம் என்று குழந்தைகள் எப்படித்தான் கண்டுகொள்கிறார்களோ தெரிய வில்லை!. பூப்பறிப்பது உண்மையில் சரியா தவறா என்று குழந்தைகள் புரிந்துகொள்ள மேலும் சிலகாலம் தேவைப்படுகிறது. இது சமூகக் கூட்டுறவு, தன்வயப்படுத்துதல் என்னும் அடுத்த பிரிவுக்கு நம்மை அழைத்துச் செல்கிறது. பிறவிலேயே கிடைத்ததோ சிறு வயதி லிருந்தே கற்றுக்கொண்டதோ எதுவாக இருந்தாலும் பள்ளிக்குச் செல்லும் முன்னரே குழந்தையிடம் ஒழுக்கநெறி பற்றிய கூறுகள் சிறப்பாக இருப்பதைக் காணலாம். சிறுகுழந்தைகள் ஒழுக்கநெறிக்கு அப்பாற்பட்டவர்கள் அல்ல என்று நம்மால் உறுதியாகச் சொல்ல முடியும். ஏற்கெனவே ஒழுக்கத்தைப் பற்றிக் குழம்பிப்போயிருக்கும் குழந்தையின் மனதில் இந்தப் புறச்சமூகம் தொடர்பு கொள்ளும் போதும் தொடர்பு கொள்ளாமல் இருக்கும்போதும் என்ன நடக்கிறது?

தன்வயப்படுத்துதல் என்னும் சுறுசுறுப்பான முறை

சமூகத்துடன் கூட்டுறவோடு பழகுவதற்கும் ஒழுக்க வளர்ச்சியில் அதன் பங்குக்கும் உளவியலறிஞர்கள் அதிக முக்கியத்துவம் கொடுக் கிறார்கள். எடுத்துக்காட்டாக சிக்மண்ட் ஃப்ராய்டு, குழந்தைகளிடம் காணப்படும் எதிர்மறையான இயல்பூக்கங்கள், ஆசைகள் போன்ற வற்றை சமூகத்துடன் பழகுவதால் மட்டுமே கட்டுப்படுத்தமுடியும் என்கிறார். சமூகத்துடன் பழகுவதன் மூலம் குழந்தையின் தோழர்கள், பெரியவர்கள், பொதுச்சமூகம் ஆகியோருடன் பழகுவதன் மூலம் சில சட்டதிட்டங்கள் சரியென்பதை உறுதிசெய்யவும் அவற்றுடன் ஒத்துப் போகவும் அவர்களால் முடிகிறது. ஆனால், சமூகத்தின் சட்டதிட்டங் களை 'அப்படியே உள்வாங்கி அதுபோல் நடப்பது' அவ்வளவு எளி தல்ல. பெரியவர்கள் ஒழுக்கத்தைப் பற்றி என்னென்ன பேசுகிறார்களோ அவற்றையெல்லாம் இளைஞர்கள் எப்போதும் ஏற்றுக்கொள்ள மாட்டார் கள். வெளித்தோற்றத்துக்குப் பணிவாகத் தெரிந்தாலும் பகை, கோபம், வெறுத்து ஒதுக்குவது போன்ற உணர்வுகள் அவர்களிடம் மிகச் சாதாரண மாகக் காணப்படுகின்றன. ஆசிரியர்கள் என்ற முறையில் சமூகத்துடன் கூட்டுறவோடு பழகும் திறமையைக் குழந்தைகளிடம் வளர்க்கும் பொறுப்பு நமக்கு உண்டு. நம் குழந்தைகள் ஏராளம் விழுமியங்களைத் தன்வயப்படுத்த வேண்டுமென்று நாம் நினைக்கிறோம். அதாவது, அவையாவும் இயல்பாகத் தானாகவே வருவது போலத் தோன்ற

வேண்டும். பிறர் திணிப்பதுபோல் தோன்றக்கூடாது. இந்தக் கருத்து பற்றிய ஆய்வுகள் நமக்கு எந்தளவுக்கு உதவுகிறது எனப் பார்ப்போம்.

பெரும்பான்மையான ஆய்வுகள் பெற்றோர்களையும் அவர்தம் குழந்தைகளையும் முன்னிறுத்தி நடந்தாலும் இந்தக் கருத்துகள் இளைஞர்களுடன் பழகும் பெரியவர்களுக்கும் பொருந்தும். எடுத்துக்காட்டாக ஜோவான் க்ரூசெக், ஜாக்குலின் குட்நௌ ஆகியோர் ஒழுக்கக் கட்டுப்பாடுகளுக்கு முக்கியத்துவம் கொடுத்து எது பயன் தரும் எது பயன்தராது என்பதைக் கண்டறிய ஆய்வு செய்தனர். சூழல்கள் (எடுத்துக்காட்டாக 'தவறான செய்கை') பெரியவர்களின் குணங்கள், மாணவர்களின் மனநிலை ஆகிய பல்வேறு கூறுகள் ஒழுக்க நெறிகளைத் தன்வயப்படுத்துவதில் முக்கிய பங்குவகிக்கின்றன என்று கண்டுபிடித்தனர். பெரியவர்களின் கருத்துகள் சிலவேளை கொஞ்சம் பொருத்தமானதாகவும் சிலவேளை முற்றிலும் பொருத்தமில்லாமலும் இருக்கின்றன. 'நீ இதுபோல் செய்வது முதல்முறையல்ல' அல்லது 'நீ எப்போதும் செய்யும் மற்றொரு செயல் இது...' என்று சொல்லுவார்கள். இப்படிச் சொல்வது கருத்துகள் உள்வாங்கும் வாய்ப்பைக் குறைக்கிறது. முதிர்ந்தவர்கள் பலருடைய பதில்களில் வஞ்சப்புகழ்ச்சியும் நகைச்சுவையும் கலந்திருக்கும் என்று க்ரூசெக், குட்நௌ ஆகியோர் மேலும் சொல்கிறார்கள். குழந்தைகள் மென்மையாகப் பேசும்போது 'நீ சொன்ன அந்த மந்திரச் சொல் என்ன?' என்றோ 'நீ இப்படிப் பேசினால் நான் செவிடனாகிவிடுவேன்' என்றோ சொல்வார்கள். வஞ்சப்புகழ்ச்சியான பதிலைக் கேட்கும் குழந்தை அதைச் சரியாகப் புரிந்துகொள்ள 'தன் புரிதல் திறனைப் 'பகுத்துப் பார்க்க' வேண்டியிருக்கிறது. அப்படிச் செய்வது கருத்துகளை உள்வாங்கிக்கொள்ள உதவுகிறது.

எந்தச் சூழலாக இருந்தாலும் ஒரு விழுமியத்தைத் தன்வயப்படுத்த இரண்டு நிகழ்வுகள் உறுதியாக நடந்திருக்க வேண்டும்.

- பெரியவர்களின் கருத்தைப் பற்றிய குழந்தையின் நுண்ணுணர்வு துல்லியமாக இருக்கவேண்டும்.
- அதைக் குழந்தை ஏற்றுக்கொள்ள வேண்டும். மறுக்கக்கூடாது.

முடிவாக உங்கள் கட்டுப்பாட்டு உத்திகள் நெகிழ்வுத்தன்மையுடையதாக இருக்க வேண்டும். அதாவது குறிப்பிட்ட சூழலுக்கும் குழந்தையின் மனநிலைக்கும் ஏற்றதாக அந்த உத்திகள் இருக்க வேண்டும். இருப்பினும் நெகிழ்வுத்தன்மை என்பதை முன்னுக்குப்பின் முரணானது என்று எடுத்துக்கொள்ளக் கூடாது. ஒரு குறிப்பிட்ட சூழலுக்கும் உங்கள் பதிலுக்கும் ஒரு பொருத்தம் இருக்க வேண்டும். அதுவன்றி ஒரு நேரம் ஒரு பதில் வேறொரு வேளை வேறொரு பதில் என்று இருக்கக்

கூடாது. குறிப்பிட்ட வகை பதில்கள் ஒரு குறிப்பிட்ட வகைச் சூழலுக்குப் பொருத்தமாக இருக்கின்றன என க்ரூசெக், குட்நௌ ஆகியோரின் ஆய்வுகள் கூறுகின்றன. பெரியவர் ஒருவரை ஒரு குறிப்பிட்ட சூழலுக்குப் பொருத்தமான பதிலைச் சொல்ல வைப்பது எது? நாம் சொல்லும் பதில்கள் அனைத்தும் அந்தக் குழந்தை அதுவரைப் புரிந்து கொண்ட கருத்துகள், சமூகத்துடன் பழகியபோது கிடைத்த அனுபவங்கள், மனப்பாங்கு, நம்பிக்கைகள், நடத்தைகள் ஆகியவற்றுடன் ஒத்துப்போக வேண்டும் என்பதை நாம் மறந்துவிடக்கூடாது. அதாவது நாம் கொடுக்கும் விளக்கம் கருத்துத் தொகுப்பு உருவாக்கும் முறைக்கு உதவுவதாக இருக்க வேண்டும். அப்போதுதான் மாற்றம் ஏற்படும். நாம் சொல்வதைக் குழந்தைகள் ஏற்றுக்கொள்ளவேண்டுமானால் அது அவர்களுடைய கோணத்தில் அந்தச் சூழலுக்குப் பொருத்தமாக இருக்கவேண்டும் என்று லாரி நுஸ்ஸி முன்பு அறிவித்ததை இங்கு நினைவுகூர்வது நல்லது. குழந்தைகளிடம் ஒழுக்கநெறி, பழக்க வழக்கங்கள், ஆளுமை முதலான மாற்றங்கள் ஏற்படவேண்டுமானால் நாம் கூறும் காரணங்கள் அவர்கள் எதிர்பார்ப்பதுபோல் வேறுபட்டவையாக இருக்கவேண்டும். எடுத்துக்காட்டாக, வாக்குறுதி கொடுக்கும்போது 'அடுத்தவரைப் பற்றி நினைத்துப் பார்□ அல்லது 'திருடிய குற்றத்துக்குப் பிடிபட்டால் 'இது அனுமதிக்கமுடியாது' என்று ஓர் ஆசிரியர் கூறினால் இந்தப் பதில்களில் ஒரு பொருத்தமின்மையைக் குழந்தைகள் கண்டுபிடிப்பார்கள். இப்பதில்களை ஏற்றுக்கொள்ளவும் மாட்டார்கள். இப்பொருத்தமின்மையால் அந்த காரணத்தை ஏற்றுக்கொள்வதும் மறுப்பதும் ஒருபுறமிருக்க ஆசிரியரின் மேலுள்ள விருப்பம் குறையவும் வாய்ப்பிருக்கிறது.

ஒழுக்கநெறியோடு தொடர்புடைய செயல்களுக்குக் காரணம் சொல்லும்போது குழந்தைகளின் புரிதல்திறன் மாறிக்கொண்டிருக்கிறது என்பதை நாம் மறந்துவிடக்கூடாது. ஒழுக்கமாக நடந்து கொள்வதும் நாம் கூறும் காரணங்களைக் குழந்தைகள் புரிந்து கொள்வதும் அவர்களின் பல்திறன் புலனுணர்வு, நோக்கத்தைப் புரிந்து கொள்வது, காரணத்தையும் அதன் விளைவையும் அறியும் திறன் ஆகியவற்றின் அடிப்படையில் அமைகிறது. பெரியவர்களுக்கும் இது புரிந்திருக்கிறது. அதனால்தான் நாம் சிறு குழந்தைகளிடம் எளிமையாக, உறுதியான மொழியில் பேசுகிறோம். சற்று வளர்ந்த குழந்தைகளிடமும் இளைஞர்களிடமும் சிக்கலான, நுண்கருத்துகளின் அடிப்படையில் பேசுகிறோம். ஆனால் 'எளிய' காரணம் என்பதை [illegible], சட்டதிட்டங்களின் அடிப்படையிலமைந்த காரணமென (அப்படிச் செய்யாதே, கூடவேகூடாது) தவறாகப் புரிந்துகொள்ளக் கூடாது. இதுவரை நாம் பரிசீலனை செய்த ஆய்வுகளின் படி தொடக்கப்பள்ளிக் குழந்தைகளுக்கும்கூட அடுத்தவர்களுக்காகப் பரிதாபப்படும்

திறமையும், நாம் கூறும் விளக்கங்களைப் புரிந்துகொள்ளும் திறமையும் உண்டு. அவர்களுடைய செயல் அடுத்தவர்களிடம் ஏற்படுத்தும் விளைவைப்பற்றி நம்மால் பேச முடியும். அடுத்தவர்களை முன்னிலைப்படுத்தியுள்ள காரணங்கள் என்று அழைக்கப்படும் இந்தமுறை கீழ்வரும் காரணங்களால் சிறந்தபயனைத் தருகிறது.

- அடுத்தவர்களுடைய உணர்வுகளைப் புரிந்துகொள்ளும் திறமையைக் குழந்தைகளிடம் வளர்க்கிறது.
- பெரியவர்களின் அண்மை அவசியமில்லை. அதாவது அருகில் பெரியவர்கள் இல்லாவிட்டாலும்கூட அடுத்தவர்களின் உணர்வு களைக் குழந்தைகளால் புரிந்துகொள்ள முடிகிறது.
- அப்படியே அடுத்தவர்களைப் புண்படுத்திவிட்டாலும் அந்தத் தவறைத் திருத்துவதற்கு என்ன செய்யவேண்டும் என்று யோசிக்கத் தூண்டுகிறது.
- அடுத்தவர்களின் உரிமைகளை மதிக்க வழிவகுக்கிறது.

இவையெல்லாம், நாம் சொல்லும் காரணங்கள் அந்தச் சூழலோடு தொடர்புடையதாக இருக்கவேண்டும் என்றும் அது ஒழுக்க விழுமியங் களை உள்வாங்கிக்கொள்ள உதவும் என்பதையும் உறுதிப்படுத்து கிறது. பொதுவாகத் தவறான முறையில் பயன்படுத்தப்படும் வேறொரு கட்டுப்பாட்டு உத்தி அதிகாரத்தை நிலைநாட்டுவது என்று அழைக்கப் படுகிறது. சில ஆசிரியர்கள் சிறப்புச் சலுகைகளை வாபஸ் வாங்குவது, அன்பு காட்டாமல் இருப்பது, அதிகாரத்தைக் காட்டுவது, அச்சுறுத்து வது, சில மோசமான சூழலில் தண்டனை வழங்குவது என நடந்து கொள்வதுண்டு. துரதிஷ்டவசமாக இச்செய்கைகள்அவர்கள் நினைத்த தற்கு நேரெதிரான விளைவுகளை உருவாக்குகிறது. அதிகாரத்தை நிலைநாட்டும் உத்தி மிகவும் ஆபத்தானது என்பதற்குப் பல்வேறு காரணங்களுண்டு.

- இது பாதுகாப்பின்மைக்கு வழிவகுக்கிறது (அதிகாரத்தைப் பயன்படுத்தி அதுவரை அன்பானமுறையில் பழகி வந்ததைச் சட்டென நிறுத்துவது)
- இது கோபத்தையும் பகையையும் உருவாக்குகிறது. அதனால் நாம் சொல்லும் கருத்து உள்வாங்கப்படுவதில்லை.
- வெறித்தனமாகச் செயல்படுவது எப்படியென்பதற்கு எடுத்துக் காட்டாக மாறுகிறது.

- பெரியவர்கள் அண்மையில் இருந்தால் மட்டுமே குழந்தைகள் ஒழுக்கமாக நடந்துகொள்வார்கள். இது குழந்தைகள் தாமாகவே ஒரு விஷயத்தை உள்வாங்கிக்கொள்வதைத் தடுக்கிறது.

- ஒழுக்கநெறிப் பிரச்னைகளைச் சரியான முறையில் எதிர்கொள்ள மாணவர்களை ஊக்கப்படுத்துவதில்லை.

நம் மாணவர்கள் ஒழுக்கத்தைப் பற்றி நடத்தும் சிக்கலான சிந்தனையை நாம் மிக எளிதாக எடுத்துக்கொள்கிறோம் என்பது நாம் செய்யும் தவறாகும். எடுத்துக்காட்டாகச் சிறு குழந்தைகள் கூட மிகவும் குழப்பமான நீதி நியாயம் பற்றி தங்களுக்கேயுரிய கருத்தைக் கொண்டுள்ளனர் என ஆய்வுகள் வெளிப்படுத்துகின்றன. வில்லியம் டாமன் என்ற உளவியல் அறிஞர் ஆறு மற்றும் பத்து வயதுடைய குழந்தைகள் எப்படித் தங்களுக்குள் மிட்டாய்களைப் பகிர்ந்துகொள்கிறார்கள் என்பதைப் பற்றி ஆய்வு செய்தார். அவர்கள் எந்தளவுக்கு நேர்மையாக நடந்துகொள்கிறார்கள் என்பதை மதிப்பிடுவதே இந்த ஆய்வின் நோக்கம். குழந்தைகளை நால்வர் கொண்ட குழுவாக்கினார். ஒவ்வொரு குழுவிலும் வயதில் சிறிய ஒரு குழந்தையும் இருக்கும்படிப் பிரித்துக்கொண்டார். ஒவ்வொரு குழுவுக்கும் வளையல் செய்வதற்கான பொருட்களைக் கொடுத்தார். குறிப்பிட்ட நேரத்தில் எத்தனை வளையல்களை உண்டாக்க முடியுமோ அத்தனை வளையல்களை உண்டாக்கும்படிச் சொன்னார். குழுவிலுள்ள சிறிய குழந்தையால் பிற குழந்தைகளைவிடக் குறைவான வளையல்களைத்தான் உருவாக்க முடிந்தது. நேரம் முடிந்தவுடன் ஒவ்வொரு குழுவுக்கும் பத்து மிட்டாய்கள் வீதம் கொடுத்து உங்களுக்கு எப்படி விருப்பமோ அப்படிப் பங்குவைத்துக்கொள்ளுங்கள் என்கிறார். சில குழந்தைகள் அவரவர் செய்த வேலையின் அளவைப் பொறுத்துப் பகிர்ந்துகொண்டார்கள். பிறர் தங்களுக்குள் சமமாகப் பங்கிட முயற்சி செய்தனர். நான்கு பேருக்குப் பத்துமிட்டாய்கள் கொடுத்து அவர்களுக்குக் குழப்பத்தை ஏற்படுத்தியிருந்தார் டாமன். இரண்டு காரணங்களுக்காகக் குழந்தைகள் மிட்டாய்களைச் சமமாகப் பகிர்ந்துகொள்ள முன்வந்திருக்கலாம். சிலர் அடுத்தவரைவிட அதிகமாக வேலைசெய்துள்ளார்கள் என்பதைக் கணக்கிலெடுக்கத் தவறியிருக்கலாம். அல்லது எந்த விகிதத்தில் பகிர்ந்துகொள்வது என்பது புரியாமல் போயிருக்கலாம். இருப்பினும் பெரிய குழந்தைகளும் தங்களுக்குள் சமமாகப் பகிர்ந்துகொள்ள முன்வந்து, அவர்கள் எவ்வளவு வளையல்கள் உண்டாக்கினார்கள் என்பதைக் கணக்கிலெடுக்காமல் நேர்மையாக நடந்துகொண்டனர். ஒரு குழுவைச் சேர்ந்த பத்துவயதுக் குழந்தைகள் நீண்ட நேர வாதப்பிரதிவாதங்களுக்குப் பிறகு எல்லாருக்கும் சமமாக மிட்டாய்கள் கிடைக்க வேண்டும் என்ற முடிவுக்கு வந்தனர். 'சிறிய

குழந்தை எதுவும் செய்யாமலில்லை. அந்தக் குழந்தையால் எவ்வளவு முடியுமோ அவ்வளவைச் செய்திருக்கிறாள். அதனால் நமக்கு எவ் வளவு மிட்டாய் கிடைக்கிறதோ அதே அளவு அந்தக் குழந்தைக்கும் கிடைக்க வேண்டும்'' என்பதே அவர்களின் வாதம்.

சில குழந்தைகள் அவ்வாறு வாதிடுவதற்குப் பெரியவர்களுடன் பழகிய முறையே காரணமாக இருக்கலாம். இங்கொரு சுவையான சிந்தனை தோன்றுகிறது. பெரியவர்கள் சரியென்று சொல்வதும் பெரியவர்களின் சமூகம் நடந்துகொள்வதும் ஒரேபோல் இருக்கிறதா? சமூக, பொருளா தார, வெளியுறவுக் கொள்கைகள் பலவேளை பேராசை, அதிகார மோகம், ஆக்கிரமிப்பு, அடிமட்ட மக்களைச் சுரண்டுதல் ஆகிய வற்றைப் பிரதிபலிக்கின்றன. வளரும் குழந்தைகள் தங்களைச் சுற்றி நடக்கும் நிகழ்ச்சிகளைப் பற்றி அறிந்திருப்பதோடு நேரடி அனுபவம் இல்லாவிட்டாலும் அரசியல், சமூகத் தளத்தில் நடக்கும் நிகழ்ச்சி களைப் பற்றியும் தெளிவான கருத்தைக்கொண்டுள்ளனர். உலகெங்கு முள்ள பெரும்பான்மையான குழந்தைகள் சமூக அநீதியின் பலியாடு களாக மிகவும் மோசமான சமூகச் சூழல்களில் வாழ்கிறார்கள். வில்லியம் அர்சேனியோ மோசமான சமூகச் சூழலை நஞ்சு கலந்த சமூகச்சூழல் என்று அழைக்கிறார். இத்தகைய சூழலில் வாழும் இளைஞர்களிடம் இரக்க மனோபாவம் வளர்வது பற்றி ஆய்வு செய்தார். இம்மாணவர்களுக்கு ஒழுக்கப் பரிமாற்றம், நாணயம் போன்றவற்றில் நேரடி அனுபவம் இல்லாமல் இருக்கலாம். சில வேளை அவர்களிடம், நேர்மையான வாழ்க்கை என்பது நடைமுறை யில் இல்லை. பிறகு நான் மட்டும் எதற்கு நேர்மையாக நடந்துகொள்ள வேண்டும் என்ற எண்ணம் தோன்றினாலும் ஆச்சரியப்படுவதற் கில்லை. அர்சேனியோ சொல்வதுபோல வாழ்க்கை என்பது பரிவு, நேர்மை ஆகியவற்றை மையமாகக் கொண்டு இயங்குவதில்லை. மாறாக அதிகாரத்தையும் ஆதிக்கத்தையும் சார்ந்து இயங்குகிறது. இதனால் இளைய சமுதாயத்தினரைப் பரிவின்மை, வன்முறை ஆகிய வற்றுக்கு இட்டுச்செல்லும் மோசமான நிலையும் ஏற்படலாம்.

இவை மேலைநாட்டு ஏழைக் குழந்தைகளிடத்தில் அர்சேனியோ நடத்திய ஆய்வு முடிவுகள். ஆடம்பரப் பொருட்களைப் பயன்படுத்தி வசதியாக வாழும் பெரும்பான்மையினர் மத்தியில் ஏழையாக வாழ்வது என்பதும் இந்தியா போன்ற நாட்டில் ஏழையாக வாழ்வது என்பதும் முற்றிலும் வேறுபட்ட அனுபவம் என்பதில் ஐயமில்லை. இந்தியாவில் வாழும் ஏழைக் குழந்தைகள் தங்கள் நிலைமை பற்றி எரிச்சலடை யவோ குறைகூறவோ செய்கிறார்களா? அக்குழந்தைகள் தங்கள் சமூகத் துடனும் நெருங்கிய உறவினருடனும் சுற்றத்தாருடனும் ஏற்படுத்திய வலிமையான உறவின் விளைவுகள் எவை? சிலவேளை நேசத்தோடும்

நேர்மையோடும் நடந்துகொள்ளும் வலிமையான, உறுதுணையான உறவுபேணும் சமூகம் அவர்தம் ஒழுக்க வளர்ச்சிக்குப் பெரிதும் உதவலாம்.[1] அநீதியில் திளைக்கும் சமூகத்தின் நடத்தை வேறுபாடுகள் ஒரு குழந்தையின் ஒழுக்க வளர்ச்சியில் செலுத்தும் தாக்கம் என்ன என்ற முக்கிய வினாவுக்கு விடை காணும் ஆய்வுகள் மிகக் குறைவாகத்தான் நடந்துள்ளன.

ரோபர்ட் கோல்ஸ் என்னும் உளவியலாளரின் கட்டுரைகளில் இதைப் பற்றிய ஏராளம் தகவல்கள் அடங்கியுள்ளன. பல்வேறு சூழல்களில் வாழும் குழந்தைகளுடன் கோல்ஸ் பல்லாண்டுகள் செலவிட்டுள்ளார். அவர்களின் ஒழுக்க வளர்ச்சியைப் பற்றிய ஆழமான அறிவுதரும் தகவல்களை முன்வைக்கிறார். சமூகத்தால் புறக்கணிக்கப்பட்ட ஏராளம் ஏழைக்குழந்தைகளிடம் கோல்ஸ் கலந்துரையாடினார். இவரது புத்தகங்கள் நம்மை நெகிழ வைக்கும். ஏனென்றால், மிக மோசமான சூழலில் வாழும் குழந்தைகள் எவ்வாறு வலுவான ஒழுக்கநெறிக்கோட்பாடுகளுடன் வாழ்கின்றனர் என்பதை அவை நமக்கு விளக்குகின்றன. இக்குழந்தைகள் தங்களைவிட வசதியான சூழலில் வாழும் குழந்தைகளோடு காழ்ப்புணர்வோ வெறுப்போ காட்டாமல் இருப்பதற்கான காரணத்தைக் கண்டுபிடிக்கப் பலமுறை அவர்களுடன் கலந்துரையாடுகிறார்.

பிரேசில் நாட்டில் கெட்டி அட்டைகளால் வேயப்பட்ட ஒரு சிறு குடிசை. அந்தக் குடிசை கடற்கரையோர மாளிகைகளுக்கு அருகே உள்ளது. அந்த வீட்டில் வாழும் ஒரு சிறுவன் அவர்தம் வாழ்க்கையைப் பற்றி எழுதுகிறான். அவன் பிச்சை எடுத்து, செல்வந்தர்களின் கார் கழுவி, ஷு பாலிஸ் போட்டு வாழ்க்கை நடத்துகிறான். அங்கு நிலவும் ஏற்றத் தாழ்வைப் பற்றி விழிப்புணர்வுகொண்ட அந்தச் சிறுவன் பிற சிறுவர்களைப் போலவே வலுவான ஒழுக்கநெறியோடு இருப்பதைப் பற்றி கோல்ஸ் எழுதுகிறார். தவறு செய்யாமல், ஒருவருக்கொருவர் பாசத்தோடு, தங்களைவிட துரதிஷ்டசாலிகளுக்காக தியாகம் செய்து என மனநிறைவான வாழ்க்கை வாழ்கிறார்கள். இந்தக் குழந்தைகள்

---

[1] எத்தியோப்பியா, வியட்நாம், பெரு, இந்தியா ஆகிய நாடுகளில் பதினைந்தாண்டுகள் தொடர்ந்து நடந்த 'யங் லைவ்ஸ்' என்ற செயற்திட்டம் இந்தக் கேள்விக்குப் பதிலளிக்கும் ஆர்வமூட்டும் ஆய்வாக இருக்கிறது. இந்தியாவில் ஆந்திரப்பிரதேசத்தில் சில ஆண்டுகளுக்கு முன்பு, ஏழ்மைநிலையில் இருக்கும் 3,000 குடும்பங்களிலுள்ள குழந்தைகளிடம் இந்த ஆய்வு மேற்கொள்ளப்பட்டது. கடினமான சூழலில் வாழும் ஏழைக்குழந்தைகளிடம் சமூக, அரசியல் கொள்கைகள் எந்த அளவுக்குத் தாக்கம் செலுத்தியுள்ளன என்பதைக் கண்டுபிடிப்பதே இந்த ஆய்வின் நோக்கம். www.young lives.org.uk என்னும் வலைத்தளத்தில் இந்த ஆய்வின் செயல்பாடுகளைத் தொடர்ந்து கவனிக்கலாம்.

தங்கள் ஒழுக்கநெறி பற்றிப் பெருமை கொள்கின்றனர். சுயமரியாதையுடையவர்களாக விளங்குகின்றனர். ஆனால், இது உலகமெங்கும் காணக்கிடைக்கும் பொதுவான காட்சியல்ல என்று கோல்ஸ் எச்சரிக்கிறார். எடுத்துக்காட்டாக குடிசையில் வாழும் இந்தச் சிறுவனின் அண்டை வீட்டுக்காரன் அடுத்தவர்களைத் துன்புறுத்துபவனாக, வம்பளப்பவனாக, மொத்தத்தில் மகிழ்ச்சியற்றவனாகக் காணப்படுகிறான். பணக்காரவீட்டுப் பிள்ளைகளிடமும் மாறுபட்ட குணம் கொண்டவர்கள் இருப்பதாக கோல்ஸ் வெளிப்படுத்துகிறார். சிலர் தற்பெருமை கொண்டவர்களாகவும் சுயநலம் மிக்கவர்களாகவும், வாய்ப்புக் கிடைக்கும்போதெல்லாம் தங்களை முன்னிலைப்படுத்துபவர்களாகவும் இருக்கின்றனர். செல்வச்செழிப்புடன் வாழும் சிறுநகரக் குழந்தைகளும் ஒழுக்கநெறிகள் பற்றிய விழிப்பு உணர்வுடையவர்களாகவும் உணர்வு மிக்கவர்களாகவும் காணப்படுகின்றனர். இந்த வேறுபாடுகளுக்கு காரணம் என்னவாக இருக்கும் என்று கோல்ஸ் வியப்படைகிறார்.

இறுதியாக ஒவ்வொரு குழந்தையும் சமூகத்துடன் உறவாடும் நடவடிக்கைகளின் அடிப்படையில் தங்கள் ஒழுக்கநெறிக்கோட்பாடுகளை வகுத்துள்ளனர். விழுமியங்களைப் பற்றி அறிந்திருப்பது வேறு. அதன்படி நடப்பது என்பது வேறு. ஒருவர் ஒழுக்கத்துடன் நடந்துகொள்கிறாரா என்பதுதான் முக்கியம். ஆனால், துரதிஷ்டவசமாக ஒழுக்கம்பற்றிய அறிவின் அடிப்படையிலோ, காரணகாரிய விளக்கத்தின் அடிப்படையிலோ ஒருவரது நடத்தையைக் கணிக்கமுடியாது.

நன்னடத்தை

பெரியவர்களாகிய நாம் அடிக்கடி அடுத்தவர்களின் நலனை மனத்தில் கொண்டு பல்வேறு தீர்மானங்கள் எடுக்கிறோம்; நடைமுறைப்படுத்துகிறோம். குழந்தைகளுக்கும் இது போன்ற சூழல் ஏற்படுவதுண்டு. அப்போது அவர்கள் குழம்பிப்போவதுமுண்டு. எல்லோரும் கிரிக்கெட் விளையாடிக்கொண்டிருக்க ஒரு குழந்தை தன் வகுப்புத்தோழனிடம் வீட்டுப்பாடம் செய்ய உதவும்படிக் கேட்கிறான். அவர் விளையாடப்

போவாரா... நண்பனுக்கு உதவுவாரா? இரண்டு பெண்குழந்தைகள் ஒரு செயற்திட்டத்தில் ஈடுபடுகின்றனர். சிறந்த கருத்துக்காகக் கொடுக்கும் மதிப்பெண்களை ஆசிரியர் தவறுதலாக அடுத்த குழந்தைக்குக் கொடுக்கிறார். மதிப்பெண் கிடைத்த குழந்தை தனது தோழிதான் இந்த மதிப்பெண்களுக்குத் தகுதிபெற்றவள் என்று ஆசிரியையிடம் சொல் வாளா? பள்ளிச் சுகாதாரக் குழுவில் உறுப்பினராக இருக்கும் ஒரு குழந்தை வராந்தாவில் பிளாஸ்டிக் குப்பைகளைக் காண்கிறாள். அப் போது அங்கு யாருமே இல்லை. அந்தச் சிறுமி அந்தக் குப்பைகளைத் தானாக எடுத்துக் குப்பைத் தொட்டியில் போடுவாளா? ஆசிரியர் விடைத்தாளில் அதிகமாக ஐந்து மதிப்பெண்கள் இட்டிருப்பதைக் கவனிக்கிறாள். ஆசிரியரிடம் சொல்லி அதைக் குறைப்பதற்கு முயற்சி செய்வாளா?

மேற்குறிப்பிட்ட சூழல்களில் எப்படி நடந்துகொள்ள வேண்டும் என்பது காரோல் இஸர்டு, ஜார்ஜ் பியர் என்னும் உளவியலறிஞர்களும் அவர்தம் குழுவினரும் வரையறுத்துள்ள ‘பொறுப்பான நடத்தை’ என்னும் கருத்துக்குள் வருகின்றன. பொறுப்பான நடத்தை என்பது பிறரது உரிமைகளை, நன்மையைக் கருத்தில்கொண்டு முடிவெடுக்கும் திறமை; எடுத்த முடிவின்படி நடக்கும் திறமை என்னும் குணங்களைக் குறிக்கும். ஒரு குழந்தை ஒரு குறிப்பிட்ட சூழலில் பொறுப்பாக நடந்துகொள்வது என்பது பல்வேறு கூறுகளின் ஒருங்கிணைந்த தாக்கத்தைச் சார்ந்திருக் கிறது. இஸர்டு, பியர் ஆகியோர் சமூக, அறிவு, உணர்வு ஆகியவற்றின் காரணிகளுக்கு அதிக முக்கியத்துவம் அளிக்கின்றனர். ஒரு சமூக விரோதச் செயலைத் தடுக்கவோ குறிப்பிட்டமுறையில் நடந்து கொள்ளவோ முதலில் அப்படி நடந்துகொள்வதின் தேவையைப் பற்றிய விழிப்புணர்வு வேண்டும். இந்த விழிப்புணர்வு சமூகத்தில் நடக்கும் நிகழ்ச்சிகளின் தூண்டுதலால், அடுத்தவர்களின் பார்வையில் ஒரு நிகழ்ச்சியை அலசுவதால், பச்சாதாபம், இரக்கம் போன்ற உணர்வுகளால் உருவாகலாம். அடுத்தது அந்தக் குறிப்பிட்ட சூழலில் எப்படி நடந்து கொள்வது என்பதைப் பற்றிய அறிவு வேண்டும். இது இதுவரை நாம் விரிவாகப் பார்த்த ஒழுக்கநெறிகளைக் காரணகாரியத்துடன் அலசும் திறமையைச் சார்ந்திருக்கிறது. மூன்றாவதாக ஒழுக்கம் பற்றித் தான் உருவாக்கிய கருத்துக்கேற்றபடி நடந்துகொள்ள முடிவு செய்யவேண்டும் (பெரும்பாலும் இதைச் செய்ய விரும்பமாட்டார்கள்). அந்தச் செயல் தனக்கு எந்தளவுக்கு நன்மை செய்யும்? எந்த அளவுக்கு இழப்பை ஏற்படுத்தும் என்பதையும் கணக்கிட்டு அதற்குத் தகுந்தபடியான நடவடிக்கையை மேற்கொள்வார்கள்.

ஒழுக்கமாக நடந்துகொள்வது பலவேளைகளில் ஒருவருடைய சொந்த விருப்பங்களுக்கு எதிராக இருக்கிறது. பிரச்னைகளுக்கான மூல

காரணமே இதுதான். நான்சி ஐஸன்பர்க் ஒன்பது முதல் பன்னிரண்டு வயதுடைய அமெரிக்கக் குழந்தைகளிடம் ஆய்வகத்தில் நடத்திய ஆய்வு ஒழுக்கத்தைப் பற்றிய தன் கருத்துக்கு எதிராக நடந்துகொள்ள வேண்டிய சூழல்களில் காரண காரியத்தைப் பற்றிச் சுயமாக அலச வேண்டிய தேவையேற்படுகிறது என்பதை உறுதிசெய்கிறது. கீழே விழுந்த பேனாவை எடுத்துக்கொடுப்பது போன்ற எளிய உதவிகளைக் காரண காரியங்களை அலசிப்பார்க்காமலே சுலபமாகச் செய்கிறார்கள். இங்கு இழப்பதற்குப் பெரிதாக எதுவும் இல்லையே. அதேநேரத்தில் முன்பின் அறிமுகமில்லாதவர்களுக்காகத் தன் சம்பாத்தியத்தின் ஒரு பகுதியை ஒதுக்கும்போது தன் சொந்தத் தேவைகள், ஆசைகள் ஆகியவை தலைதூக்கத் தொடங்குகின்றன. ஐஸன்பர்க்கின் ஆய்வு சொல்வதுபோல் காரண காரியத்துடன் அலசிப்பார்க்கும்போதுதான் இந்தக் குழப்பம் நீங்கும். கூர்மையான சிந்தனையுள்ள, சில கொள்கை கோட்பாடுகளில் உறுதியாக இருப்பவர்களிடம்தான் இத்தகைய உதவும் மனப்பான்மை காணப்படுகிறது. இவ்வாறு தெளிவாக யோசிக்கத் தெரிந்த குழந்தைகள், உண்மையில் தங்களுக்கு விருப்பம் இல்லாவிட்டாலும் என்ன செய்ய வேண்டுமோ அதைச் செய்வார்கள் என்று கருதலாம்.

ஐஸன்பர்க்கும் நண்பர்களும் வேறொரு ஆய்வையும் மேற்கொண் டுள்ளனர். இது யதார்த்தமான வாழ்க்கைச் சூழலில் நடந்த ஆய்வு. பிரேசில் நகரத்திலுள்ள பத்து முதல் பதினைந்து வயதுள்ள மாணவர்கள் இந்த ஆய்வில் உட்படுத்தப்பட்டனர். தங்களுடைய நண்பர்கள் எந்த அளவுக்கு இரக்கக்குணம் படைத்தவர்கள், எந்த அளவுக்குத் தாராள மனம் படைத்தவர்கள் என்பதை மதிப்பிடும்படி அவர்களிடம் கேட்டுக் கொள்ளப்பட்டது. இந்த மதிப்பீட்டையும் அவர்களுடைய ஒழுக்க நெறிகளுக்கான காரணகாரியத் தொடர்பு காணும் திறமையையும் ஒப்பிடுவதே ஆய்வின் நோக்கம். இந்தப் பரிசோதனையில் கீழ்க்குறிப் பிடும்படியான பல்வேறு விஷயங்கள் உட்பட்டிருந்தன.

''ஒரு நாள் செல்வி தன் தோழியின் பிறந்தநாள் விழாவில் பங்கெடுக்கச் சென்று கொண்டிருந்தாள். வழியில் தவறி விழுந்து காலில் அடிபட்ட ஒரு பெண்ணைக் காண்கிறாள். அந்தப் பெண் செல்வியிடம் தன்னுடைய வீட்டுக்குச் சென்று பெற்றோரை அழைத்துவரும்படிச் சொல்கிறாள். பெற்றோர்கள் வந்தால் அவளை மருத்துவரிடம் விரைந்து அழைத்துச் செல்வார்கள். செல்வி எவ்வளவு விரைவாக ஓடி அவள் பெற்றோரை அழைத்து வந்தாலும் பிறந்தநாள் விழாவுக்குத் தாமதமாகத்தான் செல்ல முடியும். விழாக் கொண்டாட்டங்களில் பங்கெடுக்க முடியாமல் போய்விடும்.''

அந்தப் பெண்ணுக்குச் செல்வி உதவி செய்ய வேண்டுமா? வேண்டாமா? நீங்கள் கூறும் காரணங்கள் என்னென்ன? போன்ற கேள்விகள் அம்மாணவர்களிடம் கேட்கப்பட்டன. அவர்களின் பதில்கள் ஒழுக்கம் பற்றிய அவர்களின் சிந்தனை பலவகையில் வேறுபட்டிருப்பதைக் காட்டின. சில எடுத்துக்காட்டுகள்:

- செல்வி எந்தளவுக்கு பிறந்தநாள் கொண்டாட்டங்களை ஆர்வத் தோடு எதிர்பார்த்தாள் என்பதைப் பொறுத்து (மகிழ்ச்சியோடு தொடர்புடைய காரணம்)
- அந்தப் பெண்ணுக்கு உண்மையிலேயே உதவி தேவையாக இருக்கிறதா இல்லையா என்பதைப் பொறுத்து (தேவையோடு தொடர்புடைய காரணம்)
- செல்வியின் பெற்றோரும் தோழிகளும் அவள் சரியான செயலைச் செய்தாளா, தவறான செயலைச் செய்தாளா என்று நினைப்பதைப் பொறுத்து (அங்கீகாரத்தோடு தொடர்புடைய காரணம்)
- சரியான செயல் எது என்று செல்வி நினைப்பதைப் பொறுத்து (பெரும்பான்மையானோர் கூறும் ஒரே மாதியான காரணம்)
- உதவி செய்தாலோ செய்யாவிட்டாலோ செல்வி தன்னைப் பற்றி எப்படி உணர்வாள் என்பதைப் பொறுத்து (உள்வாங்கிய கருத்தோடு தொடர்புடைய காரணம்)

மகிழ்ச்சியோடும் அங்கீகாரத்தோடும் தொடர்புடைய காரணங்களைச் சொன்னவர்கள் பிற மாணவர்களைவிட உதவும் மனப்பான்மை குறைந்தவர்களாக இருந்தனர் என்று ஆய்வாளர்கள் கண்டுபிடித்தனர். இந்த மனப்பான்மைக்கு வயதும் ஒரு காரணமாக இருந்தது. சற்று முதிர்ந்த மாணவர்கள் நுண்மையான கருத்துகளை உள்வாங்கியவர்களாகக் காணப்பட்டனர். அவர்கள் தாங்கள் தன்வயப்படுத்திய கருத்துகளோடு தொடர்புடைய காரணங்களைக் கூறினர். இவர்கள் பிறரைவிட இரக்கக் குணம் கொண்டவர்களாகவும் இருந்தனர். மாணவர்கள் தங்கள் தோழர்களுடன் எவ்வாறு நடந்துகொள்கிறார்களோ அதைப்பொறுத்து அவர்களுடைய காரணங்களும் அமைந்திருந்தன. ஆனால் தொடர்புபடுத்தியது முற்றிலும் சரியாக இருந்தது என்று சொல்ல முடியாது. சில விதிவிலக்குகளும் இருந்தன.

என்ன செய்ய வேண்டும் என்பதற்கும் என்ன செய்கிறார்கள் என்பதற்கும் இடையே இருக்கும் வேறுபாட்டை எலியட் டூரியல் தொடக்கப்பள்ளி மாணவர்களுடன் நடத்திய ஆய்வில் அழகாகப் பதிவு செய்கிறார். இவர் ஒரு சிறுவனுக்குத் துணிகரமான செயல் ஒன்றைச் செய்வதற்கான

அனுமதி வழங்கப்படுகிறது என்று குழந்தைகளிடம் சொல்கிறார். அந்தச் சிறுவன் இரவு நேர ஆடையை உடுத்துக்கொண்டு பள்ளிக்கு வரலாம். அழிப்பானைத் திருடலாம். சகமாணவனை அடிக்கலாம். பிறகு தொடக்கப்பள்ளி மாணவர்களிடம் இதில் எதை அந்தச் சிறுவன் செய்யலாம்? அவன் உண்மையில் என்ன செய்திருப்பான்? என்று கேட்கப்பட்டது. மிதமான வரம்புமீறலான இரவு ஆடையை உடுப்பது (பைஜாமா அணிந்து பள்ளிக்குவருதல்) என்பதை அவன் செய்யலாம் என்று குழந்தைகள் தேர்ந்தெடுத்தனர். இப்படிச் செய்வதால் பிறருக்கு எந்தத் தீங்கும் இல்லை என்பதே இந்தத் தேர்வுக்கு காரணம். முன்பு குறிப்பிட்ட மூன்று செயல்களில் எதைச் செய்திருப்பான் என்று மேலும் கட்டாயப்படுத்திக் கேட்டபோது பெரும்பான்மையானவர்கள் சிறிய முறைகேடான செயலையோ (அழிப்பானைத் திருடுவது) அல்லது சற்று பெரிய முறைகேடான செயலையோ (சகமாணவனை அடிப்பது) செய்திருப்பான் என்று கூறினர். இரவு ஆடையை அணிந்து வருவதைச் சமூகம் ஏற்றுக்கொள்ளாது என்ற அச்சம்தான் பிற முறைகேடுகளைத் தேர்ந்தெடுக்கக் காரணம். அந்தச் சிறுவன் என்ன செய்யலாம்? என்ன செய்வான் என்பதற்கிடையே இருக்கும் வேறுபாட்டை ஆறுவயதுக் குழந்தைகளால்கூட உணரமுடிகிறது.

பொறுப்பாக நடந்துகொள்வதைப் பற்றி ஒரு குழந்தைக்கு என்ன தெரிந்து வைத்திருக்கிறாள் என்பதற்கும் அக்குழந்தை உண்மையில் நடந்து கொண்டதற்கும் இடையேயுள்ள வேறுபாட்டை நியாயப்படுத்த பல காரணங்கள் சொல்கிறார்கள் என்று பியர், இஸர்டு ஆகியோர் கூறு கின்றனர். ''நான் அடுத்தவர்கள் ஏமாற்றும் அளவுக்கு ஏமாற்றுவ தில்லையே', 'நான் விளையாட்டுக்காகச் செய்தேன்', 'அவள் பணத்தை இப்படித் திறந்தவெளியில் வைத்திருக்கக்கூடாது' இவற்றோடு சர்வ சாதாரணமான காரணமான 'முதலில் அவன்தான் செய்தான்' போன்ற காரணங்களைக் குழந்தைகள் சொல்வார்கள். இதற்கும் முற்றிலும் மாறாக சில வலிமையான உணர்வுகள் இந்தச் செயல்களுக்கு இடையேயுள்ள இடைவெளியை இல்லாமல் செய்கின்றன. பொறுப்பான நடத்தையைத் தேர்ந்தெடுப்பது தொடர்பாகச் சொல்லும்போது, நான் வெட்கப்படு கிறேன், பெருமைப்படுகிறேன், வருந்துகிறேன் என்றெல்லாம் சொல்லும் குழந்தைகளும் உள்ளனர். (எடுத்துக்காட்டு: நான் அவனுக்கு உதவியிருக்காவிட்டால் என்னால் வாழவே முடியாது)

முடிவுரை

நம் குழந்தைகள் சரியான கோட்பாடுகளைத் தன்வயப்படுத்தவேண்டும் என்று நினைக்கும்போதே, நாம் அவர்களை மதித்தால், நம் விழுமியங்களைத் தாண்டி அவர்களுக்கேயுரிய ஒழுக்கவுணர்வை வளர்த்துக்கொள்வதையும் விரும்புவோம். நம்பிக்கையும் பரிவும்

நிலவும் சூழலில் ஆசிரியர்களும் மாணவர்களும் தங்களுக்குள் திறந்த மனதோடு கலந்துரையாட நேரம் ஒதுக்குவது நம் விருப்பத்தை நிறைவேற்றும். இது இப்படித்தான் நடக்கும் என்று உறுதிசொல்ல முடியாது. இருப்பினும் பெரியவர்களின் நடவடிக்கைகளைப் பற்றிக் கேள்விகேட்பதும் தங்களுடைய நடவடிக்கைபற்றிய விமர்சனத்தை ஏற்றுக்கொள்வதும்தான் சரியான ஒரே வழி. ஆனால், பெரும்பான்மை யான பள்ளிக்கூடங்களில் இதற்கான வாய்ப்புகள் கிடைப்பது சிரமம் தான். ஏன் இல்லையென்றே சொல்லலாம்.

பள்ளிக்கூடங்கள் குழந்தைகளிடம் உருவாக்க வேண்டும் என்று நாம் விரும்பும் முறையான நன்னடத்தைகளை பள்ளிக்கூடங்கள் ஊக்கப் படுத்துவதில்லை என்பதுதான் பள்ளிச்சூழல்களின் பிரச்னை. இதற்குச் சான்றாக ஏராளம் எடுத்துக்காட்டுக்களைக் கூறலாம். வீட்டுப்பாடம் செய்ய ஒரு குழந்தை வேறொரு குழந்தைக்கு உதவினால் அது ஏமாற்று வேலையாக, பார்த்து எழுதுவதாகக் கருதப்படுகிறது. தன் தோழியை விட அதிக மதிப்பெண்பெற்று முதலிடம் பெற்றால் மகிழ்ச்சியடை வதற்குப் பதிலாக வருத்தப்படுகிறோம். பிறர் தோற்கும்போதுதான் ஒருவர் வெற்றிபெறுகிறார். ஆனால், அந்த வெற்றியை எல்லோரும் பாராட்டுகிறார்கள். நம் குழந்தைகள் ஒழுக்கநெறி பற்றிய கோட்பாடு களை உள்வாங்கிக்கொள்வதில் கல்வி அமைப்பின் நடைமுறைகள் செலுத்தும் வலுவான தாக்கத்தைப் பற்றி நம்மில் பெரும்பான்மை யோரும் அறிவிலிகளாக இருக்கிறோம். டாமன் ஆய்வுக்கு உட் படுத்திய பத்துவயதுக் குழந்தைகளை நினைத்துப்பாருங்கள். குழு உறுப்பினராக இருக்கும் இளையவர் பிற உறுப்பினர்கள் உருவாக்கிய அதே எண்ணிக்கை வளையல்களை உருவாக்கவில்லையெனினும் தன் முழுத்திறமையையும் காட்டினார்; அதனால் பிற உறுப்பினர்களுக்குக் கிடைத்த அதே பங்கு மிட்டாய்கள் இளையவருக்கும் கொடுப்பதே சரியானது என்பதுதான் குழுவில் நடந்த கலந்துரையாடல். ஆனால் பெரியவர்களான நாம் மிட்டாய்களைப் பங்கு வைக்கும்போது பல வேளைகளில் இந்த விதியை மீறுகிறோம். பள்ளிகளிலும் வகுப்பறை களிலும் திறமைக்குப் பரிசளிக்கிறோமே தவிர முயற்சிக்குப் பரிசளிப்ப தில்லை. பள்ளிக்கு வெளியேயும் இதே நிலைமைதான் நிலை நிற்கிறது. புரையோடிப்போன இந்தப் பழக்கவழக்கங்கள் எதிர்க்கப் பட வேண்டியவை என்று நாம் நம்பினால், அப்படி எதிர்ப்பதால் பலனுண்டு என்று நம்பினால் குழந்தைகளுடன் திறந்த மனதோடு இந்தப் பிரச்னைகளைப் பற்றி விவாதம் செய்யவேண்டும். இங்கு, ஆசிரியர்களாகிய நாம் நம் கோட்பாடுகளைக் குழந்தைகளிடம் திணிக்கக் கூடாது. மாறாக மனிதவாழ்க்கையின் சிக்கல்களை அவர் களுடன் பகிர்ந்துகொள்ள வேண்டும். நம்மையும் தாண்டி பெரியவர் களாக வருவார்கள் என்று உறுதியாக நம்ப வேண்டும்.

அத்தியாயம் - 7

அறிவு

பெரும்பான்மையான உளவியல் நூல்களில் புத்திக்கூர்மை பற்றிய அத்தியாயங்கள் 'புத்திக்கூர்மை என்றால் என்ன?' என்ற கேள்வியோடு தான் தொடங்கும். தங்களுக்கேயுரிய வரையறையை உருவாக்கும்படி வாசகர்களிடம் கேட்கும். நான் புத்திக்கூர்மை பற்றிக் கற்பிக்கும்போது எனது மாணவர்களிடம் சற்று வேறுபட்ட பயிற்சியைக் கொடுப்பேன். அந்தப் பயிற்சி ஆர்வமானதாகவும் அறிவுபூர்வமானதாகவும் உங்களுக்குத் தோன்றும். ஒரு குறிப்பிட்ட வயதுக் குழந்தைகளிடம் புத்திக் கூர்மையை (அதை அவர்கள் எப்படி வேண்டுமானாலும் எடுத்துக் கொள்ளட்டும்) அளப்பதற்கான ஐந்து வினாக்களை எழுதுங்கள். எடுத்துக்காட்டாக நீங்கள் ஆறு வயதுக் குழந்தைகளிடமோ பதிமூன்று வயதுக் குழந்தைகளிடமோ இந்தக் கேள்விகளைக் கேட்கலாம்.

புத்திக்கூர்மையைப் பரிசோதிக்க உருவாக்கும் இது போன்ற சிறிய பரிசோதனை பலவேளை முக்கியமான, சிந்திக்கத் தூண்டும் கேள்விகளைத் தோற்றுவிக்கும்.

நீங்கள் ஆய்வுக்கு எடுத்துக் கொள்ளப்போகும்

- *எல்லாக் குழந்தைகளும் இந்தியக் குழந்தைகள்தானே?*
- *அவர்கள் நடுத்தர வர்க்கத்தைச் சார்ந்தவர்களா?*
- *அவர்கள் அனைவரும் பள்ளிக்குச் செல்கிறார்களா?*
- *அவர்களுக்கு எழுதப் படிக்கத் தெரியுமா?*

- நான் நடத்தும் பரிசோதனை புத்திக்கூர்மையை அளப்பதற்குப் பதில் திறமையை அளக்க வேண்டுமானால் நான் என்ன செய்ய வேண்டும்?
- மிகக் குறைந்த குழந்தைகளால் மட்டும் விடை கூற முடிந்த அளவுக்கு என் பரிசோதனையைக் கடினமாக்க வேண்டுமா? அல்லது சில குழந்தைகளைத் தவிர மற்று அனைவரும் விடை கூறும் அளவுக்கு எளிதாக்க வேண்டுமா?
- வாழ்க்கை முழுவதும் வெளிப்படும் அறிவை, வாழும் சூழலுக்கு ஏற்ப வெளிப்படும் பரந்துபட்ட அறிவை எப்படி ஒரு பரிசோதனை யால் அளப்பது?

புத்திக்கூர்மையை அளப்பதில் உளவியல் அறிஞர்கள் என்னென்ன பிரச்னைகளைச் சந்திக்க நேரிடும் என்பதை இந்தக் கேள்விகள் தெரிவிக்கின்றன. அறிவுத்திறன் போன்று உலகளவுக்கும் பொதுவான ஒன்றை அளக்க முற்படும்போது அந்தப் பரிசோதனை எல்லாக் கலாசாரத்துக்கும் பொருந்த வேண்டும்; சமூகப்பிரிவினையைப் பிரதிபலிப்பதாக இருக்கக் கூடாது; எழுத்தறிவை மட்டும் அடிப்படை யாகக் கொள்ளக்கூடாது. இந்த நிபந்தனைகளுக்கேற்ற பரிசோதனை ஒன்றை வடிவமைப்பது மிகவும் சிரமமானது. புத்திக்கூர்மை என்பது அனுபவங்களைவிடத் திறமையோடுதான் தொடர்புடையது என்று நாம் நம்பினால் நமக்கு விரக்தியேற்படும். ஏனென்றால் அனுபவங் களை முழுமையாகத் தவிர்த்து ஒரு பரிசோதனை நடத்துவது சாத்திய மற்றது. பெரும்பான்மையான கேள்விகளும் தகவல்களையோ, கற்றுக் கொண்ட திறமையையோ அளக்கும் நிலைக்குச் சுருங்கிவிடும். பரிசோதனையின் கடினத்தன்மை நம்முடைய கோட்பாடுகளையும் பரிசோதனையின் நோக்கத்தையும் சார்ந்திருக்கும். சில குறிப்பிட்ட பிரச்னைகளுள்ள குழந்தைகளைப் பரிசோதிக்க எளிய கேள்விகளைக் கேட்போம். அதேநேரத்தில் அறிவு என்பது ஒரு சிலருக்கு மட்டும்தான் இருக்கும் என்று கருதினால் நம் வினாக்கள் மிகக் கடுமையானதாக மாறிவிடும். இறுதியாக அறிவு என்பது ஒருவர் வாழும் சூழலுக்கேற்ப மாறக்கூடியது என்றும் வினாக்களுக்கு விடையளிப்பதின் மூலம் வெளிப்படாது என்னும் கருத்துக்கு வந்துவிடுவோம்.

மேற்குறிப்பிட்ட காரணங்களால் புத்திக்கூர்மையை அளப்பது மிகவும் விவாதத்துக்குரிய, ஆர்வத்தைத் தூண்டும் உளவியல் ஆய்வாக இருக கிறது. 1994 ஆம் ஆண்டு பொதுமக்களைக் கருத்தில்கொண்டு பெல் கர்வ் (The Bell curve) என்ற புத்தகம் வெளியிடப்பட்டது. பொது மக்களின் ஐக்யூ பரவல் விகிதம் எந்தளவுக்கு இருக்கிறது, அதன்

வடிவம் எப்படி இருக்கிறது என்பதை மையப்படுத்தி புத்திக் கூர்மையைப் பற்றிப் பல்வேறு கருத்துகள் இந்தப் புத்தகத்தில் கூறப் பட்டிருந்தன. அந்தப் பரவல் ஒரு மணியின் வடிவில் இருந்தது. பெரும்பான்மையானவர்கள் சராசரி மதிப்பீட்டுப்புள்ளிகள் பெற்றிருந் தார்கள். சராசரியைவிட உயரே செல்ல மக்களின் எண்ணிக்கைக் குறைந்து குறைந்து வருகிறது. மணியின் வடிவம் என்பதே மிகவும் பொதுவானது. பெரும்பான்மையான யதார்த்த வாழ்க்கை நிகழ்வுகளின் மாறிகளுக்கு இந்த வடிவம் பொருந்தும் (எடுத்துக்காட்டு: முதியவர் களின் உயரம்). ஆனால், பெரும்பான்மையானோரின் கோபத்தைத் தூண்டிய இந்தப் புத்தகம் ஐக்யூதான் ஒருவரின் வறுமைக்குக் காரணம், சுற்றுச்சூழல் அல்ல என்ற கடுமையான வாதத்தை முன்வைக்கிறது. இந்தப் புத்தகம் வெளிவந்த உடனே ஊடகங்களும் தலைசிறந்த பல்வேறு அறிவியல் அறிஞர்களும் இதைக் கிழி கிழியென்று கிழித்து விட்டார்கள். எடுத்துக்காட்டாக, பெல் கர்வ் என்ற இப்புத்தகத்தில் இடம்பெற்றிருக்கும் வரைபடங்களும் அட்டவணைகளும் மோசமான ஒரு கருத்தை உறுதிசெய்கிறது என்று எழுத்தாளரும் அறிவியலறிஞரு மான ஜெ. கோல்டு கூறுகிறார். அதாவது, நல்வாழ்வு, வறுமை, தாழ்த்தப்பட்ட பிரிவு ஆகியவற்றின் தீமைகளுக்கு உயிரியல் காரணிகள் தான் காரணம்; சமூகநீதி அல்ல என்று இப்புத்தகம் கூறுகிறது. சரியான காரணங்களோடு தொடர்பில்லாததுதான் இதன் பெருங்குறையென்று பெரும்பான்மையான விமர்சகர்கள் கருதுகின்றனர். அதாவது சமூகத்தின் அடிமட்டத்தில் இருப்பவர்களின் ஐக்யூ குறைவாகவும் மேலே இருப்பவர்களின் ஐக்யூ அதிகமாகவும் இருப்பது உண்மை தான்.ஆனால், குறைவான ஐக்யூதான் வறுமைக்குக் காரணம் என்று கூறுவதில்லை. மேலும் வறுமைதான் குறைந்த ஐக்யூவுக்குக் காரணம் என்றும் சொல்வதில்லை. ஆனால், விமர்சகர்கள் மிகுந்த சிரமம் எடுத்துக் கீழ்வரும் கருத்துகளை விளக்குகின்றனர்.

- ஐக்யூ தேர்வுகள் பெரும்பான்மையானவர்கள் புத்திக்கூர்மை என்று கருதுவதை அளப்பதில்லை.
- ஐக்யூ தேர்வு வாழ்க்கையில் வெற்றி பெறுவதற்குத் தேவையான பல்வேறு முக்கிய காரணங்களின் தொகுப்பிலுள்ள ஒரு சிறிய பகுதியை மட்டுமே அளக்கிறது.
- மரபியற்கூறுகள், வாழ்க்கைச்சூழல் ஆகிய இரண்டின் தாக்கத்தால் ஐக்யூ வேறுபாடு உண்டாகிறது.
- வசதியற்ற வாழ்க்கைச் சூழல் ஏழைக்குழந்தைகளின் குறைவான ஐக்யூவுக்குக் காரணமாகிறது.

இந்த வாதகோலாகலங்கள் எழுப்பிய தூசுபடலம் அடங்கும் முன் அதாவது 1994 டிசம்பர் மாதத்தில் வால் ஸ்ட்ரீட் ஜேர்னல் இதழில் 52 பிரபல அறிவியலறிஞர்கள் கையொப்பமிட்ட ஒரு கட்டுரை வெளி யானது. இக்கட்டுரை புத்திக்கூர்மையோடு தொடர்புடைய ஆய்வின் உண்மையான அறிவியல் நிலைமையை விளக்கித் தவறான எண்ணங் களைத் திருத்துவதற்கான முயற்சியாகும். பல்வேறு கருத்துகளைக் கூறும் அக்கட்டுரை கீழ்வரும் கருத்துகளை மிகத் தெளிவாகக் கூறுகிறது.

- பெரும்பான்மையானோர் எதை புத்திக்கூர்மை என்று நினைக்கிறார் களோ அதை அளப்பதற்கு ஐக்யூ தேர்வால் முடியும்.
- இந்தத் தேர்வின் முடிவுகளுக்கு சமூக முக்கியத்துவம் உண்டு. பெரும் நடைமுறை முக்கியத்துவமும் உண்டு.[1]
- மரபியற்கூறுகள் வாழ்க்கைச் சூழலுக்குச் சமமான ஏன் அதைவிடப் பெரிய அளவில் ஐக்யூ வேறுபாட்டுக்குக் காரணமாகிறது.
- ஐக்யூவின் அளவைக் கூட்டுவதற்கு வாழ்க்கைச்சூழலை எப்படி யெல்லாம் மாற்றலாம் என்பது இப்போதும் எங்களுக்குத் தெரியாது.

இந்தக் கட்டுரை எழுதிய உளவியலறிஞர் லிண்டா காட்ப்ரட்ஸன் புத்திக்கூர்மை பற்றி ஆய்வு செய்யும் நூறு நிபுணர்களைச் சந்தித்தார். அவர்களுள் 52 பேர் கையெழுத்திட்டு ஒப்புதல் அளித்தனர். 48 பேர் கையெழுத்திட மறுத்தனர். இந்தக் கட்டுரையை ஏற்றுக்கொள்ள மறுத்ததற்குக் காரணம் என்னவாக இருக்கும்? இந்தக் கட்டுரையில் கூறப்பட்டிருக்கும் புத்திக்கூர்மையின் இயல்பு, அதை அளக்கும்முறை போன்றவற்றில் அவர்களுக்கு ஒப்புதல் இல்லாமல் இருக்கலாம். ஆனால், இந்த முடிவுக்கு அறிவியலைவிட ஒழுக்கவியல் அம்சமே முக்கிய காரணம். சமூகத்திலுள்ள பெரும் பிரிவினரை மீண்டும் ஒதுக்கி வைத்துவிடவும், வாழ்க்கையில் வெற்றிபெறுவதற்கான நல்ல வாய்ப்பைக் கெடுத்துவிடவும் புத்திக்கூர்மைபற்றிய இந்தக் கட்டுரை காரணமாக இருக்கும் என்பதுதான் அந்தக் காரணம்.

பெல் கர்வ் என்ற புத்தகத்தில் கூறப்படும் கருத்துகள் இனத்தேர்வுக்கான செயல்பாடுகளை ஊக்கப்படுத்தும் என்பது மறுக்கமுடியாத உண்மை. இனத்தேர்வு இயக்கம் என்பது நூறாண்டுகளுக்கு முன்பு, இனப் பெருக்கத்தைக் கட்டுப்படுத்தி அதன்மூலம் சராசரி நுண்ணறிவை அதிகப்படுத்துவதற்காகத் தோற்றுவிக்கப்பட்டது. ஐக்யூ குறைவாக

[1] இந்தக் கருத்து மேலைநாட்டுச் சமூகத்தை மனதில் வைத்துச் சொல்லப்பட்டது. அமெரிக்காவுக்கு வெளியே இருக்கும் எந்தவொரு நாட்டையோ அவர்தம் பண்பாட்டையோ மனத்தில் வைத்துச் சொல்லப்படவில்லை.

உள்ளவர்களைக் கட்டாயப்படுத்திக் குடும்பக் கட்டுப்பாட்டு வழி களைக் கடைப்பிடிக்கச் செய்வது, பிள்ளை பெறாமல் இருப்பதற்கு ஊக்கத்தொகை வழங்குவது அதேநேரத்தில் பிறரிடம் அதிகப் பிள்ளைகள் பெற்றுக்கொள்ள ஊக்கப்படுத்துவது ஆகியவை இந்த இயக்கத்தினரின் கொள்கைகளாக இருந்தன. இனத்தேர்வு என்பது இருண்ட காலத்தில் நிலவிய காட்டுமிராண்டித்தனமான கருத்து. ஆனால் தற்போதும் மக்களிடையே நிலவிவருகிறது என்பது வருத்தத் திற்குரியது. இயல்பாகவே தங்கள் கருத்துக்கு அறிவியல் ஆய்வுகள் பக்கபலமாக இருக்குமானால் இனத்தேர்வுவாதிகள் தங்கள் திட்டத்தை மேலும் வலுப்படுத்துவார்கள் என்பது நிஜம். ஐக்யூ பிறப்பை அடிப் படையாகக் கொண்டது, வெற்றிகரமான வாழ்க்கைக்கு அது முக்கிய மானது ஆகிய கருத்துக்கள் இதில் அடங்கும். இனத்தேர்வு இயக்கத் துக்கு அறிவியல் அடிப்படை இருக்கிறது என்று வைத்துக் கொண்டாலும் ஐக்யூ அதிகமானோர் மட்டும் வாழும் உலகில் நீதியும் கருணையும் இருக்குமா என்பது சந்தேகமே. எது எப்படியிருந்தாலும் இந்தக் கேள்விகளுக்கான விடை இன்னும் கிடைக்கவில்லை. தெளிவான தீர்வு கிடைக்கும் என்றும் தோன்றவில்லை.

இந்தியாவில் இந்தப் பிரச்னைகள் சூடான சர்ச்சைகளைக் கிளப்ப வில்லை என்பது வியப்பாக இருக்கிறது. வறுமை என்றால் வாய்ப்புகள் வெகுவாகக் குறைந்த நிலை என்பது நமக்குத் தெள்ளத் தெளிவாகத் தெரிந்திருப்பது காரணமாக இருக்கலாம். குறைவான ஐக்யூ மதிப்பெண் வறுமைக்குக் காரணமாக இருக்கிறதா என்பதைப் பற்றி ஆய்வு செய்வ தற்கு முன் எல்லோருக்கும் சமவாய்ப்பளிக்க வேண்டும். எடுத்துக் காட்டாக பெற்றோர்களின் கவனிப்பு, குழந்தைகளின் பராமரிப்பு, வீட்டுச் சூழல், மழலைப் பள்ளி, தொடக்கப்பள்ளிகளின் தரம் ஆகிய வற்றைக் குறிப்பிடலாம். ஆனால், நாம் இந்த இலக்கிலிருந்து மிகத் தொலைவில் இருக்கிறோம். சமூகத்தின் தாழ்ந்த நிலையில் இருக்கும் சகமனிதர்களைப் பற்றி நம்மையறியாமலே ஆழமான பிம்பங்களை நாம் உருவாக்கியிருக்கிறோம் என்பதை மறுக்க முடியாது. எடுத்துக் காட்டாக ஏழைக்குழந்தைகளுக்குப் பாடம் கற்பிக்கும் ஆசிரியர்கள் அவர்களின் கல்வித்தரத்தைப் பற்றி மிகக் குறைவான எதிர்பார்ப்பைத் தான் வைத்திருக்கிறார்கள். அவ்வாறு குறைவான எதிர்பார்ப்பை வைத்திருப்பதற்கான காரணங்களை உணரவோ பரிசோதிக்கவோ அந்த ஆசிரியர்கள் ஒருபோதும் முன்வருவதில்லை. பெல் கர்வ் என்ற புத்தகத்திலுள்ள இத்தகைய கருத்துகள் முன்னணி கல்வியாளர்களின் சர்ச்சைக்கு மிக அபூர்வமாகத்தான் பாத்திரமாகின்றன.

ஆனால், மிக விரைவில் இந்த வாதப்பிரதிவாதங்கள் முக்கியத்துவம் பெறும். எனவே, இது தொடர்பான விழிப்புணர்வு நமக்கு வேண்டும். இந்தியாவில் தற்போது புத்திக்கூர்மையை அளப்பதற்கான 'நேரடி

வழிமுறை'யாக ஐக்யூ தேர்வுகளைப் பயன்படுத்துவோரின் எண்ணிக்கை பெருகிக்கொண்டே வருகிறது. இந்தப் பரிசோதனையை நியாயப்படுத்தச் சில காரணங்கள் உண்டு. எனினும் பெரும்பான்மை யான பெற்றோரும் ஆசிரியர்களும் ஐக்யூவைப் புத்திக்கூர்மைக்குச் சமம் என்று கருதவே விரும்புகிறார்கள். இந்தக் கருத்தையும் இதன் மூலம் உருவாகும் பின்விளைவுகளையும் தவிர்க்க முடியும். தவிர்க்கவேண்டும். இந்தத் தேர்வுக்குப் பதிலாக, இதற்குச் சமமாக, மிக நுட்பமான தேர்வுமுறைகள் அறிமுகப்படுத்தப்பட வேண்டும். புத்திக் கூர்மையின் வரையறையும் அளக்கும் முறையும் ஒன்றுக்கொன்று நெருக்கமாகத் தொடர்பு கொண்டிருந்தாலும் அவை பற்றி அடுத்த இரண்டு அத்தியாயங்களில் தனியாகப் பார்க்கலாம். புத்திக்கூர்மை பற்றிய வேறு சில மாற்றுக்கண்ணோட்டங்களையும் அந்த அத்தியாயங் களில் விளக்கியிருப்பதைக் காணலாம்.

பெட்டிச் செய்தி 1

ஐக்யூ பரிசோதனை

உரிமம் பெற்ற மனநல மருத்துவருக்கோ பள்ளி உளவியலறிஞ ருக்கோ மட்டும்தான் முறையான ஐக்யூ தேர்வை நடத்துவதற்கான அதிகாரம் இருக்கிறது. ஆனால், ஏராளமான அமெச்சூர் ஆய் வாளர்கள் இத்தகைய தேர்வுகளை உருவாக்கிப் பரிசோதனை நடத்தி அதன் முடிவுகளை இணையத்தில் வெளியிடுகின்றனர். இவற்றை அவற்றின் பொழுதுபோக்கு மதிப்புக்காக மட்டுமே பொருட்படுத்த வேண்டும். பொதுமக்கள் மத்தியில் ஐக்யூ பற்றிப் பெரும் கவர்ச்சி உருவாகியுள்ளது. இந்தத் தேர்வுகள் நம் அன்பின் ஆழத்தை அளந்து விளக்கக்கூடும் என்று கருதுவதால்தான் பொதுமக்களிடையே இப்படியொரு ஈர்ப்பு ஏற்பட்டுள்ளது என்று நினைக்கிறேன். ஆனால் ஒரு குழந்தையையும் அதன் பெற்றோர்களையும் பொறுத்தவரை வெறும் மகிழ்ச்சியைத் தருவது என்பதைவிடவும் ஒருபடி மேலே நிற்கிறது. இந்தியாவில் குழந்தைகளின் கல்வித்தரம் நிலையான வளர்ச்சி காணாதபோதோ, அவர்களுக்குக் கற்றல் குறைபாடுகள் இருப்பதாகச் சந்தேகப்படும்போதோ, மனச்சோர்வு இருக்கும் போதோ, தேவையற்ற பல்வேறு உணர்வுகளுக்கு ஆட்படும்போதோ உளவியலறிஞர்களைக் காண வருகிறார்கள். அப்போது உளவியலறிஞர் கள் இந்தத் தேர்வுகளை நடத்துகின்றனர்.

சுமார் நூற்றாண்டுகளாக நாங்கள் முக்கியமாக இரண்டு ஐக்யூ தேர்வு களைப் (இந்தக் காலகட்டத்தில் இது சிறிய சில மாற்றங்களுக்கு உட்பட்டுள்ளது) பயன்படுத்தி வருகிறோம். அவை ஸ்டான்போர்டு

பினட், வெக்ஸ்லர் ஆகியோர் உருவாக்கியவை. புகழ்பெற்ற இந்தத் தேர்வுகள் சிறந்த முறையில் கட்டமைக்கப்பட்டுள்ளன. தேர்ந்த பயிற்சிபெற்ற உளவியலறிஞர் இந்தத் தேர்வை நடத்தும்போது நம்பகமான மதிப்பீட்டுப் பலன்கள் கிடைக்கின்றன. பலவயதுடைய மாணவர்கள் அடங்கிய குழுக்களின் சராசரி மதிப்பீட்டுப் புள்ளிகளின் அடிப்படையில் மதிப்பிடப்படுகின்றன.

ஐக்யூ = மன (வளர்ச்சி) வயது

$$\frac{\text{(age of children who score the same as the student)}}{\text{Chronological age (age of student in years)}} \times 100$$

ஒரு குழந்தைக்கு மதிப்பீட்டுப் புள்ளி 100 கிடைத்தால் அவருக்குச் சராசரி அறிவு இருக்கிறது என்று கருதலாம். காரணம் அதே வயதுடைய பிற குழந்தைகள் பெற்ற அதே புள்ளிகளை இக்குழந்தையும் பெற்றிருக்கிறாள் என்று அர்த்தம். மக்கள்தொகையின் மூன்றில் இரண்டு பங்கு சுமார் 85 க்கும் 115 க்கும் இடையேயுள்ள மதிப்பீட்டுப் புள்ளிகளைப் பெறுகிறார்கள். ஒருவர் பெறும் மதிப்பீட்டுப் புள்ளி 70 க்கும் குறைவாக இருந்தால் அவரின் அறிவுநிலை மந்தமாக இருக்கிறது என்று கருதிவந்தார்கள். இந்த எண்கள் அனைத்தும் உறுதியான தகவல்களைத் தருவதாகத் தோன்றலாம். ஆனால் ஆசிரியர்கள் இந்த மதிப்பீட்டுப் புள்ளிகளிலிருந்து என்ன புரிந்து கொள்ள வேண்டும் என்பதைப்பற்றி மிகவும் கவனமாக இருக்க வேண்டும். ஒரு குழந்தையின் ஐக்யூவை அலசும்போது மனதில் கொள்ள வேண்டிய சில முக்கிய கருத்துகள் கீழே தரப்பட்டுள்ளன.

இது ஒரு குழந்தையின் நிலையான குணத்தைக்காட்டும் எண் அல்ல. (ரத்தப்பிரிவைப் போல, பெருவிரல் அச்சு போல நிலையான எண்ணைக் குறிப்பிடுவதில்லை)

ஒரு பதில் மட்டுமுள்ள பிரச்னைகளுக்குத் தீர்வு காணத் தேவையான மொழி/ தருக்கம்/ இடம் ஆகியவற்றின் அடிப்படையில் பதிலை நியாயப்படுத்தும் திறமை, நினைவாற்றல், இரண்டு மணிநேரப் பரிசோதனை வேளையில் தன்னுடைய முழுத்திறமையை உற்சாகத் துடன் வெளிக்காட்டுவது, அறிமுகமற்ற புதிய சூழல் தரும் தவிப்பு, ஏன் பரிசோதனைக்கு உட்படுகிறோம் என்ற பதற்றம், பணிவான ஆளுமை ஆகியவற்றுள் ஒன்றையோ அல்லது அனைத்தையுமோ அந்த எண் குறிப்பிடுகிறது.

இந்த எண்ணை இம்மியும் பிசகற்றது; மிகச் சரியானது என்று எந்தத் தருணத்திலும் எடுத்துக்கொள்ளக் கூடாது. ஒரு குறிப்பிட்ட அளவு

பிழை ஏற்படுவதற்கு எப்போதும் வாய்ப்பிருக்கிறது. அளக்கப் பயன்படுத்தும் எல்லாக் கருவிகளுக்கும் இது பொருந்தும். ஒன்பதாம் அத்தியாயத்தில் இதுபற்றிப் பார்க்கலாம்.

அறிவின் வரையறை

முன்பு குறிப்பிட்ட வால் ஸ்ட்ரீட் ஜர்னலில் வெளிவந்த கட்டுரை புத்திக்கூர்மையைக் கீழ்வரும் முறையில் வரையறுக்கிறது:

'... புத்திக்கூர்மை என்பது ஒருவித மனத்திறனைக் குறிக்கிறது. காரண காரியத் தொடர்பு கண்டுபிடித்தல், திட்டமிடுதல், தீர்வுகாணுதல், நுண்கருத்துகளைப் பற்றிச் சிந்தித்தல், குழப்பமான கருத்துகளைப் புரிந்துகொள்ளுதல், விரைந்து கற்றல், அனுபவங்களிலிருந்து பாடம் கற்றல் போன்ற திறமைகளைக் குறிப்பிடுகிறது. புத்தகங்களை மட்டும் படிப்பது, பள்ளியில் படிக்கும் குறுகிய கல்வி, சிறந்த முறையில் தேர்வெழுதுவது என்பவை மட்டுமே புத்திக்கூர்மையாகாது. மாறாக, 'விஷயங்களைப் புரிந்துகொள்ளுதல்', 'இனம் புரிந்து கொள்ளுதல்', என்ன செய்ய வேண்டும் என்று 'யூகித்து அறிவது' போன்ற சூழலைப் புரிந்துகொள்ளும் திறன்களைக் குறிக்கிறது.

இது கிட்டத்தட்ட அனைவரையும் திருப்திப்படுத்தும் 'அதிகாரபூர்வ' வரையறையாக இருந்தாலும் ஆசிரியர்கள், பெற்றோர், பொதுச்சமூகம் ஆகியோர் புத்திக்கூர்மையைப்பற்றிக் குறுகலான கண்ணோட்டம் கொண்டிருக்க வாய்ப்புண்டு. எனவே, அவர்களுடைய கண்ணோட்டத் தின் அடிப்படையில் இந்த வரையறையைப் பரிசோதிக்க வேண்டும். இந்தியாவிலும் பிற இடங்களிலும்கூடப் புத்திக்கூர்மைபற்றிப் பரவலாக முன்தீர்மானம் ஒன்று இருக்கிறது. நம் நாட்டில் சில விளம்பரங்கள் எங்கள் காலை உணவை உண்ணுங்கள். எங்கள் பானங்களைக் குடியுங்கள். உங்கள் மூளைக்குச் சக்தி கிடைக்கும் என்று தொடர்ந்து வாக்குறுதியளிக்கின்றன. இந்திய சமூகத்தைப் பொறுத்தவரை நாம் எதிர்பார்க்கும் 'மூளைச்சக்தி' என்பது குறுகியது; குழந்தைகளிடம் பள்ளி பாடங்களை நன்கு படிப்பது நீங்கலாக வேறு எதையும் எதிர் பார்ப்பதில்லை.

நாம் பிற திறமைகளை மதிப்பதில்லை என்று அர்த்தமல்ல. விளை யாட்டு வீரர்களை, இசைக்கலைஞர்களை, நாட்டிய நாயகர்களை, எழுத்தாளர்களை, சிறப்புத் திறன்பெற்ற பிற வல்லுனர்களை நாம் ஆராதிக்கிறோம். வேறுபாடு என்னவென்றால் இந்தத் திறமைகள் அனைவருக்கும் சமமாக வழங்கப்படவில்லை என்ற கருத்தை நாம் உடனே எளிதாக ஏற்றுக்கொள்கிறோம். எடுத்துக்காட்டாகப் பாடத் தெரியாத, விளையாடத் தெரியாத ஒரு குழந்தை பொதுவாக அவ

ளுக்கோ, அவள் குடும்பத்துக்கோ ஒரு பிரச்னையாகத் தோன்றுவதில்லை. அவளுக்குப் பாடத் தெரியாது என்பதோ, வேகமாக ஓடத் தெரியாது என்பதோ ஒரு பிரச்னையேயல்ல. ஆனால், ஒழுங்காகப் படிக்கவில்லை யென்றால் பெற்றோர் தரும் மனஅழுத்தத்துக்கு ஆளாக வேண்டி யிருக்கும்.

பள்ளிப் பாடங்களை நன்கு படிப்பதுதான் புத்திக்கூர்மை என்பது உங்கள் வரையறையாக இருக்குமா? இருக்காது அல்லவா! ஆனால், இவ்விரண்டும் ஒன்றெனப் பலவேளைகளில் நினைக்கிறோம். உண்மையில் இந்தியர்களாகிய நாம் மொழி, மானுடவியல் பாடங்களைவிடக் கணித, அறிவியல் பாடங்களைச் சிறந்தமுறையில் கற்பதுதான் அறிவு என்று நினைக்கிறோம். இது மிகவும் குறுகலான வரையறையாகும். நாம் ஒவ்வொருவரும் நமக்கேயுரிய பாணியில் புத்திக்கூர்மையை வரையறுத்து வைத்திருக்கிறோம். ஆனால் எல்லோரும் காரணகாரியத் தொடர்பு காணுதல், பகுத்தாய்வுச் சிந்தனை, பிரச்னைகளுக்கு ஆக்கபூர்வமாகத் தீர்வு காண்பது போன்ற திறமைகளை புத்திக்கூர்மை என்ற வகைக்குள் உட்படுத்துகிறார்கள். சிலர் நினைவாற்றலையும் தகவல்களைத் துரிதமாக முறைப்படுத்தும் திறனையும் இத்துடன் சேர்த்துக்கொள்கிறார்கள். உளவியல் ஆய்வுப்படி புத்திக்கூர்மையின் வரையறை அடிப்படையிலிருந்து (நரம்பியல் செயல்திறமை) ஆரம்பித்து உயர் நிலை வரையும் (சிந்தனையறிவு அனுபவங்களிலிருந்து பாடம் கற்றுச் சுயமாக வழிகண்டடையும் அறிவு) பிறகு சூழலுக்கு ஏற்றாற்போல் (தனிநபரின் திறமையும் சமூகம் அந்தத் திறமைகளை எந்தளவுக்கு மதிக்கிறது என்பதும் பொருந்துகிறதா என்று பார்ப்பது) நடந்துகொள்வது என்பதையும் உள்ளடக்கி விரிவான அர்த்தத்தைக் கொண்டிருக்கிறது.

புத்திக்கூர்மையின் வரையறையைப்பற்றி யோசிக்கும் போது அது 'ஒன்றா' 'பலவா' என்பதை முடிவு செய்வது முக்கியமாகிறது. ஒன்றென்று சொல்பவர்கள் அதை 'ஜி' அல்லது பொதுக்கூறு என்று அழைக்கிறார்கள். புத்திக்கூர்மைப் பரிசோதனையில் பல்வேறுவகை யான வேலைகளுக்கும் புத்திக்கூர்மைக்கும் இடையே இருக்கும் தொடர்பை உறுதி செய்யும் தரவுகள் இந்த வாதத்துக்கு வலுசேர்க் கின்றன. அதாவது, நீங்கள் ஒரு துறையில் சிறந்தவராக இருந்தால் எல்லாத்துறையிலும் சிறந்தவராக இருக்கலாம். காரணம் ஜி என்னும் பொதுக்கூறின் தாக்கம் எல்லாத் திறமைகளிலும் பிரதிபலிக்கும். அது உங்களிடம் அதிகமாகவே இருக்கும். சார்லஸ் ஸ்பியர்மான் (1914) என்னும் தொடக்ககால உளவியலறிஞர் இந்த 'ஜி'யை 'மனத்திறமையின் பொதுநிதி' என்று கூறியிருக்கிறார். புத்திக்கூர்மை என்பதை நரம்பியல் ஆற்றலாகக் (செய்முறையின் வேகம், உணர்வு

களைப் பிரித்தறியும் திறன்) காணும் கோட்பாடுகளும் பொதுக்கூறு என்னும் கருத்தை ஆதரிக்கின்றன. காரணம் மூளைநரம்புகளின் இணைப்பைப் பொறுத்து ஒரு மனிதனுக்கு அறிவு கூடவோ குறையவோ செய்யலாம் என்று இந்தக் கோட்பாடுகள் கூறுகின்றன.

அனைத்துத் துறைக்கும் தேவையான திறமைகளில் இப்பொதுக்கூறு தாக்கம் செலுத்தும் என்பது நிச்சயம். ஆனால் அப்படியொன்று இருப்ப தற்கான ஆதாரம் அத்தனை வலுவானதல்ல. புத்திக்கூர்மைப் பரிசோ தனையின் பல துணைப்பிரிவுகளில் ஒருவர் பெறும் மதிப்பீட்டுப் புள்ளிகளுக்கு இடையே மிகக் குரைவான ஒத்திசைவுதான் காணப்படு கிறது. புத்திக்கூர்மை என்பது பன்முகங்கள் கொண்டது; பல்வேறு கூறுகளையுடையது. அவற்றுக்கிடையே தொடர்பு இருக்கவேண்டும் என்பது அவசியமில்லை என்று கருதுபவர்களும் உண்டு. ஹோவார்டு கார்டனர், ராபர்ட் ஸ்டேன்பர்க் ஆகியோர் இந்தப் பிரிவில் அடங்குவர்.

பிற திறன்களைவிட 'பள்ளி - சார்ந்த - திறன்களை' இந்தச் சமூகம் உயர் வாகக் கருதுகிறது என்று கார்டனர் சுட்டிக்காட்டுகிறார். ஒரு திறமைக்கு மட்டும் அதிக முக்கியத்துவம் கொடுப்பது, அதுவும் அந்தத் திறமை ஆளாளுக்கு வேறுபட்டிருக்கும்போது, சமூகத்தில் பிரச்னைகளை உருவாக்குவதைத் தவிர்க்கமுடியாது. இவருடைய கருத்தைப் புரிந்து கொள்ள ஓட்டப்பந்தயத்தில் வெற்றிபெறுபவர்கள் மட்டும்தான் வாழ்க்கையிலும் வெற்றிபெறுவார்கள் என்ற நிலைமை இந்த உலகத் தில் இருந்தால் எப்படியிருக்கும் என்று கற்பனை செய்து பார்க்க வேண்டும். இந்த எண்ணம் நம் மனத்தில் மங்கலான சித்திரத்தைத் தீட்டுகிறது. நம்மில் பெரும்பான்மையோரும் குழந்தைப்பருவம் முதல் போராடி, தோற்றுப்போய், உயர் கல்வி கற்று, வேலை தேடி... அதே நேரத்தில் நம்மில் சிலருக்குச் சட்டெனை ஒளிமயமான எதிர்காலம் உறுதியாகிறது. பள்ளி சார்ந்த புத்திக்கூர்மைக்கு அதிக மதிப்பு கொடுக்கும்போது இதே நிலைமை உருவாகிறது.

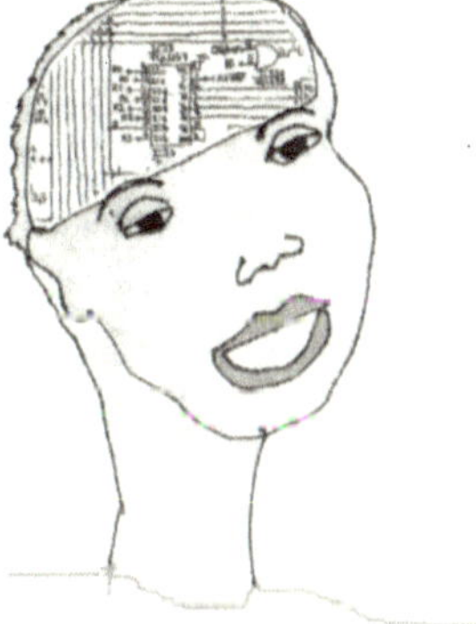

என்கிட்ட 2ஜிபி ராம் இருக்கு தெரியுமா?

புத்திக்கூர்மையை அதாவது அறிவைப் பலவகையாகப் பிரிப்பதுதான் இதைத் தடுப்பதற்கான வழி என்று கார்டனர் சொல்கிறார். கீழே தந்திருக்கும் பட்டியலின்படி அறிவை வகைப்படுத்தலாம். இந்தப் பிரிவுகளைத் திறமைகள் என்றும் கூறலாம். பன்முக அறிவு (Multiple Intelligence) கோட்பாட்டின்படி நம் ஒவ்வொருவருக்கும் பல்வகை அறிவுகளும் பல்வேறு நிலையில், அளவில் இருக்கின்றன. எனவே ஒவ்வொருவருக்கும் அவரவருக்கேயுரிய பலமும் பலவீனங்களும் இருக்கின்றன. இவற்றை அந்தந்த விகிதத்தில் வளர்ப்பதே கல்வி கற்பதின் நோக்கம்.

ஹோவார்டு கார்டனரின் ஏழு பன்முக அறிவுகள்

1. மொழியறிவு (எ. கா.: புதிய அறிவுகளை விரைந்து புரிந்துகொள்வது)
2. இசையறிவு (எ. கா.: குரல் ஏற்றத்தாழ்வை உணர்வது)
3. தருக்க அறிவு, கணித அறிவு (நுண்கருத்தின் அடிப்படையில் காரணக் காரியத்தொடர்பு காண்பது)
4. இட அறிவு (எ. கா.: காணும்பொருட்களைப் பற்றி மனப்படம் உருவாக்குதல்)
5. உடலறிவு (எ. கா.: ஒய்யாரமாக அல்லது விளையாட்டு வீரருக்குரிய நடை)
6. சுய அறிவு (எ. கா.: தன்னுடைய இலக்குகளைப் புரிந்துகொள்வது)
7. குழு அறிவு (எ. கா.: அடுத்தவர்களின் உணர்வுகளைப் புரிந்து கொள்வது)

நாம் விரும்பினால் இவற்றை மறுவரையறைக்குட்படுத்தி அறிவின் வகைகளை நீட்டலாம். முதற்கட்டமாகக் கூறிய இந்த ஏழு அறிவுகள் இருப்பதற்கான வலுவான உயிரியல் ஆதாரங்கள் எதுவும் இல்லை. உயிரியல் ஆதாரங்களின் அடிப்படையில் பன்முக அறிவுக் (கோட்பாடுகள் உருவாக்கப்பட்டுள்ளன. இவற்றை மனச் சட்டகக் கோட்பாடு (mental module) என்று கூறுகின்றனர். பரிணாம உளவிய லறிஞர் லெடா கோஸ்மிட்ஸ், ஜான் டூபி ஆகியோர் மனித இனம் மொழியைக் கற்றுக்கொள்ள, முகங்களைப் பிரித்தறிய அடுத்தவர் களின் நோக்கத்தைப் புரிந்துகொள்ள எனப் பல்வேறு திறமைகளைத் தனித்தனி சட்டகங்களின் உதவியோடு கற்றுக்கொண்டிருக்கிறது. பரிணாம காலகட்டங்களில் இது நடந்துவந்திருக்கலாம் என்ற கருத்தை முன்வைக்கின்றனர். சிந்தித்தும் காரண காரிய தொடர்பு கண்டும் புதிய சூழல்களை எதிர்கொள்ள மூளையிலுள்ள புதிய சட்டகம் உதவலாம். இது ஜி என்றழைக்கப்படும் பொதுக்கூறு இருக்கிறது என்ற கருத்தை வலுப்படுத்துகிறது. இப்படிக் கூறினால் ஒவ்வொரு சட்டகமும்

ஒவ்வொரு அறிவு வகையைக் குறிக்கிறது. மனிதருக்கு மனிதர் இந்தத் திறமை வேறுபட்டிருக்கிறது. மூளையின் குறிப்பிட்ட சில பகுதிகளில் சில வேறுபட்ட சட்டகங்கள் இருப்பதாக நரம்பியல் ஆய்வு கண்டு பிடித்துள்ளது. இது மிக முக்கியமான தகவலாகும். இந்த ஆய்வு மனச் சட்டகக் கோட்பாட்டுக்குச் சில உயிரியல் ஆதாரங்கள் அளிக்கிறது.) சமீபத்தில் கார்டனர் இந்தப் பட்டியலில் மேலும் இரண்டைச் சேர்த்துள் ளார்: இயற்கையறிவு, ஆத்மிய அறிவு. இது முக்கியமான ஒரு கருத்தைக் காட்டுகிறது. 'புத்திக்கூர்மை என்றால் என்ன' என்ற கேள்விக்கு, அது நாம் தீர்மானிப்பதுதானே தவிர உண்மையானது அல்ல என்பது மிகவும் பொருத்தமான பதிலாக இருக்கும். இதன் அடிப்படையில் அறிவைப் பற்றிய எந்தக் கோட்பாடாக இருந்தாலும் அதன் 'உண்மை' மதிப்பை விட அவ்வறிவின் பயன்பாட்டைப் பொறுத்து அதற்கு மதிப்பளிக்க வேண்டும்.

கார்டனரின் பன்முக அறிவுக் கோட்பாடு பல்வேறு துறைகளில் குழந்தைகளின் பல்வேறு திறமைகளை நாம் புரிந்துகொள்ளவைக்கும் போது, இந்தத் திறன்களை வளர்ப்பது கல்வியின் இலக்காக மாறுவதை ஊக்கப்படுத்தும்போது, சமூகத்தின் விழுமியங்களைக் கேள்விக்குட் படுத்தும்போது என் புத்தகத்தில் இடம்பெறும் சிறந்த கோட்பாடாக அது இருக்கும். கல்வியைப் பற்றிய பிற கோட்பாடுகளையும் இந்தக் கண்ணோட்டத்தின் அடிப்படையில் மதிப்பீடு செய்ய வேண்டும்.

தகவமைப்பு சாதுர்யம்

இந்தத் துறையைப் பற்றி ஆழமாகச் சிந்திக்கும் ராபர்ட் ஸ்டேன்பர்க் சற்று வேறுபட்ட வரையறையை முன்வைக்கிறார். முதலில் அறிவு என்பது எல்லாச் சூழல்களிலும் பயன்படுத்தக்கூடியது என்கிறார். பள்ளிச் செயல்பாடுகளை எப்படிச் செய்கிறார் என்பதை மட்டும் தனியாகப் பிரித்துப் பார்க்கக்கூடாது. தெருவில் வாழ்பவர்கள், காட்டில் வாழ்பவர்கள் போன்றோரும் புத்திசாலித்தனத்தைப் பயன்படுத்து கிறார்கள்; தாங்களும் அறிவாளிகள் என்பதைக் காட்டுகிறார்கள். இரண்டாவதாக அறிவு என்னும் மனத்திறன் நாம் வாழும் சூழலை நமக்கேற்றபடி மாற்றவோ அல்லது சூழலுக்கேற்ப நாம் மாறவோ உதவக்கூடியது. எனவே ஐக்யூ பரிசோதனையை எப்படி எதிர்கொள் கிறோம் என்பது மட்டுமல்ல, காட்டில் வழிகண்டுபிடிக்கும் திறமையும் தெருவில் உருவாகும் பிரச்னைகளைச் சமாளித்து முன்னேறுவதும்

புத்திக்கூர்மைக்குள் அடங்கும். மூன்றாவதாக நமக்குப் பயன்படுகிறதோ இல்லையோ, நாம் விரும்புகிறோமோ இல்லையோ இவ்வுலகில் நிலைநிற்பதற்குத் தேவையான மனத்திறமைகளும் அறிவாகும். ஸ்டேன்பர்க்கின் இந்தக் கருத்துகளின் அடிப்படையில் பார்க்கும் போது கார்டனரின் சிலவகை அறிவுகள் இந்தப் பட்டியலில் உட்படுவதில்லை.

ஆக, ஸ்டேன்பர்க்கின் மூவறிவுக் கோட்பாடு மூன்று வகையான அறிவுகளை முன்வைக்கிறது. அவை பகுத்தாய்வு செய்வது, படைப்பது, நடைமுறைப்படுத்துவது ஆகியவை. இவரும் இவரது நண்பர்களும் நெடும் பயணம் மேற்கொண்டு இந்தியா, ரஷ்யா, தான்சானியா போன்ற நாடுகளுக்குச் சென்று பெரிய அளவில் ஆய்வுகளை மேற்கொண்டுள்ளனர். இந்த மூன்று அறிவுகளும் வேறுபட்டவை. ஆனால், இவை மூன்றின் தொடர்புகள் நடைமுறை வாழ்க்கைச் சூழலில் வெற்றியை உறுதிசெய்கின்றன என்பதே இந்த ஆய்வின் முடிவு. இந்த மூன்று அறிவில் முதல் அறிவான பகுத்தாய்வு செய்யும் திறனைப் பொதுவாக அனைவரும் ஒரேயொரு அறிவாகக் கருதுகிறார்கள். இது மிகவும் குறுகிய வரையறை. பகுத்தாய்வு செய்யும் திறமை குறைவாக இருந்து, படைப்பாற்றலும் நடைமுறை அறிவும் அதிகமாக இருப்பவர்களால், சரியான சூழல் கிடைக்குமானால் வாழ்க்கையில் சிறந்த வெற்றியைப் பெறமுடியும். ஆனால், இவர்கள் ஒதுக்கப்படுகிறார்கள். ஏனெனில், பகுத்தாய்வு செய்யும் அறிவை மட்டும்தான் பள்ளிகள் மதிக்கின்றன. இந்த அறிவை அளக்கும் தேர்வுகளை இவர்களால் சரியாகச் செய்ய முடியாது.

ஸ்டேன்பர்க்கின் பரிசோதனைகளிலிருந்து சில எடுத்துக்காட்டுக்களைப் பார்க்கலாம். (இந்தியச் சூழலுக்கேற்றவாறு சில மாற்றங்கள் செய்துள்ளேன்.)

1. -4, -3, -1, 3, 11, 27 என்ற எண்ணடுக்கின் அடுத்த எண் எது?
2. தந்திருக்கும் பத்தியை வாசித்து 'அஅஅ' என்று சொல்லுக்கேற்ற பொருளைத் தேர்ந்தெடுக்கவும்.
   'எந்த வியாபார நிறுவனமாக இருந்தாலும் புதிய ' அஅஅ'களைக் கவனிப்பதற்காக நிலையான வாடிக்கையாளர்களைத் தவிர்ப்பது வியாபாரத்தைப் பெருக்குவதில்லை என்று கண்டுகொள்ளலாம். நிலையான வாடிக்கையாளர்கள் அதிருப்தி கொண்டு வேறு நிறுவனங்களை நாடிச்செல்ல தொடங்கும்போது ஏற்படும் நட்டத்தை ஈடுகட்டப் புதியதாக விருப்பம் கொண்டு வருபவர்களால் முடியாமல் போகாலாம்.'
   'அஅஅ' என்று சொல்லுக்கேற்ற நெருங்கிய பொருள்

1. விற்பனைப் பொருள்
2. வாடிக்கையாளர்
3. விளம்பரம்
4. முதலீடு

படைப்பாற்றல் அறிவு

1. கிராஃப் என்பது ஒரு புதிய கணிதச் செயல்பாடு. அதன் வரையறை கீழே தரப்பட்டுள்ளது.

$x < y$ **என்றால்** x கிராஃப் $y = x + y$

அல்லாவிட்டால் x கிராஃப் $y = - x - y$

அப்படியானால் 4 கிராஃப் 7 எவ்வளவு?

7 கிராஃப் 7 எவ்வளவு?

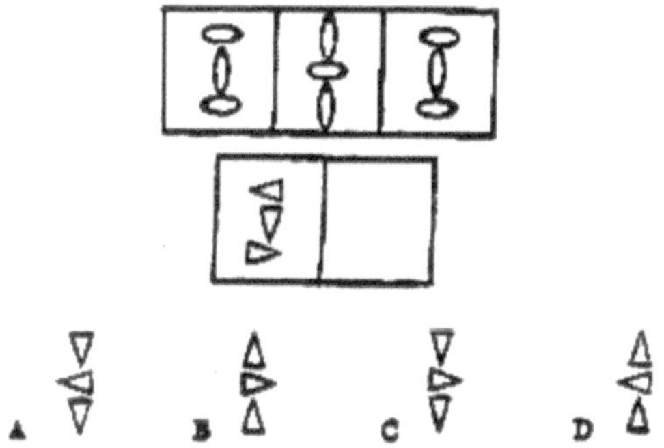

2. முதல் வரிசையைக் கவனித்துத் தந்திருப்பவற்றுள் பொருத்தமானதைத் தேர்ந்தெடுத்து இரண்டாம் வரிசையை நிரப்புக.

நடைமுறை அறிவு

1. உங்கள் நண்பரிடம் வீட்டுப்பாடம் செய்வது நன்மைதரும் என்று தொடர்ந்து சொல்லியும் வாரக்கணக்காக அவர் வீட்டுப்பாடம் செய்வதில்லை. சமீபகாலத்தில் கடைசி நிமிடங்களில் உங்களுடைய விடையைப்பார்த்து எழுதத் தொடங்கியிருக்கிறார். நீங்கள் அவருக்கு உதவ வேண்டும் என்று நினைத்தால், மிகவும் கண்டிப்புக்குரியவரான ஆசிரியையிடமிருந்து வரும் பிரச்னைகளிலிருந்து அவளைக் காப்பாற்ற நினைத்தால் உங்கள் முன் இருக்கும் சிறந்த வழியென்ன?

அ) நண்பரின் பெற்றோரும் உங்கள் பெற்றோரும் நண்பர்களானதால் உங்கள் பெற்றோரிடம் ஆலோசனை கேட்கலாம்.

ஆ) தன்னுடைய நிலையைப் பற்றி ஆசிரியையிடம் விளக்கிச் சொல்லி உதவி கேட்கும்படி நண்பருக்கு ஆலோசனை சொல்லலாம்.

இ) என்ன நடந்துகொண்டிருக்கிறது என்பதை ஆசிரியையிடம் எடுத்துக் கூறி, அதேநேரம் நண்பருக்கு எதிராக ஒழுங்கு நடவடிக்கை எதுவும் எடுக்கவேண்டாம் என்று விண்ணப்பிக்கலாம்.

2. தந்திருக்கும் வரைபடத்தைப் பயன்படுத்தி வினாக்களுக்கு விடை காண்க

நீங்கள் கைபேசி விற்கும் கடையிலிருந்து காலணிகள் விற்கும் கடையை நோக்கி நடக்கிறீர்கள். உங்கள் நண்பரோ ஜாதகக் கதை ஸ்டாலில் இருந்து ஐஸ்க்ரீம் ஸ்டாலை நோக்கி நடக்கிறார். நீங்கள் இருவரும் இவற்றில் எந்தெந்த இடங்களைக் கடந்து செல்வீர்கள்?

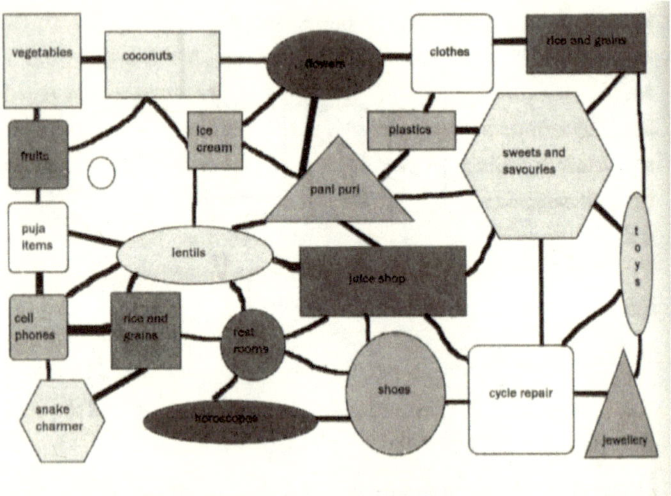

அ) அரிசியும் தானியங்களும் ஆ) ஓய்வறைகள்

இ) பாம்பாட்டி ஈ) பருப்பு

வெவ்வேறு துறைகளைச் சார்ந்தவர்களின் நடைமுறையறிவைப் பற்றி இவைபோன்ற சுவையான ஆய்வுகள் ஏராளம் உண்டு. குதிரைப் பந்தயக்காரர்கள், உளவியல் பேராசிரியர்கள், பிரசீல் நாட்டுத் தெரு வியாபாரிகள் எனப் பலதரப்பினர் இந்த ஆய்வுக்கு உட்படுத்தப் பட்டுள்ளனர். அனைத்து ஆய்வுகளும் கல்வியறிவுக்கும் நடைமுறை அறிவுக்கும் பெரியளவில் தொடர்பில்லை என்பதை உறுதிசெய் கின்றன. பால் பதப்படுத்தும் நிறுவனத்தில் வேலைசெய்யும் தொழிலாளர்களை உட்படுத்திச் செய்த ஆய்வைப்பற்றி ராபர்ட் ஸ்டேன்பெர்க் விவரிக்கிறார். வாடிக்கையாளர்களின் தேவைக்கேற்ப வெவ்வேறு அளவில், (கேலன்கள், கால்கேலன்கள், பிண்ட்கள்) வெவ்வேறுபொருட்களை (கொழுப்பு நீக்கப்படாத பால், 2% பால், மோர்) பாத்திரங்களில் பால் நிரப்பும் தொழிலாளர்கள்தான் அந்த

நிறுவனத்தில் படிப்பறிவு மிகவும் குறைந்தவர்கள். நுணுக்கமான வழிகளைப் பயன்படுத்தி மிகக் குறைவான நகர்வுகளில் வாடிக்கை யாளர்களின் கொள்முதல் தேவையைப் பூர்த்தி செய்துவிடுவார்கள். படிப்பறிவு மிகவும் குறைந்தவர்களாயினும் நன்கு யோசித்து, வெவ் வேறு அளவுகளுக்கேற்ப, வேறு வேறு அடிமான எண்முறையைப் பின்பற்றி இந்த வேலையைச் செய்வார்கள். இவர்கள் வேலைக்கு வராதபோது, இவர்களுக்குப் பதிலாகப் படிப்பறிவு மிக்க, மிடுக்கான தோற்றம் கொண்டவர்களை வேலைக்கு அமர்த்துவார்கள். ஆனால் படிப்புக்குறைவான பால்நிரப்புபவர்களின் செய்நேர்த்தி இவர்களிடம் துளியும் இருக்காது. பால் நிரப்புபவர்களின் இந்தத் திறமை பள்ளியில் எப்படிக் கற்றார்கள் என்பதையோ, அவர்கள் பெற்ற ஐக்யூவையோ, கணித அறிவையோ, தரக்குறியீடுகளையோ சார்ந்திருப்பதில்லை.

பெட்டி 2

நடைமுறை புத்திக்கூர்மை, உணர்த்தமுடியாத அறிவு

ஒரு பள்ளியிலுள்ள மனநிலை குன்றிய குழந்தைகளின் ஐக்யூ தேர்வு நடத்த ஓர் உளவியலறிஞருக்குப் பொறுப்பு வழங்கப்பட்டது. அவர் பள்ளிக்கு வந்தபோது அந்தப் பள்ளியின் விரிவான பாதுகாப்பையும் அந்தப் பள்ளி ஆசிரியர்களையும் மீறி அந்தக் குழந்தைகள் ஓடிப் போயிருந்தார்கள். அவர்களை ஒருவாறு அழைத்து வந்த அந்த உளவியலறிஞர் வழிகாட்டும் புதிர்ச் செயல்பாட்டை நடத்தினார். தாளும் பென்சிலும் கொடுத்து சிக்கலான அறையிலிருந்து வெளியே வருவதற்கான வழியை வரைந்து காட்டும்படிச் சொன்னார். ஆசிரியர் களின் கண்காணிப்பை மீறி வெளியேறத் தெரிந்த குழந்தைகளுள் ஒருவரால்கூட இந்தப் புதிரை அவிழ்க்க முடியவில்லை.

இது ஓர் உண்மைச் சம்பவம். இது நடைமுறை நுண்ணறிவுக்கும், வழக்கமாக நடத்தும் தாளும் பென்சிலும் பயன்படுததி நடத்துய் நுண்ணறிவுத் தேர்வுக்கும் இடையேயுள்ள பொருத்தமின்மையை வெளிப்படுத்துகிறது. இதுபோன்ற தேர்வுகளுக்கும் நடைமுறை உலகறிவுக்கும் இடையேயுள்ள வேறுபாடுகளைக் கீழ்வரும் அட்டவணை, பட்டியிலிட்டுக் காட்டுகிறது.

புத்திக்கூர்மையைச் சோதிக்கும் தேர்வுகள், இதில் இருக்கும் பிரச்னைகளுக்கு	நடைமுறை புத்திக்கூர்மையைச் சோதிக்கும் தேர்வுகள், இதில் இருக்கும் பிரச்னைகளுக்கு
1. விடைகாணத் தேவையான அனைத்துத் தகவல்களும் தரப்பட்டிருக்கும்	1. விடைகாணத் தேவையான அனைத்துத் தகவல்களும் தரப்பட்டிருக்காது

2. சிறந்த முறையில் வரையறுக்கப் பட்டிருக்கும்.	2. சிறந்த முறையில் வரையறுக்கப் பட்டிருக்காது;
3. ஒருவரது சொந்த விருப்பத்துக் கேற்றதாக இருக்காது;	3. சொந்தவிருப்பத்துக் கேற்றதாக இருக்கும்
4. அன்றாட அனுபவங்களோடு தொடர்பின்றி இருக்கும்;	4. அன்றாட அனுபவங்களோடு தொடர்புகொண்டிருக்கும்
5. சரியான ஒரே ஒரு விடை மட்டும்தான் இருக்கும்.	5, அவ்விடைகளுக்கேயுரிய நிறைகுறைகளும் இருக்கும்.

ஒருவரது வலிமையைப் பயன்படுத்தி அவரது பலவீனத்தை ஈடுகட்டும் வெற்றிகரமான அறிவைப் பற்றியும் ஸ்டேன்பெர்க் குறிப்பிடுகிறார். இந்தக் கண்ணோட்டத்தில் பார்த்தால் அறிவு என்பது வாழ்க்கையில் வெற்றியைப் பெற்றுத்தர உதவுகிறது. ஆனால், வழக்கமாக நடத்தும் ஐக்யூ தேர்வுகளின் மூலம் சோதிக்கப்படும் பிரச்னைகளைப் பகுத் தாய்வு செய்வது, காரண காரியத் தொடர்பு காண்பது, மொழித்திறமை ஆகிய திறமைகளைக் கண்டுகொள்ளாமல் இருக்கவும் முடியாது. தற்போது பயன்படுத்தும் மரபார்ந்த தேர்வுகளை நீக்கி, மற்றொன்றை நடத்துவதற்குப் பதில் நடைமுறையறிவுப் பரிசோதனையின் தன்மை களை மரபான தேர்வுடன் சேர்ப்பது ஒருவருடைய அறிவை முழுமை யாக அளக்கப் பெரிதும் உதவும். தனித்தனியாக நடத்தும்போது ஏற்படும் குறைகளைத் தவிர்க்கவும் அது உதவும்.

புத்திக்கூர்மை பற்றிய கார்டனர், ஸ்டேன்பெர்க் ஆகியோரது வரை யறைகள் விசாலமானவை. இந்த வரையறைகளைப் பின்பற்றும் பள்ளிக்கூடங்கள் தங்கள் பாடத்திட்டங்களை மாற்றிக்கொண்டு பல்வேறுவகை திறமைகள், நடைமுறையறிவு, படைப்பாற்றல் அறிவு ஆறியவற்றை ஊக்குவிக்கும். ஆனால், புத்திக்கூர்மைபற்றிய குறுக லான வரையறையை இந்தச் சமூகம் கொண்டிருக்கும்வரை இது போன்ற பள்ளிகளில் பயிலும் மாணவர்கள் ஒருவகையில் ‘எதிர் நீச்சலிடத்தான்’ வேண்டியிருக்கும். தற்காலத்தில் மிகவும் விரும்பத் தகுந்த, மதிப்புள்ள, சவாலான தொழில்களுக்கு சொற்ப மரியாதை தானே தரப்படுகிறது. அல்லது கிட்டத்தட்ட எந்த மரியாதையும் இல்லையே (ஆசிரியர் தொழில் இதற்கு நல்ல எடுத்துக்காட்டு).

புத்திக்கூர்மையை அளப்பதற்கு முன், தெளிவான வரையறையை உருவாக்கியாகவேண்டும் என்று உளவியலாளர்கள் காத்திருந்தால் அவர்கள் என்றென்றைக்குமாகக் காத்திருக்க வேண்டியதுதான்.

எனவே, கடந்த நூற்றாண்டுகளாக வரையறுக்க மிகவும் சிரமமான இந்த விஷயத்தை அளவிடுவதற்கு உளவியலாளர்கள் பலமுறை முயன்றிருக்கிறார்கள். இப்போது நாமும் அதற்கான முயற்சியைச் செய்வோம்.

புத்திக்கூர்மையின் அளவு

புத்திக்கூர்மையை எப்படி அளக்கிறோம் என்பதைப் பொறுத்து அதன் வரையறை அமைந்திருக்கும் என்பது தெளிவு. டார்வினின் ஒன்று விட்ட சகோதரர் பிரான்சிஸ் கால்டன் இருபதாம் நூற்றாண்டின் ஆரம்பத்தில் புத்திக்கூர்மை என்பது பரம்பரையாகக் கிடைக்கும் மூளையின் சொத்து; எனவே, புத்திக்கூர்மை என்பது நரம்புகளின் திறமையைப் பொறுத்தது, ஒரு செயலை முடிக்க நாம் எடுக்கும் நேரம், புலன்களின் திறன்வேறுபாட்டைக் காட்டும் செயல்கள் ஆகியவற்றின் அடிப்படையில்தான் அளக்க முடியும் என்று நம்பினார். பொதுமக்கள் கூடும் வணிகவிழாவின் போது சிறிய காட்சியரங்கை அமைத்து மிகக் குறைவான கட்டணம் வாங்கிக் கொண்டு ஆயிரக்கணக்கான மக்களின் புத்திக்கூர்மையைச் சோதித்தார். ஆனால், துரதிஷ்டவசமாக அவர் சேகரித்த தரவுகள் குறுகிய நேரத்தில் செயலை முடிப்பவர்கள் அல்லது புலன்களின் திறமை அதிகம் பெற்றவர்கள் வாழ்க்கையில் வெற்றிபெறாதவர்கள் என்பதைக் காட்டின. அதனால் அவரது கருத்தை நிராகரிக்க வேண்டியிருந்தது. இதைத் தொடர்ந்து பல்வேறு வரையறைகளின் அடிப்படையில் பல்வேறு தேர்வுகளின் மூலம் புத்திக்கூர்மையை அளக்கும் முயற்சி பல ஆண்டுகள் தொடர்ந்து நடந்தது. இதோ சில எடுத்துக்காட்டுக்கள்.

- புத்திக்கூர்மை என்பது 'கற்கும் திறமை' என்று கருதுபவர்கள் செய்முறைத் தேர்வைப் பரிந்துரைக்கின்றனர். செய்முறைத் தேர்வுகள் என்பவை முன்பு கற்றவற்றை மட்டும் பரிசோதிக்காமல், கற்கும் முறையையும் அந்தந்தத் தேர்வின் மூலமே அளக்கின்றன. நீங்கள் ஒரு கேள்விக்குச் சரியான விடையைச் சொன்னால் அடுத்த கேள்விக்குச் செல்லலாம். தவறான பதிலைச் சொன்னால் சரியான விடையைக் கண்டுபிடிக்கச் சில குறிப்புகள் உங்களுக்கு வழங்கப் படும். உங்களுக்கு வழங்கப்பட்ட குறிப்புகளின் அடிப்படையில் எந்தளவுக்கு சரியான பதிலைச் சொல்கிறீர்கள் என்பதைப் பொறுத்தும் உங்களுக்கு மதிப்பெண்கள் வழங்கப்படும்.
- கார்டனரும் அவரது தோழர்களும் ஒருவரது நடத்தை மாற்றங்கள், செயல்திட்டங்களைச் செய்து முடிக்கும் திறமை, படைப்புகள், திரட்டுக்கள் ஆகியவற்றைக் கவனிக்க ஒரு சோதனைப்பட்டியல் உருவாக்கி அதன் அடிப்படையில் புத்திக்கூர்மையை அளப்ப

தற்கான முறையை வடிவமைத்துள்ளனர். எடுத்துக்காட்டாக, உடல் வலிமையை (ஆற்றல், சுறுசுறுப்பு, வேகம், சமநிலை) உடலறிவின் அடிப்படையில் அளக்கின்றனர். இந்தத் தேர்வுகள் முறைப்படுத்தப் படவில்லையெனினும் பரவலாகக் கிடைக்கப்பெறுகின்றன.

- பிரச்னைகளைப் பகுத்தாய்வு செய்தல், படைப்பாற்றல், நடைமுறையறிவு என்னும் மூன்று திறமைகளை அளக்கும் ஸ்டேன் பெர்க்கின் தேர்வும் உள்ளது. சரியான விடையைத் தேர்ந்தெடுத்தல், கட்டுரை எழுதுதல் (முன்பக்கங்களில் எடுத்துக்காட்டுகள் தரப் பட்டுள்ளன) என்னும் வினாவகைகள் இந்தத் தேர்வில் உள்ளன. இந்தத் தேர்வு பல்வேறு கலாசாரங்களைச் சேர்ந்தவர்களின் அறிவுத் திறத்தை அளப்பதற்கு மிகவும் பொருத்தமானதாக இருந்தும் பரவலாகப் பயன்படுத்தப்படுவதில்லை.

- வேறுபட்ட பல்வேறு கோட்பாடுகளும் தேர்வுகளும் இருப்பினும் பொதுவாகப் பயன்படுத்தப்படும் தேர்வு ஐக்யூ தேர்வு. நூறாண்டு களுக்கு மேலாக இது பயன்படுத்தப்படுகிறது. இரண்டு வகையான ஐக்யூ தேர்வுகள் பயன்படுத்தப்படுகின்றன. அவை ஸ்டான்போர்டு, பினெட் மற்றும் வெக்ஸ்லர் தேர்வுகள். இந்தத் தேர்வில் சொல்வளம், நினைவாற்றல், செய்முறையின் வேகம், காரண காரியத் தொடர்பு, ஓவியப் புதிர்கள் எனப் பல்வேறு கிளைத்தேர்வுகள் உள்ளன. ஐக்யூ தேர்வில் அடங்கியுள்ள கிளைத்தேர்வுகளை ஆழ்ந்து பார்ப்பது (பட்டியல் பார்க்க) அவர்கள் புத்திக்கூர்மையை எப்படி வரையறுக் கிறார்கள் என்பதைப் புரிந்துகொள்ளப் பெரிதும் உதவும்.

வெக்ஸ்லர் புத்திக்கூர்மை அலகின் கிளைத்தேர்வுகள்

1. தகவல்கள் (நீராவியில் இருப்பது என்ன?)
2. பார்த்த எண்களை நினைவுபடுத்திச் சொல்வது (நிகழ்கால நினைவாற்றல்)
3. சொல்வளம்
4. கணிதம்
5. புரிதல் (காப்பீட்டு நிறுவனங்களுக்கு லாபம் கிடைப்பது எப்படி?)
6. ஒற்றுமை (புத்தகங்களுக்கும் தொலைக்காட்சிக்கும் இடையே இருக்கும் ஒற்றுமை என்ன?)
7. படத்தை முழுமைப்படுத்துதல்
8. பட அட்டைகளை அடுக்குதல் (பட அட்டைகளை அடுக்கிக் கதை சொல்லுதல்)

9. வண்ணக் கட்டைகளால் வடிவம் உருவாக்குதல் (வண்ணக் கட்டைகளைப் பல்வேறு முறைகளில் அடுக்குதல்)
10. பொருட்களைப் பொருத்துதல் (ஜிக்ஸா புதிர்)
11. கணித வாக்கியத்தில் விடுபட்ட எண்களை விரைந்து எழுதுதல்

மனிதருக்கு மனிதர் வேறுபடும் அறிவு

ஒத்த வயதுடைய மாணவர்களிடம் கல்வித்திறன் மாறுபட்டிருப்பதைக் காணலாம். இது தொடர்பாக ஆச்சரியமோ வருத்தமோ தேவையில்லை. ஒவ்வொரு மனிதனும் குணத்திலும் திறமையிலும் வேறுபட்டவன். இந்த வேறுபாடு இயற்கையின் நியதி. ஆனால், கல்வியைப் பொறுத்தவரை இந்தத் தனிநபர் வேறுபாடு ஏற்றுக்கொள்ளப்படுவதில்லை. விளையாட்டுத்திறமை, உடல் வலிமை ஆகியவை ஆளுக்கு ஆள் வேறுபட்டிருப்பதை ஏற்றுக்கொள்வதுபோல் கல்வித்திறன் வேறுபாட்டை ஏற்றுக்கொள்வதில்லை. சமூகமும் குடும்பமும் பள்ளிச் செயல்பாடுகளில் உயர்தரத்தை எட்டும்படி குழந்தைகளை வற்புறுத்துகின்றன. எதிர்பார்க்கின்றன. அந்தத் தரத்தை எட்டுபவர்கள் புத்திக் கூர்மை படைத்தவர்களாகவும் எட்டாதவர்கள் அறிவு குறைந்தவர்களாகவும் கருதப்படுகின்றனர்.

துரதிஷ்டவசமாக, புத்திக்கூர்மை என்பது எது என்பது பற்றிய ஒருமித்த கருத்துக்கு வரமுடியாததால் எப்படி அளப்பது என்பதும் கேள்விக்குறியாகவே உள்ளது. அதனால் தனிநபர் வேறுபாடு பற்றியும் கேள்வி எழுகிறது. சில நாடுகளிலிருந்து புலம் பெயர்ந்து வருபவர்களை, அவர்கள் பிறநாடுகளிலிருந்து வருபவர்களைவிட அறிவு குறைந்தவர்கள் என்ற அடிப்படையில் அமெரிக்காவில் வாழ அனுமதி மறுத்ததாக வரலாற்றுக் குறிப்புகளில் காணப்படுகின்றன. தற்போதைய ஐக்யூ தேர்வின் வேறொரு வகை அன்று பின்பற்றப்பட்டது. அமெரிக்கா கலாசாரத்தைப் பற்றியும் வாழ்க்கைமுறை பற்றியும் அதிக வினாக்கள் அத்தேர்வில் உட்படுத்தப்பட்டிருந்தன. ஒரு வர்க்கம்

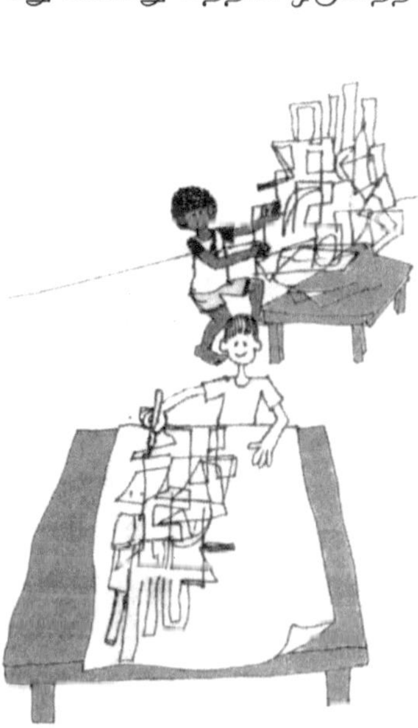

அல்லது ஒரு மனித இனம் பிற இனத்தைவிட இந்தத் தேர்வில் குறைந்த மதிப்பெண்கள் பெறுவது அறிவோடு சம்பந்தப்பட்ட விஷயமாக இருக்க வேண்டுமென்பதில்லை. அவர்களின் எழுத்தறிவு, பள்ளிக்கல்வி, முதன்மைக் கலாசாரத்தோடுள்ள தொடர்பு ஆகியவை இந்த மதிப்பீட்டுக் குறைவுக்குக் காரணமாக இருக்கலாம். இவ்வாறு முற்றிலும் தவறான கருத்துகளின் அடிப்படையில் வாழ்க்கையில் மிக முக்கியமான முடிவுகள் எடுக்கப்படுகின்றன. முதன்மைக் கலாசாரத் தோடு தொடர்புபடுத்தி அறிவை வரையறுக்காவிட்டால் இந்தத் தேர்வு முடிவுகள் காட்டும் மனித அறிவு வேறுபாடு நேர்மையானதாக இருக்காது.

இரண்டு குழந்தைகளின் அறிவை நேர்மையாக மதிப்பிட ஒரு குறிப்பிட்ட தேர்வால் முடியும் என்று ஒருபோதும் நம்மால் சொல்ல முடியாது. இதோ ஓர் எளிய எடுத்துக்காட்டு. கம்பிகளால் செய்த உருவம், களிமண் உருவங்கள், தாளும் பென்சிலும் பயன்படுத்தி வரைந்த உருவம் ஆகியவற்றைப் பார்த்து அதுபோல் செய்யும்படி சாம்பியா நாட்டுக் குழந்தைகளிடமும் இங்கிலாந்து நாட்டுக் குழந்தை களிடமும் கேட்டுக்கொள்ளப்பட்டது. கம்பி உருவங்கள் செய்வதில் சாம்பியா நாட்டுக் குழந்தைகள் தங்களுடைய கைவரிசையைக் காட்டினர். தாளும் பென்சிலும் பயன்படுத்தி வரைவதில் இங்கிலாந்து நாட்டுக் குழந்தைகள் திறமையுடையவர்களாக இருந்தனர். களிமண் உருவங்கள் செய்வதில் இருநாட்டுக் குழந்தைகளும் சமஅளவு திறமை பெற்றிருந்தனர். பென்சிலையும் தாளையும் மட்டும் பயன்படுத்தி வரையும் தேர்வை மட்டும் நடத்தியிருந்தால் சாம்பிய நாட்டுக் குழந்தைகளுக்கு ஒன்றைப் பார்த்து அதே போல் செய்வதற்கான திறமை குறைவென்ற தவறான முடிவுக்கு வந்திருப்போம்.

இவைபோன்ற தேர்வுமுறையின் ‘சூட்சுமங்கள்’ பற்றி நாம் பெரும்பாலும் கேள்வி எழுப்புவதேயில்லை. பயன்படுத்தும் மொழி, பயன்படுத்தும் பொருட்கள், அதன்மேல் நாம் வைத்திருக்கும் மதிப்பு, செயலை முடிப்பதற்கு அளிக்கப்படும் ஊக்கம், தேர்வாளரின் தரம் ஆகியவற்றைப்பற்றி நாம் கேள்வி கேட்பதில்லை. இவை ஒரு குழந்தைபெறும் மதிப்பெண்களில் பெரும்தாக்கம் செலுத்துபவை. ஆனால், நாம் அதைப் பொருட்படுத்துவதில்லை.

இரண்டு காலகட்டங்களில் வாழ்ந்த மக்களைப் பொறுத்தும் ஐக்யூ மாறுபடும். சில ஆண்டுகளுக்கு முன்பு ஜேம்ஸ் ப்ளைன் என்ற அரசியல் அறிவியலாளர் உலகெங்குமுள்ள பலநாடுகளிலிருந்தும் தகவல்களைத் திரட்டினார். ஒரு தலைமுறையின் சராசரி ஐக்யூ ஐந்து புள்ளிகள் முதல் இருபத்தைந்து புள்ளிகள்வரை கூடியிருப்பதாக அந்தத் தகவல்கள்

வெளிப்படுத்தின (1900 களின் மத்தியில் சுமார் முப்பதாண்டு கால கட்டத்தில்) இந்தத் தகவல்களின் உண்மையான பொருள் என்ன என்று ப்ளைன் தொடர்ந்து ஆய்வுசெய்தார். நுண்ணறிவுத் தேர்வுகள் அறிவை அளப்பதில்லை. அறிவோடு மிக மிக மெல்லிய தொடர்புகொண்ட வேறு எதையோ அளக்கிறது என்ற முடிவுக்கு வந்தார். அறிவுநிலை மக்களிடம் மிகவும் பரவலாக, குறிப்பிடும்படியாக அதிகரித்திருப்ப தற்கான காரணம் என்ன? அவர் கூறும் ஒரு கருத்து: 'இது மிகவும் வெளிப்படையானது; புறக்கணிக்க முடியாத அளவுக்குப் பெரு மளவில் ஒரு கலாசார மறுமலர்ச்சியின் விளைவாக இருக்கிறது; ஆனால், கணிதம், அறிவியல் துறையில் மிகப் பெரிய பாய்ச்சல் நடத்தப்பட்டிருக்கிறது. சமகாலப் பள்ளிக்குழந்தைகளின் அறிவுத்திறம் அதிகரித்திருப்பது பற்றி எந்தவொரு குறிப்பும் இடம்பெறவில்லை.' பிரான்ஸில் ஐக்யூ பதினைந்து முதல் இருபது புள்ளிகள் வரை கூடியபோதும் இந்தக் காலகட்டத்தில் காப்புரிமை பெற்ற புதிய கண்டுபிடிப்புகளின் எண்ணிக்கை உண்மையில் குறைந்திருந்தது!

புத்திக்கூர்மை ஆளுக்கு ஆள் வேறுபடுவதற்கான காரணத்தை விளக்க நாம் இன்னும் பக்குவப்படவில்லை என்பதையே இந்த எடுத்துக் காட்டுகள் காட்டுகின்றன. வளர்ப்பும் பிறப்பும் ஐக்யூ மீது எந்தளவுக்குத் தாக்கம் செலுத்தும் என்பதைப் பற்றி உளவியலாளர்கள் ஆய்வு செய்வார்கள், செய்தார்கள் என்பது நிச்சயம். அதுவும் புத்திக்கூர்மை என்றால் என்ன என்ற ஒரு கேள்விக்கான பதிலைத்தான் அவர்களால் சொல்ல முடியும். அதை எப்படிக் கற்பிப்பது என்ற கேள்வி மீதமிருக் கிறது. புத்திக்கூர்மையை ஒருவருக்குக் கற்பிக்க முடியுமா? அதுவும் எந்த அளவுக்கு?

இந்நிலையில் இதைப்பற்றியெல்லாம் பேசுவது உறுதியற்ற அஸ்தி வாரத்தின் மேல் மூன்றுமாடிக் கட்டிடம் கட்டுவதைப்போன்ற ஓர் உணர்வை நமக்குத் தரும். புத்திக்கூர்மையைப் பற்றிய நம் வரையறை உறுதியற்றதாக இருந்தால் மனிதர்களுக்கிடையே அறிவுத்திறத்தின் மாறுபட்டிருப்பதற்கான காரணம் வலுவற்றதாக இருக்கும். இந்த நிலையில் அறிவை வளர்ப்பதைப் பற்றி நம்மால் உறுதியாக என்ன சொல்ல முடியும்?

அறிவுபூர்வமான நடத்தைக்கேற்ற கல்வி

கற்றலைப் பற்றிய அத்தியாயத்தில் சூழலின் அடிப்படையில் காரணம் சொல்லும் பகுதியில் டேவிட் பெர்க்கின்ஸ் என்ற உளவியலறிஞரைப் பார்த்தோம். ஒரு குறிப்பிட்ட சூழலின் அடிப்படையிலோ அறிவு மண்டலத்தின் அடிப்படையிலோ மட்டும்தான் ஒருவரது அறிவுத்திறன் வெளிப்படும் என்ற கண்ணோட்டம் உடையவர் இவர். இவரும்

இவரைப்போல பல உளவியலாளர்களும் அறிவை ஒரு தனிப்பட்ட திறமையாகக் காண்பதில்லை. ஒரு பொருளாதார நிபுணரையும் ஒரு உயிரியல் வல்லுனரையும் கவனித்தால் இருவருடைய செயல்களிலும் அறிவுபூர்வமான செய்கைகள் ஏராளம் இருப்பதைக் கவனிக்கலாம். இவர்களை அறிவாளிகள் என நம்மால் எளிதில் சொல்லிவிட முடியும். கல்வியாளர்கள் என்ற முறையில் ஒரு அறிவாளியையும் **மாணவ அறிவாளி**யையும் பிரித்தறிவது பயனளிக்கும். உளவியலாளர் ஜான் ப்ரூயரின் கருத்துப்படி ஒரு மாணவ அறிவாளி என்பவர் ஒரு புதிய பிரச்னையை நேரிடும் போதோ எதையாவது தேடிக்கண்டுபிடிக்கும் தேவையேற்படும் போதோ முன்னர் கற்ற அறிவை நெகிழ்வான முறையில் பயன்படுத்துவார். ஒப்புமைப்படுத்துவது, சரியான அளவில் பகுத்தாய்வு செய்வது போன்ற பொதுவான உத்திகளைப் பயன்படுத்தி கற்றலில் முன்னேறுவார். கல்வியின் மூலம் வளர்த்த மூன்று திறமைகள் அவரிடம் இருக்கும் என்று ப்ரூயர் நம்புகிறார்.

- *ஒரு குறிப்பிட்ட துறைசார்ந்த அறிவு: ஏதேனும் ஒரு துறையில் உறுதியான அடிப்படை அறிவும் செய்முறையறிவும் இருக்கும்.*
- *இந்தத் திறமைகளைப் பொதுவாகப் பயன்படுத்தும் ஆற்றல்: தன்னுடைய அறிவையும் உத்திகளையும் புதிய சூழலுக்கேற்ப எப்போது எப்படி பயன்படுத்துவது என்ற புரிதல் இருக்கும். ப்ரூயரின் சொற்களில் கூறினால் 'புதிய பிரச்னையைச் சாமர்த்தியமாக எதிர்கொள்ளவும் பதில் சொல்வதற்காக இவற்றை விரிவுபடுத்தவும் தெரியும்.*
- *சிந்தனையைப் பற்றிச் சிந்திக்கும் திறமை: சிந்தனையைப் பற்றிச் சிந்திக்கும் திறமையுண்டு. சிந்தனைமுறையைக் கட்டுப்படுத்தவும் வழிநடத்தவும் தெரியும்.*

1989 இல் பெர்க்கின்ஸ் என்பவரும் அவருடைய தோழர் கவ்ரியல் சாலமன் என்பவரும் அறிவாளிக்கும் ஓர் அறிவாளி மாணவனுக்கும் இடையே இருக்கும் வேறுபாட்டை ஓர் கற்பனைக் கேள்வியைப் பயன்படுத்திக் கண்டுபிடிக்கும் முயற்சியில் ஈடுபட்டனர். அமைதியை விரும்பும் ஓர் சிற்றரசை அண்டை நாடான ஒரு பேரரசு போருக்கு அழைக்கிறது என்று வைத்துக்கொள்வோம். அந்தச் சிற்றரசுக்குப் போர்க்கலையில் சற்றும் அனுபவமில்லை. ஆனால், அந்த நாட்டில் அகில உலக சதுரங்க விளையாட்டு வீரர் இருக்கிறார். எனவே சிற்றரசன் சதுரங்க விளையாட்டு வீரரிடம் அவருடைய மிகச் சிறந்த சிந்தனைத் திறமையைப் பயன்படுத்திப் பேரரசைத் தோற்கடிக்கும்படிக் கேட்கிறார். இது முடியுமா? ஒரு சதுரங்க விளையாட்டு வீரர்

எல்லா விஷயங்களிலும் அறிவாளியாக இருப்பாரா? அல்லது அவரது துறையில் மட்டும் சிறந்த விளங்குவாரா?

ஒரு கோணத்தில் பார்த்தால் சதுரங்க விளையாட்டின் மூலம் மனத்துக்குக் கிடைத்த பயிற்சி நிஜவாழ்க்கையில் போர் புரிய உதவியிருக்க வேண்டும். ஏனென்றால் எந்தவகையான மனப்பயிற்சியும் அதன் திறமையைக் கூட்டும். இந்தக் கருத்து உளவியலாளர்களிடையே மிகுந்த புகழ்பெற்றிருந்தது. ஆனால் 1970 களில் சிந்தனையைப் பற்றி ஆய்வுஊசல் எதிர்திசையை நோக்கி அசைந்தது. இந்தக் கருத்து, ஒரு குறிப்பிட்ட துறையில் வல்லவராக இருப்பவர் அந்தத் துறையில் மட்டும்தான் அறிவாளியாக விளங்குவார். அல்லது குறைந்தது அதே துறையின் எல்லாப் பண்புகளும் கொண்ட வேறொரு துறையிருந்தால் அதிலும் அறிவாளியாக இருப்பார் என்று மாறியது. அதாவது அந்தச் சதுரங்க விளையாட்டு வீரரால் நாட்டைக் காப்பாற்றப் பெரிதாக எதையும் செய்ய முடியாது. ஆனால், அதே நேரத்தில் அகில உலக சதுரங்க விளையாட்டுப் போட்டிக்கு அனுப்பினால் அவர் சிறந்த முறையில் தன் திறமையை வெளிப்படுத்துவார்.

வில்லியம் சேஸ், ஹெர்பர்ட் சைமன் ஆகிய இருவரும் பலவருடங்களுக்கு முன்பு சதுரங்க விளையாட்டின் அடிப்படையில் நிபுணர்களையும் மாணவ அறிவாளிகளையும் வைத்து நடத்திய ஆய்வு இதற்கொரு எடுத்துக்காட்டாகும். ஆய்வாளர்கள் 25 சதுரங்கக் காய்களை சதுரங்கப் பலகையில் அங்கிங்கு தொடர்பின்றி வைப்பார்கள். அல்லது ஆட்டத்தின் இடையே காய்கள் வருவதற்கான களங்களில் வைப்பார்கள். அப்புறம் பிறரிடம் அதுபோலக் காய்களை வைக்கும்படிக் கேட்டுக் கொண்டனர். பிறரை விட அதிக அளவு நினைவாற்றல் கொண்ட நிபுணர்கள் ஆட்டத்தின் இடையே காய்கள் எங்கெங்கு இருக்கும் என்ற கருத்தின் அடிப்படையில், பெரும்பான்மையும் முற்றிலும் சரியாகவே வைத்தனர். (இது வியப்புக்குரிய விஷயம் அல்ல) ஆனால் தொடர்பின்றி அங்கங்கு வைத்த காய்களைப்போல் ஆறு காய்களைத்தான் அவர்களால் களங்களில் அடுக்க முடிந்தது. ஆனால் மாணவ அறிவாளிகள் இரண்டு சோதனையிலும் ஆறு காய்களைச் சரியாக வைத்தனர்! ஆக ஒரு துறையில் நிபுணர்களாக இருப்பவர்களுக்குப் பொதுவாக நினைவாற்றல் உத்திகள் அதிகம் இல்லை என்பது தெளிவானது.

சிறிய அளவில் நம் மாணவர்களும் இந்த சதுரங்க விளையாட்டு வீரனைப் போலத்தான். ஆங்கிலப் பாடப்புத்தகத்திலுள்ள ஒரு பகுதியைப் பகுத்தாய்வு செய்யத் தெரிந்த மாணவனுக்கு வரலாற்றுப் பாடப்பகுதியைச் சுயமாக பகுத்தாய்வு செய்யத் தெரியாது. கணிதப் பாடத்திற்குத் தகுந்த வரைபடங்கள் வரையும் திறமை பெற்றிருக்கலாம். ஆனால் அறிவியல் வகுப்பில் அந்தத் திறமை வரவேண்டும் என்ற கட்டாயமில்லை.

இந்தத் திறமை அவ்வளவு எளிதாக வராது. இந்தப் பிரச்னையை 'இடமாற்றப் பிரச்னை' என்று அழைக்கின்றனர். ஒரு சூழலிலிருந்து வேறொரு சூழலுக்குக் கற்றலை இடம் மாற்ற முடியுமா என்று பல்லாண்டுகளாக உளவியலாளர்கள் ஆய்வு செய்துள்ளனர். இல்லா விட்டால் இந்தக் கற்றலால் என்ன பயன்? தொடக்கத்தில் இந்த ஆய்வு கற்றலை இடம் மாற்றம் செய்ய முடியாது என்ற முடிவைத் தந்தாலும் 1980 களில் சில குறிப்பிட்ட நிபந்தனைகளுக்குட்பட்டு மாணவர்களால் ஒரு துறையில் கற்ற திறமைகளை வேறொரு துறைக்கு மாற்ற முடியும் என்று உளவியலாளர்கள் கண்டுபிடித்தனர். வேறொரு முறையில் கூறினால் அவர்கள் மாணவ அறிவாளிகளாக மாறினர்.

முதலில் நம் அனைவருக்கும் அனுபவமுள்ள சிலவற்றை அவர்கள் உறுதிப்படுத்தினர். மிக எளிதாக, தானாகவே தங்கள் திறமைகளை வேறொரு துறைக்கு மாற்றும் திறன் படைத்த சில மாணவர்கள் இருக் கிறார்கள். சில மாணவர்கள் இயல்பாகவே மாணவ அறிவாளிகளாக இருக்கிறார்கள் என்று சொல்லலாம். புதிய சூழலுக்கேற்ற முறையில் முன்பு கற்றவற்றைப் பயன்படுத்துகிறார்கள். சிறந்த கேள்விகளை எழுப்பி பல்வேறு துறைசார்ந்த கருத்துக்களை மிக விரைந்து கற்பதை நம்மால் காண முடியும். இப்படித் திறமைகளை இடம் மாற்றச் சில மாணவர்களால்தான் முடியும்; சிலமாணவர்களால் முடியாது என்ற முடிவுக்கு வரவேண்டியதில்லை. எடுத்துக்காட்டாக நான் கேட்ட ஒரு நிகழ்ச்சியைச் சொல்கிறேன். சிலர் இயல்பாகவே சிறந்த கோல்ப் விளையாட்டு வீரர்களாக இருப்பார்கள். இந்த விளையாட்டில் எப்படி பந்தை அடிப்பது என்பதை மட்டும் தனியாகக் கற்றுத்தரும் பயிற்சிகள் உண்டு. அந்தப் பயிற்சிபெற்ற ஒருவர் டைகர் வுட்ஸாக மாறுவார் என்று எதிர்பார்க்க முடியாது. ஆனால் அவரைத் திறமை வாய்ந்த கோல்ப் விளையாட்டு வீரராக மாற்றமுடியும். ப்ரூயர் சொல்வது போல் நாம் புரிதலோடு வாசிப்பது எப்படியென்பது போன்ற எளிய உத்திகளை வெளிப்படையாக, தனியாக நம் குழந்தைகளுக்குக் கற்பிப்பதில்லை. இப்படி எளிய உத்திகளை வெளிப்படையாகக் கற்பிப்பதால் அத்திறமை களைப் புதிய சூழலில் குழந்தைகளால் பயன்படுத்தமுடிகிறது என்று உளவியலாளர்கள் எடுத்துக்காட்டுகிறார்கள். இதுபோல் சில குழந்தைகளுக்கு இயல்பாகவே சிந்தனையைப் பற்றிச் சிந்திக்கும் திறமை இருப்பவர்களுக்கும் வெளிப்படையான கற்றல் தேவைப்படு கிறது என்பதையும் அவர்கள் கண்டுபிடித்திருக்கிறார்கள்.

ஸ்கோட் பாரிஸ் என்ற உளவியலாளரும் அவருடைய தோழர்களும் 1980 களில் வெளிப்படைக் கற்றல் உத்திகள் என்ற திட்டத்தைத் தீட்டி னார்கள். மாணவர்களுக்கு வாசிப்பு, மற்றும் சிந்தை பற்றிச் சிந்திக்கும் திறன் ஆகியவற்றை வெளிப்படையாகக் கற்பிப்பதே இந்தத் திட்டத்

தின் முக்கிய நோக்கம். வேறுமுறையில் கூறினால் இந்தத் திட்டம் குழந்தைகளிடம் இந்த உத்திகளை பசுமரத்தாணிபோல் பதிய வைக்கிறது; அதற்காக எந்தளவு முயற்சி செய்ய வேண்டும் என்பதையும் அதனால் அடையும் பயனையும் புரிய வைக்கிறது. நல்ல வாசிப்புப் பழக்கம், ஊகித்து வாசித்தல் ஆகிய உத்திகளைச் சிறப்பாக, தனியாகக் கற்பிக்கிறது. சில உத்திகள் பயன்தருகிறது; சில பயனளிப்பதில்லை என்பதைக் குழந்தைகள் உணருகின்றனர். எடுத்துக்காட்டாக வாசிப்பின் முக்கிய நோக்கம் தவறில்லாமல் வேகமாக வாசிப்பதல்ல; மாறாகக் கருத்தைப் புரிந்துகொள்வதே என்று குழந்தைகளுக்குக் கற்பிக்கப்படுகிறது. நுனிப்புல் மேய்வதுபோல் பக்கங்களைத் திருப்புவது அந்தப் பாடம் எதைப் பற்றியது என்பது புரிந்துகொள்ளத்தான். அதுவன்றிச் சிறிய சொற்களை மட்டும் படித்து நீண்ட சொற்களை விட்டுவிடுவதல்ல. ஒரு புதிரை விடுவிப்பதுபோல் வாசிக்கும்போது இடையே நிறுத்தி அதுவரை வாசித்தது புரிந்துள்ளதா என்று பரிசோதிக்க வேண்டும். உளவியலாளர்கள் போக்குவரத்து சைகை விளக்குக்கு நிகரான முறையைப் பயன்படுத்தி இந்த உத்திகளை மனதில் பதியவைக்கின்றனர். எடுத்துக்காட்டாக 'நில்' என்பது வாசித்ததை நன்கு சிந்தித்து சொந்த நடையில் சொல்ல வேண்டும் என்பதைக் குறிக்கும். 'வேகக் கட்டுப்பாடு' என்பது வாசிப்புப் பகுதியின் கடினத் தன்மையைப் பொறுத்து வாசிப்பின் வேகத்தைக் கூட்டவும் குறைக்கவும் வேண்டும் என்பதைக் குறிக்கும். 'சாலை முடிவு' என்பது வாசித்த பகுதியில் நன்கு புரியாதவற்றை மீண்டும் வாசிக்க வேண்டும் என்பதைக் குறிக்கும். 'சாலை வளைவு' என்பது கடினமான பகுதிகளைத் தவிர்ப்பது என்பதைக் குறிக்கும். இதொரு நல்ல உத்தியல்ல எனவே இதைப் பின்பற்றாமல் இருப்பது நல்லது.

சிந்தையைப் பற்றிய சிந்தனைத் திறன்வளரக் குழந்தைகள் சுய விமர்சகர்களாக வேண்டும். குழந்தைகளின் படைப்புக்களை எந்தெந்தத் தரநிர்ணயக் குறிப்புகளின் அடிப்படையில் திருத்துகிறீர்கள் என்பதை வெளிப்படையாகத் தெரியும்படி அவர்களின் முன்னால் திருத்தினால் அடுத்தமுறை அவர்களே தங்கள் படைப்புக்களை உங்கள் முன்னால் அதே குறிப்புகளின் அடிப்படையில் திருத்துவார்கள். படிப்படையாக ஒரு படைப்பைத் திருத்தும்முறை அவர்களிடம் பதிந்துவிடும். ஒரு வகுப்பறையில் உரக்கச் சிந்திப்பதும் ஒருவருடைய சிந்தனையைப்பற்றித் தன் கருத்துக்களைச் சொல்வதும் சிந்தை பற்றிய சிந்தனை உத்திகளை வெளிப்படையாகக் கற்பிப்பதற்கேற்ற பயனுள்ள செயல்பாடுகளாகும்.

இந்த யோசனைகள் அதிகப் பயன் தராதவையாகத் தோன்றலாம். (பள்ளிச் செயல்பாடுகளோடு ஒப்பிடும்போது) வாசிப்பு, எழுத்து,

கணிதம் மற்றும் அறிவியல் பாடங்களில் இந்த உத்திகளைச் செயல்பட வைப்பது, அல்லது கருவியாகப் பயன்படுத்துவது, பிறகு இதில் நிபுணர்களாக மாறுவது என்பது அனைத்து மாணவர்களிடையே உயர்நிலை அறிவுத்திறன்களை வளர்க்கும் என்று ப்ரூயர் கூறுகிறார். சிந்த ஆயுதங்களுடன் உயர்கல்வியில் தேர்ந்தெடுக்கும் சிறப்புப் பாடங்களைச் சிறந்தமுறையில் கற்றுத்தேற முடியும். உண்மையான மாணவ அறிவாளி! இது நடைமுறைக்கு வரவேண்டுமானால் நாம் என்ன கற்பிக்கிறோம் என்பதுடன் எப்படிக் கற்பிக்கிறோம் என்பதைப் பற்றியும் விழிப்புணர்வுடையவர்களாக இருக்க வேண்டும். நம் நாட்டுச் சூழலில் பாடத்திட்டம் என்பது பாடஏற்பாட்டின் ஒரு பகுதி தான் என்பதை நினைவிற்கொள்ள வேண்டும். கற்பித்தல் முறைகள், பாட அணுகுமுறை, முக்கியத்துவம் கொடுக்க வேண்டிய பகுதிகள், மனோபாவங்கள் ஆகியவை உட்பட்டது பாடத்திட்டம். தகவல் களையும் செய்திகளையும் பரிமாறுவது மட்டுமே நம்முடைய நோக்க மாகக் கருதாமல் உயர்நிலைத் திறன்களையும் மாணவர்களுக்கு கற்றுக் கொடுப்பதையும் நம்முடைய நோக்கங்களில் ஒன்றாகக் கொள்ள வேண்டும்.

இங்கு மற்றொன்றைக் குறிப்பிட வேண்டும். ஐக்யூவின் அளவைக் கூட்டுவதை மட்டுமே நோக்கமாக வைத்துப் பல முயற்சிகளும் நடந் துள்ளன. இந்த முயற்சிகளின் இலக்கு என்பது குறுகியதாக இருப் பினும் நேரடியானது. அதனால் இதன் விளைவுகளை எளிதில் அளக்க முடியும். அமெரிக்காவில் தொடங்கிய ஹெட்ஸ்டார்டு திட்டம் போன்ற பல திட்டங்கள் ஐக்யூவின் அளவைக் கூட்டுவதற்காகவே தொடங்கப்பட்டன (மீண்டும் ஐக்யூ = அறிவுத்திறன் என்ற சமன்பாடு) இந்தத் திட்டம் மழலையரிடமிருந்தோ, பள்ளி முன் பருவத்தினரிட மிருந்தோ தொடங்கிச் சில ஆண்டுகள் நீண்டு நிற்கும். ஐக்யூவில் ஏற்படும் சிறிய முன்னேற்றம்தான் இதன் விளைவு. அதுவும் இந்தத் திட்டம் முடிந்த சில ஆண்டுகளுக்குப் பிறகு இந்த அறிவுத்திறன் நிலைத்து நிற்காது. ஆனால் எப்போதும் ஐக்யூவை அதிகப்படுத்தும் மிகச்சிறந்த இடம் எது தெரியுமா? உங்களால் நம்ப முடியாமல் போகலாம் - பள்ளிக்கூடங்கள்தாம்.

பள்ளிக்கூடங்களில் அதிக நேரம் செலவிடும் குழந்தைகளுக்கு ஐக்யூ வருடத்துக்கு சுமார் இரண்டுபுள்ளிகள் கூடுகிறது என ஆய்வுகள் உறுதியாகத் தெளிவுபடுத்துகின்றன. ஒருவருக்கு அதிக ஐக்யூ இருந்தால் அவர் பள்ளியில் செலவிட்ட நேரம் அதிகம் இருக்குமா என்று நீங்கள் சந்தேகப்படலாம். ஆனால் ஐக்யூ அதிகரிப்பதில் பள்ளிக்கூடங்களின் பங்கை ஆய்வுகள் உறுதிசெய்கின்றன. அல்லது

இன்னும் சரியாகக் கூறினால் ஐக்யூ குறைவதைத் தடுக்கின்றன. பள்ளிக்கூடக் கற்றல் செயல்பாடுகளோடு நுண்ணறிவுத் தேர்வுகள் நெருங்கிய தொடர்பு கொண்டிருப்பதால் இதில் ஆச்சரியப்படுவதற்கில்லை. அறிவைப் பற்றியும் பள்ளிக்கூடங்கள் பற்றியும் ஆழ்ந்த ஆர்வம் கொண்ட ஸ்டீவன் செசி என்ற உளவியல் அறிஞர் இது பற்றிய ஏராளம் கட்டுரைகளையும் புத்தகங்களை/யும் படித்துப் பள்ளிக்கூடங்களுக்கும் ஐக்யூவுக்கும் இடையே இருக்கும் தொடர்பைப்பற்றிய தன்னுடைய கண்ணோட்டத்தைக் கூறியிருக்கிறார். தாமதமாகப் பள்ளியில் சேர்வதும் பள்ளிப் படிப்பைப் பாதியில் நிறுத்திச் செல்வதும் ஐக்யூ குறைவதற்குக் காரணமாக இருப்பதைக் கண்டு பிடித்துள்ளார். தென்னாப்பிரிக்காவின் ஒரு கிராமத்தில் வாழும் இந்தியக் குழந்தைகள் பிற குழந்தைகளை விடத் தாமதமாகப் பள்ளியில் சேர்ந்ததால் (துரதிஷ்டவசமாக நான்கு ஆண்டுகளுக்கு ஆசிரியர் கிடைக்கவில்லை) ஒவ்வொரு ஆண்டுக்கும் சராசரி ஐந்து புள்ளிகள் வீதம் ஐக்யூ குறைந்ததாக ஓர் ஆய்வுக்கட்டுரை தெரிவிக்கிறது. மேலும் ஒரு சுவையான தகவல் என்னவென்றால் கோடைவிடுமுறை நாட்களில் இந்தப் புள்ளிகள் சற்றே குறைகிறதாம் (உண்மையில் எனக்கும் அடிக்கடி அது நேர்ந்திருக்கிறதோ என்று ஐயப்படுகிறேன்).

பள்ளிக்கூடங்களுக்கும் ஐக்யூவுக்கும் இடையேயுள்ள தொடர்பில் பள்ளிக்கூடங்களின் தரம் ஒரு பொருட்டல்ல என்று சேசி கூறுகிறார். ஆனால் அவருடைய ஆய்வுகள் முக்கியமாக ஐரோப்பா அமெரிக்கா ஆகிய நாடுகளில் நடந்துள்ளன. தரம் குறைவான பள்ளியாக இருந்தாலும் பல ஆண்டுகள் வெறுமனே பள்ளிக்குச் சென்று வந்தால் ஐக்யூவைக் கூட்ட அது உதவும். ஆனால் இந்தக் கருத்தை அப்படியே இந்தியச் சூழலுக்குப் பொருத்திப் பார்க்கக்கூடாது. இங்கு பள்ளிக்கூடங்களிலிருந்து குழந்தைகளுக்குக் கிடைக்கும் கல்வியின் தரம் மிக மிகக் குறைவு. மிகவும் மோசமாகவும் இருக்கும். பள்ளியில் குழந்தைகளைச் சேர்ப்பதும் அவர்களை அங்கு தக்க வைப்பதையும் தாண்டிக் கல்வியின் தரத்தைக் கூட்டுவதில் கவனம் செலுத்த வேண்டும் என்று பல இந்தியக் கல்வியலாளர்கள் வலியுறுத்துகின்றனர். ஆயிரக் கணக்கான குழந்தைகள் அத்தனை நேரம் பள்ளிக்கூடங்களில் செலவிட்டும் அவர்களுக்கு மாநிலப் பள்ளிக்கூடங்கள் எதையும் கற்றுத் தருவதில்லை.

முடிவுரை

சுருக்கமாக இங்கு குறிப்பிட்ட ஆய்வுகள் அனைத்தும் அறிவைப் பற்றிய நம் பார்வையை விரிவுபடுத்தும்படி ஊக்கப்படுத்துகின்றன. ஆனால் இதைவிட முக்கியமானது அறிவின் (ஐக்யூவின் மூலம் அளக்கும் அறிவு) வரையறைக்கும் அதன் மதிப்புக்கும் அல்லது அது மனிதருக்கு எந்தளவுக்கு மதிப்புக்கொடுக்கிறது என்பதற்கும் இடையேயுள்ள தொடர்பு. இதைப்பற்றி இந்தச் சமூகம் கொண் டிருக்கும் வலுவான கருத்தைக் கேள்விக்குள்ளாக்க வேண்டும். ஐக்யூ எதை அளந்தாலும் அது மனிதர்களின் திறமையைத்தான் அளக்கிறது என்பது மறுக்க முடியாத உண்மை. இன்றைய உலகில் பள்ளிக்கூடங் களிலும், கல்லூரிகளிலும் இந்தத் திறமை முக்கிய பங்கு வகிக்கிறது. ஒருவருடைய தொழிலைப் பொறுத்து இந்த உலகில் இந்தத் திறமை மிகவும் அவசியமாகிறது. இன்றைய சிக்கலான வாழ்க்கைச் சூழலில், மாறுகின்ற புதுமையான சூழலில், எதிர்பாராத குழப்பமான சூழலில் ஐக்யூ மிகவும் முக்கியம் என்று காட்ப்ரட்சன் யோசனை கூறுகிறார். மாறாக எளிய பிரச்னைக்குத் தீர்வு காணும் வாழ்க்கைக் சூழலில் இருந்தபோது இந்தக் கருத்துக்கு அவ்வளவு முக்கியத்துவம் இல்லை.

பல்வேறு சமுதாயங்களின் புத்திக்கூர்மையைப் பற்றிய மரபார்ந்த, தெளிவற்ற கருத்துகளை மாற்றவேண்டுமென்றால், ஒவ்வொரு மனிதருடைய தனிப்பட்ட திறமைகளை நாம் மதிக்கத் தொடங்க வேண்டும். ஒவ்வொருவரும் இந்தச் சமுதாயத்துக்கு ஏதேனும் விதத்தில் நன்கொடையளிக்கலாம். அந்த நன்கொடை எவ்வளவு சிறியதாயினும் போற்றுதற்குரியது. ஆனால், இந்த உண்மையிலிருந்து நாம் வெகு தொலைவு வந்துவிட்டோம். சமீபத்தில் ஒரு குழந்தை என்னிடம் சொன்னாள். 'என் அம்மாவுக்கு இவை போன்ற கணித வினாக்களுக்கு விடை காணத் தெரியாது. ஆனால், எந்தக் காரியத்தை எப்படி சமாளிக்க வேண்டும் என்று தெரியும். எந்தச் செயலையும் வெற்றிகரமாகச் செய்து முடிப்பாள்.'

சில மாதங்களுக்கு முன் ஒருவர் தொலைபேசி மூலம் தொடர்புகொண்டு என்னிடம் சொன்னார்: 'என் பேரக்குழந்தை இப்போதுதான் பத்தாம் வகுப்பை முடித்திருக்கிறாள். அவள் கணிதத்திலும் அறிவியலிலும் அவ்வளவு திறமையானவள் அல்ல. ஆனால், நுண்கலைகளிலும் பல்வேறு மொழிகளைக் கற்பதிலும் அவளுக்கு நிறைய ஆர்வம் இருக்கிறது என்று அவள் செய்யும் பல நல்ல விஷயங்களைப் பற்றிச் சொன்னார்.

அடுத்த அத்தியாயத்தில், எல்லாவற்றையும் விட முக்கியமான, பள்ளிக் கூடங்களில் படிக்கக் குழந்தைகளை ஊக்கப்படுத்துவது எப்படியென்ற கேள்விக்கான பதிலைப் பற்றிப் பார்க்கப்போகிறோம். அந்த அத்தியாயத்தின் கடைசிப் பகுதி புத்திக்கூர்மை என்பதை ஒரு குழந்தை எப்படிப் புரிந்துவைத்துள்ளது; சவாலான செயல்களைச் செய்வதற்கு அந்தப் புரிதல் எந்தளவுக்கு உதவுகிறது என்பதுதொடர்பான கதையுடன் முடியப்போகிறது.

அத்தியாயம் - 8

ஊக்கம்

நாம் செய்யும் செய்யும் ஒவ்வொரு செயலையும் செய்யத் தூண்டுவது எது? ஒரு செயலைத் தொடங்கி இலக்கை அடையும் வரை தொடர்ந்து ஈடுபட நமக்கு உற்சாகம் தருவது எது? அதுவும் பல தடைகளைத் தாண்டி! இந்தக் கேள்விக்கான பதில் ஒருவருக்கொருவர், சூழலுக்குச் சூழல் வேறுபடலாம். எல்லா மனிதர்களிடமும் ஊக்கத்துக்கு ஆட்படு வதற்கான தகுதி இருக்கும்போது உலகளவில் இதற்கொரு பொதுப் பண்பு இருக்கும். இங்கு ஒரு விஷயத்தை முக்கியமாக நாம் மனத்தில் கொள்ள வேண்டும். ஒருவர் ஒரு செயலை உற்சாகமின்றிச் செய்கிறார் என்று நாம் சொல்லும்போது அந்தச் செயலை அவர் எப்படி செய்ய வேண்டும் என்று நாம் எதிர்பார்த்தோமோ அதுபோல் அவர் செய்ய வில்லை என்பதைத்தான் அப்படிக் குறிப்பிடுகிறோம். மாணவர்களைச் சரியானமுறையில் ஊக்கப்படுத்தினால் நம் வேலை மகிழ்ச்சியானதாக மாறிவிடுகிறது என ஆசிரியர்களாகிய நாம் நன்கு அறிவோம். பள்ளி வேலைகளைச் செய்யப் போதுமான ஊக்கம் இல்லாவிட்டால் நாம் கற்பித்தது காற்றில் கரைந்துவிடுகிறது. இறுதியில் நமக்கு மிஞ்சுவது மனப்புழுக்கம் மட்டுமே. எனவே, இங்கு கேட்கப்பட வேண்டிய முக்கிய கேள்வி: நான் என் குழந்தைகளைக் கற்பதற்கு ஊக்கப் படுத்துவது, உற்சாகப்படுத்துவது எப்படி?

வழக்கமாக உளவியல் அறிஞர்கள் இரண்டுவிதமான ஊக்கத்தைப் பற்றிச் சொல்கிறார்கள். அவை அகவூக்கம், புறவூக்கம். ஒரு சிறு குழந்தை கவிழ முயற்சி செய்வதைக் கூர்ந்து கவனித்தது உண்டா? அந்தக் குழந்தையின் மனஉறுதியை, அந்தச் செயலிலேயே குறியாக

இருப்பதை, இலக்கை அடையும்வரை விடாது முயற்சி செய்வதை நீங்கள் பார்த்திருக்கலாம். மழலைக் குழந்தைகள் பிறந்த சில ஆண்டு களில் இவைபோன்ற செயல்களைச் செய்ய இவ்வளவு கடினமாக உழைத்து அவற்றைக் கற்றுக்கொள்வது ஏன்? 'இதிலிருந்து குழந்தைக்கு ஒருவித மகிழ்ச்சி கிடைக்கிறது' என்பதோ அல்லது இதே கருத்தைத் தரும் வேறு பதில்களையோ நீங்கள் கூறினால் அகவூக்கம் தரும் ஒரு சூழலை நீங்கள் விவரித்திருக்கிறீர்கள் என்று கருதலாம்.

அகவூக்கம் என்பது நமக்குள்ளே இருக்கும் ஏதோவொன்று. அது இலக்கை அடையத் தூண்டுகிறது; தகுதியுடையவர்களாக மாற்றுகிறது; சுதந்திர உணர்வைத் தருகிறது; நமக்கு நாமே ராஜா என்று நம்மைத் தற்சார்புடையவர்களாக மாற்றுகிறது. இந்த உணர்வை விளையாட்டு, ஆய்வுப்பயணங்கள், சவால்களைச் சந்தித்தல் போன்ற பிறர் கட்டாயப் படுத்தாத, நாம் விரும்பிச் செய்யும் செயல்களில் இருப்பதை அறிவோம். உண்மையில் உளவியல் அறிஞர்கள் பரிணாமத்தின் அடிப்படையில் இப்படிச் சொல்கிறார்கள். ஊக்கம் என்பது எல்லா மனிதர்களுக்கும் மிக மிகத் தேவையான ஒன்று. அது நம்மைச் செயல்பட வைக்கிறது. நாம் இந்த உலகில் நிலைநிற்பதற்கு அகவூக்கம் மிகவும் அவசியம்.

எப்படியிருந்தாலும் ஆசிரியர்களாகிய நமக்கு அகவூக்கம் மிகவும் முக்கியமானது. குழந்தைப் பருவத்தில் ஒரு நிலையில் குழந்தைகள் அகவூக்கமின்மையால் செய்ய விரும்பாத செயல்களின் நீண்ட பட்டியலை நாம் காண்கிறோம். அந்த நீண்ட பட்டியலில் பள்ளி வேலைகள்தாம் அதிகமாக இருக்கும். முன்பெல்லாம் பள்ளிச் சுற்றுப் புறங்களைச் சுத்தம் செய்வது ஒரு 'விளையாட்டு' போலிருக்கும். இன்று அது ஒரு 'வேலை' போல் ஆக்கப்பட்டிருக்கிறது. இதனால் குழந்தைகள் அதை எதிர்க்கவும் தவிர்க்கவுமே விரும்புகிறார்கள்.

இந்த நிலையில், நாம் நினைப்பதை அவர்கள் செய்வதற்காகப் பரிசு களையும் தண்டனைகளையும் கொடுக்கும் பழக்கத்தை அறிமுகப் படுத்தினோம். 'நீ இதைச் செய்தால் உனக்கு...' அல்லது 'இதை ஒழுங் காகச் செய்... இல்லாவிட்டால்...' என்று சொல்லும் பழக்கத்துக்கும் ஆளானோம். ஒரு குழந்தை தண்டனையிலிருந்து தப்பவோ அல்லது பரிசைப்பெறவோ ஒரு செயலில் ஈடுபட்டால் அக்குழந்தை புற வூக்கத்தின் மூலம் அந்தச் செயலைச் செய்கிறது என்று சொல்லலாம். இவ்வாறு வாக்குறுதி அளிப்பதும் மிரட்டுவதுமாக ஒரு குழந்தையின் நடத்தையில் நாம் நினைக்கும் மாற்றத்தைக் கொண்டுவருகிறோம். இது அவிழ்க்க முடியாத முடிச்சைப் போன்றது. முடிவில்லாதது.

நல்லது, ஒரு குழந்தை என்ன செய்யவேண்டுமென நாம் எதிர்பார்க் கிறோமோ அதை அக்குழந்தை செய்யுமானால் பிறகு அதை

அக்குழந்தை ஏன் செய்கிறது என்று யோசிக்க வேண்டுமா? பெரும் பான்மையான அமைப்புகள் வாக்குறுதியளிப்பது, தண்டனை தருவது, சன்மானம் தருவது எனத் திட்டமிட்ட புறவூக்கங்களால் சிறப்பாகச் செயல்பட்டுக்கொண்டிருக்கின்றன. மரபாக நடந்துவரும் மதச் சடங்குகள், பெருநிறுவனங்கள், பள்ளிக்கூடங்கள், உயர் கல்விக் கூடங்கள் ஆகியவை இதற்கு நல்ல எடுத்துக்காட்டுகளாகும். புறவூக்கம் என்பது மிக எளிதானது; விரைவாக நடைமுறைப்படுத்தக்கூடியது என்பதை ஏற்றுக்கொள்கிறேன். ஏனென்றால், பெரும்பான்மையான வர்கள் (எல்லோரும் அப்படியல்ல) எதிர்பார்த்தபடி நடந்துகொள் வார்கள் என்பது உறுதி. புறவூக்கத்தால் தான் இந்த உலகம் இயங்கு கிறது. ஆனால், எல்லாமும் அப்படியல்ல.

இந்த அமைப்புகள், புரிந்துகொள்ளுதல், சவால் ஏற்படுத்துதல், விழிப்புணர்வு ஏற்படுத்துதல், சுயசிந்தனை ஆகிய பல்வேறு வழிகளின் மூலம் மக்களை ஊக்கப்படுத்துகின்றன. இந்த வழிகளை உற்சாகத் துடன் செய்கின்றன. சுற்றுச்சூழலை மாசுபடுத்துபவருக்கு அபராதம் விதிக்கிறோம். அதே நேரத்தில் அதன் தீமைகளைப் பற்றி விழிப்புணர்வு முகாம்களும் நடத்துகிறோம். சொர்க்கம், ஊழ்வினை ஆகிய வாக்குறுதிகளையளிக்கிறோம். உயிர்களிடத்தில் இரக்கத் தோடும் கருணையோடும் நடந்துகொள்ளும்படி மன்றாடுகிறோம். அகவூக்கம், புறவூக்கம் ஆகிய இரண்டு ஊக்கமுறைகளோடும் நெருங்கிய தொடர்புவைத்திருப்பவர்கள் பள்ளிக்கூட ஆசிரியர்களைப் போல் யாருமில்லை என்று சொல்லலாம். இந்தப் பிரச்னையால் ஆசிரியர்கள் தள்ளாடுகிறார்கள். இந்தக் கல்விமுறை ஏராளமான புறவூக்க உத்திகளை நடைமுறைப்படுத்தியிருந்தாலும் அகவூக்கத்தால் ஒரு குழந்தை எப்படி செயல்படும் என்பது கற்பித்தலோடு நெருக்க மாகத் தொடர்புகொள்ளும் ஆசிரியருக்கு நன்றாகத் தெரியும். இயல்பாகவே பள்ளிச் செயல்பாடுகளில் குழந்தைகள் ஆர்வத்தோடும் உற்சாகத்தோடும் ஈடுபட வேண்டும்; பள்ளியை விட்டுச் சென்ற பின்னும் கற்றலில் விருப்பத்தோடும் கற்றுக்கொள்வதற்காகவே கற்க வேண்டும் என்றும் ஆசிரியர்கள் விரும்புகிறார்கள்.[1] ஆனால் இந்த விருப்பம் அவ்வளவு எளிதில் நிறைவேறாது.

---

[1] ஊக்கம் என்பது வெற்றியை அடைவதற்கான 'வழி' என்றுதான் பார்க்கப் படுகிறதே தவிர கல்வி தொடர்பான தன்னளவுவிலான வெளிப்பாடாகக் கருதப்படுவதில்லை. நம் குழந்தைகள் கற்றலில் சிறந்துவிளங்குவதற்காக ஊக்கப்படுத்துகிறோம். இதை நம்மால் புரிந்துகொள்ள முடியும். ஆனால் ஊக்கம் என்பது கல்வியின் வெளிப்பாடாக இருக்கவேண்டும் என்று நாம் விரும்புகிறோம். கற்பதற்காக ஊக்கமூட்டப்பட்ட குழந்தைகள் பள்ளியை விட்டுப் போனபின்பு கற்றலின் மூலம் மகிழ்ச்சியைக் காண்கிறார்கள். இந்த மனப்பான்மை மிகவும் மதிக்கத் தகுந்தது.

பள்ளிக் குழந்தைகளிடம் அகவூக்கம் குறைவாக இருப்பதற்கு ஏராளமான காரணங்கள் இருக்கின்றன. உணர்வுப்பூர்வமான பாது காப்பின்மை, உடல் நலக்குறைவு, பரிணாமம் தொடர்பான தடைகள், கற்றல் முறையை விருப்பம்போல் கட்டுப்படுத்த முடியாதது, சன்மானம் வழங்குவதைத் தவறான வழிகளுக்காகப் பயன்படுத்துவது, பயன்படுத்தப்படும் பொருட்களின் தொடர்பின்மை, செயல்பாட்டின் கடினத்தன்மை, வகுப்பறைச் சூழல், மிக முக்கியமாக ஆசிரியரின் நடத்தைகள், குழந்தைகளின் நம்பிக்கைகள் ஆகியவை முக்கிய காரணங்களாகும். இந்த அத்தியாயத்தில் இவைபற்றி முறையாக விளக்கவுள்ளேன். தொடர்ந்து நம் வகுப்பறைகளில் முடங்கிப் போயிருக்கும் ஊக்கமூட்டுதலை மேம்படுத்துவதற்கான ஆலோசனை களையும் கூறுகிறேன்.

நிறைவேற்றப்படாத உடல், உணர்வுத் தேவைகள்

ஆப்ரகாம் மாஸ்லோ என்ற பெயர் ஊக்க உளவியல் துறையில் எல்லோருக்கும் தெரிந்த ஒன்று. இவர் மனிதத் தேவைகளுக்கு முன்னுரிமை வரிசை ஒன்று இருக்கிறது என்கிறார். அது கூம்பின் வடிவம் கொண்டது. அக்கூம்பின் அடிப்பகுதியில் தந்திருக்கும் தேவைகள் நிறைவேற்றப்படும்போது மட்டும்தான் அதற்கு மேலே யுள்ள தேவைகளை நிறைவேற்றுவதற்கான ஊக்கம் இருக்கும். தெளி வாகச் சொன்னால் பசியோடு இருக்கும் குழந்தை, அன்புக்காக ஏங்கும் குழந்தை, கலவரத்தோடு காணப்படும் குழந்தை கற்றலில் ஊக்கத் தோடு ஈடுபடாது. அந்தத் தேவைகள் நிறைவேற்றப்படும்போது அந்தக் குழந்தை அகவூக்கம் கொண்டு பள்ளியில் திறமைசாலியான மாணவனாக மாறுவான். நம்முடைய வாழ்க்கை அனுபவங்களின் அடிப்படையில் இந்தக் கருத்துக்கான எடுத்துக்காட்டுகள் நிறைய இருக்கும். ஒரு குழந்தையின் மனதில் உணர்வுபூர்வமான கலக்கம் (குடும்பமோ, கூடப்படிக்கும் மாணவர்களோ இதற்குக் காரணமாக லாம்) ஏற்படும்போது படிப்பின் தரம் சட்டெனக் குறைகிறது. அந்தக் குழந்தை நன்கு படிக்க வேண்டுமென ஓர் ஆசிரியர் விரும்பினால் அந்தக் குழந்தையின் உணர்வுபூர்வமான தேவைகளை நிறைவேற்று வதில் தன்னை ஈடுபடுத்திக்கொண்டேயாக வேண்டும். இதற்கு மாற்று வழியில்லை. உடல்ரீதியான தேவைகளைக் கணக்கிலெடுக்கும் போது, ஏழைக்குழந்தைகளுக்கான பள்ளிகளில் ஆசிரியர்கள் நேரத்தை யும் சக்தியையும் செலவிட்டு, சிலவேளைகளில் தங்கள் கையிலிருந்து பணத்தையும் செலவிட்டு அவர்தம் பள்ளிக் குழந்தைகளின் பசியைக் குறைப்பார்கள். யாரும் சொல்லிக்கொடுக்காமல் உள்ளுணர்வாலேயே தேவைகளின் முன்னுரிமை வரிசையை ஆசிரியர்கள் கண்டுகொள் கின்றனர்.

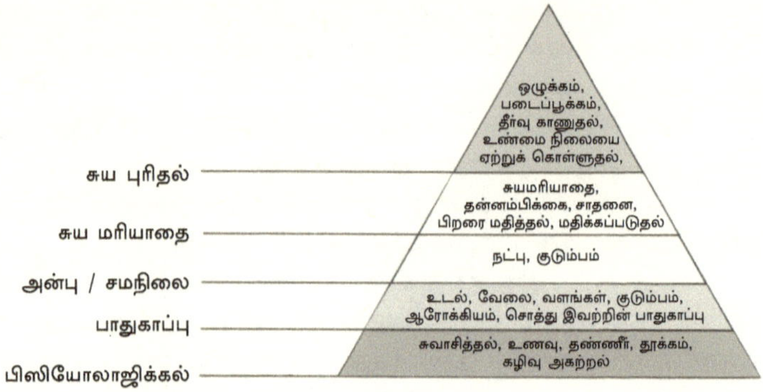

துரதிஷ்டவசமாக, இந்தியாவில் அதிக சதவீதக் குழந்தைகள் தங்கள் உடல்ரீதியான தேவைகளை நிறைவேற்றிக்கொள்ளும் நிலையில் இல்லை. பிறகெங்கே உளவியல் ரீதியான தேவைகளை நிறை வேற்றுவது? இது இப்படியிருக்க உடல்ரீதியாகவும் உள்ளரீதியாகவும் பாதுகாப்பாக இருக்கும் குழந்தைகளிடத்திலும் கற்பதற்கான ஊக்கமின்மை என்ற பிரச்னை காணப்படுகிறது.

பரிணாமத் தடைகள்

முதல் அத்தியாயத்தில் டேவிட் கியரி என்பவரது முதன்மை மற்றும் இரண்டாம் உயிரியல் திறமைகளைப் பற்றி விளக்கியிருந்தேன். அதை உங்களுக்குச் சற்று நினைவுபடுத்துகிறேன். 'குழந்தைப் பருவத்தில், இயல்பான விளையாட்டுக்கள், சிறு பயணங்கள் ஆகியவற்றின் மூலம் மனிதர்கள் தங்கள் பரிணாம வளர்ச்சியில் சில திறமைகளை (மொழி போன்ற முதன்மை மற்றும் இரண்டாம் உயிரியல் திறமைகள்) வளர்த்துக்கொள்கிறார்கள்' என்ற கருத்தை முன்வைக்கிறார். இந்தக் கோட்பாட்டின்படி நாட்டார் உளவியல், நாட்டார் இயற்பியல், நாட்டார் உயிரியல் ஆகியவற்றைக் கற்றுக்கொள்வதற்கான அகவூக்கம் நமக்கு இருக்கிறது. இருப்பினும் போயல்ஸ் விதி யூக்ளிட்டின் வடிவக் கணிதம், இலக்கணம், தனிம அட்டவணை போன்ற வேறு கருத்துகளைக் கற்றுத் தேர்ச்சி பெறுவதற்கான உள்ளார்ந்த உந்துதல் நம்மிடம் இல்லை. எனவே குழந்தைகள் இவற்றையெல்லாம் கற்றுக்கொள்ள வேண்டும் என்று நாம் விரும்பினால் அதற்குத் தேவையான உதவிகளையும் புறவூக்கக் குறிப்புகளையும் நாம் வெளிப்படையாக அளிக்க வேண்டும் என்று கியரி கூறுகிறார்.

நான் முன்பு குறிப்பிட்டபடி இந்தக் கோட்பாடு ஆசிரியர்களுக்கு வருத்தம் தரக்கூடியது. குழந்தைகள் பாடத்திலுள்ள பெரும்பான்மைக்

கருத்துகளைக் கற்றுக்கொள்வது 'செயற்கையானது' என்று நினைக்க இக்கருத்து நம்மைத் தூண்டுகிறது. அதனால் தரநிர்ணயம் செய்வது, தோற்கடிப்பது, பாராட்டுவது, அவமானப்படுத்துவது போன்ற புறவூக்கச் செயல்களால் மட்டும்தான் பள்ளிச் செயல்பாடுகளைச் செய்ய வைக்க முடியும் என்ற கருத்துக்கு வருகிறோம். பள்ளியில் கற்றல் நடக்க வேண்டும் என்று நாம் விரும்பினால் போற்றுவது அல்லது தூற்றுவது என்ற உத்தியைக் கையிலெடுத்தேயாக வேண்டும். அது நம் தலைவிதி என்று நினைக்கிறோம்.

ஆனால், இப்படி நினைப்பது மிக அதிகம் என்று நினைக்கிறேன். அதிக அளவில் நுண்கருத்துக்களைக் கற்றுக்கொள்ள மனிதர்களுக்குத் திறமை இருக்கிறது என்று நிரூபணமாகியுள்ளது. அதோடு வரும் தலை முறைக்காக மேலும் இவை போன்ற நுண்கருத்துகளை உருவாக்கவும் செய்கிறார்கள். நம்மால் செய்ய முடியும்; அப்படிச் செய்வது ரசிக்கவும் முடியும். அகவூக்கத்தைப் பற்றி இந்த அத்தியாயத்தின் ஆரம்பத்தில் குறிப்பிட்ட வரையறையை உங்களுக்கு நினைவுபடுத்துகிறேன். அது அகவூக்கம் என்பது நமக்குள்ளே இருக்கும் ஏதோவொன்று. அது இலக்கை அடையத் தூண்டுகிறது; தகுதியுடையவர்களாக மாற்று கிறது; சுதந்திர உணர்வைத் தருகிறது. எந்தச் செயலைச் செய்வதற்கும் இந்த உந்துதலைப் பயன்படுத்தலாம். இரண்டாம் உயிரியல் திறமைகள் என்று அழைக்கப்படும் திறமையை நம்மிடமோ நம் குழந்தைகளிடமோ வளர்ப்பதற்கான உந்துதலைத் தடுப்பதற்கான காரணங்கள் எவையேனும் இருப்பதாகத் தெரியவில்லை. இதற்கான முயற்சியை எப்படி செய்வது என்பதற்கான யோசனைகளை இனி வரும் பக்கங்களில் காணலாம்.

இதை மறந்துவிடாதீர்கள்: பரிணாமத் தடைகள், அப்படியொன்று இருக்குமாயின், பள்ளிக்கூடத்தில் கற்பதற்கு ஊக்கமூட்டுவதற்கு நாம் மிகுந்த படைப்பாற்றலுடன், உற்சாகத்துடன் கற்பிக்க வேண்டும். இந்த ஊக்கம் தானாக வராது. அதேபோல் இது முற்றிலும் நடக்காத செயலும் அல்ல.

பிரக்ஞைபூர்வ கட்டுப்பாட்டின் குறைவு

சுய உறுதிக் கோட்பாடு என்ற புதிய கோட்பாடு புறவூக்கத்தைத் தன்வயப்படுத்துவது பற்றிப் பெருமளவில் பேசுகிறது. இது முரண்பாடான கோட்பாடாகத் தோன்றலாம். 'தன்வயப்படுத்தும் புறவூக்கம்! இந்தத் தொடரின் பொருள் என்னவாக இருக்கும்? நம் நடத்தை மாற்றத்துக்கு வெளிக்காரணங்கள் இருக்குமாயின், அது வெளிக்காரணமாகவே நிலைநிற்குமானால் நாம் அதற்கிணங்க நடந்துகொள்வோம். (போற்றுதல், தூற்றுதல் முறை) நாம் அந்தக்

காரணங்களின் அழுத்தத்துக்குக் கட்டுப்படுவதாக உணர்வோம். நாம் இதைச் சிறிய அளவிலேனும் புரிந்துகொண்டால், நம் சுயமரியாதையைக் (மதிப்பை உணர்தல்) காப்பாற்றவோ அல்லது கூட்டவோ முடியும். ஆனால் அடுத்தவர்கள் நம்மைப்பற்றி என்ன சொல்வார்கள், அவர்கள் மனத்தில் நம் பிம்பம் என்னவாக இருக்கும் போன்ற புறக்காரணங்கள் நம்மைக் கட்டுப்படுத்திக்கொண்டே இருக்கும். புறக்காரணங்களால் கட்டுப்படுத்தப்படுகிறோம் என்பதை நன்கு புரிந்துகொண்டால் நாம் ஒரு செயலைச் செய்வோம். ஆனால் புரிதலோடு செய்வோம். அது உள்ளூர மகிழ்ச்சியைத் தந்தாலும் தராவிட்டாலும் பரவாயில்லை. கடைசியாகக் குறிப்பிட்ட இந்தக் காரணம்தான் பல்வேறு வேலைகளைச் செய்ய என்னை ஊக்குவித்தது. குழந்தைகளின் குறிப்பேடுகளைத் திருத்தும் வேலையை எடுத்துக் காட்டாகச் சொல்லலாம். இது சலிப்பைத் தரும் செயலானதால் அதைச் செய்வதற்கான அகவூக்கம் அபூர்வமாகத்தான் இருக்கும். இருப்பினும் அதை நான் தினமும் செய்கிறேன். ஆனால், சில கட்டுப்பாடுகளுக் கிணங்கி அவ்வேலையை நான் செய்யவில்லை. என்னை உயர்வாகக் கருதுவதால் செய்யவில்லை. ஆனால் மிகவும் தேவையென்பதால், (சலிப்பைத் தந்தாலும்) ஆசிரிய வேலையின் பகுதி என்பதால் செய்கிறேன். இந்த வேலை குழந்தைகளுடன் தொடர்புகொள்வதற்கு அவசியம் என்பது எனக்குத் தெரியும். இதன் பின்னூட்டம் எனக்கும் அவர்களுக்கும் பயன்தரும் என்பதால் அவ்வேலையைச் செய்கிறேன். இந்தச் செயலுக்கு நான் கொடுக்கும் மதிப்பினால் சுயகட்டுப்பாடு இருப்பதாக, என் செயல்களை என்னால் கட்டுப்படுத்த முடியும் (திருத்தும்வேலையை நான் தேர்ந்தெடுத்தேன்) என்ற உணர்வு எனக்கு இருக்குமே தவிர வெளியிலிருந்து எதுவோ என்னைக் கட்டுப்படுத்துவது போன்ற உணர்வு எனக்கில்லை. (திருத்தாமல் இருந்தால் எனக்குப் பிரச்னை வரும் அல்லது திருத்தினால் நான் நல்ல ஆசிரியராவேன்).

கீழ்வரும் படிநிலைகள் ஒரு செயலைச் செய்தவற்குத் தேவையான புறவூக்கமானது படிப்படியாக எப்படி அதிகரிக்கிறது என்பதைக் காட்டுகிறது.

- பாராட்டுக் கிடைப்பதால் இதைச் செய்வேன்; யாரும் குறைகூறாமல் இருப்பதற்காகச் செய்வேன்
- என்னைப் பற்றிப் பிறர் நல்லது சொல்ல வேண்டும் என்பதற்காகச் செய்வேன்

- இது மிகவும் தேவையானது; முக்கியமானது என்பதால் செய்வேன்
- இதை நான் ரசிக்கிறேன். அதனால் செய்கிறேன்.

ஆசிரியர்களாகிய நாம் இரண்டு வழிகளில் கற்றலை ஊக்கப்படுத்த வேண்டும். இந்தப் பட்டியலில் வரும் கடைசி இரண்டு கருத்துக் களுக்கேற்றால் போல்: கற்றலில் ஒரு ரசனையை உருவாக்கி, அதில் தேர்ச்சியுடையவர்களாக (அகவூக்கம்) மாற்ற வேண்டும். மாணவர் களுக்குக் கற்றலில் ஒரு தேவையுணர்வை ஊட்ட வேண்டும். கற்றுக் கொள்வதில் ஒரு அர்த்தம் இருக்கிறது என்ற உணர்வை ஊட்டாத வரை அல்லது அவர்களின் செயலைக் கட்டுப்படுத்தும் உத்திகளைக் கற்பிக்காதவரை நாம் ஒரு சரியாகச் செயல்படுகிறோம் என்று சொல்ல முடியாது. இந்த அத்தியாயத்தின் கடைசிப்பகுதியில் மாணவர்களின் அகவூக்கத்தைத் தூண்ட அல்லது அழிக்க ஆசிரியர் செய்ய வேண்டியவை என்ன செய்யக்கூடாதவை எவை என்பதை அறியலாம்.

சன்மானம் வழங்குவதைத் தவறாகக் கையாளுதல்

இது பற்றி உளவியல் அறிஞர்களுக்கிடையே நடக்கும் தீவிர வாதப் பிரதிவாதம் நம்மைக் கவரக்கூடியது. ஒரு பிரிவினர் சன்மானம் கொடுப்பது அகவூக்கத்தைக் குறைக்கும். அதனால் நாம் விரும்பும் நடத்தை மாற்றம் குறைந்தளவில்தான் ஏற்படும் என்று கருதுகின்றனர். மற்றொரு பிரிவினர் சன்மானம் வழங்குவது அகவூக்கத்தைக் கூட்டும். நாம் விரும்பும் நடத்தை மாற்றத்தை ஏற்படுத்தும் என்று நம்பு கின்றனர்.

சன்மானம் வழங்குவது நாம் விரும்பும் நடத்தை மாற்றத்தை எப்படிக் குறைக்கும்? நடத்தைத் திணிப்பின் அடிப்படை நியதிப்படி இதற்கு எதிராகத்தானே நடக்க வேண்டும்? பரம்பரை நடத்தைக் கோட் பாட்டின்படி சன்மானம் வழங்குவது எப்போதும் அந்தச் செயலைத் திரும்பத் திரும்பச் செய்யும் வேகத்தைக் கூட்டும். சன்மானம் கொடுத்துக்கொண்டிருக்கும்வரை இது நடக்கும். எப்போதும் சன்மானம் வழங்குவதை நிறுத்துகிறோமோ அப்போது செயலை எத்தனைமுறை செய்கிறார் என்ற எண்ணிக்கை முன்னைவிடக் குறையும்.

எலிகள் மற்றும் பிற விலங்குகளிடம் இந்த நியதி பலமுறை பரி சோதித்து உறுதிசெய்யப்பட்டதால் திட்டமிட்டு சன்மானம் வழங்கும் முறை மனிதர்களின் பல்வேறு துறைசார்ந்த நடத்தைகளில் அறிமுகப் படுத்தப்பட்டது. இதன் முதன்மை இலக்குப் பள்ளிக்கூடங்கள்தாம் என்று சொல்லவேண்டியதில்லையல்லவா? ஆனால் 1970 களில் எட்வார்டு டீசி என்ற உளவியல் அறிஞர் நாம் தவறு செய்கிறோமோ

என்று ஐயப்பட்டார். முதலில் சில செயல்கள் செய்வதுவே சன்மானத்துக்கு ஒப்பானது என்று உறுதியாகச் சொன்னார். அந்தச் செயல்களைச் செய்வதற்கு நம்மிடம் அகவூக்கம் இருந்தது என்று இதை வேறொரு முறையிலும் கூறலாம். அடுத்து சன்மானத்தின் தாக்கம் அதை வாங்கியவர் அதை எப்படிப் பார்க்கிறார் என்பதைப் பொறுத்திருக்கும் என்றும் கூறினார். அந்தச் சன்மானம் அவரது சுயகட்டுப்பாட்டிலும் திறமைகளிலும் எந்தளவுக்குத் தாக்கம் செலுத்துகிறது என்பதைப் பொறுத்தது. ஆக சன்மானம் என்பது வெறும் ஒரு பொருளல்ல. அதைப் பெறுபவருக்கு அது எதைக் குறிக்கிறது என்பதில்தான் அதன் விளைவு அடங்கியிருக்கிறது. இரண்டு குழந்தைகள் கரும்பலகையை அழிப்பது பற்றி ஓர்அழகான கேலிச் சித்திரம் உண்டு. ஒரு குழந்தை அடுத்த குழந்தையைக் கேலி செய்யும் விதமாக 'நீ கரும்பலகையை அழிப்பதைத் தண்டனையாகச் செய்கிறாயா?' என்று கேட்டாள். அதற்கு அந்தக் குழந்தை 'நான் அதை ஒரு வெகுமதியாகக் கருதுகிறேன்' என்றாள்.

சன்மானம் பற்றிய இன்னொருபார்வை மூன்றாவது பிரச்னையை நம் முன் வைக்கிறது. இதை 'அதீத நியாயப்படுத்தல் விளைவு' என்பர். நீங்கள் ஏற்கெனவே ரசித்துச் செய்துகொண்டிருக்கும் வேலைக்கு உங்களுக்குச் சன்மானம் கிடைத்தால் அந்தச் செயலை அதன் தன்மைக்காகச் செய்யாமல் சன்மானத்துக்காகத்தான் இதைச் செய்தேனோ என்ற எண்ணம் தோன்றும். சன்மானம் வழங்குவது அகவூக்கத்தைக் குறைக்கும் என்பதை நிரூபிக்கும் பல்வேறு சோதனைகள் நடந்துள்ளன. எனவே அதற்கு முன்புவரை ரசனையோடு அடிக்கடி செய்த ஒரு செயலைச் செய்யும் எண்ணிக்கை குறையும். ஈடுபடும் நேரமும் குறையும்.[2] மார்க் லெப்பர் நடத்திய ஆய்வு இந்தக் கருத்தை விளக்கும் அழகான எடுத்துக்காட்டாகும். ஐந்து வயதுக் குழந்தைகளுக்கு விளையாடுவதற்காக வண்ணப்பேனாக்கள் கொடுத்தார். அந்த வயதுக் குழந்தைகளுக்கு அது மிகவும் பிடிக்கும். தொடர்ந்து அந்தக் குழந்தைகளுள் சிலருக்கு 'நன்றாக விளையாடியதற்காக' சன்மானம் வழங்கப்பட்டது. இவர்களுக்குக் கவர்ச்சியான சான்றிதழ்கள் வழங்கப்பட்டன. அடுத்த முறை வண்ணப்பேனாக்களோடு சுதந்திரமாக விளையாட விட்டபோது ஆய்வுக்குள்ளான சான்றிதழ் பெறாத பிற குழந்தைகளை விட இவர்கள் குறைவாகத்தான் விளையாடினார்கள். எட்வர்டு

---

[2] இந்த ஆய்வின் மூலம் பல்வேறு வழிகளில் அகவூக்கத்தை அளந்தனர். ஒரு செயலைத் தொடர்ந்து செய்கிறார்களா? அந்தச் செயலில் எத்தனை நேரம் ஈடுபடுகிறார்கள்? அந்தச் செயலைப் பற்றித் தானே முன் வந்து பிறரிடம் பேசுகிறார்களா? அந்தச் செயலை ரசித்துச் செய்கிறார்களா? போன்றவற்றின் அடிப்படையில் அகவூக்கம் அளக்கப்படுகிறது.

டீசியைப் பொறுத்தவரை ஒரு செயலில் ஈடுபட்டுக் கொண்டிருக்கும்போது நாம் கட்டுப்பாட்டுக்குள் இருக்கிறோம் என்று உணர்வுதான் முக்கிய மாறுபாடு. சன்மானம் வழங்குவது உங்கள் நடத்தையைக் கட்டுப்படுத்தும் என்ற உணர்வு இருந்தால் சுதந்திரம் போய்விடும். சுயகட்டுப்பாட்டை இழக்க நேரிடும். அகவூக்கத்தைக் குறைக்கும்.

அதை வைத்து விளையாடினால்
எனக்கு என்ன தருவாய்?

ஆனால், சன்மானங்களில் பலவகை உண்டு. அனைத்தும் இந்த எதிர் விளைவைத் தராது. உங்களுக்குக் கிடைத்த பல்வேறு சன்மானங்களை நினைத்துப் பாருங்கள். அவை தொட்டுணரும் பொருட்களாக இருக்கலாம் (பரிசுகள், சான்றிதழ்கள்) அல்லது பாராட்டாக இருக்கலாம்.ஒரு செயலைச் செய்ய முயன்றதற்கோ அந்தச் செயலைச் செய்து முடித்ததற்கோ இந்தச் சன்மானங்கள் வழங்கப்பட்டிருக்கலாம். ஒரு செயலை எதிர்பார்த்த தரத்துடன் செய்து முடித்ததற்கோ பிறரை விட நன்றாகச் செய்ததற்கோ சன்மானங்கள் கிடைத்திருக்கலாம். அகவூக்கத்தைத் தூண்டுவதற்காக வழங்கப்பட்ட பல்வேறு சன்மானங்களின் விளைவுகளைக் கீழ்வரும் பகுதியில் காணலாம்.

- தொட்டுணரும் பொருட்களைச் சன்மானமாகக் கொடுப்பது (சாக்லேட்டில் ஆரம்பித்து சான்றிதழ்கள் வரை) அகவூக்கத்தைக் குறைக்கிறது. கல்லூரி மாணவர்களைவிடக் குழந்தைகளை இது வெகுவாகப் பாதிக்கிறது.
- முயற்சி செய்ததற்கு, செயலைச் செய்து முடித்ததற்கு, பிறரை விடச் சிறப்பாகச் செய்ததற்கு, குறிப்பிட்ட தரத்தை அடைந்ததற்கு போன்றவற்றுக்காகச் சன்மானம் வழங்குவது அகவூக்கத்தைக் குறைக்கிறது. ஏனென்றால், அவை தங்கள் நடத்தையைக் கட்டுப்படுத்துகிறது என்ற கோணத்தில் பார்க்கிறார்கள்.
- இன்சொற்களால் பாராட்டுவது, உற்சாகமூட்டும் பின்னூட்டம் அளிப்பது ஆகியவை அகவூக்கத்தைக் குறைப்பதில்லை. உண்மையில் கூட்டுகிறது என்று சொல்லலாம். செய்த வேலையைப் பற்றிய குறிப்புகள் கூறிப் பாராட்டுவது, அதன் உயர் தரத்தை ஏற்றுக் கொள்வது போன்றவை மாணவர்களின் நடத்தையைக் கட்டுப்

படுத்தாத வகையில் செய்தால் இவை அகலூக்கத்தைக் கூட்டும்.

- பெரும்பான்மையான பள்ளி மாணவர்கள் நாம் சுட்டிக்காட்டும் தரத்தில் செயல்பாடுகளைச் செய்து முடிப்பதில்லை. மிக அபூர்வமாகத்தான் அந்தத் தரத்தை அடைகிறார்கள். ஆனால், அவர்களுக்கும் நேர்மறைப் பாராட்டு கிடைக்கப்பெறுவதில்லை. அதனால் ஒரு குழந்தையின் செயலைப்பற்றி, திறமையைப் பற்றித் தொடர்ந்து அதிக நேரம் எதிர்மறைக்கூற்று சொல்படுகிறது. இதன் விளைவாக மாணவர்களிடம் பள்ளி வேலைகளைச் செய்வதற்கான அகலூக்கம் குறைகிறது

மேற்குறிப்பிட்ட பட்டியலைப் பார்த்தால் குழந்தைகளை எப்போதும் நேர்மறையாகப் பாராட்ட வேண்டும் என்று தோன்றலாம். பாராட்டு வதையும் மிகுந்த கவனத்தோடு செய்ய வேண்டும்! இந்த அத்தியாயத் தின் கடைசிப்பகுதி சில குறிப்பிட்ட சூழல்களில் பாராட்டுவது எப்படி எதிர்மறை விளைவைத் தருகிறது என்பதை விளக்குகிறது. பெட்டி இ 1 பாராட்டுவது பற்றிக் கருத்தில்கொள்ள வேண்டிய சில பொதுவான பிரச்னைகளைப் பற்றிப் பேசுகிறது.

தொடர்பற்ற சவாலில்லாத செயல்கள்

பள்ளியில் நடக்கும் கற்றல் பூடகமானவை; அன்றாட வாழ்க்கையோடு தொடர்பில்லாதவை என்பது போன்ற பிரச்னைகளைப் பற்றி எத்தனையோ பேசியாகிவிட்டது. பரிணாமக் கொள்கையின் அடிப் படையில் பார்த்தால் ஊக்கம் என்பது சூழலுக்கேற்றமுறையில் நடத்தையில் மாற்றங்கள் (சாப்பிடுதல், இணைசேர்தல் மற்றும் தன்னுடைய சுற்றுச்சூழலைப் புரிந்துகொண்டு சிறப்பாக வாழ்தல்) செய்ய மிகவும் தேவையான உந்துதலாகும். மனிதர்களிடம், ஏன் எல்லா விலங்குகளிடமும் வாழும் சூழலோடு இயைந்து வாழத் தேவையான வற்றைக் கற்றுக்கொள்வதற்கான ஊக்கம் உண்டு. அதனால் சுற்றுச் சூழலோடு தொடர்பில்லாதவற்றைக் கற்கும்படிக் குழந்தைகளை வற்புறுத்தினால் அந்தச் செயல்பாடுகளில் ஊக்கமிருக்காது என்பதில் வியப்பில்லை.

பெட்டி - 1

பாராட்டு

பாராட்டு என்பதை 'மதிப்பீட்டுக் குறிப்புகள் தெரிந்த ஒருவர் வேறொருவரை அதன் அடிப்படையில் மதிப்பிட்டுச் சொல்வது' என்று வரையறுக்கலாம். ஒரு குழந்தையை மிக விரைவில் மகிழ்விக்க

அவரைப் பற்றி நல்லது சொன்னால் போதும். ஆனால் இது மிகவும் குழப்பமானதாக மாறவும் வாய்ப்பிருக்கிறது. உளவியலறிஞர்களைப் பொறுத்தவரை தவறான செயலை, தவறான முறையில், தவறான நேரத்தில் பாராட்டுவது பல்வேறு எதிர்மறை விளைவுகளை உருவாக்கும். 2002 இல் ஜென்னிபர் ஹென்டர்லாங், மார்க் லெப்பர் ஆகிய உளவியலறிஞர்கள் பாராட்டின் விளைவுகளைப் பற்றி மிக ஆழமான ஆய்வை நடத்தித் தங்கள் கருத்துகளைக் கூறியுள்ளனர். அந்த ஆய்வின் முக்கிய முடிவுகள்:

- பாராட்டு என்பது வெளியிலிருந்து கட்டுப்படுத்தக் கூடியது. அதனால் குழந்தைகளின் சுயகட்டுப்பாட்டைக் குறைக்கிறது. (எட்வர்டு டீசியின் கோட்பாட்டின்படி இது குழந்தைகளின் அகவூக்கத்தைக் குறைக்கிறது.)
- பாராட்டு, எப்போதும் சிறந்தமுறையில் செயல்பட்டேயாக வேண்டும் என்ற அழுத்தத்தைக் கொடுக்கிறது.
- தன்னுடைய பிம்பத்தைத் தக்கவைத்துக்கொள்ள வேண்டும் என்ற வெறியைப் பாராட்டு கிளப்பிவிடுகிறது அதே நேரத்தில் அடுத்தவர்களின் பிம்பத்தைக் கிழித்துவிடுகிறது.
- மிக எளிய செயலுக்குக் கிடைக்கும் பாராட்டு நான் திறமைக் குறைவுள்ளவரோ என்ற உணர்வை உருவாக்கும்.
- பாராட்டு நேர்மையானதல்ல என்று ஒரு குழந்தை கண்டுபிடித்து விட்டால் அதை அப்படியே நிராகரித்துவிடும் அல்லது ஆசிரியைக்கு தன்னைப்பற்றி முழுமையாகத் தெரியாது அல்லது (இது மிகவும் மோசமானது) ஆசிரியைக்கு என்னாச்சு? அவர் எதை மூடி மறைக்க விரும்புகிறார் என்றெல்லாம் நினைப்பார்கள். ஏழு வயதுக்கும குறைவான குழந்தைகள் பாராட்டை அதேபடி ஏற்றுக்கொள்வார்கள். ஆனால், பன்னிரண்டு வயதாகும்போது இது என் திறமைக்குறைவைக் காட்டுகிறது என்று நினைத்துப் பாராட்டைச் சந்தேகக்கண்ணோடு பார்ப்பார்கள். அதனால் மேலும் உற்சாகமூட்டவேண்டிய தேவை ஏற்படுகிறது.

இதன்பொருள், குழந்தைகளின் செயல்களை நாம் பாராட்டவே கூடாது என்பதல்ல. பாராட்டுவதற்கான சரியான வழிகளும் உள்ளன. அதன் சுருக்கத்தைப் பார்ப்போம்

ஒரு செயல் செய்த முறையைப் (உத்திகள், கருத்துகள், எடுத்துக் கொண்ட உழைப்பு) பாராட்ட வேண்டும். அதுவன்றி மாணவர்களின் திறமையை அல்ல.

- பாராட்டும்போது குழந்தைகளின் செயலைப் பற்றிச் சற்று விளக்கிச் சொல்லிப் பாராட்ட வேண்டும். அது பயனுள்ள பின்னூட்டமாக இருக்கும்.

- பிற குழந்தைகளோடு ஒப்பிட்டுப் பாராட்டாமல் இருப்பது அவசியம்.

பாராட்டுக்கும் சுயமதிப்புக்கும் இடையேயுள்ள தொடர்பு மற்றொரு சுவையான அம்சமாகும். சிறந்தமுறையில் செயல்படுவது முதல் நீண்ட ஆயுள்வரைப் பல நேர்மறை விளைவுகளுக்கு இந்தத் தொடர்பு காரணமாக இருக்கும் என்று நினைத்திருந்தார்கள். இந்தச் சுயமரியாதை இயக்கத்தின் வரலாறு சுவையானது. ஆனால், சமீபகாலமாக இதற்கெதிராக விமரிசனங்கள் எழுந்துள்ளன. பத்தாம் அத்தியாயத்தில் இதைப்பற்றி விளக்கியிருப்பதைக் காணலாம்.

ஆயினும் தற்போது மனிதச் சமூகம் சிக்கலான ஒன்றாக மாறிக் கொண்டிருக்கிறது. குழந்தைகளின் உடனடித் தேவைகளோடு தொடர் பில்லாத, சூழலோடு தொடர்பில்லாத பல கருத்துகளைப் பள்ளிப் பாடங்களில் உட்படுத்தாமல் வேறுவழியில்லை. குறிப்பாக, உயர் நிலைப்பள்ளிப் பாடத்தில் இது நடக்கவேண்டிய கட்டாயம் ஏற்பட்டுள்ளது. வெக்டர்ஸ் என்ற கணிதக் கருத்து 'உங்களுக்குத் தேவையானது' என்று புரியவைப்பது மிகவும் சிரமம். ஏன் முடியாது என்றே சொல்லலாம். பள்ளியை விட்டுச்சென்ற பிறகு தையல் கற்கவோ, ஐரோப்பாவின் வரலாற்றைப் படிக்கவோ அவர்களுக்கு ஒருபோதும் வெக்டர்ஸ் என்னும் பாடம் தேவையில்லை. உயர்நிலைப் பள்ளி மாணவர்களின் பாடங்கள் அனைத்தும் அவர்களின் வாழ்க்கை

யோடும், சுற்றுச்சூழலோடும் தொடர்புடையதாக இருக்கவேண்டும் என்று எதிர்பார்ப்பது நடைமுறை சாத்தியமன்று. ஆனால், அதே நேரத்தில் குழந்தைகளின் தலைவிதி என்று கருதி அந்தக் கருத்துகளைத் திணிக்கவேண்டும் என்று பொருள்கொள்ளவும் கூடாது. அதேபோல் குழந்தைகளைத் தரவரிசைப்படுத்துவதும், தோற்கடிப்பதுதான் ஊக்க மளிப்பதற்கான ஒரே வழி எனவும் எடுத்துக்கொள்ளக் கூடாது. முன்னரே, நடுநிலைப்பள்ளிப் பருவத்திலேயே சமூகத்தின் இன்றைய நிலையைப்பற்றியும், தேவையைப்பற்றியும் எடுத்துச் சொல்லி இளம் வயதிலேயே ஏராளமான கருத்துகளைக் கற்றுக்கொள்ள வேண்டி யுள்ளது. அப்போதுதான் உயர்நிலையை அடையும்போது தொடர்ந்து என்ன செய்ய வேண்டும் என்பதைத் தீர்மானிக்க முடியும் என்று புரியவைக்க வேண்டும். இந்தப் புரிதல் நாம் முன்பு குறிப்பிட்ட சுயகட்டுப்பாடுடைய புறவூக்கத்தைத் தரும். கற்றலில் உற்சாகத்தோடு ஈடுபட உதவும். நான் என் குழந்தைகளின் குறிப்பேட்டைத் திருத்தியதுபோல, நான் செய்வது சரியாகுமா இல்லையா என்ற பதற்றமும் பயமும் இல்லாது, கற்பனையோடும் உற்சாகத்தோடும் கற்பித்தால் கற்றலைக் குழந்தைகள் ரசிப்பார்கள். ஒரு செயலைச் செய்வதின் மூலம் கிடைக்கும் மகிழ்ச்சி என்பதுதான் முதல் கிரியாவூக்கி. இது அனைத்து முயற்சிகளிலும் மனிதர்களை உற்சாகத் தோடு ஈடுபட வைக்கும்.

பள்ளிச் செயல்பாடுகள் பற்றிய இரண்டாவது கருத்து அதன் கடினத் தன்மை. மிக எளிமையான வேலையும் மிகக் கடினமான வேலையும் குழந்தைகளின் உற்சாகத்தை அணைத்துவிடும். குழந்தைகளின் தரத்துக்கேற்ற கடினத்தன்மை கொண்ட செயல்பாடுகளைக் கண்டு பிடிக்க ஆசிரியர்கள் தொடர்ந்து சிரமப்பட்டுக் கொண்டிருக்கிறார்கள். குறிப்பாக வெவ்வேறு கற்றல் திறமைகொண்ட குழந்தைகளின் குழுக்கள் இருக்கும் வகுப்பில் ஒரே பாடத்தின் அடிப்படையில் செயல்பாடுகள் வடிவமைப்பது மிகவும் சிரமமானது. பெரும்பான்மை யான வகுப்புகளில், ஏன் எல்லா வகுப்புகளிலும், ஒரு செயல்பாடு மிகவும் எளிமையாக இருப்பதாலோ அதிகக் கடினமாக இருப்பதாலோ குழந்தைகள் கற்றலில் ஊக்கமிழந்து காணப்படுகிறார்கள். இந்த தர்மசங்கடமான நிலைக்குத் தீர்வுகள் இருக்கின்றன. அந்தத் தீர்வுகளை நடைமுறைப்படுத்த சற்று கடினமாக உழைக்க வேண்டும். நெகிழ் வான அணுகுமுறையைக் கண்டுபிடிக்க வேண்டும்.

- சில அத்தியாயங்களைக் கற்பிக்கக் குழந்தைகளை அவர்களின் திறமையின் அடிப்படையில் குழுக்களாக்க வேண்டும். அக்குழந்தை களின் தரத்துக்கேற்ற செயல்பாடுகள் அளிக்க வேண்டும்.

- சில அத்தியாயங்களுக்கு, எல்லா நிலைக் குழந்தைகளும் கலந்து வரும்படி குழுவாக்க வேண்டும். எளிய செயற்திட்டங்களை வடிவமைக்க வேண்டும். அதில் ஒவ்வொரு குழந்தையும் தன்னுடைய நிலைக்கேற்ப செயல்படுவதற்கு வெவ்வேறு பொறுப்புகள் இருக்க வேண்டும். அடுத்தவர்களின் வேலைக்கு இடையூறு ஏற்படுத்தாதவாறு ஒவ்வொருவரும் வேலை செய்யட்டும்.

- சில அத்தியாயங்களுக்கு மாணவர்கள் சுதந்திரமாகச் செயல்படுவதற்கேற்ற கற்றல் துணைக்கருவிகளைக் கண்டுபிடிக்கவோ உருவாக்கவோ வேண்டும். அந்தக் கருத்தை சற்று விரிவுபடுத்திச் சில குழந்தைகள் அதிக வேலை செய்யவும், அதிகச் சவாலான செயல்பாடுகளைச் செய்யவும் அனுமதியுங்கள். அனைவரும் 'முக்கியக்' கருத்துக்களையும் அதன் செய்முறையையும் புரிந்துகொண்டார்கள் என்பதை உறுதிப்படுத்துங்கள்.

- சில அத்தியாயங்களைக் கற்பிக்கக் குழந்தைகளைச் சிறுகுழுக்களாக்கி அவர்களுடன் கலந்துரையாடுங்கள். அல்லது இரண்டாம் அத்தியாயத்தில் விளக்கியிருக்கும் 'கற்றல் பரிமாற்ற முறையை' பின்பற்றுங்கள். இந்தக் கற்றல்முறையைப் பின்பற்றக் குழுக்களின் தரம் ஒரே போன்று இருக்கவேண்டும் என்ற தேவையில்லை. மாணவர்கள் அனைவரும் ஒரே சமூகமாகக் கற்றலில் பங்குபெற முடியும்

- சில அத்தியாயங்களிலுள்ள கருத்தைப்பற்றி வகுப்பிலுள்ள அனைத்துக் குழந்தைகளுக்குமாகச் சொற்பொழிவு நடத்தலாம். குழந்தைகள் உற்சாகமிழக்கும் அறிகுறிகள் தெரிகின்றனவா? குழப்பமாக இருக்கிறதா? சரளமாகப் பேசிக்கொண்டே இருப்பதினிடையே குழந்தைகளின் தரத்துக்கேற்ற வினாக்கள் கேட்பது, அதுவரை பேசிய கருத்தைச் சுருக்கிச் சொல்லும்படி ஒரு குழந்தையிடம் கூறுவது... என ஒரு பாடத்திலேயே அனைத்துக் குழந்தைகளையும் ஈடுபடவைக்கச் சுவையான பலவழிகள் உள்ளன.

மேற்குறிப்பிட்ட எல்லாத் தீர்வுகளையும் தனித்தனியாக நடத்தினால் அவை எதிர்பார்த்த விளைவைத்தராது. அதனால் இவற்றுள் ஒன்றை மட்டும் உங்கள் நிரந்தரக் கற்பித்தல் முறையாகத் தேர்ந்தெடுக்காதீர்கள். கற்பிக்கப்போகும் பாடங்களுக்கேற்ப, வகுப்பின் சூழலுக்கேற்ப, பல்வேறு உத்திகளைப் பல்வேறு நேரங்களில் நெகிழ்வுத் தன்மையோடு பயன்படுத்தினால் குழந்தைகளின் குறைகளை ஈடுகட்டி எதிர்பார்த்த பலனை அடையலாம்.

வகுப்புச்சூழல்

ஒரு குழந்தைக்குக் கற்றுக்கொள்ள வேண்டும் என்ற எண்ணத்தை ஊட்டி ஊக்கமளிப்பதில் வகுப்பறைச் சூழலுக்கு முக்கிய பங்கு இருக்கிறது. உளவியலறிஞர்கள் வகுப்பறைச் சூழலை போட்டி நிறைந்தது, கூட்டுறவு கொண்டது, தனிநபருக்கேற்றது என மூன்றாக வகைப்படுத்துகின்றனர். இந்த மூன்று அமைப்புகளும் குழந்தைகளுக்கு ஊக்கமளிக்கும். ஆனால் அதற்கான காரணங்கள் வேறுபட்டவையாக இருக்கும். ஊக்கமளிக்கும் இந்த மூன்று வழிகளும் அதற்கேயுரிய விளைவுகளைக் குழந்தைகளின் கற்றல் அணுகுமுறையில் ஏற்படுத்தும். இந்த மூன்றுவகையான வேறுபட்ட வகுப்பறைச் சூழல் பற்றிய சிறு குறிப்பைப் பார்ப்போம்.

ஒரு போட்டி வகுப்பறையில் குழந்தையின் கவனம் முழுவதும் அடுத்த குழந்தைகள் எவ்வாறு ஒரு செயல்பாட்டைச் செய்கின்றனர் என்பதில் குவிந்திருக்கும். தன்னையும் பிறரையும் ஒப்பிடுவதின் மூலம் இங்கு கற்றலுக்கான ஊக்கம் கிடைக்கிறது. இது திறமையின் அடிப்படையில் சிந்திக்கக் குழந்தைகளைத் தூண்டுகிறது. 'இதைச் செய்ய என்னால் முடியுமா? நான் எப்படி செய்திருக்கிறேன்? அவனோ/அவளோ எப்படிச் செய்திருக்கிறான்/ள்? நான் ஒரு தவறையும் செய்யக் கூடாது...' தோற்காமல் இருப்பது இங்கு மிகவும் முக்கியமாகக் கருதப்படுகிறது. எனவே சவாலான செயல்பாட்டைக் குழந்தைகள் தவிர்த்துவிடுவார்கள். இங்கு புதிரான சூழல் உருவாகிறது. சில குழந்தைகள் போட்டித் தேர்வுகளுக்காகக் கடினமாக உழைப்பதைத் தவிர்த்துவிடுகிறார்கள். நான் எத்தனை முயன்றாலும் வெற்றி கிடைக்காது என்று நினைக்கிறார்கள். ஒவ்வொருவரும் எனக்கு அந்தத் திறமையில்லை என்று சும்மா இருந்துவிடுகிறார்கள். முயற்சி செய்யாமல் இருப்பது என்பது 'மரியாதைக்குரிய தோல்வி' என்று கருதப்படும்.

கூட்டுறவு வகுப்பறையில் குழந்தைகளின் கவனம் எல்லாம் மொத்தக் குழுவின் செயல்பாடு எப்படி இருக்கிறது என்பதில் இருக்கும். மாணவர்கள் நல்லது எது முக்கியமானது எது என்று பொறுப்புணர்வோடு செயல்படுவார்கள். இந்தப் பொறுப்புணர்வுதான் கற்றலுக்கான ஊக்க மளிக்கிறது. 'நாம் தேவையான அளவு கடினமாக உழைக்கிறோமா? நான் (அல்லது அவன்/ அவள்) அந்தச் செயலை நிறைவு செய்ய என்னுடைய முழுத் திறமையையும் காட்டுகிறேனா? என் நண்பர்கள் நான் கடினமாக உழைப்பதைப் பார்க்கவேண்டும். இங்கு நோக்கம் என்பது எல்லாவற்றையும்விட முக்கியமாகிறது. மாணவர்கள் வேலை செய்ய மனமுவந்து முன்வருகிறார்களா என்பதின் அடிப்படையில் பிற மாணவர்களை மதிப்பிடுகிறார்களேயன்றி திறமையின் அடிப்படை

யில் அல்ல. குழு உறுப்பினர்களின் முயற்சியும் பிறர் ஊக்கப்படுத்துவதும் ஒரேபோல் நடக்கும். நான் உட்படும் குழுவுக்கு என்னுடைய பங்காற்ற வேண்டும் என்பதுதான் வேலைசெய்யத் தூண்டும் முக்கிய காரணி.

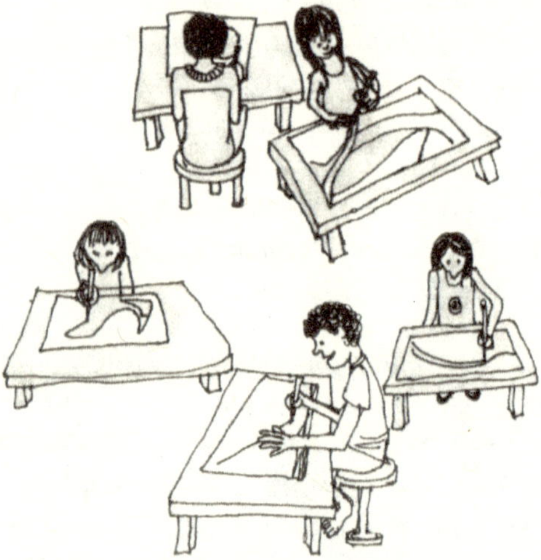

தனிநபருக்கேற்ற வகுப்பறையில் குழந்தைகள் முற்றிலும் தனித்து வேலைசெய்கின்றனர். ஒருவர் வேலையில் எந்த அளவுக்கு முன்னேறியுள்ளார் என்பதை அந்த வகுப்பிலுள்ள பிற குழந்தைகள் கண்டுகொள்வதேயில்லை. இலக்கைச் சுயமுயற்சியில் அடைய வேண்டும் என்ற எண்ணத்தால் உந்தப்படுகிறார்கள். 'நான் முன்னேறிக் கொண்டிருக்கிறேன் என்று எனக்குத் தெரியும். என் தவறைத் திருத்திக்கொள்ள எனக்கு வாய்ப்புக் கிடைத்துள்ளது. நான் புதிய செயல்பாடுகளில் ஈடுபட வேண்டும் என்று என் ஆசிரியர் விரும்புகிறார்.' ஒருவருடைய செயல்பாடு அவருடைய முந்தைய செயல்பாட்டுடன் ஒப்பிடப்படும். அந்த மதிப்பீடு உயர்வானதாகக் கருதப்படும். செயல்பாடுகளில் ஈடுபடத் தூண்டும் ஊக்கம் இதுவே. முன்பு பெற்றதைவிட இன்னும் சிறப்பானது, உயர்வானது கிடைக்க வேண்டும் என்பதற்காக முயற்சி செய்துகொண்டே இருப்பார்கள்.

முரண்பாடான சிலவற்றைப் பற்றி சற்று ஆழத்தில் பார்ப்போம். தனிநபருக்கேற்ற சூழலில் இருக்கும் ஒருவர் 'இதை நான் எப்படிச் செய்வது? அதற்காக நானொரு திட்டம் தீட்ட வேண்டும்' என்ற கேள்விகளுக்கு முக்கியத்துவம் கொடுப்பார். போட்டிகள் நிறைந்த வகுப்பறைச்சூழலில், வெற்றி என்பது பிறரைவிடச் சிறப்பாகச் செய்வது என்று வரையறுக்கப்பட்டிருப்பதால் 'அவர் என்னதான் முயற்சி செய்தாலும் அவரால் 'வெற்றிபெற' முடியாது. நான்

முயன்றால் வெற்றி கிடைக்குமா? என்ற கேள்வியைத் தனக்குத்தானே கேட்டுக்கொள்ள வேண்டும். இதற்கான பதில் தன் திறமையையும் பிறருடைய திறமையையும் எப்படி ஒப்பிட்டுள்ளார் என்பதைப் பொறுத்து அமையும். எனவே, இங்கு கற்றலுக்கான ஊக்கம் என்பது பிறருடைய திறமையை ஒப்பிடும் திறமையில் அடங்கியுள்ளது. அது மிகவும் மோசமானதாக, வீணான முயற்சியாகிவிடுகிறது. இந்தக் கருத்தை உளவியலறிஞர்கள் 'முயற்சியின் இருபுறம் கூர்த்த வாள்' என்று அழைக்கின்றனர். முயற்சி செய்தால் வெற்றி கிடைக்க வேண்டும். தோல்வி கிடைத்தால் தன்னைப்பற்றி இழிவாக நினைக்கத் தோன்றும். சுயமதிப்பை இழக்க நேரிடும். எனவே, போட்டி வகுப் பறையில் தோல்விக்கு இட்டுச்செல்லும் கடினமான செயல்பாடு களைத் தவிர்க்க வேண்டும் என்றுதான் மாணவர்கள் நினைப்பார்கள்.

ஒரு எச்சரிக்கை: மேற்குறிப்பிட்ட மூன்று வகுப்பறைகளின் விளக்கம் மிகவும் எளிமைப்படுத்தப்பட்டது என்பது உறுதி. ஒரு வகுப்பறை யிலுள்ள அத்தனைபேரும் ஒரேபோல் இலக்கை எடுத்துக்கொள்ள வேண்டும் என்பதில்லை. ஒரு ஆசிரியர் தன் மாணவர்களைக் குழுவாகச் செயல்படும்படிச் சொல்லலாம். ஆனால், சில குழந்தைகள் தனித்துச் செயல்படுவார்கள். வேறொரு ஆசிரியை குழந்தைகளைத் தனித்துச் செயல்படும்படிச் சொல்ல இரண்டோ மூன்றோ குழந்தைகள் சேர்ந்து செயல்படலாம். மேலும் போட்டி வகுப்பறைச் சூழல் நிலவினாலும் சில குழந்தைகள் அந்தப் போட்டியின் அழுத்தத்தை மிக எளிதாகக் கடந்து தங்கள் செயல்பாட்டை வெற்றிகரமாக நிறைவேற்று வதை நாம் பார்த்திருக்கிறோம்.

ஒரு பள்ளிக்கூடத்தில் எதுபோன்ற வகுப்பறைகள் இருக்கவேண்டும் என்பது அந்தப் பள்ளியின் கல்விக்கொள்கையைப் பொறுத்து அமைகிறது. பள்ளியின் கல்விக் கொள்கை சமூகத்தின் விழுமியங்களை அடிப்படையாகக் கொண்டது. ஆனால் ஓர் ஆசிரியை அவர் குழந்தை களிடமிருந்து என்ன எதிர்பார்க்கிறார் என்பதைத் தெளிவாகப் பரிமாறிக் கொள்வதின் மூலம் ஊக்கமூட்டுவதற்கான வலிமையான குறிப்பு களைக் கொடுக்கிறார். ஆசிரியரின் குறிப்பிட்ட நடத்தைகள் குழந்தை களுக்கு ஊக்கமூட்டுவதில் எவ்வாறு தாக்கம் செலுத்துகின்றன என்பதைப் பற்றி இனிவரும் பகுதியில் பார்க்கப்போகிறோம்.

ஆசிரியரின் நடத்தையும் குழந்தைகளுக்கு ஊக்கமளிப்பதும்

ஆசிரியர் என்ற முறையில் நீங்கள் கட்டுப்பாடு மிக்கவரா? குழந்தைகள் சுயமாகச் செயல்படுவதை ஆதரிப்பவரா? வாசியுங்கள்; கண்டு பிடியுங்கள்.

- மீரா ஒரு சராசரி மாணவி. கடந்த இரண்டு வாரங்களாக அவள் சோர்வுடன் காணப்பட்டாள். வகுப்புச் செயல்பாடுகளில் பங்கெடுக்க வில்லை. வீட்டுப்பாடங்களை முழுமையாகச் செய்துவரவில்லை. ஆனால் என்ன செய்திருந்தாளோ அதைத் தெளிவாகச் செய்திருந் தாள். மீராவின் அம்மாவோடு தொலைபேசியில் தொடர்புகொண்ட போது பயனுள்ள தகவல்கள் எதுவும் கிடைக்கவில்லை. நீங்கள் மீராவின் ஆசிரியையாக இருந்தால் என்ன செய்வீர்கள்?
- வாய்ப்பு 1: வீட்டுப்பாடத்தை முழுமையாகச் செய்ததால்தான் ஒரு பாடத்தைக் கற்றுக்கொள்ளமுடியும். அப்படிக் கற்றுக்கொள்வது உனக்கு நன்மை தரும் என்று அவளுக்கு எடுத்துச் சொல்வது.
- வாய்ப்பு 2: வீட்டுப்பாடத்தை இப்போது முழுமையாகச் செய்ய வேண்டும் என்பதில்லை. பதிலாக முழுமையாகச் செய்யவிடாமல் தடுப்பது எதுவென்று கண்டுபிடி என்று சொல்வது.
- வாய்ப்பு 3: பள்ளி முடிந்தபின் சற்றுநேரம் பள்ளியில் தங்கவைத்து வீட்டுப்பாடத்தை முழுமையாகச் செய்யவைக்க வேண்டும்.
- வாய்ப்பு 4: மற்று குழந்தைகளுடன் ஒப்பிட்டு அவள் எப்படி பின்தங்கியுள்ளாள் என்பதை எடுத்துச்சொல்லி அடுத்தவர்களைப் போலச் செய்யத் தூண்ட வேண்டும்.

எட்வர்டு டீசியும் அவருடைய தோழர்களும் ஆசிரியர்களின் நடத்தை களை மதிப்பிட மேற்குறிப்பிட்டது போன்ற கதைகள் உட்பட எட்டு சோதனைகளை உருவாக்கியிருந்தார்கள். ஒவ்வொரு கதைக்கும் ஆசிரியர் நடந்துகொள்ளும் விதத்துக்கேற்ற நான்கு வாய்ப்புகள் கொடுக்கப்பட்டிருந்தன. மேற்குறிப்பிட்ட கதையில் மூன்றாம் வாய்ப்பு மிகவும் கட்டுப்பாடு மிக்கவர் என்பதைக் காட்டுகிறது. ஆசிரியை குழந்தைக்கு நல்லது எது என்று அவரே முடிவு செய்கிறார். அதை 'செய்ய வைக்கிறார்' முதல் வாய்ப்பு சற்று மிதமான கட்டுப் பாடுடையவர் என்பதைக் காட்டுகிறது. குழந்தைக்கு நல்லது எது என்பதை ஆசிரியர் முடிவு செய்கிறார். அந்த வழியில் குழந்தை செல்கிறதா என்பதைக் கவனிக்கிறார். நான்காம் வாய்ப்புக் குழந்தை சுயமாகச் செயல்படுவதை ஆசிரியர் மிதமாக ஆதரிக்கிறார் என்பதைத் தெரிவிக்கிறது. அடுத்த குழந்தைகளுடன் அக்குழந்தையை ஒப்பிடும் படி சொல்கிறார். அப்படி செய்வது அந்தக் குழந்தைக்குப் படிப்பில் ஊக்கம்தரும் என்று நினைக்கிறார். இரண்டாம் வாய்ப்புக் குழந்தை சுயமாகச் செயல்படுவதை மிகவும் ஆதரிக்கிறார் என்பதைக் காட்டு கிறது. அந்தப் பிரச்னைக்குக் குழந்தையிடமே தீர்வுகாணும்படி உற்சாகப்படுத்துகிறார்.

எட்வர்டு டீசியும் அவருடைய தோழர்களும் இதுபோன்ற வினா நிரலை ஆண்டு முழுவதும் பயன்படுத்தியபோது சுயகட்டுப்பாட்டை ஆதரிக்கும் ஆசிரியர்களின் குழந்தைகள் (இரண்டாம் வாய்ப்பைத் தேர்ந்தெடுத்தவர்களின் குழந்தைகள்) அகவூக்கம் நிரம்பியவர்களாக இருந்தார்கள். ஆனால், வகுப்பில் குழந்தைகள் சுயமாகச் செயல்படு வதற்கு எப்படி வாய்ப்பளிப்பது? இதைப்பற்றி ஜான்மார்ஷல் ரீவ் என்ற உளவியல் அறிஞர் ஓர் ஆய்வு நடத்தினார். ஒரு புதிரை அவிழ்க்க ஒருவருக்குப் பத்து நிமிடங்கள் கொடுக்கப்பட்டன. அவர் அந்தப் புதிரை முன்னரே அறிமுகப்பட்ட வேறொருவரின் உதவியை நாடலாம். இது போன்ற 'ஆசிரிய மாணவ ஜோடிகளை' ஆய்வுக்கு உள்ளாக்கினர். அவர்களின் செயல்களைப் பின்னர் பகுத்தாய்வு செய்வ தற்காக அதை காணொளிப்படமாகப் பதிவு செய்தனர். பங்கெடுத்து ஆசிரியர்கள் ஒவ்வொருவரும் ஒரு மாதத்துக்கு முன் எட்வர்டு டீசியின் வினா நிரலை நிரப்பித் தந்தவர்கள். மாணவர்களின் சுயகட்டுப்பாட்டை ஆதரித்தவர்கள் மற்றும் கட்டுப்பாடு நிறைந்தவர்கள் என்று கருதிய ஆசிரியர்கள் இந்தப் பத்துநிமிடப் புதிரை அவிழ்க்கும்போது முற்றிலும் வேறுபட்ட முறையில் நடந்துகொண்டார்கள். சிறப்பாக மாணவர்கள் சுயமாக நடந்துகொள்வதை ஆதரித்தவர்கள்

- 'மாணவர்கள்' சொல்வதைச் செவிமடுத்துக் கேட்டார்கள்
- புதிரில் பயன்படுத்தப்பட்ட பொருட்களைக் குறைந்த நேரத்துக்கு மட்டும் தங்கள் கைகளில் வைத்திருந்தார்கள்
- புதிரை அவிழ்ப்பதற்கான தீர்வைச் சொல்வதைத் தவிர்த்தார்கள்
- சில குறிப்புகள் மட்டும் கொடுத்துவிட்டுப் பின்வாங்கிக் கொண்டார்கள்
- சில கருத்துகளை மட்டும் சொன்னார்கள்
- மாணவர்கள் என்ன செய்ய நினைக்கிறார்கள் என்பதைப் பற்றி அதிகக் கேள்விகள் கேட் டார்கள்.
- மாணவர்கள் தாமாகக் கேட்ட கேள்விகளுக்கு அதிக விளக்கம் கொடுத்தார்கள்

எடுத்துக்காட்டாக அதிகக் கட்டுப் பாட்டை விரும்பியவர்கள் 'அதைத் திருப்பிப் போடு' 'நான் செய்து காட்டியதுபோல் செய்ய

முடியாதா?' மற்றும் 'முதலில் அடிப்பகுதியைச் சரியாக்கு' போன்ற வாக்கியங்களைச் சொன்னார்கள். அதே நேரத்தில் மாணவர்கள் தானாகச் செயல்பட வேண்டும் என்று நினைத்தவர்கள் 'இதில் எந்த மாதிரியான அடுக்கை முதலில் செய்ய நினைக்கிறாய்?' 'இப்போது இது உனக்கு கைவரத் தொடங்கியிருக்கிறது' மற்றும் 'நீ சோர்வடைய ஆரம்பிப்பதை நான் பார்க்கிறேன்' போன்ற கருத்துகளைத் தெரிவித்தார்கள்.

இங்கு சற்று சுவையான வேறொரு கருத்து வெளிப்படுவதைக் காணலாம். எட்வர்டு டீசியின் வினா நிரலிலுள்ள நான்காவது வாய்ப்பு மிதமான சுயகட்டுப்பாட்டை ஆதரிப்பதைக் காட்டுகிறது. அவருடைய எட்டு கதைகளிலும் இதுபோன்ற வாய்ப்பு தரப்பட்டுள்ளது. இதன்படி ஆசிரியர்கள் குழந்தைகளிடம் 'நீங்கள் உங்களைப் பிற குழந்தைகளுடன் ஒப்பிட்டு 'அவர்களைப் போல் உயர வேண்டும்' என்று சொல்லி ஊக்கப்படுத்துவார்கள். ஆனால், இந்த வினா நிரலைப் பயன்படுத்தி நடத்திய எல்லா ஆய்வுகளிலும் இந்த வாய்ப்பு, சுயமாக இயங்குவதை விட கட்டுப்பாட்டை விரும்பும் வாய்ப்போடு திரும்பத் திரும்பத் தொடர்புபடுவதைக் கண்டார். எனவே நான்காம் வாய்ப்பை உண்மையில் சற்று மிதமான கட்டுப்பாட்டை விரும்பும் வாய்ப்பாகக் கருத வேண்டும் என்று டீசி சொல்கிறார். என்னைப் பொறுத்தவரை நம்மைப் பிறருடன் ஒப்பிடும்போது ஏற்படும் மன அழுத்தம் நம் நடத்தையின் மீது மிக நுட்பமான (எல்லா வேளையும் நுட்பமானதாக இருக்காது) கட்டுப்பாட்டைக் கொண்டுள்ளது என்பதைத்தான் இது குறிப்பிடுவதாக நினைக்கிறேன். சுயமாக இயங்கும் சுதந்திரத்தைக் குறைக்கிறது. இந்தக் கருத்துக்கும் இரண்டாம் பெட்டியில் குறிப் பிட்டுள்ள செய்திக்கும் நேரடி தொடர்புண்டு.

குழந்தைகள் சுயமாக இயங்குவதற்கு ஓர் ஆசிரியையால் எப்படி உறுதுணையாக இருக்க முடியும்? ஆசிரியர்கள் சில குறிப்பிட்ட முறையில் இயங்குவதற்கு வெளிப்புறக் காரணிகள் எப்படி அழுத்தம் செலுத்துகின்றன என்பதைப் பற்றி டீசி ஆழ்ந்து படித்துள்ளார். எடுத்துக்காட்டாக 'குழந்தைகள் எதிர்பார்க்கும் தரத்தை அடைய வேண்டும்' என்று ஆசிரியையிடம் சொன்னால், இதை அவர்களின் மேல் விதிக்கப்படும் கட்டுப்பாடாக அவர்கள் நினைத்தால், இந்த அழுத்தத்தைக் குழந்தைகள் மேல் திணிப்பார்கள். குழந்தைகளுக்கு எது பொருந்துமோ அது ஆசிரியர்களுக்கும் பொருந்தும். ஆசிரியர்கள் அகவூக்கம் பெற்றுத் தங்கள் வேலையைச் சிறப்பாகச் செய்ய வேண்டும்; குழந்தைகள் சுயமாக இயங்கும் சூழலை உருவாக்க வேண்டும் என்று நாம் நினைத்தால் ஆசிரியர்கள் சுயமாக இயங்கும் சூழலை உருவாக்க வேண்டும். அவர்களின் செயல்களைப் பற்றிய

விரிவான பின்னூட்டம் கொடுக்க வேண்டும். இதையே டீசியின் வார்த்தைகளில் குறிப்பிட்டால் ‘குழந்தைகள் அகலூக்கம் பெற்று, தாங்கள் திறமையானவர்கள் என்று உணர வகுப்பறையில் சுயமாக இயங்கும் சூழல் எந்த அளவுக்குத் தேவையோ அதுபோல் ஆசிரியர் களுக்கும் சுயமாக இயங்கும் சூழல் தேவை. இச்சூழலில் அவர்கள் பெறும் அனுபவம் குழந்தைகளிடமும் பிரதிபலிக்கும். இந்தக் கருத்தை என்னால் மறுக்கமுடியுமா? ஓர் நல்ல ஆசிரியர் அகலூக்கம் பெற்றவராக இருக்கவேண்டும். உயர்ந்த தரம் என்பது வெளியிலிருந்தோ மேலிருந்தோ திணிக்கப்படுவதல்ல. கற்பித்தல் சிறக்க உண்மையான வழியென்பது கற்றல், கற்பித்தல் பற்றி ஆசிரியர் தெரிந்துகொள்வதில் அடங்கியிருக் கிறது. அது நாம் கூறும் பின்னூட்டத் தகவல்கள்தான். இந்த எண்ணம்தான் இதுபோன்ற ஒரு புத்தகத்தை ஆசிரியர்களுக்காக எழுத என்னைத் தூண்டியது.

ஆசிரியர் தன்னுடைய வகுப்பறையைச் சிறந்த முறையில் மாற்றியமைக்க உதவும் மற்றொரு முக்கிய காரணி மேதமை சார்ந்த நகர்வு. இந்த அணுகுமுறை எல்லா குழந்தைகளும் எல்லாவற்றையும் கற்க வேண்டும். அதற்காக எடுத்துக்கொள்ளும் காலத்தைப்பற்றிக் கவலைப்படக்கூடாது என்பதுதான். இது ‘முயன்றால் முடியும்’ என்ற முக்கிய அனுமானத்தை அடிப்படையாகக் கொண்டது. குழந்தைகள் தங்கள் கவனத்தையும் எண்ணத்தையும் அதை அடைவதற்கான முயற்சியில் குவிப்பார்கள். மேதமை சார்ந்த இந்தக் கருத்துக்கு மாற்றாகக் கூறப்படும் கருத்து திறமை சார்ந்த நகர்வு. இந்தக் கருத்துப்படி மாணவர்கள் சகமாணவர்களின் இடத்தை அடைவதற்கோ அல்லது அவர்களையும் தாண்டிச் செல்லவோ உழைப்பார்கள். வெற்றி என்பது அடுத்தவர்களின் செயலோடு ஒப்பிட்டுத்தான் இங்கே சொல்லப்படுகிறது. ஆசிரியர்கள் குழந்தை எப்படி செய்கிறாள் என்றுதான் பார்ப்பார்களே தவிர கற்றல் நடந்துள்ளதா என்று கவலைப்படமாட்டார்கள். இதன் விளைவாகக் குழந்தைகள் தங்கள் கவனத்தையும் எண்ணங்களையும் தங்கள் திறமையை வளர்த்துக்கொள்வதை நோக்கித் திருப்புவார்கள்.

மேதமை சார்ந்த நகர்வு, திறமை சார்ந்த நகர்வு இவற்றுக்கிடையே இருக்கும் வேற்றுமை தனிநபருக்கேற்ற வகுப்பறைக்கும் போட்டி வகுப்பறைக்கும் இடையே இருக்கும் வேற்றுமைக்கு இணையானது. மேதமை சார்ந்த அணுகுமுறை குழந்தைகளின் ஊக்கநிலையை உயர்த்துகிறது. ஏனென்றால், குழந்தைகள் திறமையில்லாமல்தான் தோற்றுப்போனேன் என்று நினைக்காமல் முயற்சி செய்யாமல்தான் தோற்றுப்போனேன் என்று நினைப்பார்கள். இது எதிர்காலத்துக்குத் தேவையான திறன் என்பதால் தொடர்ந்து முயற்சி செய்யவேண்டும் என்ற ஊக்கம் அவர்களிடம் இருக்கும். திறமை சார்ந்த அணுகுமுறை

அதிகக் கற்றல் உத்திகளைப் பயன்படுத்த வாய்ப்பளிக்கும். 'என்னால் செய்ய முடியுமா?' என்ற வினாவிலிருந்து 'இதை எப்படி செய்வது?' என்ற வினாவின் அடிப்படையில் யோசிக்க வைக்கும்.

பெட்டி 2

ஒப்பிடுவதற்காகவே பிறந்தவர்கள்

குழந்தைகள் குழுவாக இருக்கும்போது அவர்களிடம் சற்று நேரம் பேசும் யாவரும் ஒரு குறிப்பிட்ட நேரத்துக்குள் அவர்கள் ஒவ்வொரு செயலில் ஒவ்வொரு தரத்தில் இருப்பதை உணர்வார்கள். மேதமை அணுகுமுறைப்படி, ஆசிரியர் ஒப்பிடுவதைத் திட்டமிட்டே தவிர்ப்பார். குழந்தைகளைச் சுதந்தரமாகச் செயல்பட வாய்ப்பளிப்பார். ஆனால், இப்படிப்பட்ட வகுப்பிலும் ஒப்பீடு நடப்பதைத் தவிர்க்க முடியாது. இந்த வகுப்பில் குழந்தைகள் தம்முள் கலந்துரையாடு வதைக் கேட்டிருக்கிறேன்.

'நான் 72 ஆம் பக்கத்துக்கு வந்துவிட்டேன். நீ எங்கே இருக்கிறாய்? 55 ஆம் பக்கத்திலா!

அவளுக்கு ஏழு வயதாகி விட்டது. ஆனால் முதல் நிலைச் செயல்பாட்டைத் தான் செய்கிறாள். ஆனால் எனக்கு ஆறு வயதுதான் ஆகிறது. நான் அதைவிடச் சற்று உயர்வான இரண்டாம் நிலைச் செயல்பாடுகளைச் செய்கிறேன்.'

முதியவர்கள் தாங்கள் நினைப்பதை மனம் திறந்து பளிச்சென்று சொல்லமாட்டார்கள். எனினும் முதியவர்களும் சற்று முதிர்ந்த குழந்தைகளும் அவ்வளவு வேறுபட்டவர்கள் அல்ல. இப்படி ஒப்பிடுவது தேவையுமல்ல; எளிதில் நடக்கக்கூடியதுமல்ல என்று நம்புகிறேன். சமூகம் ஒருவரை ஒப்பிடும்போது அது குழந்தை களானாலும் சரி முதியவர்களானாலும் சரி அதன் அழுத்தம் இருவருக்கும் சமம்தான். குறைந்தது இந்த ஒரு காரணத்துக்காக வேனும் மாற்று அணுகுமுறைகளைக் கண்டுபிடிக்க வேண்டியுள்ளது.

ஒரே பாடப்பகுதியை அனைவருக்கும் பயன்படுத்தும்போது ஒப்பிடுவது என்பது தவிர்க்கமுடியாததாக மாறிவிடுகிறது. எல்லா மாணவர்களும் ஒரே செயல்பாட்டைச் செய்யும்போது சிலர் மற்றவர் களைவிடச் சீக்கிரம் புரிந்துகொள்கிறார்கள். அதிகமாகவும் தெரிந்து கொள்கிறார்கள். எப்படி இருந்தாலும் குழந்தைகள் மனதிலும் ஆசிரியர்கள் மனதிலும் ஒப்பீடு நடக்கத்தான் செய்கிறது. இது நமக்குப் பிடிக்காமலிருந்தால் இதைத் தவிர்ப்பதற்கு இரண்டு வழிகள் உள்ளன.

ஒருவழி, பாடப்பகுதிகள் தரவரிசைப்படியோ நேர்கோட்டுமுறை யிலோ அடுக்கப்பட்டிருக்கக் கூடாது. எனவே குழந்தைகளுக்கு தாம் விரும்பும் செயல்பாட்டைத் தேர்ந்தெடுக்கும் வாய்ப்புக் கிடைக்கிறது. வேறொரு வழி என்பது ஒவ்வொரு குழந்தைக்கும் முற்றிலும் வேறுபட்ட பாடப்பகுதிகள் இருக்க வேண்டும். இந்த இரண்டு வழிகளும் நடைமுறை சாத்தியமற்றதாக (சிலவேளை மொழிவகுப்பு களைத் தவிர) உண்மைக்குப் புறம்பானதாக இருக்கும். ஒப்பீடு நடக்கும் சூழல்களை உருவாக்காமல் தவிர்க்கவோ ஒப்பீடு செய்வது சிரமமாகவுள்ள சூழலை நிலைநிறுத்தவோ முயற்சி செய்வதைத் தவிர்க்க, தொடர்ந்து ஒப்பிடுவதால் ஏற்படும் மனஅழுத்தத்தைத் தவிர்க்க வேறு வழிகளும் உள்ளன.

முதலில் ஒப்பீடு செய்து ஊக்கமளிக்கும் உத்தியைக் கடைப்பிடிக்காம லிருக்க வேண்டும். எடுத்துக்காட்டாக ‘அவன் செய்துமுடிப்பதற்கு முன்பாக நீ செய்துமுடிக்க வேண்டும்’ அல்லது ‘அவளைப்போல் ஏன் உன்னால் செய்ய முடியாது?’ போன்ற வாக்கியங்களைச் சொல்லாமல் இருக்கவேண்டும். ஒரு குழந்தை ஒரு செயல்பாட்டைப் பிறர் செய் வதைப் போலல்லாமல் குறிப்பிட்ட முறையில் செய்துமுடிப்பதற்கு அல்லது குறிப்பிட்ட முறையில் நடந்துகொள்வதற்கு அந்தக் குழந்தைக்கேயுரிய காரணங்கள் இருக்கலாம். அடுத்ததாக, அந்தக் குழந்தையின் தரத்தை ஏற்றுக்கொண்டு உண்மையான ஒப்பீட்டைக் கூறி அந்தக் குழந்தைக்கு உதவ வேண்டும். அதுவன்றி அக்குழந்தையின் சயமரியாதையைப் பழிக்கும்படி ஒப்பீடு செய்யக் கூடாது. அதாவது கணிதச் செயல்பாடுகளை நன்கு செய்யும் குழந்தை கணிதப்பாடத்தில் சிரமப்படும் குழந்தையை விட அடிப்படையில் சிறந்தவரோ, கெட்டிக்காரரோ அல்ல. ஒவ்வொரு குழந்தைக்கும் ஒவ்வொரு செயல்பாடு எளிதாக இருக்கும். பள்ளிக்கூடப் பாடத்திட்டத்தில் பல்வேறு செயல்பாடுகள் நடைபெறுவதற்கான சூழல் இருக்கவேண்டும். அப்போதுதான் ஒவ்வொரு மாணவருடையவும் திறமையைக் கண்டுபிடிக்க முடியும். ஆனால் ஒரு பள்ளிக்கூடம் இதைவிட இன்னமும் செய்யவேண்டும். கலைத்திறமை என்பது கணிதத்திறமைக்குச் சற்றும் குறைவானதல்ல என்ற வலுவான செய்தியைக் குழந்தைகளுக்கு உறுதியாகச் சொல்லவேண்டும். வெறுமனே பாடத்திட்டத்துக்கு அப்பாற்பட்ட செயல்பாடுகளின் பட்டியலை வெளியிடுவதால் இந்தச் செய்தி குழந்தைகளிடம் போய்ச் சேராது. இந்தியர்களாகிய நாம் இந்த அரங்கில் விளையாட நீண்ட தூரம் செல்ல வேண்டியுள்ளது. மொழித்திறமை கணிதத்திறமைக்கு இணையானது அதே மதிப்பு கொண்டது என்ற கருத்தைக்கூட இளைஞர்களிடம் கொண்டு சேர்க்க நம்மால் முடியவில்லை.

முடிவாக, நிறுவனங்களுக்கிடையேயுள்ள போட்டியையும் தவிர்க்க வேண்டும். இதனுடைய உடனடி விளைவு குழந்தைகளின் மன அழுத்தம் குறையும் என்பதுதான். அதுமட்டுமல்ல. பெரும்பான்மை யான கல்வி நிறுவனங்களும் போட்டியை அடிப்படை ஊக்கமாகக் கருதித்தான் செயல்படுகின்றன. இதற்கு நம்மிடையே இருக்கும் போட்டி மனப்பான்மை, வெற்றியைக் கைப்பற்றும் வெறி ஆகியவை தான் காரணம் என்று சொல்வது முழுமையாகாது. கூட்டுறவு மனப்பான்மையும், பொதுநலத்தைக் கருத்தில்கொள்வதும் மனித இயல்புகள்தான். ஆக, இவற்றில் எந்தப் பண்புகளை நாம் ஊக்கு விக்கப்போகிறோம் என்பதை ஆழ்ந்த யோசனைக்குப்பின் முடிவு செய்யவேண்டும். சமூகத்தில் எதற்கு முக்கியத்துவம் கொடுக்க வேண்டும் என்பதைத் தீர்மானிக்க வேண்டும். ஏனென்றால் உலகளவில் உருவான இந்தப் போட்டிமனப்பான்மைதான் இன்று நாம் காணும் சமூக அவலங்களுக்குக் காரணம் (எடுத்துக்காட்டாக வறுமை, ஏற்றத்தாழ்வுகள் போன்றவை)

ஆசிரியர்கள் தங்கள் வகுப்பில் செய்முறைக்கும் திறமைக்கும் மதிப்புக் கொடுப்பதைத் தவிர்த்து புரிதலுக்கும் முயற்சிக்கும் மதிப்பளிக்க வேண்டும். முக்கியத்துவமும் கொடுக்க வேண்டும். ஆனால் நடைமுறையில் பெரும்பான்மையான குழந்தைகளும் செய்முறையில் சிறந்து விளங்க அதிகமாக உழைக்கின்றனர். அதாவது பெரியவர்களின் தூண்டுதல் இல்லாமலே நண்பர்கள் தம்முள் ஒப்பீடு செய்வதை இயல்பாகக் கொண்டுள்ளனர். பள்ளிகளில் ஒப்பீடு நடக்கிறது என்று குறை சொல்லும்போது அதற்கு எதிராக இந்தக் காரணத்தைத்தான் எல்லோரும் சொல்வார்கள். போட்டி போடுவதும், ஒப்பீடு செய்வதும் மட்டும்தான் குழந்தைகளின் இயல்புகளா? கல்விச்சூழலில் இந்தச் சுவையான கேள்வியின் இடம் பெட்டி இரண்டில் இடம்பெற்றுள்ள கலந்துரையாடலில் இடம்பெற்றுள்ளது.

இது திறமையைப் பற்றியும் முயற்சியைப் பற்றியும் ஆசிரியர்களும் குழந்தைகளும் கொண்டிருக்கும் நம்பிக்கைகளோடு மிகவும் தொடர்புடையது. எனவே, இந்த முக்கியமான கருத்தைப்பற்றிய விளக்கத்தோடு இந்த அத்தியாயத்தை நிறைவு செய்யலாம்.

மாணவர்களின் நம்பிக்கைகளும் ஊக்கமும்

கரோல் டிவிக் என்னும் உளவியலறிஞர் புத்திசாலித்தனத்தைப் பற்றிக் குழந்தைகள் என்ன நினைக்கிறார்கள் என்பதைப் பற்றி ஆய்வு செய்பவர். குழந்தைகளின் அறிவை அளப்பதைவிட இது ஆய்வு

செய்வற்கேற்ற வளமான பகுதி என்பதைக் கண்டுபிடித்துள்ளார். இவரைப்பொறுத்தவரை ஒரு குழந்தை 'அறிவு என்பது படிப்படியாக அதிகரிக்க வேண்டிய அளவுசார்ந்த ஒன்று, தொடர்ந்து கற்பதால் வளரக்கூடியது' என்று நம்பினால் அந்தக் குழந்தையிடம் கற்பதற்கான ஊக்கம் இருக்கும். அறிவு என்பது அசைக்கமுடியாத, மாற்றங்களுக்கு உட்படாத தனிக்கருத்து என்று ஒரு குழந்தை நம்பினால் அக்குழந்தைக்குச் சவாலான செயல்பாடுகளில் ஈடுபட்டுக் கற்பதற்கான ஊக்கம் இருக்காது.

1970 களில் டிவிக் பள்ளி வேலைகளைச் செய்யமுடியாமல் தவிக்கும் சில குழந்தைகளை ஆய்வுக்கு உட்படுத்தினார். பிற குழந்தைகள் தாமாக முன்வந்து கற்றல் செயல்பாடுகளில் ஈடுபடவும் சவாலான செயல்பாடு களைத் தேர்ந்தெடுத்துச் செய்யவும் முன்வந்தனர். அறிவைப்பற்றி அவர்கள் கொண்டிருந்த கருத்தில் இதன் ரகசியம் ஒளிந்திருந்தது. அறிவு என்பது படிப்படியாக அதிகமாகும் ஓர் அளவு என்ற கருத்தைக் கொண் டிருந்த குழந்தைகள் வயது முதிர்ந்த போது அறிவு என்பது அசைக்க முடியாத, மாற்றங்களுக்கு உட்படாத தனிக்கருத்து என்ற தங்கள் நம்பிக்கையை மாற்றிக்கொண்டதாக டிவிக் கண்டுபிடித்துள்ளார். அவர்கள் தங்கள் கருத்தை இப்படி மாற்றிக்கொள்வதற்கு என்ன காரணம்? முதிர்ந்தவர்கள் முயற்சியைவிடத் திறமையைப் பாராட்டு வது ஒரு காரணம். 'நீ செய்வது சிறப்பாக உள்ளது. நீயொரு புத்திசாலி தான்' என்று அவர்கள் சொல்லும்போது இரண்டு விஷயங்கள் நடக் கின்றன. இந்த வாக்கியம் அந்தக் குழந்தைக்கு மகிழ்ச்சியான உணர்வைத் தருகிறது. நான் ஒரு புத்திசாலி என்ற மகிழ்ச்சியான உணர்வைத் தக்க வைத்துக்கொள்ள வேண்டிய தேவையை ஏற்படுத்து கிறது. இதன் எதிர்பாராத பின்விளைவு என்னவென்றால் முதன் முதலாகத் தோல்வியைச் சந்திக்கும்போது இந்த உணர்வு உடைந்து நொறுங்கிப் போய்விடுகிறது. இரண்டாவதாக 'ஒருவர் அந்தச் செயல் பாட்டை நன்றாகச் செய்யமுடியாமல்போனது ஏன் தெரியுமா? அவர் புத்திசாலி அல்ல' என்ற கருத்து அதில் மறைந்திருக்கிறது. இது எதிர் காலத்தில் தோல்வியைச் சந்திக்கும் சூழல்களையும் தவிர்க்கத் தூண்டு கிறது. அதாவது அவர் சவாலான வேலைகளை எதிர்கொள்வதற்கு ஊக்கமிழந்து காணப்படுவார் என்று புரிந்துகொள்ள வேண்டும்.

டிவிக், அவருடைய தோழி கிளாடியா முல்லர் ஆகிய இருவரும் பத்து முதல் பன்னிரண்டு வயதுவரையுள்ள குழந்தைகளிடம் நடத்திய ஆய்வு இந்தக் கருத்து சரியென்பதை உறுதிசெய்கிறது. அந்தக் குழந்தை களுக்கு சற்று எளிதான வினாக்களைக் கொடுத்து விடைகாணச் சொன் னார்கள். பிறகு நீங்கள் இவற்றுக்குச் சரியானமுறையில் விடை கண்டு பிடித்தீர்கள் என்று அவர்களிடம் கூறினர். மேலும் சிலரிடம் 'நீங்கள்

இவ்வினாக்களுக்குப் புத்திசாலித்தனமாக விடையளித்துள்ளீர்கள்' என்றும் வேறு சிலரிடம் 'நீங்கள் இவ்வினாக்களுக்கு விடைகாணக் கடினமாக உழைத்திருப்பீர்கள்' என்றும் கூறப்பட்டது. ஆய்வின் அடுத்த கட்டமாக அவர்கள் விரும்பும் வினா வகையைத் தேர்ந்தெடுக்கும் வாய்ப்பு வழங்கப்பட்டது. எளிதான வினாக்கள். அவர்களால் சிறப்பாக விடையளிக்க முடியும். அல்லது சற்று கடினமான வினாக்கள். அவற்றிலிருந்து புதிய கருத்துக்களைக் கற்றுக்கொள்ள முடியும் ஆகிய இரண்டு தொகுப்பு வினாக்கள் கொடுக்கப்பட்டன. எந்தக் குழந்தைகள் அவர்களின் புத்திசாலித்தனத்துக்காகப் பாராட்டப்பட்டார்களோ அவர்கள் லகுவான வினாக்களைத் தேர்ந்தெடுத்தார்கள். எந்தக் குழந்தைகள் அவர்கள் மேற்கொண்ட முயற்சிக்காகப் பாராட்டப் பட்டார்களோ அவர்கள் கடினமான வினாத்தொகுப்பைத் தேர்ந்தெடுத் தார்கள் என்பதுதான் ஆய்வு முடிவு. டிவிக் அந்தக் குழந்தைகளிடம் ஒரு முக்கியமான கேள்வியைக் கேட்டார். இந்தச் செயல்பாட்டை எந்த அளவுக்கு ரசித்தீர்கள்? சில செயல்பாட்டை வீட்டுப்பாடமாகச் செய்ய நினைக்கிறீர்களா? என்பதுதான் அந்தக் கேள்வி. இந்தக் கேள்விக்கான பதில் ஆர்வத்தைத் தூண்டக் கூடியதாக இருந்தது. முதல் வினாத் தொகுப்புக்கு விடை கண்டுபிடித்து அவர்களைப் பாராட்டிப் புகழ்ந்தபின் சில குழந்தைகளிடம் இக்கேள்வி கேட்கப்பட்டது. இரண்டு விதமாகப் பாராட்டப்பட்ட குழந்தைகளும் இந்தக் கேள்விக்கு ஒரேபதிலைத்தான் சொன்னார்கள். ஆனால் சில குழந்தைகள் இரண்டாம் வினாத்தொகுப்புக்கு விடை கண்டுபிடித்ததும் சில குழந்தைகளிடம் நீங்கள் முதல் தொகுப்புக்குச் சிறப்பாக விடை கண்டுபிடித்தது போல் இரண்டாவது வினாத்தொகுப்புக்கு விடை கண்டுபிடிக்கவில்லை என்று சொன்ன பிறகு இக்கேள்வி கேட்கப்பட்டது. முயற்சிக்காகப் பாராட்டப்பட்டவர்களைத் தவிர்த்து எந்தக் குழந்தைகள் அவர்களின் புத்திசாலித்தனத்துக்காகப் பாராட்டப்பட்டார்களோ, எந்தக் குழந்தைகள் செயல்பாட்டில் அவ்வளவு ஆர்வமின்றி இருந்தார்களோ அவர்கள் செயல்பாடுகளை வீட்டுக்கு எடுத்துச் செல்ல அதிக விருப்பம் காட்டவில்லை. ரசனையும் ஊக்கமும் ஒரு தோல்விக்குப் பிறகுதான் நிலைத்து நிற்கும் என்று இந்த ஆய்வு உணர்த்துவதாகக் கருதலாம்.

இந்த நிகழ்வில் மாணவர்களின் உண்மையான திறமைக்கு ஏதேனும் தொடர்புண்டா? டிவிக்கின் சொற்களில் கூறினால் திறமை சார்ந்த அணுகுமுறை என்ற குணத்தில் மாணவர்களின் திறமைக்கோ அறி வுக்கோ எந்தத் தொடர்பும் இல்லை. சில கெட்டிக்கார மாணவர்கள்கூட சவால்களைத் தவிர்த்துவிடுகிறார்கள். முயன்று பார்க்க விரும்புவ தில்லை. சிரமம் வரும்போது வாடிப்போகிறார்கள். அவ்வளவு கெட்டிக் காரர்கள் அல்லாத சில மாணவர்களோ நினைத்ததைச் சாதித்து

விடுகிறார்கள். சவால்களைச் சமாளிக்கக் கடினமாக உழைக்கிறார்கள். செயல்பாடு கடினமாகக் கடினமாக விடாமல் தொடர்ந்து உழைக் கிறார்கள். நாம் எதிர்பார்த்ததைவிட அதிகமாகப் பெறுகிறார்கள்... ஆனால் பயிற்சியில் தேர்ச்சி பெறுவதற்கான மனநிலை இருக்கும் மாண வர்கள் காலப்போக்கில் அதிகத் திறமைசாலிகளாக மாறுகிறார்கள்.

முடிவுரை

ஊக்கம் என்பது நம்மிடம் அதிகம் காணப்படும் இயல்பான மனிதக் குணம். துரதிஷ்டவசமாக, காலை முதல் மாலை வரை நடக்கும் ஒவ்வொரு செயல்பாட்டையும் நாம் பெருமளவு ஊக்கத்தோடு செய்வ தில்லை. சமையலறையில் கழுவுவதற்காகக் குவிந்து கிடக்கும் பாத்திரங்களின் முன்னால் நிற்கும் நானும், பள்ளிப் பை நிறைய வீட்டுப் பாடங்களுடன் வரும் மாணவனும் ஒன்றுதான். அந்த நிமிடத்தில் பொங்கிவருவது எதிர்ப்பு என்னும் உணர்வுதான். செய்ய வேண்டி யதைச் செய்யாமல் இருப்பதுதான். சில வேளைகளில் ஊக்கம் என்பது செய்ய வேண்டிய வேலையைச் செய்யக்கூடாது என்ற எதிர்ப்பு இல்லாமல் இருப்பதுதான் என்று எளிதாகச் சொல்லிவிடலாம். ஆசிரியர்கள் குழந்தைகளை உற்சாகப்படுத்துவதற்கும் ஊக்கமளிப்ப தற்கும் பதிலாகத் தங்கள் கவனத்தை மாற்றி எதிர்ப்பின் வலிமையைக் குறைப்பதற்காகச் செலவிட வேண்டும். ஆசிரியர்களும் மாணவர்களும் தங்களிடமிருந்து வெளிப்படும் எதிர்ப்பைக் கட்டுப்படுத்துவது எப்படி என்பதற்கான வழிகளைக் கற்றுக்கொள்ள வேண்டும். எப்படியிருந் தாலும் வாழ்க்கை முழுவதும் மாணவர்கள் எதிர்ப்பின் சக்தியை எதிர்கொள்ளப்போகிறார்கள். அதற்கான உத்திகளைக் கற்றுக்கொள்ள வாய்ப்புத்தரும் பொருத்தமான இடம் பள்ளிக்கூடங்கள்தான்.

நாம் 'போற்றுவது-தூற்றுவது' என்ற உத்தியையோ போட்டி மனப் பான்மையைத் தூண்டிவிட்டோ ஊக்கமூட்டும்போது நாம் இந்த எதிர்ப்பெனும் பிரச்னையை முற்றிலும் ஒதுக்கிவிடுகிறோம். உற்சாகத் துடன் செயல்படத் துடிக்கும் ஆயிரக்கணக்கான இளைஞர்கள் இருக் கிறார்கள். ஆனால், தங்களைப் புரிந்துகொள்ளவோ, தங்களுடைய ஆசைகள் என்னென்ன? எதைநோக்கிப்போகிறோம் என்பதை உணர்வ தற்கோ உற்சாகப்படுத்துகிறோமா? வெளியிலிருந்து கிளம்பும் போட்டிகள் இல்லாவிட்டால் அவர்களுடைய ஊக்கமும் உந்துதலும் என்னவாகும்? மாணவர்கள் தங்களைப்பற்றி, தங்களுடைய உணர்வு நிலையைப்பற்றி, எந்தளவுக்கு ஊக்கத்துடன் இருக்கிறோம் என்பதைப் பற்றியெல்லாம் யோசிக்கவைப்பது கல்வியின் முக்கியமான நோக்கம் என்று நீங்கள் நம்பினால் போட்டிகளின் மூலம் ஊக்கமூட்டும் உத்தியை நம் பள்ளிகளிலிருந்தும் முற்றிலும் நீக்க வேண்டும். போட்டிகளின்

மூலம் ஊக்கமூட்டும் உத்தியை நீக்கியதும் மந்திரத்துக்குக் கட்டுப் பட்டது போல் எல்லோரும் நாம் நினைப்பதுபோலாகிவிட மாட்டார்கள். தங்கள் திறமையை முழுவதும் வெளிப்படுத்த உழைக்க மாட்டார்கள். சிறந்த படைப்புக்களை வெளிக்கொணர மாட்டார்கள். ஒரு செயலை வெற்றிகரமாகச் செய்து முடித்துவிட்டோம் என்று மகிழ்ந்து மன நிறைவு கொள்ளமாட்டார்கள். செயலுக்கும் திறமைக்கும் முக்கியத் துவம் கொடுப்பதிலிருந்து மாறி கற்றலுக்கும் முயற்சிக்கும் முக்கியத் துவம் கொடுப்பது 'ஊக்கமூட்டுவதற்கான சிறந்த வழி' என்று எளிதாக நினைத்துவிடக் கூடாது. பதிலாக இப்படிச் செய்வது புதிய வினாக் களை நம்முள் எழுப்பும். புதிய சவால்களை உருவாக்கும். அத்துடன் மனஉளைச்சலையும் தரும். அவை அளவற்ற மதிப்புகொண்டவை. ஏனெனில் அவற்றின் மூலமே நாம் புதியவற்றைக் கற்றுக் கொள்கிறோம்.

அத்தியாயம் - 9

கற்றலை அளத்தல்

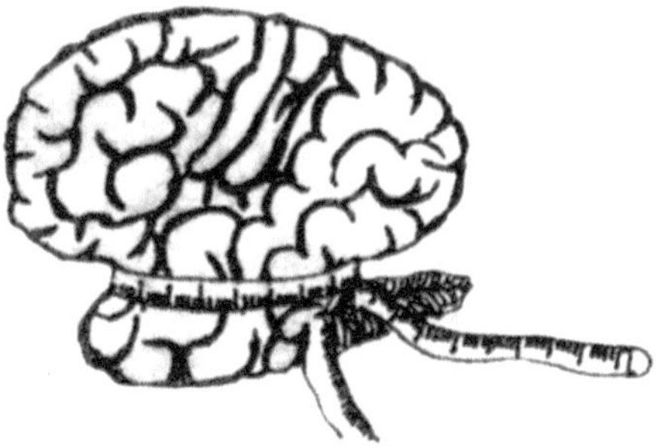

'மதிப்பெண், சோதனை, தேர்வு' ஆகிய சொற்களோடு பல்வேறு எதிர்மறைக் கருத்துகள் தொடர்புகொண்டிருப்பதால் இதைப்பற்றி நடுநிலைமையோடு ஒரு அத்தியாயம் எழுதுவது சாத்தியமற்ற செயலாகத் தோன்றுகிறது. முறைசார் மதிப்பீட்டை நடத்தினாலும் முறைசாரா மதிப்பீட்டை நடத்தினாலும், ஒரு மாணவனுக்காக நடத்தினாலும் மொத்த மாணவர்களுக்காக நடத்தினாலும் மதிப்பெண் என்பது கற்றலின் பிரிக்க முடியாத அம்சமாகும். தேர்வு, மதிப்பீடு என்பவைதான் கற்றலின் இறுதி இலக்கு என நாம் நினைக்கிறோம். ஆனால் மதிப்பீட்டையும் கற்றலின் ஒரு பகுதியாக மாற்ற முடியும். வகுப்பறைத் தேர்வுகள் இதற்கு நல்ல எடுத்துக்காட்டுகளாகும். வினாத்தாள்களை ஆசிரியர் வடிவமைக்கிறார்; எப்போது நடத்துவது எத்தனை முறை நடத்துவது என்பதை முடிவு செய்கிறார். தேர்வின் மூலம் தொடர்ச்சியாகக் கிடைக்கும் பின்னூட்டங்களை மாணவர்களுக் காகவும் தனக்காகவும் பயன்படுத்துகிறார். இது ஆக்கபூர்வமதிப்பீடு என்றழைக்கப்படும். இதன் மூலம் மாணவர்களின் பலத்தையும் பலவீனங்களையும் கண்டுபிடிக்க உதவும். இதற்கேற்றபடி ஆசிரியரால் வகுப்பறைச்செயல்பாடுகளை வடிவமைக்க முடியும். இதற்கு மாற்றான மற்றொரு மதிப்பீடு தொகுப்பு மதிப்பீடு என்றறியப்படும். இது வெளியிலிருந்து திணிக்கப்படுவது. இதை ஆவலோடு எதிர் பார்ப்பவர்கள் அதிகம். இம்மதிப்பீடு மாணவர்களை ஒப்பிடுகிறது. (ஆசிரியர்களையும் பள்ளிக்கூடங்களையும் ஒப்பிடவும் இது பயன் படுகிறது) இந்த அத்தியாயத்தில் ஆக்கமதிப்பீடு மற்றும் தொகுப்பு மதிப்பீடு ஆகியவற்றோடு தொடர்புடைய பிரச்னைகளைப் பற்றிப் பார்க்கலாம்.

தேர்வுக்கென்று ஒரு சுவையான வரலாறு உண்டு. பழங்கால சீனாவில் ஆட்சித்துறை அலுவலர்களைத் தேர்ந்தெடுக்கப் பெருங்கூட்டத் தினரைத் தேர்வு எழுதச் செய்யும் அமைப்பு இருந்தது. விண்ணப்ப தாரர்கள் கவிதை மற்றும் தத்துவக் கட்டுரைகள் எழுத வேண்டும். கிரேக்க நாட்டில் (சாக்ரடீஸ்) நம் மாணவர்கள் இப்போது எதிர் கொள்ளும் தேர்வுமுறை போன்ற கற்றபித்தலோடு கலந்த தேர்வுமுறை பின்பற்றப்பட்டிருந்தது. தேர்வு என்பது எப்போதும் அழிவைத்தருவது அல்ல. தற்போது இழிவாகப் பேசப்படும் தேர்வுமுறை அதாவது, சரியான விடையைத் தேர்ந்தெடுத்து எழுதுதல் என்ற வழிமுறை அது தோன்றிய காலத்தில் அனைவரின் வரவேற்பையும் புகழையும் பெற்றிருந்தது. மதிப்பெண் தேர்வு என்பது ஆழ்ந்து சிந்திக்காமல் உருவானது, யோசனையற்ற கண்டுபிடிப்பு என்பதை முழுமையாக ஏற்றுக்கொள்ள முடியாது. ஆனால், தற்கால மதிப்பெண் சார்ந்த தேர்வில் ஏராளம் குறைகள் உள்ளன என்பதை மறுக்கவும் முடியாது. இக்குறைகளை நிவர்த்தி செய்வதற்கான வழிகளை யோசிப்பதற்கு முன் நம் நாட்டில் நடைமுறையிலிருக்கும் மதிப்பெண் தேர்வு முறையை ஏற்றுக்கொண்டு அதன் பிரச்னைகளைப் பற்றிப் பார்ப்போம். மதிப்பெண் தேர்வு முறையில் காணப்படும் பிரச்னைகளின் பட்டிய லைத் தருகிறேன். இவை அனைவருக்கும் நன்கு அறிமுகமானவை என்பதால் விளக்கம் தேவையில்லையென்று நினைக்கிறேன்.

- வினாத்தாள் உருவாக்க, நடைமுறைப்படுத்த, குறைதீர் செயல்பாடு கள் நடத்த எனக் கற்பித்தல் நேரத்தின் பெரும் சதவீதம் செலவிடப் படுகிறது.
- கல்வி மீதான முக்கியத்துவத்துக்குப் பதிலாகக் கல்வியில் கிடைக்கும் மதிப்பெண்கள் மீது கவனம் குவிகிறது. ஆசிரியர்களும் மாணவர்களும் அதை நோக்கியே செயல்படுகிறார்கள்.
- பாடங்கள் எப்படி இருக்க வேண்டும் என்பதைத் தேர்வுகள் முடிவு செய்கின்றன (இதைப் பாடதிட்டப் பிற்போக்குத்தன்மை என்கின்ற னர்) தேர்வுகள் அறிவை அளப்பதற்கு அதிக முக்கியத்துவம் கொடுக்கக் கொடுக்கப் பாடத்திட்டத்தில் புரிதலுக்கான முக்கியத் துவம் குறைந்து குறைந்து வருகிறது.
- மாணவர்களுக்குத் தேர்வுகள் தொடர்ந்து பீதியளிக்கின்றன.
- தேர்வுகள் ஆசிரியர்களையும் பீதியடையச் செய்கிறது தேர்வுமுடிவு களுக்கு ஆசிரியர்களே பொறுப்பு என்ற நிலை நிலவுகிறது.
- இளைஞர்களுக்கிடையே இந்தத் தேர்வுகள் ஏமாற்று வேலைகள் செய்யத் தூண்டுகிறது. கருத்துகளைக் கற்றுக்கொள்வதைவிட அதிக மதிப்பெண் வாங்குவதே நல்லது என்று நினைக்கிறார்கள்.

• கல்வியில் தேர்வுக்கு அளவுக்கு அதிகமான முக்கியத்துவம் கொடுப்பது எண்ணற்ற இளைஞர்களுக்கு மன உளைச்சலைக் கொடுக்கிறது. நேர்மையற்ற அணுகுமுறையைக் கையாள்கிறது.

முதல் மூன்று பிரச்னைகளும் குறுகலான, மனப்பாடத்தை வலியுறுத்து கின்ற, மதிப்பெண்களை முன்னிறுத்தி நடத்தப்படுகிற மரபார்ந்த தேர்வினால் உருவானவை. எப்போது பரந்த நோக்கத்தோடு, தரமான, செய்முறைக்கு முக்கியத்துவம் கொடுக்கிற தேர்வுமுறை நடை முறைக்கு வருகிறதோ அப்போது இந்த மூன்று பிரச்னைகளும் மறைந்துவிடும். இதை எளிமையாகக் கூறினால் என்ன கற்பிக்க விரும்புகிறோமோ அதற்கும் எதைப் பரிசோதிக்க விரும்புகிறோமோ அதற்கும் வேறுபாடு இருக்கக் கூடாது. கற்பிக்கும் முறையும் தேர்வு நடத்தும் முறையும் ஒரேபோன்று இருக்க வேண்டும். ஒரு ஆசிரியை சிந்து சமவெளி நாகரிகத்தைப் பற்றி நீண்டகாலச் செயல்திட்ட மொன்றை செயல்படுத்துகிறார் என்று வைத்துக்கொள்வோம். குழந்தைகள் தங்களுக்குக் கிடைத்த ஆதாரங்களைப் பல்வேறு கோணங்களில் பகுத்தாய்வு செய்கிறார்கள். விரிவான சிந்தனைக்கு முக்கியத்துவம் அளிக்கப்படுகிறது. குழந்தைகள் அந்தச் செயல் திட்டத்தில் ஆழ்ந்து ஈடுபடுகிறார்கள். ஆனால் இம்மாணவர்கள் தகவல்களின் அடிப்படையில் உருவாக்கப்பட்ட பொருத்துக, சரியா தவறா போன்ற வினாக்கள் அடங்கிய தேர்வில் மிகக் குறைந்த மதிப்பெண்களைத்தான் பெறுவார்கள். இதனால் அந்த மாணவர்கள் சிந்துசமவெளி நாகரிகத்தைப் பற்றி எதுவும் கற்கவில்லை அல்லது வரலாற்றுப்பாடத்தைக் கற்கவில்லை என்று கருதக்கூடாது. ஆனால் இதற்கு நேர்மாறாகப் பழங்கால நாகரிகத்தைப்பற்றி உணர்ந்து கற்றிருப் பார்கள். வரலாற்று முறையைப் புரிந்துகொண்டிருப்பார்கள். தேர்வு அவர்களுக்குச் சொல்லித் தருவதைவிட அதிகமாகக் கற்றிருப்பார்கள். செயல் திட்டத்தைச் செய்யும்போதே ஆசிரியை அவர்களிடம் உருவாகும் திறன்களை மதிப்பிட்டிருந்தால் கற்பித்தலுக்கேற்ற மதிப்பீடாக அது அமைந்திருக்கும். இந்த எடுத்துக்காட்டில் ‘தேர்வுக்காகக் கற்பிப்பது’, ‘பாடத் திட்டப் பிறழ் போக்கு’ ஆகிய பிரச்னைகள் எழுந் திருக்காது.

வேறுவகையான தேர்வுகளும் உள்ள னவா? திறந்த கேள்விகள், செயல்பாடு களை நடைமுறைப்படுத்திக்

காட்டுவது, கண்காட்சி நடத்துவது, போதுமான நேரம் கொடுத்துத் தேர்வு எழுதச் செய்வது, சேர்ந்து விடையளிப்பது, படைப்புகள் - திரட்டுக்கள் ஆகியவற்றை மதிப்பிடுவது போன்ற சிறந்த தேர்வு முறைகளும் உருவாக்கப்பட்டுள்ளன. இவற்றை மொத்தமாக நம்பக மதிப்பீட்டு உத்திகள் என்று அழைக்கின்றனர். சில குறிப்பிட்ட இடங்களில் இந்த உத்திகளைத் தீவிரமாகப் பயன்படுத்தி வருகின்றனர். மாணவர்களை மொத்தமாக மதிப்பீடு செய்வது, மரபான தேர்வு ஆகியவற்றைவிட நம்பக மதிப்பீடு எவ்வளவோ மேலானது என்று ஆய்வுகள் கூறுகின்றன. இவை மாணவர்களின் உணர்வுப்பூர்வமான தார்மீகப் பிரச்னைகளுக்குக்கூடத் தீர்வாக அமைகின்றன. ஆனால், மிகப்பரந்தளவில் நம்பக மதிப்பீட்டை ஏற்றுக்கொண்டு நடைமுறைப் படுத்துவதற்குப் பெரும் தடைகள் உள்ளன. மாணவர்களின் எண் ணிக்கை அதிகமாக இருப்பதைக் கணக்கிலெடுக்கும்போது கல்வித் துறை அனுமதிக்கும் கால அளவுக்குள் நடத்திமுடிப்பது இயலாத செயல். இரண்டாவது காரணம் தற்போதைய மதிப்பீட்டு முறையை மாற்றி வேறொருமுறைப் பின்பற்றுவது தேர்வின் பொதுநோக்கை இழக்கச் செய்துவிடுமோ என்ற பயம். இது பரிசீலிக்க வேண்டிய முக்கிய கருத்து. இந்த அத்தியாயத்தின் அடுத்த பகுதிகளில் இதைப் பற்றிப் பார்ப்போம். தற்போதைய மதிப்பீட்டுமுறையின் பிரச்னை களை முழுமையாகப் புரிந்துகொள்ளவும் மாற்றுமுறைகளை மதிப்பிடவும் மதிப்பீடு பற்றிய சில கோட்பாடுகளை நாம் புரிந்துகொள்ள வேண்டும்.

உளவியல் தேர்வின் அடிப்படைகள்

மதிப்பெண் என்பது என்ன கற்றுள்ளார்கள் என்பதை அளப்பது. எந்த மதிப்பீடாக இருந்தாலும் அதற்கும் இரண்டு முக்கிய குணங்கள் இருக்க வேண்டும். ஒன்று ஏற்புடைமை; அடுத்தது நம்பகத்தன்மை. ஏற்புடைமை என்பது ஒரு தேர்வின் மூலம் எதை அளக்க வேண்டும் என்று நினைக்கிறோமோ அதை அளக்க முடிவது. ஒரே கருத்தையே சுற்றிச் சுற்றி வருவதுபோல் இருக்கிறதா? இந்தப் பகுதியின் முடிவில் இதைப்பற்றிய தெளிவான புரிதல் ஏற்பட்டிருக்கும். நம்பகத்தன்மை என்பது ஒரு தேர்வின் முடிவில் பிழையில்லாமல் இருப்பது. அதாவது அந்தத் தேர்வை மீண்டும் நடத்தினாலும் ஒரே முடிவு கிடைக்க வேண்டும். எந்தத் துறையாக இருந்தாலும் அளவீடு என்பதற்கு அங்கீகரிக்கப்பட்ட, குறிப்பிட்ட அளவு ஏற்புடைமையும் நம்பகத் தன்மையும் இருக்க வேண்டும். ஆனால் அங்கீகரிக்கப்பட்ட அளவு என்பது துறைக்குத் துறை மாறலாம். உளவியலிலும் கல்வியிலும் இயற்பியலில் எதிர்பார்க்கும் உயர்ந்த ஏற்புடைமையையும் நம்பகத்

தன்மையையும் எதிர்பார்க்க முடியாது. கல்வித்துறை மதிப்பீட்டை இவ்விரு குணங்களும் எந்தளவுக்குத் தாக்கம் செலுத்துகின்றன என்பதைப் பார்ப்போம்.

நான் ஒரு மாணவனுக்குப் புள்ளியியலில் வரும் மீன் மீடியன் மோடு என்ற கருத்தைக் கற்பிக்கிறேன் என்று வைத்துக்கொள்ளுங்கள். அவற்றைக் கணக்கிடுவது எப்படி, அதன் எளிய குணங்கள் எவை, அவற்றின் பயன்பாட்டையும் தவறானவழியில் எப்படிப் பயன் படுத்தப்படுகிறது என்பவற்றையும் கற்பித்தேன். மாணவர் என்ன புரிந்துகொண்டார் என்பதை மதிப்பிட எனக்கு விருப்பம் ஏற்படுவது இயல்பு. இந்தப் புதிய கற்றல் மாணவருடைய மூளையில் குழப்பமான முறையில் பதிவாகியிருக்கும். கோடிக்கணக்கான மூளைநரம்புகளுக் குள்ளே தொடர்பின் அடுக்காக அந்தப் புதிய அறிவு பதிந்திருக்கும். அவ்வறிவு அங்குதான் இருக்கிறது என்பதையறிய மாணவருடைய மூளையை ஆய்ந்துபார்க்கப் பொருத்தமான வழிகள் இருக்க வேண்டும். தேர்வு, மதிப்பீடு ஆகியவற்றுக்குப் பதிலாக ஒவ்வொரு ஆண்டின் முடிவிலும் தன் மூளையின் பதிவை வலியில்லாமல் பிரதியெடுத்துத் தருவதாகக் கற்பனைசெய்து பாருங்கள். அப்படியொரு மதிப்பீடு இருந்தால் அதன் ஏற்புடைமையும் நம்பகத்தன்மையும் மிக உயர்ந்ததாக இருக்கும். ஆனால் அம்முறை இனியும் கண்டுபிடிக்கப் படவில்லை.

மாணவர் என்ன கற்றுக்கொண்டார் என்பதைத் தெரிந்துகொள்ள நான் ஒரு சூழலை உருவாக்க வேண்டும். அவர் கற்றதை அச்சூழலில் பயன் படுத்தும் தேவை ஏற்பட வேண்டும். அச்சூழல் ஒரு பயிற்சித்தாளாக இருக்கலாம். வீட்டுவேலையாக இருக்கலாம். அல்லது ஒரு தேர்வாக இருக்கலாம். மாணவரின் செயற்திறனைப் பார்த்து தகுதியைப் (அறிவு, திறமை, புரிதல்) பற்றிய சில கருத்துகளை என்னால் அனுமானிக்க முடியும். எப்படி உலோக அளவுகோல், தராசு, ரத்த அழுத்தமானி ஆகியவற்றால் பல்வேறு பொருட்களை அளக்கிறோமோ அதுபோல் அந்த வேலை கற்றலின் அளவை அளக்கும் கருவியாக மாறுகிறது. ஆனால் தேர்வு போலன்றி உலோக அளவுகோலால் அளக்கும்போது எதிர்ப்பு இருக்காது. உலோக அளவுகோலின் நன்மையைப் பற்றி மக்கள் வாதப்பிரதிவாதம் நடத்துவதை நீங்கள் பார்த்திருக்க மாட்டீர்கள். அல்லது உலோக அளவுகோலால் அளந்துவிட்டார்களே என்று தலையில் கைவைத்து உட்காரமாட்டார்கள். தேர்வுகளால் இந்தளவுக்குக் கருத்து வேறுபாடு உருவாவது ஏன்? தேர்வின் வரையறை என்ன? ஏற்புடைமை, நம்பகத்தன்மை ஆகியவற்றிலுள்ள பிரச்னைகள் ஒவ்வொன்றைப் பற்றியும் விரிவாகப் பார்ப்போம்.

உலோக அளவுகோல் நீளத்தை அளக்கப் பயன்படுகிறது. நீளம் என்பதின் வரையறையை மக்கள் ஏற்றுக்கொண்டுள்ளார்கள் (இரண்டு புள்ளிகளுக்கிடையேயுள்ள மிகக் குறைந்த தூரம் என ஒரு அகராதி விளக்கம் தருகிறது.) இதைப்பற்றி யாரும் எதிர்கருத்து சொன்னதாக நமக்குத் தெரியாது. எடுத்துக்காட்டாக ஒரு நேர்கோட்டின் நீளம் என்பது அது வடக்கு தெக்கு அச்சில் உருவாக்கும் கோணத்தைப் பொறுத்து அமைகிறது என்று யாரும் சொன்னதில்லை. நீளத்தைப் பற்றிய வரையறை அனைவரும் ஏற்றுக்கொண்ட ஒன்றாகையால் நீளத்தை அளக்கும் பணியை உலோக அளவுகோல் அழகாகச் செய் கிறது. இரண்டு புள்ளிகளுக்கிடையேயுள்ள தூரத்தை அளப்பதுதான் அதன் நோக்கம். அது அவ்வேலையை அழகாகச் செய்கிறது. அதனால் அது ஏற்புடைய கருவியாக மாறுகிறது. அதுபோல் குறிப்பிட்ட நீளத்தை ஒரு உலோக அளவுகோலால் எத்தனை முறை அளந்தாலும் அளவு மாறுவதில்லை. இப்பண்பு அதை நம்பகமான கருவியாக மாற்றுகிறது. ஏற்புடைமையும் நம்பகத்தன்மையும் இல்லாவிட்டால் அந்தக் கருவியால் எந்தப் பயனுமில்லை. வளைந்து நெளிந்த ஒரு அளவுகோல் அல்லது மேடுபள்ளமான ஓரங்கள் உள்ள அளவுகோல் இருப்பதாகக் கற்பனை செய்துபாருங்கள். அது ஏற்றுக்கொள்ள முடியாத கருவியாக மாறிவிடுகிறது. அல்லது அளவுகள் குறிக்கப்பட்ட எலாஸ்டிக் பட்டையால் அளப்பதாகக் கற்பனை செய்துபாருங்கள். அது நம்பமுடியாத கருவியாக இருக்கும்.

இப்போது தேர்வுகளைப்பற்றிப் பார்ப்போம். அவை மாணவர்களின் அறிவையும் புரிதலையும் அளக்கின்றன. உலோக அளவுகோலைப் போல நம்பகமான, ஏற்புடைய ஒரு கருவி இவற்றை அளக்க நம்மிடம் இல்லையென்பதை உடனே நம்மால் சொல்லமுடியும். ஒருவரின்

உயரத்தை அளப்பது எளிது. ஆனால், அவருடைய கருத்துப்புரிதல் எந்தளவுக்கு உள்ளது என்பதை அளப்பது கடினம். அது மறைந்துள்ளது; இயங்கிக்கொண்டிருக்கிறது. அதனால் அவருடைய நடத்தைகளில் இருந்து நம்மால் அனுமானிக்கத்தான் முடியும். எனவே எப்படி நீளத்துக்கு ஒரு வரையறை இருக்கிறதோ அதுபோல் அறிவு, புரிதல் ஆகியவை பற்றி எல்லோரும் ஏற்றுக்கொள்ளக்கூடிய வரையறைகள் தேவை.

ஓர் ஆசிரியர் என்ற முறையில் அறிவு, புரிதல் என்றால் என்னவென்று உங்களை நீங்களே கேட்டுக்கொள்வது ஒரு சுவையான அனுபவமாக இருக்கும். 'என் மாணவன் அதைச் செய்தால், இதைச் செய்தால் அப்படிச் செய்தால் இப்படிச் செய்தால்' என்பது உங்கள் பதிலாக இருக்கும். பொதுவாக, செய்திறனை அளப்பதாக அது அமைந்துவிடுகிறது. புரிதல் என்பது ஒரு தொகுப்பு வினாக்களுக்கு சரியான விடை சொல்லும் திறமை என்கிறோம். ஆனால், இங்கு வினாக்களைத் தேர்ந்தெடுக்கும் வாய்ப்பில் பிரச்னை இருக்கிறது. புரிதல் பற்றிய குறிப்பிட்ட வரையறையையும், குறிப்பிட வினாத்தொகுப்பைத் தேர்ந்தெடுப்பதையும் எல்லோரும் ஏற்றுக்கொள்ள வேண்டும் என்று எதிர்பார்க்க முடியாது. வரையறையின் அடிப்படைப் பிரச்னை என்பது அதை எளிதில் மறந்துவிடலாம் என்பதுதான். அதுவும் ஒரு மாணவன் தேர்வெழுதுவதும் அவனுடைய அறிவும் புரிதலும் ஒரு பொருள் பன்மொழி போன்றது, இணையானது என்று நினைக்கும் இந்தக் காலத்தில்! ஒரு நிமிடம் இதிலிருந்து விலகி நின்று, 'என் மாணவர்களுக்கு என்ன கற்றுக்கொடுக்க வேண்டும் என்பதை இந்தத் தேர்வுகள் உண்மையில் எனக்குத் தெரிவிக்கிறதா? ஒரு பாடத்தில் என் மாணவர்கள் எவற்றிலெல்லாம் தேர்ச்சி பெறவேண்டும்? ஒரு திறமையான மாணவனையும் மிகச் சிறந்த மாணவனையும் பிரித்துக்காட்டும் திறமைகள் என்னென்ன?' போன்ற வினாக்களைச் சுயமாகக் கேட்டுக்கொள்வது இதுபற்றிய தெளிவு பிறக்கப் பெரிதும் உதவும்.

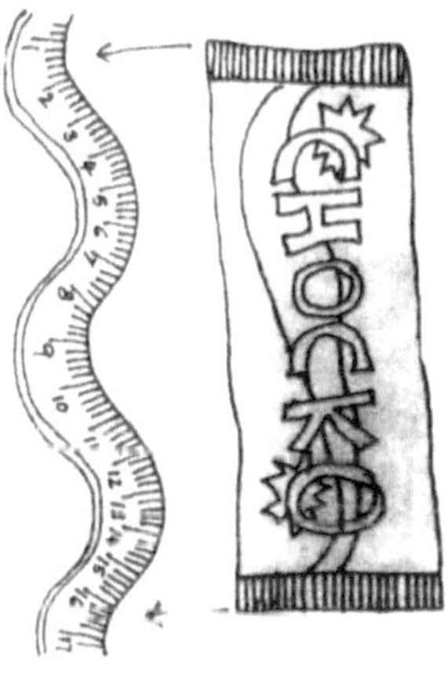

அனைவரும் முழுமையாக ஏற்றுக்கொள்ளும் ஒரு தேர்வை நடத்துவது இயலாது என்பது இப்போது உங்களுக்குப் புரிந்திருக்கும். ஆனால், மறுப்பதற்கும் சில டிகிரிகள் உண்டு. சில தேர்வுகளை ஏற்றுக்கொள்ளவே முடியாது. அதனால் அவற்றைப் பயன்படுத்தமுடியாது. சில தேர்வுகளை ஏற்றுக்கொள்ளலாம்;

பயன்படுத்தலாம். ஒரு தேர்வின் ஏற்புடமையை மதிப்பிடுவதற்குப் பல்வேறு வழிகள் உள்ளன. ஆனால், துரதிஷ்டவசமாக ஒவ்வொரு வழிக்கும் ஒவ்வொரு பிரச்னையும் உண்டு.

ஒரு மாணவனின் புரிதல் பற்றி ஆசிரியையின் மதிப்பீடும் தேர்வு முடிவும் வேறுபாடின்றி இருக்கிறதா என்று பரிசோதிப்பது மிக எளிய வழி. வேறுமுறையில் கூறினால் ஒரு மாணவனின் தேர்வு முடிவு உங்களை வியப்பிலாழ்த்தினால் (நன்றாகப் படிக்கும் மாணவனுக்குக் குறைந்த மதிப்பெண் அல்லது இதற்கு மாறாகவோ இருக்குமானால்) நீங்கள் அந்தத் தேர்வை ஏற்றுக்கொள்ள மாட்டீர்கள். இந்த அளவு கோலின் படி பார்த்தால் பெரும்பான்மையான தேர்வுகள் ஏற்றுக் கொள்ளும்படி இருக்கின்றன. அதாவது சிறந்த மாணவர்களுக்கு மதிப்பெண் அதிகமாகவும் கற்றல் வேகம் குறைந்த மாணவர்களுக்கு குறைந்த மதிப்பெண்ணும் கிடைப்பதாகப் பெரும்பான்மையான ஆசிரியர்கள் கருதுகிறார்கள். ஆனால் இந்தக் கருத்திலும் தீர்க்க முடியாத ஒரு குறை இருக்கிறது. நாம் வடிவமைத்து நடைமுறைப் படுத்தும் செயல்பாடுகளின் அடிப்படையில் சிறந்த மாணவர்கள் யார், மோசமான மாணவர்கள் யார் என்ற எண்ணம் நம் மனதில் பதிகிறது. ஆனால், இந்தச் செயல்பாடுகள் கல்வித்துறை நடத்தும் தேர்வுகள் எப்படியிருக்கும் என்பதின் அடிப்படையில் வடிமைக்கப்படுகின்றன என்பதுதான் அவிழ்க்கமுடியாத முடிச்சாக மாறுகிறது. ஆசிரியர்கள் சுதந்திரமான அளவுகோலின் அடிப்படையில் மாணவர்களை மதிப் பிடாவிட்டால் தேர்வில் மதிப்பெண்கள் பெறுவதற்கேற்றாற்போல் நம் கல்விச் செயல்பாடுகள் அமைந்துவிடும்.

ஒரு தேர்வின் ஏற்புடைமையைப் பரிசோதிக்க வேறொரு வழியென்பது பிற தேர்வுகளின் மதிப்பெண்களோடு ஒப்பிடுவது என்பதாகும். இம்முறையின் பிரச்னை என்னவென்றால் அனைத்துத் தேர்வுகளும் மாணவர்களின் நினைவாற்றலை மட்டும் பரிசோதிப்பதால் தேர்வு முடிவுகளில் பெரும் வேறுபாட்டைக் காணமுடியாது. ஆனால், இவை மாணவர்களின் புரிதலை உண்மையாக அளக்கிறதா என்று கேட்டால் இல்லையென்பதுதான் பதில்.

ஒரு தேர்வின் ஏற்புடைமையைப் பரிசோதிக்க மற்றொரு முறை என்பது ஒரு மாணவனின் தேர்வு முடிவுகள், நடைமுறை வாழ்க்கையில் அவருடைய செயலோடு பொருந்திப்போகிறதா எனப் பரிசோதிப்ப தாகும். ஒரு பாடப்பகுதியைப் புரிந்துகொண்ட ஒருவர் அந்தத் துறையில் திறமைசாலியாக இருப்பார் என்று நாம் கூறினால், அதுபோல அந்த மாணவன் நடந்துகொண்டால் அந்தப் பொருத்தம் சரியான பொருத்தம் என்று முடிவுசெய்யலாம். ஆனால், வகுப்பறைச்

சூழலும் நிஜவாழ்க்கையில் சந்திக்கும் சூழலும் முற்றிலும் முரணாக இருப்பது இக்கருத்து சந்திக்கும் பிரச்னையாகும். அன்றாட வாழ்க்கையில் குழுவாக வேலை செய்ய வேண்டும்;நீண்ட காலம் வேலை செய்ய வேண்டும்; பிரச்னைகளுக்குப் பல முடிவுகள் இருக்கும்; அவர்களுக்குத் தெரிந்த தகவல்களைப் பயன்படுத்தி விடைகாண வேண்டும். ஆனால் தேர்வு என்று வரும்போது தனியாகச் செயல்பட வேண்டும். ஒரே விடை அதுவும் புத்தகத்தின் அடிப்படையில் கேட்கப்பட்டிருக்கும், குறிப்பிட்ட காலத்துக்குள் செய்து முடிக்க வேண்டும். பள்ளியில் மாணவன் வெளிப்படுத்தும் திறமை கல்லூரி படிப்போடு பொருந்திப்போகிறது. ஆனால், அதற்கு அப்புறம் அந்தப்பொருத்தம் உடைந்து நொறுங்கிப்போய்விடுகிறது. எடுத்துக்காட்டாக ஐ. ஏ. எஸ் தேர்வில் வெற்றிபெறப் பொதுஅறிவு நிரம்பப் பெற்றவராக இருக்க வேண்டும். ஆனால், ஒரு சிறந்த ஆட்சியாளராக வேண்டுமானால் அவருக்குப் பிறருடன் இணங்கிப் பழகும் திறமை இருக்க வேண்டும். பொது அறிவும் இருக்க வேண்டும். நாணயமானவராகவும் இருக்க வேண்டும்.

ஆக, கல்வித்துறை சார்ந்த தேர்வு என்பதின் வரையறையும் ஏற்புடைமையும் மிகவும் சிக்கலானது. அடுத்ததாக நம்பகத்தன்மையைப் பற்றிப் பார்ப்போம். ஒரே தேர்வைத் திரும்பத் திரும்ப நடத்தினால் ஒரே முடிவுகள் கிடைக்கும் என்று நம்மால் சொல்ல முடியுமா? எலாஸ்டிக் பட்டையால் நீளத்தை அளந்தது பற்றிச் சொன்னதை நினைவு படுத்துங்கள். அத்தகைய கருவி பயனற்றது என்று உறுதியாகச் சொல்லலாம். இதுபோல ஒரு தேர்வு திரும்பத் திரும்ப நடத்தும்போது ஒரே முடிவுகளைத் தராவிட்டால் அந்தத் தேர்வால் என்ன பயன்?

நம்பகத்தன்மை என்பது தேர்வு வேளையில் சில குறிப்புகள் கொடுத்து நீண்ட கால நினைவாற்றலை பரிசோதிப்பதாகும். ஹென்றி ரோடிஜர் என்ற உளவியலறிஞர் ஒரு தேர்வை மீண்டும் மீண்டும் நடத்தி ஆய்வு செய்வதில் விருப்பம் கொண்டவர். நீண்டகால நினைவாற்றலைப் பரிசோதித்தல் என்பது மாறிக்கொண்டே இருக்கும் என்று கண்டறிந்தார். அதாவது ஒரு மாணவனுக்கு ஒரு பாடப்பகுதியோடு தொடர்புடைய ஒரே தேர்வைப் பலவேளைகளில் நடத்தினால் அவர் ஒவ்வொரு தடவையும் ஒரே கேள்விக்குப் பல பதில்களைத் தருகிறார் என்று இந்தக் கருத்தைப் புரிந்துகொள்ள வேண்டும். முன்னர் நடத்திய தேர்வில் நினைவுபடுத்த முடியாதவற்றை அடுத்து நடக்கும் தேர்வில் நினைவுபடுத்துவார். இதற்கிடையில் பாடப்பகுதிகள் மீள்பார்வை செய்யப்படவில்லை என்று குறிப்பிட்டுச் சொல்ல வேண்டும். திரும்பத் திரும்ப நடத்திய தேர்வுகள் புதிய நினைவுகளைத் தோற்றுவித்துள்ளன. இந்தப் புதிய நினைவுகளை 'திரும்பப்பெற்ற நினைவுகள்' என்று

அழைக்கின்றனர். ரோடிஜரின் ஆய்வு முடிவுகள் இவ்வாறு திரும்பப் பெறும் நினைவுகளைத் தவிர்ப்பதற்குப் பதிலாக அவை பொதுவிதியாகிவிட்டன என்று கூறுகின்றன. இத்தேர்வுகளால் செயல் திறமை வளர்ந்துள்ளதே தவிர மறதி ஏற்பட்டுக் குறையவில்லை. அதுவரைக்கும் நல்லது என்று கருதலாம்.

தகவல்களை நினைவுபடுத்தும் தரத்தின் நிலையாமையால் ஒரு தேர்வு முடிவின் அடிப்படையில் நாம் ஒரு கருத்துக்கு வரமுடியாது. (குறிப் பாகத் தேர்வுகள் நினைவாற்றலை மட்டும் பரிசோதிக்கும்போது) ஒரு தேர்வு முடிவில் எப்போதும் பிழை இருக்கும். அந்தப் பிழை என்ன வென்று சரியாகக் கூறமுடியாவிட்டாலும் சதவீதத்தின் அடிப்படையில் சில தசமப்புள்ளிகளாவது இருக்கும் என்பது உறுதி. சில தசமப் புள்ளிகள் வேறுபட்டிருப்பதின் அடிப்படையில் இரண்டு குழந்தை களை ஒப்பிடுவது அநீதியானது என்பதைச் சொல்ல இந்தப் பிழை போதுமானது. எடுத்துக்காட்டாக ஒரு மாணவன் 88 விழுக்காடு பெற்றிருந்தால் அவருடைய உண்மையான விழுக்காடு 84 லிருந்து 92 க்குள் இருக்கும். அதனால் இவர் 85 விழுக்காடு பெற்ற மாணவனை விட உயர்ந்தவர் என்று சொல்லமுடியாது என்பது தெளிவு.

எனவே, ஒரு தேர்வை எப்படி உலோக அளவுகோல் போல மாற்றுவது என்பதுதான் நான் கேட்க நினைக்கும் முக்கிய கேள்வி. ஒரு தேர்வின் தரத்தைக் கூட்டலாமே தவிர உலோக அளவுகோல் போல் ஏற்புடைய தாகவும் நம்பகத்தன்மை கொண்டதாகவும் ஒருநாளும் மாற்ற முடியாது. இதன் பொருள் ஒரு தேர்வுமுடிவின் அடிப்படையில் நாம் புரிந்துகொள்ளும் கருத்துகளில் மாற்றம் தேவை என்பதாகும். தேர்வு முடிவுகள் கூறும் கருத்துகளை வெகுளித்தனமாக நம்புவதை நியாயப் படுத்த முடியாது. இனி வரும்பகுதி தேர்வு முடிவுகள் எப்படிப் பயன் படுத்தப்படுகின்றன என்பதை விளக்குகிறது.

தேர்வு முடிவைப் புரிந்துகொள்ளுதல்

நம் உலோக அளவுகோல் கொஞ்சம் பிழையானதாக (முழுமையாக அல்ல) இருந்தால் அதைப்பயன்படுத்தி அளப்பதால் கிடைக்கும் அளவை நாம் சந்தேகக் கண்ணோடுதான் பார்ப்போம். அதுபோல் ஒரு ஆசிரியை ஆக்க மதிப்பீட்டைப் பயன்படுத்தி ஒரு மாணவனை மதிப் பிட்டால் அதன் முடிவைத் தற்காலக் கருத்தாகத்தான் எடுத்துக்கொள் வாரே தவிர உறுதியான முடிவாக அதைக் கணக்கிடமாட்டார். மேலும் ஆழ்ந்து பரிசோதித்தால், மேலும் சில வினாக்கள் கேட்டால் அல்லது சற்று வேறுபட்ட முறையில் தேர்வை நடத்தினால் அந்த ஆசிரியர் அவரது தற்கால முடிவையும் சட்டென மாற்றிக்கொள்வார். வகுப்புத் தேர்வு, வகுப்பறையில் நடைமுறைப்படுத்தும் ப்ராஜெக்ட்கள்,

திரட்டுக்கள் ஆகியவற்றின் முடிவுகளிலிருந்து உறுதியான கருத்துக்கு வரக்கூடாது என்பதும் ஆசிரியர்களுக்குத் தெரியும். அதேநேரத்தில் தொகுப்பு மதிப்பீட்டின் முடிவுகளைத் தற்காலக் கருத்தாக எடுத்துக் கொள்வதுமில்லை. நாம் அந்த முடிவுகளை ஒரு பொறியாளர் முற்றிலும் சரியாக வடிவமைத்த உலோக அளவுகோலால் அளந்த அளவைப் போல் நினைக்கிறோம். இத்தகைய தேர்வின் பலன்கள் தொடர் கற்றலுக்கேற்ற பின்னூட்டமாகக் கருதும் அளவுக்குத் தெளிவான முறையில் இல்லை. மாறாக மாணவர்களைப் பற்றிய சில தீர்மானங்கள் எடுப்பதற்காகப் பயன்படுத்தப்படுகிறது. அம்மாணவன் தொடர்ந்து என்ன செய்ய வேண்டும்? அடுத்த வாய்ப்பு என்ன? போன்றவை தேர்வு முடிவுகளின் அடிப்படையில் தீர்மானிக்கப்படுகிறது. மேலும் ஆசிரியர்கள், பள்ளிக்கூடங்கள், கல்வி வாரியங்கள் ஆகியோரை மதிப்பிடவும் இந்தத் தொகுப்பு மதிப்பீட்டு முடிவுகள் பயன்படுத்தப் படுகின்றன. எனவே மதிப்பீட்டு முடிவுகள் ஏற்படுத்தும் விளைவு களில் அதிக விளைவைத் தொகுப்பு மதிப்பீடு ஏற்படுத்துகிறது.

இந்தியாவில் தேர்வு முடிவுகளின் அடிப்படையில் ஒரு மாணவனின் வாழ்க்கையோடு சம்பந்தப்பட்ட முக்கிய தீர்மானங்கள் எடுக்கப்படு கின்றன. ஒரு கல்வி வாரியமோ தொழிலதிபரோ இந்த ஓரிலக்க எண்ணின் அடிப்படையில் யாரைத் தேர்ந்தெடுப்பது யாரைத் தவிர்ப்பது என்ற முடிவுக்கு வரும்போது தவறு ஏற்படுவதற்கு வாய்ப்புள்ளது. மாதிரித் தேர்வு முடிவின் அடிப்படையில் வேலை செய்யும் திறமையை அனுமானிக்கும் ஒரு சூழல் ஏற்படுகிறது. விண்ணப்பதாரர்களைத் தேர்ந்தெடுக்க இவ்வெண் உதவுகிறது. இவ்விரண்டுக்கும் இடையே இருக்கும் தொடர்பு வலிமையானது. அதிக மதிப்பெண் பெற்றவர்கள் தங்கள் வேலையில் திறமைசாலிகளாக இருக்கிறார்கள். குறைவான மதிப்பெண் பெற்றவர்கள் வேலையில் அவ்வளவாக ஜொலிப்ப தில்லை. ஆனால், குறைந்த மதிப்பெண் பெற்ற சிறுபான்மையினர் வேலையில் திருப்திகரமாகச் செயல்படுகிறார்கள். அதே நேரத்தில் உயர்ந்த மதிப்பெண் பெற்ற சிறுபான்மையினர் வேலையில் அந்தள வுக்குத் திறமையானவர்களாகக் காணப்படுவதில்லை. குறிப்பிட்ட குறைந்தபட்ச மதிப்பெண்களைவிட (வரைபடத்தில் செங்குத்துக் கோடாக வரையப்பட்டுள்ளது) அதிக மதிப்பெண் பெற்றவர்களை வேலைக்காகத் தேர்ந்தெடுக்கும்போது மேற்குறிப்பிட்ட இருபிரிவின ருக்கும் அது தவறான முடிவாகிவிடுகிறது. இவ்விரு குழுவிலுள்ளவர் களின் எண்ணிக்கை சிறியதாக இருக்க வேண்டுமென்பதில்லை.

இரண்டாவது வரைபடத்தில் காண்பதுபோலத் தவறாக விடையளித்த வர்கள், அதிக மதிப்பெண்பெறத் தவறியவர்களின் எண்ணிக்கை அதிகமாக இருக்கும்போது தேர்வு முடிவுக்கும் வேலை திறமைக்கும்

இடையே இருக்கும் தொடர்பு பலவீனமடைகிறது. இது தேர்வின் ஏற்புடைமையோடு தொடர்புடையது. இந்த இரண்டு பிழைகளும் இல்லாமல் முற்றிலும் சிறந்த தேர்வு என்பது இல்லை. ஆனால் ஒரு தேர்வின் ஏற்புடைமையை மேம்படுத்த நம்மால் எதுவும் செய்ய முடியாத போது பல்வேறு அடிப்படைத் தர நிர்ணயப் பண்புகளைப் பயன்படுத்தி முடிவுகள் எடுக்க வேண்டும்.

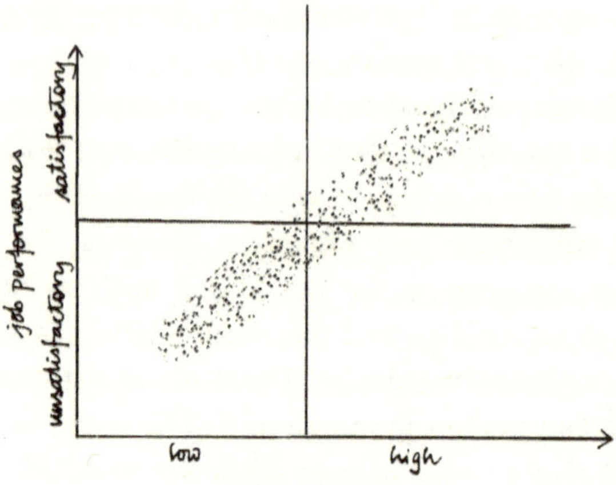

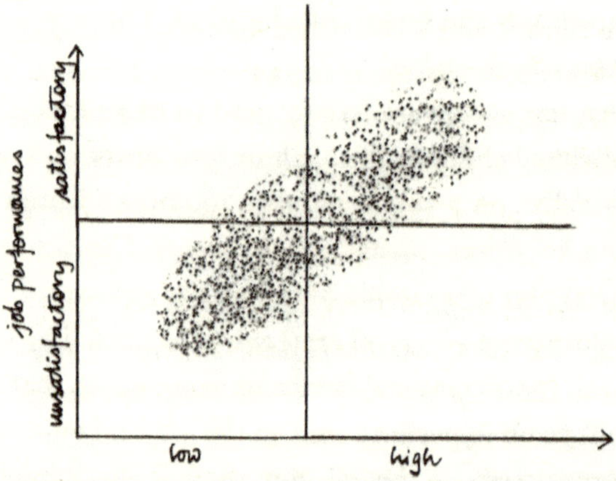

தேர்வு முடிவுகள் ஆசிரியரையும் அவர் நடைமுறைப்படுத்தும் செயல்பாடுகளையும் மதிப்பிடப் பயன்படுகிறது. எடுத்துக்காட்டாக அமெரிக்காவில் தேர்வு முடிவுகளின் அடிப்படையில் பள்ளிக்கூடங் களுக்கும் ஆசிரியர்களுக்கும் வெகுமதியும் தண்டனையும் வழங்கப்படு கின்றன. ஆசிரியர்களுக்கு ஊதிய உயர்வோ வேலை நீக்க உத்தரவோ கிடைக்கும். குறைந்த சராசரி மதிப்பெண் பெற்ற பள்ளிக்கூடங்களின்

பொறுப்பை அரசாங்கம் அமர்த்திய கல்வி வல்லுநர்கள் ஏற்றெடுப் பார்கள். தேர்வுகளின் பங்கு அதிகமாவதையும் அதன் பொறுப்பைத் தங்கள் மீது சுமத்துவதையும் எதிர்த்த அமெரிக்க ஆசிரியர் குழு ஒன்றின் செயல்பாடுகளைப் பதிவுசெய்த சுவையான ஆய்வும் அங்கு நடந்தது. தங்களையும் தேர்வுக்கு உள்ளாக்குகிறார்கள் என்பதுதான் அவர்களுடைய எதிர்ப்பின் முக்கிய காரணம். அதுபோல் குறைந்த மதிப்பெண் கிடைப்பதின் பொறுப்பை அவர்கள் தலையில் சுமத்தியதும் அவர் களுடைய எதிர்ப்புக்குக் காரணமாகியது. மேலும் 'இந்தத் தேர்வுகள் சிறந்த கற்பித்தல் முறையைப் பின்பற்றுவதிலிருந்து தங்களைத் தடுக்கிறது; பொருள் பொதிந்த கற்றல் செயல்பாடுகளை வடிவமைத்து நடைமுறைப்படுத்த விடுவதில்லை' என அந்த ஆசிரியர்கள் கவலைப் படுகிறார்கள் என்று அந்த ஆய்வு குறிப்பாகச் சுட்டிக்காட்டுகிறது. மேரி ஏ. பார்க்டேல் - லாட் மற்றும் கரன் தாம்ஸன் ஆகியோர் எழுதிய அந்த ஆய்வுக்கட்டுரையில் ஆசிரியர்கள் கூறிய நீண்ட வாக்கியங்கள் உட்படுத்தப்பட்டுள்ளன. அவை நம்மை நெகிழச் செய்கின்றன. அவற்றுள் தேர்ந்தெடுத்த சில கூற்றுக்களைக் கீழே தந்திருக்கிறேன்.

'தேர்வுக்கு ஆயத்தப்படுத்த, தேர்வு நடத்த, தேர்வுக்காகக் கற்பிக்க... என முழு நேரத்தையும் செலவழிப்பதைப்பற்றி நினைத்துப்பாருங்கள். தேர்வு, தேர்வு எப்போதும் தேர்வுதான்';

'தேர்வுக்காகக் குழந்தைகளைத் தயார்படுத்த அவர்களுக்கு உண்மை யான ஆசிரியர்கள் தேவையில்லை. இதைச் செய்வதற்குக் கணினியில் சில நிகழ்ச்சிகளை வடிவமைத்தாலே போதும் என்று நினைக்கிறேன்';

'தேர்வுக்காகக் கற்பிப்பது பொருளற்றது... மதிப்பெண் அதிகம் கிடைக் கிறது. ஆனால், குழந்தைகளுக்கு தெரிந்திருப்பது கொஞ்சம்தான். அவர்கள் சராசரி மனிதர்களைவிடத் தாழ்ந்தவர்களாக இருக்கிறார்கள்'; மேலும், பெரும்பான்மையான ஆசிரியர்கள் தரம் குறைந்தவர்கள் என்ற எண்ணத்தின் அடிப்படையில் இத்தேர்வுகள் வடிவமைக்கப்படு கின்றன என்று நினைக்கிறேன். இது மோசமான ஆசிரியர்களை மேம் படுத்தும் என்று நினைக்கிறார்கள். ஆனால் உண்மை இதற்கு நேர் எதிரானது. மோசமான ஆசிரியர்கள் அவர்கள் எப்போதும் செய்து கொண்டிருப்பதைத் தொடர்ந்து செய்ய இது வழிவகுக்கிறது. மோச மானக் கற்பித்தலுக்கு அங்கீகாரம் வழங்குவதாகவே இது அமைகிறது.

மதிப்பீட்டின் தரக்குறைவு மக்களையும் நிகழ்ச்சியையும் மதிப்பிடு வதில் பிரச்னைகளைக் கொண்டுவருகிறது. இந்த அத்தியாயத்தின் கடைசிப்பகுதியாகத் தேர்வின் ஏற்புடைமையையும் நம்பகத் தன்மையும் கூட்ட என்னென்ன செய்யலாம் என்பதைப் பார்ப்போம்.

மதிப்பீட்டின் மேம்பாடு

மதிப்பிட வேண்டியது என்ன என்பதை விளக்கும் சற்று தெளிவான வரையறை இருந்திருந்தால் மதிப்பீட்டை மேம்படுத்துவது எளிது. இதுதான் அதிகாரபூர்வமான மதிப்பீட்டின் இலக்கு. தரக்குறைவான தேர்வு நினைவாற்றலை மட்டும் பரிசோதிக்கச் சிறந்த தேர்வு நினைவாற்றலுடன் புரிதலையும் கற்ற அறிவைப் பயன்படுத்தும் திறமையையும் மதிப்பிடுகிறது. சிறந்த தேர்வுகள் மேலும் பல திறன்களை மதிப்பிடுகின்றன. அவை:

- பன்முக விடை கொண்ட திறந்த பிரச்னைகளுக்குத் தீர்வுகாண்பது
- புதிய பிரச்னைகளை வடிவமைப்பது
- குறிப்பிட்ட அனுமானங்களை உருவாக்குவது
- குழுவாகச் செயல்படுவது
- புதிய கருத்துகளை வரவேற்பது
- தரவுகளைப் பகுத்தாய்வு செய்வது
- ஒரு பிரச்னையை வெவ்வேறு கோணத்தில் அணுகுவது
- தோல்வியிலும் துவளாது தொடர்ந்து முயற்சி செய்வது
- சுயமாக மதிப்பிடுதல், சுயமாகத் திருத்திக்கொள்வது
- திரட்டிய தகவல்களின் அடிப்படையில் உரையாற்றுவது
- குழப்பமான சூழலை ஒழுங்குபடுத்துவது

இதுபோன்ற முழுமையான திறன்பட்டியலின் அடிப்படையில் மதிப்பீடு செய்வது இரண்டு நன்மைகளைத் தருகிறது. முதலில், நிஜவாழ்க்கையில் இந்தத் திறன்கள் மிகவும் மதிக்கப்படுகின்றன. இந்தத் திறன்களை மதிப்பிடும் மதிப்பீட்டுக்கு ஏற்புடைமை அதிகமாக இருக்கும். கற்பித்தல், பாடத்திட்டம் ஆகியவற்றில் ஏற்படும் 'மதிப்பீட்டின் பிற்போக்குத் தன்மை' இந்த மதிப்பீட்டைப் பொறுத்தவரை நன்மை தருவதாக அமையும். மதிப்பீட்டின் பிற்போக்குத் தன்மையைப் பற்றி முன்பு பேசியதை நினைவுபடுத்துங்கள். தேர்வு எப்படியோ அதற்கேற்றாற்போல் கற்றலையும் கற்பித்தலையும் மாற்றுவதையே இது குறிப்பிடுகிறது. எனவே, மதிப்பீட்டை மேம்படுத்தினால் அது கற்றலையும் கற்பித்தலையும் மேம்படுத்தும். மதிப்பீட்டில் பெரியளவில் சீர்திருத்தம் செய்வோரின் நம்பிக்கை இது.

அதிகாரபூர்வமான மதிப்பீட்டின் ஒரு வழிமுறை போர்ட்ஃபோலியோ வழிமுறையாகும். மாணவர்களின் அன்றாட வகுப்பறைச் செயல்பாடுகள், கற்பித்தல் ஆகியவற்றை உள்ளடக்கிய போர்ட்ஃபோலியோவை அடிப்படையாக வைத்து ஸ்கோட் பாரிஸ் என்ற

உளவியல் அறிஞரும் அவருடைய தோழர்களும் ஓர் ஆய்வு மேற்கொண்டனர். இத்தகைய மாணவ போர்ட்போலியோக்கள் வெற்றிகரமான, பொருள் நிறைந்த மதிப்பீட்டுமுறையாக அமெரிக்காவில் பயன்படுத்தப்படுகிறது. இதில் ஒவ்வொரு மாணவனின் வகுப்பறைச் செயல்பாடுகள், அவருடைய திறமைகளின் வெளிப்பாடுகளாக விளங்குகின்றன. மதிப்பீட்டுக்காகத் தனிப்பட்ட செயல்பாடுகள் வடிவமைக்க வேண்டிய தேவையில்லை. குழந்தையுடன் சேர்ந்து பொருத்தமான மாதிரிகளைத் தேர்ந்தெடுத்தால் போதும். 'இந்தப் படைப்பு என் திறமையை அல்லது முயற்சியைக் காட்டுகிறதா? இதை நான் அடுத்தவர்களுடன் பகிர்ந்துகொள்ளலாமா?' என்று கேட்கும் போது மாணவரும் ஒரு சுயமதிப்பீட்டாளர் ஆகிறார். போர்ட்ஃபோலியோக்கள் மூன்று வகையான திறமைகளை அளப்பதற்குப் பயன்படுகின்றன என்று பாரிஸ் குறிப்பிடுகிறார். அவை: செயல் திறமை (தினமும் நடக்கும் வாசிப்பு, எழுத்து, கணக்கிடுவது ஆகிய செயல்பாடுகளின் வெளிப்பாடுகள்) செய்முறை (ஒரு செயற்திட்டத்தை நடத்திய முறை, தேர்ந்தெடுத்த உத்திகள்) மற்றும் உலகத்தை மாணவர் எப்படிப் பார்க்கிறார், (சுய மதிப்பீடு அல்லது அவருடைய எண்ணங்களின் பிரதிபலிப்புகள்) ஆகியவை.

மதிப்பீட்டு தேர்வு உத்திகளில் சமீபத்திய கண்டுபிடிப்புக் குழு தேர்வு (கொலாபரேட்டிவ் டெஸ்டிங்). பிலிப் சிம்பார்டோ, கடந்த ஐம்பது ஆண்டுகளாக உளவியல்துறையில் பிரசித்திபெற்ற நபர். இவர் சமீப காலத்தில் தேர்வு பயத்தைக் குறைப்பதில் தன் கவனத்தைத் திருப்பினார். அவர் நடத்தும் உளவியல் பாடத்தில் புதிய திட்டம் ஒன்றை நடைமுறைப்படுத்தினார். மாணவர்கள் தனியாகவோ வகுப்புத் தோழர்களுள் விரும்பும் ஒருவருடன் சேர்ந்தோ தேர்வு எழுதும் வாய்ப்பைக் கொடுத்தார். இருவர் சேர்ந்து தேர்வெழுதினாலும் ஒரு தேர்வுத்தாளில் எழுதினால் போதும். அவர்களுக்குத் தனித்தனியாக மதிப்பெண்கள் வழங்கப்படமாட்டாது என்பதும் அவர்களிடம் சொல்லப்பட்டது. இது ஆர்வத்தைத் தூண்டும் உத்தி: இப்படிப்பட்ட வாய்ப்பை மாணவர்கள் எப்படிப் பயன்படுத்திக்கொண்டார்கள் என்று உங்களால் கற்பனை செய்ய முடிகிறதா? சுமார் 40 விழுக்காடு மாணவர்கள் விரும்பிய தோழர்களுடன் தேர்வை எதிர்கொள்ள விரும்பினர். தன் கூட்டாளி அதிக வேலை செய்யாமல் இருந்துவிடுவாரோ என்று பயந்து பெரும்பான்மையான மாணவர்கள் தனியாகத் தேர்வு எழுத முடிவு செய்தனர். ஆனால், வெறும் 20 விழுக்காடு ஜோடிகள் மட்டும்தான் தங்கள் வேலையைத் தோழர்களுடன் பகிர்ந்து கொண்டார்கள். பெரும்பான்மையான ஜோடிகள் தாங்கள் தனியாகத் தேர்வு எழுதும்போது செய்வதுபோல் அனைத்து அத்தியாயங்களையும்

படித்தனர். தேர்வு முடிவு வந்தபோது குழுவாகத் தேர்வு எழுதியவர்கள் தனியாகத் தேர்வெழுதியவர்களைவிட மிக அதிக வெற்றிப்புள்ளிகள் பெற்றிருந்தனர். மேலும் இந்த உத்தியால் மாணவர்கள் பாடத்தை அதிகமாக ரசித்தனர். தங்கள் அறிவைப் பிறருடன் அதிகமாகப் பகிர்ந்துகொண்டனர். அவர்களிடம் தேர்வுபயம் குறைவாக இருந்தது. மாணவர்கள் சிம்பார்டோவிடம் இன்னும் அதிகப் பாடங்களுக்கு குழுப்பரிசோதனை முறையை நடைமுறைப் படுத்தும்படி விரும்பிக் கேட்டுக்கொண்டனர். குழுப்பரிசோதனை முறை தேர்வுபயத்தைக் குறைப்பதோடு நிஜ வாழ்க்கையில் பிறருடன் சேர்ந்து வேலை செய்யும் தருணங்கள் அதிகமாக இருப்பதால் அதற்கான பயிற்சியாக இது மாறுகிறது. எனவே இம்மதிப்பீட்டு முறைக்கு இன்னும் மதிப்பு அதிகம் என்று சிம்பார்டோ கூறுகிறார். மாணவர்கள் பகிர்ந்து கொள்ள வேண்டும்; விட்டுக்கொடுக்க வேண்டும்; கூட்டுறவோடு செயலாற்ற வேண்டும். இந்தத் திறன்கள் தற்காலத்தில் வேலைக்குச் செல்லும் ஒவ்வொருவருக்கும் அவசியமான திறன்களாகும்.

தரநிர்ணயக் குறிப்புகளைப் (ரூபிரிக்ஸ்) பயன்படுத்துவது என்பது மூன்றாவது உத்தி. அரபு, இஸ்ரேல் நாடுகளுக்கிடையேயுள்ள விரிசல் பற்றி மாணவன் கட்டுரை எழுதியுள்ளான் என்று வைத்துக்கொள் வோம். ஆசிரியர் பத்து புள்ளிகளின் அடிப்படையில் அக்கட்டுரையை மதிப்பிட்டுத் தரநிர்ணயம் செய்ய வேண்டும். ஒரு ஓரிலக்க எண் பல்வேறு அடிப்படைப் பண்புகளை வெளிப்படுத்தும் எண்ணாக மாறிவிடுகிறது. தெளிவு, உட்படுத்தப்பட்டுள்ள பிரச்னைகளின் எண்ணிக்கை, புரிதலின் ஆழம், மொழியின் தேர்ச்சி... போன்ற பல பண்புகளை அந்த ஓரிலக்க எண்ணில் அடங்கும். இதன் முதல்படியாக ஒரு கட்டுரையை எந்தெந்த அடிப்படை பண்புகளின்படி மதிப்பிடப்

போகிறோம் என்ற பட்டியல் உருவாக்க வேண்டும். அடுத்ததாக ஒவ்வொரு பண்பும் எப்படிச் செய்முறையாக வெளிப்படும் என்பதை வார்த்தைகளால் விளக்க வேண்டும். எடுத்துக்காட்டாகத் தெளிவு என்னும் அடிப்படைப் பண்பின் தரநிர்ணயக் குறிப்புகளின் நிலைகளைப் பார்ப்போம்.

1. கருத்துகள் தெளிவாக விளக்கப்படவில்லை, மொத்தத்தில் குழப்பமான கட்டுரை.
2. சில கருத்துகள் தெளிவாக்கப்பட்டுள்ளன, மீதமுள்ளவை மிகவும் குழப்பமாக உள்ளன.
3. அதிகக் கருத்துகள் தெளிவாக விளக்கப்பட்டுள்ளன, குழப்பமான கருத்துகள் குறைவு.
4. மொத்தக் கருத்துகளும் தெளிவாக விளக்கப்பட்டுள்ளன, மொத்தத்தில் ஒரு சிறந்த கட்டுரை.

எல்லா அடிப்படைப் பண்புகளுக்கும் இவைபோன்ற தரநிர்ணயக் குறிப்புகள் தயாரிக்க வேண்டும். அது ஒரு பெரிய அட்டவணையாக இருக்கும். தரநிர்ணயக் குறிப்புகளின் அடிப்படையில் மதிப்பிடும் முறை பல பள்ளிக்கூடங்களில் பயன்படுத்தப்பட்டது. அந்தப் பள்ளிகளின் தேர்வுமுடிவுகளில் நல்ல முன்னேற்றமும் இருந்தது. ஒரு வேலையை முடிக்கும் முன் இந்தத் தர நிர்ணயக் குறிப்புகளை மாணவர்களிடம் காட்டும்போது அதன் விளைவு மிகச் சிறப்பாக இருந்தது. மாணவர்களின் படைப்பின் தரத்தைப் பற்றி அவர்களுக்கு விழிப்புணர்வூட்ட இது மிகவும் பயன்பட்டது. அந்தப் படைப்பின் தரத்தை எந்த அளவுக்குத் தங்களால் உயர்த்த முடியுமோ அந்த அளவுக்கு உயர்த்துவதற்கு அவர்களை உற்சாகப்படுத்துகிறது.[1]

---

[1] 'எடை பார்ப்பதால் மட்டும் எருது கொழுக்காது' ஆல்பர்ட் ஷங்கர் என்ற புகழ்பெற்ற கல்வியாளரின் பொன்மொழி இது. மதிப்பிடுவதால் மட்டும் குழந்தைகள் கெட்டிக்காரர்கள் ஆகமாட்டார்கள் என்பதைத்தான் இப்படிக் குறிப்பிடுகிறார். எப்படியிருந்தாலும், அவருடைய கருத்தை ஏற்றுக்கொண்டு, அவர் சொன்ன விதத்தைப் பாராட்டி இந்த உவமையைக் கீழ்வரும்படி தொடரலாம். எருதுக்கு எடை பார்க்கத் தெரிந்திருந்தால், கொழுக்க வேண்டும் என்ற விருப்பம் இருந்தால், என்ன சாப்பிட்டால் உடம்பில் கொழுப்பு ஏறும் என்று தெரிந்திருந்தால்? இந்தக் கருத்தை 'தரத்தை ஏற்றுக்கொள்ளுதல்' என்று சொல்வார்கள். இது மாணவர்களின் எழுத்துத் தேர்வுக்கும் மதிப்பீட்டுக்கும் பொருந்தும். மாணவர்கள் தங்களின் கற்றலில் மிகுந்த ஈடுபாடு கொண்டிருந்தால், சிறந்த முறையில் செயல்படுவது எப்படியென்று அவர்களுக்குத் தெரிந்திருந்தால், அவர்களால் அவர்களுடைய தரத்தை ஏற்றுக்கொள்ள முடியும். அதனால் தங்கள் தரத்தை மேம்படுத்த அந்த மதிப்பீட்டு முடிவுகளை அவர்களால் பயன்படுத்த முடியும். ஆகவே 'எடைபார்ப்பதால் எருதும் கொழுக்கும்!'

மாற்று மதிப்பீட்டுமுறைகளின் வெற்றியையும் தெளிவான குணங்களையும் பார்க்கும்போது பல்வேறு கல்வி வாரியங்கள் இம்முறைகளை ஏன் பரவலாக நடைமுறைப்படுத்தக்கூடாது என்று உங்களுக்குத் தோன்றலாம். அவ்வாறு நடைமுறைப்படுத்துவதால் என்ன இழப்பு நேர்ந்துவிடும் என்று அஞ்சுகிறோம்? பாரபட்சமற்ற மதிப்பீடு, எளிதில் நிர்ணயிக்க முடிந்த கட்-ஆஃப் மதிப்பெண் ஆகியவற்றை இழந்துவிடுவோம் என்பதுதான் இக்கேள்விக்கான பதிலாக இருக்கும். அதிகாரபூர்வமான மதிப்பீட்டில் தர நிர்ணயத்தின் பல்வேறு நிலைகளில் தீர்ப்பளிக்கும் நிலை மனிதர்களின் கைக்கு வருகிறது. கட்டுரையை மதிப்பிடும் ஆசிரியர்கள் முன்னரே இதைச் செய்கின்றனர். எழுத்தின் பாணி, கருத்துத் தெளிவு, விளக்கியிருக்கும் விதம் ஆகியவற்றை மதிப்பிடுகின்றனர். இதற்கு முன்னர் நடத்திய ஆய்வின்படி கட்டுரையை மதிப்பிடும் விதம் நமக்கு மிகுந்த ஏமாற்றத்தைத் தரும். இரண்டு தனிப்பட்ட நபர்கள் அதே கட்டுரையை மதிப்பிட்டால் முடிவுகளுக்குள் பெரும் வேறுபாடு இருக்கும். அதுபோல் ஒருவரே இரண்டு வேறுபட்ட சூழலில் ஒரு கட்டுரையை மதிப்பிட்டால் அதன் முடிவுகளும் வேறுபட்டவையாக இருக்கும். இத்தகைய மதிப்பீட்டின் நம்பகத்தன்மையைப் பற்றி நமக்குப் பெரும் சந்தேகம் ஏற்படும். இதன் மற்றொரு பிரச்னை என்பது கட்டுரையின் எல்லா தன்மைக்கும் சேர்ந்து ஒரேயொரு எண்ணை வழங்குவோம். அந்த எண் ஒரு மாணவனின் 'மதிப்பை' தீர்மானிப்பதாக மாறிவிடுகிறது.

இந்த குழப்பம் நிறைந்த கோட்டையிலிருந்து வெளியே வருவது எப்படி? மதிப்பீட்டின் தரத்தைப் பற்றி மீண்டும் விரிவாகப் பார்க்க வேண்டும். இப்படியே இருக்கட்டும் என்று விட்டுவிட்டால் இந்தப் பிரச்னைகளைப்பற்றியும் ஒரு மாற்றுவழியைப் பற்றியும் யோசிக்கவே மாட்டோம். தரமான மதிப்பீட்டின் சில பண்புகள் நமக்கு வருத்தம் தருபவையாக இருக்கின்றன.

சில சந்தர்ப்பங்களில் மதிப்பீட்டுக்கான அடிப்படைப் பண்புகள் மிகவும் தெளிவாக இருக்கின்றன. அதாவது எது சரி, எது தவறு என்பதில் எவ்விதக் குழப்பமும் இருக்காது. கணிதம், இயற்பியல், வேதியியல், எழுத்துப்பிழை, இலக்கணம் போன்ற பாடங்களில் இதற்கான எடுத்துக்காட்டுகளைக் காணலாம். ஆனால், இந்தப் பகுதியின் ஆரம்பத்தில் பட்டியலிடப்பட்ட பெரும்பான்மையான திறன்களை மதிப்பிடுவது மிகவும் சிக்கலானது. எடுத்துக்காட்டாக ஒரு கட்டுரை 'மிகத் தெளிவாக இருக்கிறது' மற்றும் 'முற்றிலும் குழப்பமாக இருக்கிறது' என்ற இரண்டு தரநிர்ணயக் குறிப்புகளுக்கிடையே பல நிலைகள் இருப்பதற்கான வாய்ப்பிருக்கிறது.

தர மதிப்பீடு என்பது ஒருவகையில் தனிநபர் முடிவாகப் பாரபட்சத்துடன் இருக்கும். இதனால் விடைத்தாள்களைத் திருத்தும்போது ‘தொடர்தாக்கத்துக்கு’ இரையாவதற்கான வாய்ப்புண்டு. அதாவது, ஒரு மாணவனின் செயல்பாடுகள் திறமையானதாகத் தோன்றும். ஏனென்றால், அதற்கு முந்தைய மாணவனின் தரம் குறைவாக இருந்திருக்கும். ஒரு மாணவனைப் பற்றிய ஆசிரியரின் கருத்து மதிப்பெண் வழங்குவதில் தாக்கம் செலுத்தும். மதிப்பெண் வழங்கும் நபரின் ஆளுமை (கறாரானவர், இலகுவாக நடந்துகொள்பவர்) புறக்காரணிகளின் தாக்கம் (சுத்தம் அல்லது அழகான கையெழுத்து) ஆகியவையும் தாக்கம் செலுத்தும்.

செயற்திறன் என்பது பல்வேறு அடிப்படைப் பண்புகள் ஒரே நேரத்தில் செயல்படுவதின் விளைவு. அதனால் இரண்டு மாணவர்களை ஒரே கோணத்தில் மதிப்பிடமுடியாது.

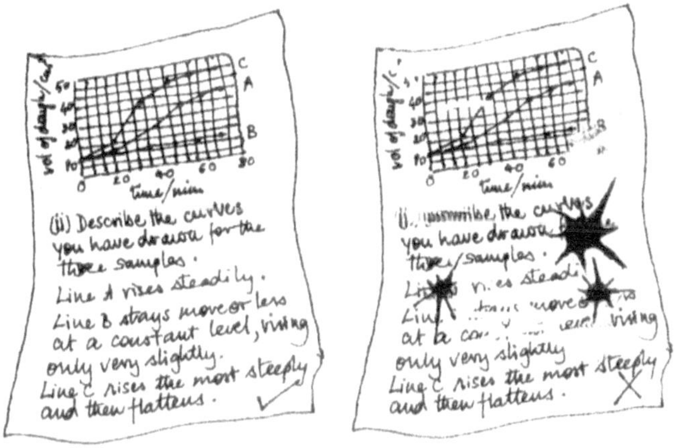

இந்தப் பிரச்னைகளிலிருந்து தப்பிக்கவே முடியாது என்று தோன்றலாம். ஆனால், தனிநபர் முடிவு என்பது மனத்தில் தோன்றியது போலவோ, பாரபட்சமாகவோ இருக்க வேண்டியதில்லை என்பதை இந்தப் பிரச்னைகள் நமக்கு உணர்த்துகின்றன. தனிநபர் முடிவு என்பதே மாயையாக இருக்கலாம் என்பதையும் சொல்கிறது. சரியான விடையைத் தேர்ந்தெடுத்து எழுதுவது போன்ற ஒரு தேர்வை உருவாக்குவதின் முதல்படி கேள்விகளைத் தேர்ந்தெடுப்பது, வார்த்தைகளால் விளக்குவது, கேள்விகளை வரிசைப்படுத்துவது இவையெல்லாமே தனிநபர் முடிவுதான். ஆனால், இறுதிப்படியான எத்தனை சரியென்று கண்டுபிடிப்பது முற்றிலும் தனிநபர் முடிவுக்கு அப்பாற்பட்டது. பொதுவான முடிவுக்கு ஆட்பட்டது. தரமான மதிப்பீட்டைப் பொறுத்தவரை பொதுமுடிவு என்பதைப் பயிற்சிபெற்ற ஆசிரியர் குழுவினரின்

ஒருமித்த கருத்து என்று வரையறுக்கலாம். ஒருமித்த கருத்தை அடைவதற்கு 1) மதிப்பீட்டின் படிகளை மிகுந்த கவனத்தோடு வடிவமைக்க வேண்டும்; 2) அந்தப் படிகளில் ஆசிரியர்களுக்குப் பயிற்சியளிக்க வேண்டும். 3) ஆசிரியர்கள் தம்முள் கலந்துரையாடு வற்கான சூழலை உருவாக்க வேண்டும். அவ்வாறு ஒருமித்த கருத்துக்கு அவர்கள் வந்துசேர வேண்டும். குழந்தைகளின் தரத்தைப் பொது மக்களுக்குத் தெரிவிப்பது மேலும் பயன்தரும். பிற ஆசிரியர்களுக்கு, பெற்றோருக்கு, கல்லூரிகளுக்கு, தொழிலாளர்களுக்கு, மாணவர் களுக்கு என எல்லாத் தரப்பினருக்கும் தரப்பட்டியலைத் தெரிவிக்க வேண்டும். ஆசிரியர்களுக்குத் தேவையான பயிற்சியளிக்கும்போது, இதன் படிகளை அறிமுகப்படுத்தும்போது தரமான மதிப்பீடு என்பது அவ்வளவு சிரமமானதாகத் தோன்றாது. மரபாக மதிப்பெண் இடுவதைவிட எளிதாகவும் இருக்கும்.

இறுதியாக, ஒரேயொருமுறை மட்டும் நடத்தும் தேர்வுக்கு அளவுக்கு அதிகமான முக்கியத்துவம் கொடுக்கக்கூடாது. பலவேளைகளில், பலமுறை நடத்தும் தேர்வின் அடிப்படையில் மட்டும்தான் முடிவுகள் எடுக்கப்பட வேண்டும். இவ்வாறு செய்யும்போது மாணவ, ஆசிரியர் களின் நிலையற்றதன்மைகள் குறையும். இறுதி முடிவு நம்பகத் தகுந்ததாக மாறும். இறுதியாக இந்த அத்தியாயத்தைச் சிறப்பாக முடிப்பதற்கு முன் முத்தாய்ப்பாக ஒரு கருத்து. ஒருவருடைய செய்திறனை அளக்கிறோம் என்று சொல்லி உண்மையில் அவருடைய திறன்களைத்தான் அளக்கிறோம். திறன்களை மிகச் சரியாக மதிப்பிட ஒரேவழி பல திறன்கள் உட்படும் ஒரு செயலைச் செய்து முடிக்கச் சொல்வதுதான். அதுவும் பலவேளைகளிலாக, பல சூழல்களில் செய்யச் சொல்லும்போது நம்மால் சிறந்த மதிப்பீடை பெற முடியும்.

முடிவுரை

தேசியப் பாடத்திட்டச் சட்டகம் 2005 -ல் தேர்வுகள் மற்றும் மதிப்பீட்டைப் பற்றி ஒரு பகுதியுண்டு. நாம் இங்கு குறிப்பிட்ட பெரும்பான்மையான பிரச்னைகளை இது ஏற்றுக்கொள்வதோடு மதிப்பீட்டைச் சீர்படுத்துவதற்கான சில உறுதியான யோசனைகளை முன்வைக்கிறது. எடுத்துக்காட்டாக திறந்த புத்தகத் தேர்வு, தேர்வுக்குப் போதுமான நேரம் கொடுப்பது, ஆங்கிலம், கணிதம் ஆகிய பாடங்களுக்கான தேர்வுகளைப் பலநிலைகளில் பலவேளைகளில் நடத்துவது, ஆசிரியர்களிடமிருந்தும் பிற வல்லுநர்களிடமிருந்தும் நல்ல வினாக்களைப் பெற்று ஒரு வினாத்தொகுப்பு உருவாக்குவது, பத்தாம் வகுப்புக்கும் பன்னிரண்டாம் வகுப்புகளுக்கும் மட்டும் பொதுத்தேர்வு நடத்துவது பிற வகுப்புகளுக்கு தேர்வு நடத்த

வேண்டாமென முடிவுசெய்வது போன்றவை. இந்த யோசனைகள், இவ்வத்தியாயத்தில் குறிப்பிட்ட சிறந்த உளவியல் கருத்துக்களின் அடிப்படையில் உருவாக்கப்பட்டவை. இந்த யோசனைகளை நடைமுறைப்படுத்தினால் நம் நாட்டில் மதிப்பெண் வழங்கும் விதம் மாறிவிடும் என்பதில் ஐயமில்லை.

தேர்வும் மதிப்பீடும் குழந்தைகளிடம் ஏற்படுத்தும் மன அழுத்தம்தான் இவற்றில் சீர்திருத்தம் வேண்டுமென வாதிடுவதற்கான முக்கிய காரணம். பொதுவாகப் பள்ளிக்கூடங்கள் என்றாலே குழந்தைகளுக்கு மன உளைச்சல் தருபவையாக இருக்கின்றன. அங்கு இளைஞர்கள் பல்வேறு வகையான சவால்களைச் சந்திக்கிறார்கள். கல்வித்துறையில் மாணவர்களின் உணர்வுநிலை எவ்வாறு பாதிக்கப்படுகிறது என்பதைப் பற்றி அடுத்த அத்தியாயம் பேசுகிறது.

அத்தியாயம் - 10

உணர்ச்சி, கற்றல், ஆரோக்கியமான உணவுகள்

இந்த உலகிலுள்ள நூற்றுக்கணக்கான மொழிகளுள் ஓர் ஆசிரியர் அவசியம் கற்க வேண்டிய மிகமுக்கியமான மொழி ‘உடல்மொழி’. ஜொலிக்கும் கண்கள், குறும்புப் பார்வை, வெறுப்பால் உதட்டுப் பிதுக்குவது என மாணவர்களின் முகங்களில் தெரியும் மாற்றங்களின் பொருளைப் புரிந்துகொள்ளும் திறமைபெற்றவராக ஆசிரியர் இருக்க வேண்டும். ஏனென்றால் இந்த மாற்றங்கள் மாணவர்களின் உள்ளுணர் வைப் பிரதிபலிக்கின்றன. கற்கும் சூழலில் குழந்தைகள் அனுபவிக்கும் உணர்வுகளைக் கல்வி உணர்வுகள் என்று அழைக்கிறார்கள். மாணவர் களின் ஊக்கம், புரிதல், உடல் நலம், உளநலம் ஆகிய அனைத்து வெளிப்பாடுகளிலும் கல்வி உணர்வுகள் தாக்கம் செலுத்துகின்றன. ஒரு மாணவர் மகிழ்ச்சியின்றி, வருத்தத்தோடு, கோபத்தோடு இருந்தால் கற்பிக்கும் பாடத்தில் மிகச் சிறிய பகுதியைத்தான் அவரால் புரிந்து கொள்ள முடியும். இது நம் எல்லோருக்கும் தெரிந்த உண்மை. அவர் கவனத்தோடு, விருப்பத்தோடு, பயமின்றி இருந்தால் அவரால் சிறந்த முறையில் கற்க முடியும் என்பதும் நமக்குத் தெரியும். ஆனால், இது வெறும் நீருள் புதைந்த பனிப்பாறையின் நுனிபோல்தான். பள்ளிச் செயல்பாடுகளும் பள்ளி செய்திறன்களும் மாணவர்களிடம் பல்வேறு உணர்வலைகளை எழுப்புகின்றன.

உண்மையில் கல்விக்கு நாம் எத்தனை முக்கியத்துவம் கொடுக் கிறோமோ அந்த அளவுக்கு மாணவர்களின் உணர்வுகளுக்கும்

முக்கியத்துவம் கொடுக்க வேண்டும். ஆனால், ஒரு பள்ளிச்சூழலில் ஓர் ஆசிரியரால் தம் மாணவர்கள் அனைவருடையவும் உணர்வுத் தேவைகளைப் பூர்த்தி செய்வது என்பது முடியாத காரியம். மாணவர் களின் எண்ணிக்கையோ அதிகம்; கிடைக்கும் நேரமோ குறைவு. மாணவர்களின் கல்வி உணர்வுகளைப் புரிந்துகொண்டு செயல்படு வற்கான நேரமும் ஆற்றலும் நமக்கில்லை என்பதால் நாம் அவற்றை அடியோடு புறக்கணித்துவிடுகிறோம். இவ்வுணர்வுகளுக்குக் கற்றலில் இருக்கும் முக்கியத்துவத்தை மறுத்துவிடுகிறோம். உணர்வு களுக்கும் கற்றலுக்கும் தொடர்பில்லை என்று புறக்கணித்துவிட்டுப் பாடம் படிப்பதற்கும் தேர்வுக்கு ஆயத்தமாவதற்கும் முக்கியத்துவம் கொடுக்கிறோம். ஆனால், இது பெரும் தவறு.

மாணவர்களுக்கு உணர்வுகளுண்டு என்றும் கற்றலில் அவை பெரும் தாக்கத்தை ஏற்படுத்துகின்றன என்பதையும் உணராமல் கற்பிப்பதால் நம் ஆற்றல் விழலுக்கு இறைத்த நீர்போல் வீணாகிவிடுகிறது. இது மிக மிக முக்கியமான கருத்து. உணர்வுகள், ஊக்கம், புரிதல் ஆகிய மூன்றும் ஒன்றோடு ஒன்று பின்னிப்பிணைந்து அவிழ்க்கமுடியாதபடி இருக் கின்றன என்பதுதான் அடிப்படை உண்மை. நாம் அவற்றைப் பற்றித் தனித்தனியாக விளக்கி எழுதுகிறோமே தவிர உண்மையில் அவற்றைப் பிரிக்கமுடியாது. எடுத்துக்காட்டாக, ஒரு மாணவி வகுப்புச் செயல்பாடு களிலிருந்து ஒதுங்கியிருக்கலாம். ஈடுபடமாட்டேன் எனப் பிடிவாத மாக இருக்கலாம். அல்லது எதிர்ப்பைக் காட்டலாம். அவளுடைய நடவடிக்கைக்குக் காரணம் என்னவாக இருக்கலாம்? அவளுடைய நம்பிக்கைகள் அல்லது மனப்பாங்கு மற்றும் கோபம், வெட்கம், குற்றவுணர்வு போன்ற எதிர்மறை உணர்வுகள் ஆகியவற்றின் கலவை இந்த நடவடிக்கைக்குக் காரணமாக இருக்கலாம். இதுபோல வகுப்பறை யில் நடக்கும் செயல்பாட்டைப் பற்றிய மாணவர்களின் எண்ணம், அச்செயல்பாட்டுக்கு அவர்கள் கொடுக்கும் மதிப்பு மற்றும் சலிப்பு, ஆர்வம், அன்பு, மகிழ்ச்சி ஆகிய உணர்வுகளின் கலவை அந்த மாணவர்கள் அந்தச் செயல்பாட்டில் ஈடுபட வேண்டுமா வேண்டாமா என்பதை முடிவு செய்கிறது.

அன்டோனியோ டமாஷியோ மற்றும் மேரி ஹெலன் இம்மோர்டினோ இ யங் ஆகியோர் வெளியிட்ட சமீபத்திய ஆய்வுக்கட்டுரை இந்தக் கருத்தை மிகவும் வலியுறுத்துகிறது. குழந்தை உணர்ச்சிவசப்படுவதை அலமாரியிலுள்ள கண்ணாடிப் பாத்திரத்தைத் தட்டிவிடுவதுபோல் பார்க்காமல் கண்ணாடிப் பாத்திரம் வைக்கப்பட்டுள்ள அலமாரி போல் நினைக்கவேண்டும். பகுத்தறிவோடு ஆழமாகச் சிந்தித்திருப் பதைப் பற்றிப் பேசும்போது, அல்லது உணர்வுகள் எப்படி புரிதலைத்

தடம் மாற்றுகிறது என்று யோசிக்கும்போது அது இப்படி யிருக்கலாமோ அல்லது அப்படியிருக்கலாமோ என்று நினைக்கத் தலைப்படுகிறோம். யங் மற்றும் டமாஷியோ சொல்வதுபோலக் காரணகாரியத் தொடர்பு காண்பதில் அல்லது கற்றலில் புலனறிவு உட்பட்டிருக்கிறது. அதோடு, சமூகம் என்ன நினைக்கிறது என்பதும் கற்றலில் தாக்கம் செலுத்துகிறது. இவையிரண்டும் உணர்வு சம்பந்தப் பட்டவை.

மாணவர்களின் உணர்வுகளுக்கு முக்கியத்துவம் கொடுக்கவேண்டும் என்பதை நாம் ஏற்றுக்கொண்டால் இங்கு இரு பிரச்னைகள் உருவா கின்றன. அனைத்து மாணவர்களுடைய உணர்வுத்தேவைகளைப் பூர்த்தி செய்ய நமக்கு நேரமில்லை. அதற்கான திறமையும் இல்லை. அப்படியானால் இந்தப் பிரச்னைகளுக்கான தீர்வுதான் என்ன? பள்ளிச்சூழல் போட்டி மனப்பான்மையை ஊக்குவிப்பதாக இருக்கக் கூடாது, சில மாணவர்களை மட்டும் முன்னிறுத்துவதாக அமையக் கூடாது. மாறாக மாணவர்களிடம் பாசம்பொழிவதாக, ஆதரவளிப்ப தாகப் பள்ளிச்சூழல் மாற வேண்டும். இந்தப் பரந்த அணுகுமுறையைக் கடைப்பிடித்தால் அது மாணவர்களின் உணர்வுநலத்தைப் பேணுவதாக அமையும். மாணவர்களின் செய்திறனுக்கும், குழந்தைகளை ஒப்பிட்டு மதிப்பிடுவதற்கும் முக்கியத்துவம் கொடுக்கும் மரபான அணுகுமுறை மாணவர்களிடம் தீமைபயக்கும் உணர்வுகளைத் தூண்டும். இந்த அத்தியாயத்தின் மூலம் நான் சொல்ல நினைக்கும் கருத்தின் சுருக்கம் இதுதான். 'தீமைபயக்கும்'என்ற கடினமான தொடரைத் தெரிந்துதான் பயன்படுத்தியிருக்கிறேன். சில குறிப்பிட்ட உணர்வுநிலையைக் குழந்தைகள் அடையும்போது அவர்களால் முழுமையாக் கற்கமுடிவ தில்லை. அது மாணவர்கள் தம்முள் இருக்கும் நல்லுறவைக் கெடுக்கும். ஆசிரியர்கள் பெற்றோர் ஆகியோரிடம் கொண்டிருக்கும் சுமுகமான உறவையும் கொடுக்கும். அதைவிட அதிகமாக மாணவர்தம் மனநலத்தைப் பாதிக்கும். இந்தக் கருத்து சரியென்பதைச் சில குறிப் பிட்ட 'நேர்மறை' உணர்வுகளான தற்பெருமை, நம்பிக்கை ஆகிய வற்றுக்கு ஆட்படும்போது ஏற்படும் விளைவுகளிலிருந்து புரிந்து கொள்ளலாம். அதிக மதிப்பெண்கள் பெற வேண்டும் என்று அழுத்தம் கொடுக்கும் கல்விமுறையில் இந்தத் தீமைபயக்கும் உணர்வுகள் பிரச்னைகளை உருவாகும். அந்தப் பிரச்னைகளை மாணவர்கள் எதிர்கொள்ள வேண்டியுள்ளது. அவர்களுக்கு நம்மால் பெரிதாக எந்த உதவியும் செய்யமுடிவதில்லை. 'அனுசரித்துப் போவது' என்பதுகூட உண்மையில் சரியான தீர்வு ஆகாது. பள்ளிக் கூடத்தில் குழந்தைகளுக்குப் பக்கபலமான, ஆதரவான சூழல் இருப்பதுதான் கல்வி உணர்வுகள் உருவாக்கும் பிரச்னைகளை

முழுமையாகச் சமாளிக்கும் வழி. பரந்துபட்ட பொருளில் மாணவர்களுக்கு ஆதரவான சூழல் என்பது தற்கால சமூக, கல்வி விழுமியங்களுக்கு முற்றிலும் வேறுபட்டது என்று சொல்லலாம். இந்த மாறுபட்ட சூழலை உருவாக்க மாணவர்களின் உணர்வுலகத்துக்கு ஏற்றாற்போல் நாம் மாறவேண்டும். இந்த மாற்றம் சிறியதாக இருந்தாலும்கூட இந்த மாற்றத்தால் ஏற்படும் விளைவுகள் பெரியதாக இருக்கும்.

தொடர்ந்து வரும் பகுதியில் ரசனை, பதற்றம் என்னும் கல்வி உணர்வுகளைச் சற்று ஆழத்தில் ஆராயப்போகிறோம்.

கல்வி சார்ந்த உணர்வுகள்

ஒரு பயிற்சி என்று நினைத்து மாணவர்கள் அனுபவிக்கும் கல்வி சார்ந்த உணர்வுகளின் பட்டியல் ஒன்றைத் தயாரியுங்கள். உங்கள் பட்டியலைப் பெட்டி 1 உடன் ஒப்பிடுங்கள். ரெய்ன்ஹார்டு பெக்ரன் என்ற உளவியலறிஞரும் அவருடைய தோழர்களும் ஜெர்மனியைச் சேர்ந்த ஒரு பள்ளி மாணவர்களிடமிருந்து பெற்ற தரவுகளின் அடிப்படையில் இந்தப் பட்டியலைத் தயாரித்திருக்கிறார்கள்.[1] இவர்கள் வகுப்பு நேரத்தில், வீட்டிலிருந்து படிக்கும்போது, தேர்வு காலங்களில் எனப் பல நேரங்களில் அவர்கள் அனுபவிக்கும் உணர்ச்சிகளை விவரித்து எழுதும்படி மாணவர்களிடம் கேட்டுக்கொண்டார்கள். மாணவர்கள் விவரித்து எழுதியவற்றை வகைப்படுத்தி சிறு விளக்கங்களும் சேர்த்துப் பெட்டி 1 -ல் காணும் பட்டியலைத் தயாரித்துள்ளார்கள். இவற்றுள் பொதுவாகக் காணப்பட்ட கல்வி உணர்ச்சி பதற்றமாகும். மாணவர்கள் விவரித்த உணர்ச்சிகளுள் 15 முதல் 20 சதவீதம் இடத்தைப் பதற்றம் எடுத்துக்கொள்கிறது. நாம் இவ்வுணர்ச்சிகளை நேர்மறை, எதிர்மறை என்று பிரித்தாலும் மொத்தமாக அனுபவிக்கும் உணர்ச்சிகளுள் இவ்விரண்டும் சரிசமமாக வருகின்றன என்பதை இவர்களின் ஆய்வு சுட்டிக்காட்டுகிறது.

---

1 பொதுவாக, ஆய்வின் புதிய துறைகளைப் பற்றி அறிந்துகொள்ள இது நல்ல அணுகுமுறையாகக் கருதப்படுகிறது. தரமான பதில்கள, விளக்கமான பதில்கள், ஒரு வினாவுக்குப் பல பதில்கள் ஆகியவை பிரதிபலிப்புக்களில் உட்படுவதால் என்னென்ன மாறிகள் கிடைப்பதற்கு வாய்ப்பிருக்கிறதோ அவை அனைததும கிடைக்கிறது. என்னென்ன சிக்கல்கள் வருவதற்கு வாய்ப்பிருக்கிறதோ அவையனைத்தும் வருவதற்கு இந்த அணுகுமுறை வழி வகுக்கிறது.

பெட்டி 1

செயல்பாடுகளோடு தொடர்புடைய உணர்வுகள்

இன்பம் (உத்வேகத்தோடு, மனஅழுத்தமில்லாமல் இருக்கும்போது)	செயல்பாட்டுக்கு ஒரு மதிப்புண்டு என்று நினைக்கும்போது, கற்றல் தங்கள் கட்டுப்பாட்டில் இருக்கும்போது
ஏமாற்றம், அதிருப்தி	செயல்பாட்டுக்கு மதிப்புண்டு, கற்றல் மீது தங்களுக்குக் குறைவான கட்டுப்பாடு இருக்கும்போது
சலிப்பு	செயல்பாடு மதிப்பற்றது என்று நினைக்கும்போது

விளைவுகளோடு தொடர்புடைய உணர்வுகள், எதிர்பார்க்கும் உணர்வுகள்

எதிர்பார்ப்பு, மகிழ்ச்சி	வெற்றியை எதிர்பார்க்கும்போது
நம்பிக்கையின்மை	தோல்வியை எதிர்பார்க்கும்போது
நம்பிக்கை	விளைவு எப்படியிருக்கும் என்று தெரியாது. ஆனால் வெற்றியில் கவனம் குவிந்திருக்கும்
பதற்றம்	விளைவு எப்படியிருக்கும் என்று தெரியாது. ஆனால் கவனம் தோல்வியில் குவிந்திருக்கும்

கடந்தகால உணர்வுகள்

மகிழ்ச்சி	வெற்றி கிடைத்தபோது
கவலை	வெற்றி கிடைக்காதபோது
ஏமாற்றம்	வெற்றியை எதிர்பார்த்து அடைய முடியாதபோது
ஆசுவாசம்	தோல்வியை எதிர்பார்த்து கிடைக்காதபோது

சமூக உணர்வுகள்

கர்வம்	சுயமுயற்சியால் வெற்றி கிடைக்கும்போது
வெட்கம்	கடின முயற்சிக்குப்பின் தோல்வி கிடைக்கும்போது

நன்றி உணர்வு	அடுத்தவர் (ஆசிரியர் மற்றும் பிறர்) உதவியால் வெற்றி கிடைக்கும்போது
கோபம்	அடுத்தவர் நடவடிக்கையால் தோல்வி கிடைக்கும்போது

இந்தப் பட்டியலில் ஒரு சுவையான தகவல் இருப்பதைக் காணலாம். செயல்பாடுகளின் விளைவு வெற்றியா தோல்வியா என்ற எதிர்பார்ப்பு ஏற்படுத்தும் உணர்வுகளின் பெரும்சுமையை மாணவர்கள் அனுபவிக்கிறார்கள் என்பதுதான் அது. பள்ளிக்கூடங்களில் கற்றல் நடப்பதில்லை; மாறாகச் செய்திறனுக்கு அதிக முக்கியத்துவம் கொடுக்கப்படுகிறது என்பதற்கான அப்பட்டமான ஆதாரமாக இப்பட்டியல் திகழ்கிறது. செயல்பாடுகளோடு தொடர்புடைய இன்பம், எதிர்பார்ப்பு, சலிப்பு ஆகிய உணர்வுகள் ஒரு மாணவன் கற்றலில் ஈடுபட வேண்டுமா வேண்டாமா என்பதைத் தீர்மானிப்பதில் முக்கிய பங்கு வைக்கிறது. எனவே இவ்வுணர்வுகள் மிகவும் முக்கியமாகின்றன. வகுப்பறைச் சூழல் மிகவும் சரியாக இருந்தால் மாணவர்கள் செயல்பாடுகளோடு இரண்டறக் கலந்து ஓடும் நதியில் ஒழுகுவதுபோல் கலந்துவிடுகின்றனர். அந்தச் செயல்பாடு மாணவர்கள்முன் சரியான சவாலை எழுப்பினால் உற்சாகத்துடன் அவர்கள் ஈடுபடுவார்கள். டெப்ரா மேயர் , ஜல்லியான்னே டேனர் ஆகிய உளவியலறிஞர்கள் கற்றல் அனுபவங்களைத் தரமானதாக மாற்றுவது எது? ஓடும் நதியில் ஒழுகுவதுபோல் தங்களை மறந்து செயல்பாட்டுடன் ஒழுகச் செய்வது எது என்பதைப் பற்றி ஆய்வு செய்துள்ளனர். இந்த உணர்வை அனுபவித்துத்தான் தெரிந்துகொள்ள வேண்டும். இந்த உணர்வு பற்றி ஒரு இளம் மாணவி விவரிப்பதை இவர்களின் ஆய்வுக் கட்டுரையில் காணலாம். அவள் மிகவும் ரசித்த ஒரு கற்றல் செயல்பாட்டைப் பற்றி இப்படிக் கூறுகிறாள். ‘நான் அதைப் பற்றியே நினைத்துக்கொண்டிருந்தேன். அதை முழுவதும் புரிந்துகொள்வதுபோல் உண்மையாகவே உணர்ந்தேன். அந்தச் செயல்பாட்டிலிருந்து சில கருத்துகள் எனக்குக் கிடைத்தன. நான் என்னை மறந்து அதில் மூழ்கியிருந்தேன்’

இயல்பாகவே கல்வி உணர்வுகளுக்கும் தரமான கற்றலுக்கும் நெருங்கிய தொடர்புண்டு. இருப்பினும் மேயர், டேனர் ஆகியோர் கற்றல் அனுபவங்களைப் பற்றி

பல ஆண்டுகளுக்கு முன் நடத்திய ஆய்வின் ஆரம்பத்தில் இவ்வுணர்வுகளைக் கருத்திற்கொள்ளவே இல்லை. மாணவர்களின் நம்பிக்கைகள், மனப்பாங்குகள் ஆகியவற்றை மட்டும் கணக்கிலெடுத்தனர். கற்றல் இலக்கு, ஆபத்தை எதிர்கொள்வது, திறமையைப் பற்றிய அனுமானம் போன்றவை இதில் அடங்கும். இதுபோன்ற ஆய்வுகளில் ஒரு கேள்விக்கு ஒரு பதில் மட்டுமுள்ள வினாநிரல், சரியான விடையைத் தேர்ந்தெடுத்தல் வகையைச் சார்ந்த வினாக்கள் மற்றும் தகுதியை அளக்கும் அளவீடு ஆகியவற்றை மாணவர்களிடம் கொடுத்து நிரப்பச் சொல்வது வழக்கம். இதனால் தேவையான தகவல்கள் உடனே கிடைத்துவிடும். தேவையற்ற வேறு தகவல்கள் இருக்காது என்பதால்தான் உளவியலறிஞர்கள் இந்த அணுகுமுறையைத் தேர்ந்தெடுக்கிறார்கள். ஆனால் விடைகள் யாவும் இவர்கள் எதிர்பார்க்கும் ஒரு வட்டத்துக்குள்தான் இருக்கும் என்பது இந்த அணுகுமுறையின் பெரிய குறை. அதிர்ஷ்டவசமாக மேயரும் டேனரும் சற்று வேறுபட்ட அணுகுமுறையைப் பின்பற்றினார்கள். மாணவர்களிடம் திறந்த வினாக்களைக் கேட்டார்கள். அந்தக் கேள்விகளுக்கு மாணவர்கள் தங்கள் சொந்த வாக்கியங்களில் விளக்கமாகத்தான் விடை சொல்ல முடியும். இவர்கள் திரட்டிய தரவுகளில் பெரும்பான்மையும் விளக்கமாக எழுதப்பட்டவை. தரமானவை. இவ்வாறு உணர்ச்சியற்ற சில நம்பிக்கைகள், மனப்பாங்குகள் ஆகியவற்றுக்குப் பதிலாகப் பல்வேறு கற்றல் சூழல்களில் அவர்கள் எப்படி உணர்ந்தார்கள் என்பதை விளக்கமாக எழுதியிருந்தார்கள். ஒரு கற்றல் செயல்பாட்டின் தரம் என்பது அவர்கள் அனுபவித்த பயம், பெருமை, கோபம், வியப்பு, அன்பு, குதூகலம், நகைச்சுவை ஆகியவை உணர்வுகளால் தீர்மானிக்கப்படுகிறது. மாணவர்கள் தங்களை மறந்து, சீரான ஒழுங்கை உணர்ந்து கற்றலில் ஈடுபடச் சில குறிப்பிட்ட உணர்வுகள் அந்தச் செயல்பாட்டில் இருக்க வேண்டும். அல்லது சில உணர்வுகள் இருக்கக்கூடாது.

மாணவர்கள் கற்றலை ரசிக்க வேண்டுமானால், குறிப்பாக மாணவர்களின் திறமையும் அந்தச் செயல்பாடு குழந்தைகள் முன் எழுப்பும் சவாலும் ஒன்றுக்கொன்று பொருந்திப்போகவேண்டும். திறமையும் சவாலும் ஒரு குறிப்பிட்ட சமன்பாட்டின்படி அமைந்திருக்கவேண்டும். அதாவது, இந்தச் சமன்பாடு ஏற்றதாக இருந்தால் திறன் வேறுபாடு கொண்ட அனைத்துத் தரப்புக் குழந்தைகளும் கற்றலில் ரசித்து ஈடுபடுவர். இதொரு சாதாரண செய்திபோலத் தோன்றலாம். ஆனால், இது உண்மையாகவே மிக முக்கியமானது. இத்தனை ஆண்டுகளாக கற்றலில் மிகவும் ரசித்து ஈடுபட்ட குழந்தைகளை நினைத்துப் பாருங்கள். அவர்கள் பெரும்பாலும் உயர்ந்த கற்றல் திறன் கொண்டவர்களாக இருப்பார்கள். ஆசிரியர்கள் என்ற முறையில் குழந்தைகளின் திறமைக்கும் அந்தத் திறமையோடு சரியாகப் பொருந்திப்போகும் சவால்கொண்ட செயல்பாடுகளை எப்படி வடிவமைப்பது, அதற்கான

வழிகள் எவை என்று அவசியம் யோசிக்க வேண்டும். எட்டாவது அத்தியாயத்தில் வகுப்பறைச் சூழலை எல்லாத் தரப்புக் குழந்தை களுக்கும் பொருத்தமான முறையில் இயன்றளவு சவால் நிறைந்ததாக மாற்றுவதற்கான வழிகளைக் கூறியிருக்கிறேன். அவ்வாறு கற்றல் செயல்பாடு அவர்களுடைய திறமைக்கேற்ற சவாலை எழுப்புமானால் நதியில் ஒழுகுவது போன்று தங்களை மறந்து கற்றலில் ஈடுபடுவார்கள்.

இவ்வாறு கற்றலில் தங்களை மறந்து ஈடுபட வைப்பதால் கிடைப்பது என்ன? ‘மகிழ்ச்சி, இன்பம்’ என்பதுதான் விடை. கற்றல் செயல் பாட்டில் மகிழ்ச்சியோடு ஈடுபட்டால் கற்றல் சிறந்த முறையில் நடக்கும் என்பதற்கு ஏதேனும் உளவியல் ஆய்வுகளை ஆதாரமாகக் காட்டமுடியுமா? தற்காலத்தில் ஆசிரியர்கள் கற்றலை மகிழ்ச்சி யுடையதாக்க, கற்றலில் கிடைக்கும் மகிழ்ச்சியைக் கூட்டப் பெரும் முயற்சிகளை மேற்கொள்ளும்போது இந்தக் கேள்விக்கு மிகுந்த முக்கியத்துவம் உண்டு. ஒரு மாணவி பன்னிரண்டு ஆண்டுகள் மிக மகிழ்ச்சியோடு கற்றல் செயல்பாடுகளில் ஈடுபட்டுள்ளாள். இறுதியாக பகுத்தாய்வு செய்யும்போது பன்னிரண்டு ஆண்டுகள் துன்பப்பட்டு கடுமையாக உழைத்த மாணவியைவிடச் சிறப்பாக, அதிகமாகக் கற்றுள்ளாளா என்பது தெரியாது. உண்மையில் வேறுசில உளவிய லறிஞர்கள் கடுமையான உழைப்புக்குப் பதில் மகிழ்ச்சியைக் கொடுத்தால் அவர்கள் கற்றலைத் தியாகம் செய்ய வேண்டியிருக்கும் என்று வாதிடுகின்றனர். இந்த வாதத்தை எளிதில் முறியடிக்கலாம். பள்ளிக்கூடங்களில் நம் குழந்தைகள் மகிழ்ச்சியாக இருக்க வேண்டும் என்று நாம் ஆசைப்படுவது உணர்வுப்பூர்வமான நல்வாழ்வு என்பது தான் கல்வியின் இலக்கு என்று நாம் நினைப்பதால்தானே. அதுவன்றி இறுதித் தேர்வில் அதிக மதிப்பெண் பெறுவதற்காக அல்ல. இருப்பினும் வகுப்பறையில், கற்றல் செயல்பாட்டில் ஈடுபடுவதால் மகிழ்ச்சி கிடைக்கவேண்டுமே ஒழிய, ஆசிரியர் மாணவர்களை வெறுமனே ரசிக்க வைத்தோ அல்லது சவாலற்ற செயல்படுகளை நடைமுறைப்படுத்தியோ மகிழ்ச்சியூட்டக் கூடாது.

மீண்டும் அதே கேள்வியைப் பற்றிப் பார்ப்போம். கற்றலில் மகிழ்ச்சி யின் பங்கு என்பது பற்றி நேரடியான ஆய்வுகள் எதுவும் இல்லை. ஆனால் இதோடு தொடர்புடைய ஆதாரங்களின் கருத்தை ஓர் அழகான வாக்கியத்தில் சுருக்கி விடலாம். ‘மகிழ்ச்சியாக இருக்கும்போது படைப்பாற்றல் தூண்டப்படுகிறது’ என்பதுதான் அந்த வாக்கியம். ஆய்வகங்களில், உண்மையான சூழலில் பதின்பருவ மாணவர்கள், சிறிய வயது மாணவர்கள் ஆகியோரை உட்படுத்திச் சமூகச்சூழலோடு அல்லது புரிதலோடு தொடர்புடைய வேலைகளைச் செய்ய வைத்து பல்வேறு ஆய்வுகளை நடத்தியுள்ளார்கள். மாணவர்களின் மனநிலை

யைச் சற்றே நேர்மறையாக, மகிழ்ச்சியானதாக உயர்த்தினால் கற்றலில் குதூகலம் ஏற்படுகிறது; நெகிழ்வுத் தன்மை கொண்டவர்களாக மாறு கிறார்கள்; சாதாரணமான, அசாதாரணமான எண்ணங்கள் அதிகமா கின்றன. இந்த நெகிழ்வுத்தன்மை பிரச்னைகளுக்கு, குறிப்பாக படைப்பாற்றல் திறன் தேவையான, மாற்றி யோசிக்கும் திறன் தேவையான பிரச்னைகளுக்குத் தீர்வுகாணும் திறமையை அதிகரிக் கிறது. இந்தப் பிரிவில் ஆழ்ந்து ஆய்வு செய்த இரண்டு உளவிய லறிஞர்கள் இதை 'நேர்மறைத் தாக்கம்' என்று அழைக்கிறார்கள். ஆலிஸ் இஸன் , பார்பரா பிரடரிக்சன் ஆகியோர்தாம் அவர்கள். மகிழ்ச்சி, நன்றி, இன்பம், விருப்பம், ஆர்வம் போன்ற உணர்வுகளால் ஏற்படும் நன்மைகளை விளக்கியிருக்கிறார்கள். இவ்வுணர்வுகளின் உடனடி நன்மைகளான பிரச்னைகளுக்கு சிறந்தமுறையில் தீர்வு காண்பது, சிறந்த சமூக நடத்தைகளைக் கற்றுக்கொள்வது போன்ற பிரிவில் இஸன் ஆய்வு செய்துள்ளார். அதே நேரத்தில் பிரடரிக்சன் இந்த நேர்மறை உணர்வுகளின் நீண்டகாலத் தாக்கம் பற்றி ஆய்வு செய்துள் ளார். நேர்மறை உணர்வுகள் நிகழ்காலத்தில் மகிழ்ச்சியைத் தருவதோடு மட்டுமல்லாமல் எதிர்காலத்திலும் பரந்துபட்ட சிந்தனையுள்ள மகிழ்ச்சியான மக்களாக வாழ அவர்களுக்கு உதவுகிறது. இதன் எதிர் கருத்தையும் அவர் கூறுகிறார். மனச்சேர்வு தொடர்ந்து மனச்சோர்வையே தரும். எதிர்மறையான உணர்வுகள் குறுகிய எண்ணங்களைத் தோற்று விக்கும். அவருடைய நடத்தையும் குறுகியதாக இருக்கும். இது மீண்டும் அவருக்கு மனச்சோர்வைத் தரும். பிரடரிக்சனுடைய பரந்து பட்ட, உருவாக்கக் கோட்பாடு இந்தக் கருத்தை மேலும் விளக்குகிறது. நாம் நல்ல மனநிலையோடு இருந்தால் நம் மனத்தில் சிறந்த கருத்துகள் தோன்றும். நாம் சமூகத்தோடு சுமுகமாக நடந்துகொள்வோம். தீர்வை யும் அறிவையும் தேடுவோம். இந்தப் பரந்ததன்மை எதிர்காலத்துக்குத் தேவையான, நிலைநிற்கக்கூடிய பல வளங்களை உருவாக்கும்.[2]

[2] மகிழ்ச்சியான மனநிலை என்னவிதமான தாக்கத்தை ஏற்படுத்துகின்றன என்பது பற்றி ஏராளமான ஆய்வுகள் மேற்கொள்ளப்பட்டிருக்கின்றன. நேர்மறையான உணர்வுகள் ஏற்படும்போது மூளையிலிருந்து டோபோமைன் என்ற ஒரு வேதிப் பொருள் சுரக்கும்.அது மூளையின் வேறு பல பாகங்களின் மீது தாக்கம் செலுத்தும். சிந்தனையை ஒருங்கிணைக்கவும் புதிய, பயனுள்ள யோசனைகளை உருவாக்கம் அது உதவுகிறது. உதாரணமாக, முதல் அத்தியாயத்தில் நாம் விவரித்திருக்கும் சிங்குலேட் கார்டெக்ஸ் மீது இந்த வேதிப்பொருள் தாக்கம் செலுத்துகிறது. கூர்மையான சிந்தனைக்கு இந்தப் பகுதி காரணமாக இருக்கிறது. டோபோமைன் அதிகமாகச் சுரந்தால் பல்வேறு புரிதல்களில் சரியானதைத் தேர்ந்தெடுக்கவும் பல்வேறு சிந்தனைகளுக்கு இடையே முன்னும் பின்னுமாக பயணம் செய்யவும் வழிபிறக்கும். டோபோமைன் ப்ரீஃப்ரண்டல் கார்டெக்ஸ், ஹிப்போகாம்பஸ், அமிக்தலா மீதும் தாக்கம் செலுத்துகிறது. இவையெல்லாம் நினைவாற்றலின் பல்வேறு செயல்பாடுகளுக்கு ஆதாரமாக இருக்கின்றன.

மகிழ்ச்சியாகக் கற்றுக்கொண்ட பாடம் நீண்ட காலம் மனத்தில் நிற்குமா என்பது இந்தக் கருத்தோடு தொடர்புடைய மற்றொரு கேள்வி. அதற்குத் தெளிவான ஆதாரங்கள் இல்லை. ஆனால், உணர்வுகளுக்கும் நினைவாற்றலுக்கும் இடையே இருக்கும் தொடர்பு அழகாகப் பதிவு செய்யப்பட்டுள்ளது. இது பெரும்பாலும் எதிர்மறை உணர்வுகளோடும் தனிப்பட்ட நிகழ்ச்சியோடும் (தனிநபர் சார்ந்த, சுயசரிதை போன்ற) தொடர்புகொண்டுள்ளது. இது சரியென்று நம் அனுபவங்களிலிருந்தே நமக்குப் புரியும். ஆழமான உணர்வுகளுக்கு ஆட்பட்ட நிகழ்ச்சிகள் பிற நிகழ்வுகளைவிட நீண்டகாலத்துக்கு மனத்தில் மறையாமல் இருக்கும். மூளையிலுள்ள ஹிப்போகாம்பஸ், அதன் அருகில் இருக்கும் அமிக்டலா ஆகிய இரண்டும் செயல்படுவதால்தான் இவ்வாறு நிகழ்கிறது. உணர்வுகளால் தூண்டப்பட்டால் இவ்விரண்டு பகுதிகளும் அதில் அதிகக் கவனம் செலுத்தும். மூளையில் நினைவுகளைத் தொகுப் பதற்கு ஒரு முறையுண்டு. இந்த இரண்டு பகுதிகளும் அந்தமுறையில் ஆதிக்கம் செலுத்துகின்றன. இவை தொடக்ககால மெல்லிய நினைவு களை நியோகோர்டக்ஸுக்கு அனுப்புகிறது. இது எப்படி நடக்கிறது என்பது பற்றி அத்தியாயம் ஒன்று மற்றும் மூன்றில் விளக்கப் பட்டுள்ளது. ஆனால், நான் முன்பு குறிப்பிட்டதுபோல் பெரும் பான்மையான தூண்டலும் பயம், வெறுப்பு அல்லது பதற்றம் ஆகிய எதிர்மறை உணர்வுகளை எழுப்பிவிடுகின்றன.

இந்தக் கருத்து எதிர்மறை உணர்வுகள் கற்றலில் செலுத்தும் தாக்கம் பற்றி யோசிக்க வைக்கிறது. உலகெங்குமுள்ள மாணவர்கள் பொது வாகக் கூறும் கல்விப் பதற்றம் பற்றி நாம் பார்ப்போம். பல பதிற்றாண்டுகளாகத் தேர்வு பயத்தைப் பற்றிய ஆய்வுகள் நடந்து வருகின்றன. எதிர்மறை உணர்வுகள் தேர்வில் ஒருவருடைய செய்திறனையும் மொத்த நலனையும் பாதித்து மிகப்பெரிய நாசத்தை விளைவிக்கிறது என அந்த ஆய்வுமுடிவுகள் தொடர்ந்து கூறிவரு கின்றன. தேர்வு பயம் நிகழ்கால நினைவாற்றல் என்ற விலைமதிப்பற்ற ஆற்றலின் செயல்பாட்டைக் குறைத்துவிடுகிறது. அதனால் சிக்கலான செயல்பாடுகளை (நிகழ்கால நினைவாற்றலை அதிகம் பயன்படுத்த வேண்டியவேலை) செய்யமுடியாமல் போகிறது. உண்மையில் செய்யவேண்டிய வேலையோடு தொடர்பில்லாத, பயனற்ற சிந்தனைகள் மனத்துக்குள் நுழைகின்றன. இந்த எண்ணங்களால் பெரிய பயனில்லை என்னும் வினாக்களுக்கு விடையெழுதும் முறையை இவை தடம் புரளச் செய்துவிடுகின்றன. தேர்வு பயம் கொண்ட ஒரு மாணவனின் மனம் என்னால் சரியாக விடையெழுத முடிவதில் லையே, பிற மாணவர்களால் மட்டும் எப்படி நன்றாகத் தேர்வு எழுத முடிகிறது? என் விடைகளைப் பார்க்கும் ஆசிரியை என்னைப் பற்றி

என்ன நினைப்பார்கள் போன்ற எண்ணங்களால் நிறைந்திருக்கும். சிந்தனையில் இந்த அளவுக்குப் பிரச்னைகளோடு இருக்கும் ஒரு மாணவனால் சரியாகத் தேர்வு எழுத முடியாமல் போவதில் வியப்பில்லை.

சில மாணவர்கள் பிற மாணவர்களைவிட எளிதில் தேர்வு பயத்துக்கு உள்ளாகிறார்கள் என்றும் தேர்வு நடக்காதபோது பிற மாணவர்களைப் போலவே சிறப்பாகச் செயல்படுகிறார்கள் எனத் தொடக்க கால ஆய்வுகள் தெரிவிக்கின்றன. இப்பிரிவில் 1950 லிருந்து 1980 வரையுள்ள காலகட்டத்தில் தேர்வு பயத்தின் விளைவுகளைப்பற்றி இர்வின் சரசன் என்ற உளவியலறிஞர் மிக ஆழமாக ஆய்வு செய்துள்ளார். ஒரு ஆய்வில் தேர்வு பயத்தைக் குறைக்க இவர் இரண்டு வழிகளைப் பின்பற்றுகிறார். ஒன்று நம்பிக்கையூட்டுவது (கவலைப்படாதே; உன்னால் சிறப்பாகத் தேர்வு எழுத முடியும்). அடுத்தது செய்து கொண்டிருக்கும் வேலையில் கவனம் செலுத்தும்படிச் சொல்வது (கவனத்தைச் சிதறவிடாமல் வினாக்களுக்கு விடைகாணவேண்டும்.) இரண்டாம் வழி, முதல் வழியைவிடச் சிறந்த முறையில் தேர்வை எழுத உதவியது என சரசன் கண்டுபிடித்தார். அதாவது பயமில்லாமல் இரு என்று சொல்வதை விடச் செய்யும் வேலையில் கவனம் குவிப்பதற்கு உதவுவது அதிகப்பயன் தருகிறது. இந்தக் கண்டுபிடிப்பு, தேர்வு பயம் என்பது சிந்தனையோடு தொடர்புடைய செயல்தான். மன இறுக்கம் அல்லது மனஅழுத்தத்தோடு தொடர்புடையதல்ல என்பதை உறுதிசெய்கிறது.

ஆனால் துரதிஷ்டவசமாக மன இறுக்கம், மன அழுத்தம் என்பவை மாணவர்களின் வாழ்க்கையின் பெரும்பகுதியை ஆக்கிரமிக்கின்றன. இந்திய மாணவர்கள் சிறுவயது முதலே குறிப்பிட்ட இடைவேளைகளில் தேர்வு பயத்தின் பிடியில் அகப்படுகிறார்கள். இந்தப் பயம் அவர்களை விடாமல் தொடர்கிறது. வேறு யாரோ எவ்விதக் கட்டுப்பாடுமின்றி எதிர்பார்க்கும் உயர்ந்த மதிப்பெண்களைப் பெற வேண்டிய கட்டாயத்துக்குட்படுகிறார்கள். இந்திய மனநல மருத்துவர்கள் தேர்வு பயத்தைப் பற்றிய பிரச்னைகளைப் (பெரும்பாலும் நடுத்தர வர்க்கத்தினருடைய) பதிவு செய்துள்ளார்கள்.

மனநலத்தோடு தொடர்புடைய பிரச்னைகளுக்கு ஆட்படுபவர்களின் எண்ணிக்கை அதிகரித்துவருகிறது. பள்ளிக்கூடங்களில் நடக்கும் தேர்வில் தோற்றுவிடுவோமோ என்ற பயத்தால் தற்கொலை செய்து கொள்பவர்களும் உண்டு. கூடவே உணர்வுபூர்வமாக ஆரோக்கியமாக இருக்கும் மாணவர்களின் அன்றாட அனுபவங்களை அலசிப் பார்த்தால் அதுவும் நமக்கு வியப்பளிக்கிறது.

சண்டிகர் நகரத்தில் நடுத்தர வர்க்கக் குழந்தைகளின் அன்றாட வாழ்க்கையில் அவர்கள் அனுபவிக்கும் உணர்வுகளைப் பற்றிய ஓர் ஆய்வு நடந்தது. 'அனுபவ மாதிரி' என்ற புதுவகையான உத்தி ஆய்வுக் காகப் பயன்படுத்தப்பட்டது. சுமன் வர்மா, தீபாலி ஷர்மா, ரீட் லார்சன் ஆகியோர் நூற்றுக்கணக்கான குழந்தைகளுக்கு அலாரம் அடிக்கும் கடிகாரங்கள் கொடுத்தனர். இந்தக் கடிகாரங்கள் ஒரு வாரத்துக்கு ஒவ்வொரு நாளும் திடீர் திடீரென்று அலாரமடிக்கும். அவ்வாறு அலாரம் அடிக்கும்போது மாணவர்கள் பல தகவல்களைக் குறித்துவைக்க வேண்டும். அவர்கள் எங்கே இருக்கிறார்கள், என்ன செய்கிறார்கள், எந்த இடத்தில் இருக்க விரும்புகிறார்கள், அப்போதைய உணர்வு என்ன (மகிழ்ச்சி அல்லது வருத்தம், உற்சாகம், எரிச்சல்) போன்ற பல தகவல் களைக் குறிக்க வேண்டும். அந்த ஆய்வின் முடிவு நம் கவனத்தைக் கவர்வதாக இருந்தது. மாணவர்கள் தங்கள் நேரத்தின் மூன்றில் ஒரு பகுதியைப் பள்ளிக்கூட வேலைகள் செய்வதற்காகச் செலவிடு கிறார்கள். வீட்டுவேலைகள், தனிப்பயிற்சி... போன்றவை உட்பட மூன்றிலொரு பங்குக்குச் சற்று அதிகமான நேரத்தை ஓய்வுக்காகச் செலவிடுகிறார்கள் (முறையே தொலைக்காட்சி, பாட்டு, அரட்டை யடிப்பது, விளையாடுவது). இறுதி மூன்றிலொரு பங்கைவிடச் சற்று குறைவாகப் பராமரிப்பு வேலைகளில் ஈடுபடுகிறார்கள். (முக்கியமாக உணவு உண்பது) ஆனால் இந்த மூன்று சூழல்களிலும் அவர்களின் உணர்வுகளில் தெளிவான வேறுபாடு காணப்பட்டது. பள்ளி வேலைகளைச் செய்யும்போது அவர்கள் மகிழ்ச்சியற்றவர்களாகக் காணப்படுகிறார்கள். உற்சாகமிழந்து, தளர்வாக, பரபரப்புடையவர் களாக, ஏமாற்றத்தோடு, வருத்தத்தோடு இருப்பதாகச் சொல்கிறார்கள். எடுத்துக்காட்டாக 'படிக்க வேண்டும், படிக்க வேண்டும், படிக்க வேண்டும் என்று நினைக்கும்போது எனக்கு மிகவும் சலிப்பாக இருக்கிறது. பள்ளியில் அதிக வேலைகள் செய்திருக்கிறேன் என்று நினைக்கும்போது மிகவும் களைப்பாக இருக்கிறது. ஒரு தேர்வு இருப்பதால் அதிகாலையிலேயே எழுந்திருக்க வேண்டியதாயிற்று என்று நினைக்கும்போது எரிச்சலாக இருக்கிறது. கணிதத் தேர்வுக்குச் சரியாக ஆயத்தமாகவில்லை என்று நினைக்கும்போது கவலையாக இருக்கிறது.' மேலும் அவர்கள் மிக மகிழ்ச்சியாக இருக்கும்போது

பள்ளி வேலைகளில் அதிகக் கவனம் செலுத்தமுடிகிறது. 'அந்த வேலையை யாருடைய கட்டாயமும் இல்லாமல் நாங்களே தேர்ந்தெடுத்தோம். வேறு எங்கேயும் போகாமல் இங்கேயே இருக்க வேண்டும் என்று நினைப்பதாகவும்' மாணவர்கள் தெரிவித்தார்கள். 'வீட்டுவேலையைச் செய்யாவிட்டால் கிடைக்கும் தண்டனையைப் பற்றிய நினைவுதான் பெரும்பான்மையான மாணவர்களின் மன அழுத்தத்துக்குக் காரணம். எனவே, கற்றலுக்கும் நேர்மறை உணர்வுகளுக்கும் இடையே ஒரு சமன்பாட்டைப் பள்ளிகள் உருவாக்க வேண்டும்' என்பதுதான் அந்த மூன்று ஆய்வாளர்கள் முடிவாகக் கூறும் செய்தி.

மன அழுத்தம்!

இருபக்கமும் உயர்ந்து வளர்ந்திருக்கும் புற்கள் நிறைந்த பாதை வழியாக ஒரு இளம் மாணவன் பள்ளிக்கூடத்துக்கு வந்துகொண்டிருக்கிறான். அப்போது திடீரென்று ஒரு புலி புற்களுக்குள்ளிருந்து பாதையில் குதிக்கிறது. அது அந்த மாணவனைப் பார்த்து உறுமுகிறது. நாக்கால் உதட்டை நக்குகிறது. அந்த மாணவன் ஒரு நிமிடம் பயத்தால் உறைந்துபோகிறான். அடுத்தநொடி அவனுக்குத் தெரியாமலே அவன் உடல் அந்தப் புலியுடன் போராடவோ அங்கிருந்து அம்புபோல் பாயவோ தயார் நிலையை அடைகிறது. ஆபத்தை உணர்ந்த அந்த நிமிடம் அட்ரீனலின் என்ற ஹார்மோன் பெருமளவில் நம் ரத்தத்தோடு கலக்கிறது. இதனால் அவனுடைய ரத்தம் ஆக்ஸிஜன் அதிகமுள்ள ரத்தமாக மாறுகிறது. அது தசைகளுக்கு வலிமை சேர்த்துத் தாக்கவரும் புலியை எதிர்கொள்ளும் துணிவைக்கொடுக்கிறது. ஜீரணம் போன்ற எப்போதும் செயல்படாத மண்டலங்களிலிருந்து ரத்தம் வழிமாறி தசைகளுக்கு வலிமை சேர்க்க வருகிறது. மூளையிலுள்ள நரம்பணுக்கள் முழுவதும் அந்தச் செயலில் தன் கவனத்தைக் குவிக்கிறது. அவ்வாறு கவனம் குவிப்பதில் திறமை கூடுகிறது.

இதே நேரத்தில் அந்த மாணவனின் உடலில் இரண்டாவது வினையொன்று சற்று மெதுவாக நடக்கிறது. கோர்டிஸல் என்னும் ஹார்மோன் ரத்தத்தோடு கலக்கிறது. அது கொழுப்பிலிருந்தும் தசைகளிலிருந்தும் ஆற்றலை வெளிப்படுத்துகிறது. புலியைப் பார்த்துப் பயந்த முதல் வினையால் செலவழிக்கப்பட்ட ஆற்றலை ஈடுகட்ட இந்த இரண்டாவது வினை நடக்கிறது. இப்போது மூளையிலும் சில வினைகள் நடக்கின்றன. அங்கும் ரத்த ஓட்டம் அதிகமாகிறது. ரத்தத்திலிருக்கும் ஏற்பிகளால் கோர்டிஸல் உள்ளிழுக்கப்படுகிறது. குறிப்பாக கோர்டிஸலால் தூண்டப்படும் பகுதிகளில் இது நடக்கிறது. இப்பகுதி நம் நீண்டகால நண்பனான ஹிப்போகாம்பஸில் அதிகம் இருக்கிறது. இப்படி நடப்பது ஒரு விபத்தல்ல. நினைவுகளைப் பிரித்தறியும் வேலையைச் செய்யும் ஹிப்போகாம்பஸ் புலியைக் கண்ட இந்த நிகழ்ச்சியை மிக ஆழமாகப் பதிவு செய்துகொள்கிறது. இதனால், அந்த மாணவன் அடுத்தமுறை புலியைக் கண்ட இந்த வழியைத் தவிர்த்து வேறுவழியைத் தேர்ந்தெடுப்பான். இறுதியாக ரத்தத்திலுள்ள கோர்டிஸல் ஒரு குறிப்பிட்ட அளவை எட்டும்போது, வெப்பநிலைக் கட்டுப்படுத்தும் கருவிபோல் மூளை தன் உற்பத்தியை நிறுத்திக் கொள்கிறது. பிறகு அனைத்தும் இயல்பு நிலைக்குத் திரும்பிவிடுகிறது. மனஅழுத்தத்தையும் அதற்கான எதிர்வினையையும் நம் உடல் உறுப்புகள் கை தேர்ந்த பொறியாளர்போல் மிக அழகாக நடத்துகிறது.

இன்றும் பள்ளிக்கூடத்துக்குச் செல்லும் சில குழந்தைகள் வழியில் புலியைப் பார்த்துப் பயப்படுகிறார்கள். இங்கு புலி என்பது தேர்வு. அந்த மாணவன் தேர்வெழுதப்போயிருக்கலாம். முதல் நாள் தந்த வீட்டுவேலையைச் செய்து முடிக்காமல் இருந்திருக்கலாம். அதனால் அதற்குரிய தண்டனை வாங்கக் கடுஞ்சொற்களால் திட்டுவதைக் கேட்கப் போயிருக்கலாம். இங்கெல்லாம் அவர்களுடைய உயிருக்கு ஆபத்தில்லைதான். ஆனால் உடலில் நடக்கும் வினைகள் புலியைப் பார்த்தபோது ஏற்பட்ட வினையோடு முழுக்க முழுக்க ஒத்திருக்கிறது. இங்கு என்ன நடக்குமோ என்ற பயம் கலந்த எதிர்பார்ப்புதான் ரத்தத்தில் கோர்டிஸலின் அளவு கூடுவதற்கான காரணம். உண்மையில் இன்றைய மாணவர்கள் தினமும் மனஅழுத்தத்துக்கு உள்ளாகின்றனர். அதன் அளவு ஏற்ற இறக்கமாக இருக்கிறது என்பதுதான் ஒரு வேறுபாடு. இதனால் கோர்டிஸல் திரும்பத் திரும்ப ரத்தில் கலக்கிறது. வெப்பத்தைக் கட்டுப்படுத்தும் கருவியைப் போல் மூளையும் ஒவ்வொருமுறையும் ரத்தத்தில் கலக்க வேண்டிய கோர்டிஸலின் அளவை அதிகரித்துக்கொண்டே போகிறது. இவ்வினை சிலகாலம் தொடர்ந்து நடந்தால், ரத்தத்தில் கலக்கும் கோர்டிஸலின் அளவு படிப்படியாகக் கூடும். ரத்த அழுத்தம், குடற்புண், இதய நோய்கள் போன்ற பிற நோய்களும் வந்துசேரும்.

மன அழுத்தம் என்பது உடலுக்கும் நல்லதல்ல. மூளைக்கும் நல்லதல்ல. மேலும் படிப்புக்கும் நல்லதல்ல.[3] அழுத்தமான உணர்வுகளுக்கு ஆட்பட்டால் அந்த நிகழ்ச்சி நீண்ட காலம் மறக்காமல் இருக்கும் என்று முன்பு குறிப்பிட்டதை நினைக்கும்போது ஒரு குழப்பம் ஏற்படுவதற்கு வாய்ப்புண்டு. கோர்டிஸல் ஹார்மோன் ஹிப்போகாம்பஸில் ஆழமான நினைவுகளை உருவாக்கும் என்று நான் முன்பு குறிப்பிட்டிருந்தேன். பள்ளிப்பாடங்களைக் கற்க நினைவாற்றல் மிக மிக முக்கியம் என்று கருதும் இந்தக் காலத்தில் மனஅழுத்தம் ஏற்படுவது நல்லதுதானே என்ற சந்தேகம் எழலாம். இல்லை, இல்லை... ஆயிரம் முறை இல்லை என்று சொல்வேன். முதலில் கோர்டிஸல் உற்பத்தியாகி ஹிப்போகாம்பஸ் வந்தடையும் இந்த வினையால் மூளையின் ஒரு குறிப்பிட்ட பகுதி பாதிக்கப்படுகிறது. இங்குதான் இடங்களைப் பற்றிய நினைவுகள் பதிவாகின்றன. ஆபத்தை ஏற்படுத்திய நிகழ்வுகளும் மூளையின் ஒரு குறிப்பிட்ட பகுதியில் பதிவாகிறது என்பது மிக முக்கியம். அது மட்டுமல்ல இவ்வகை நினைவாற்றல் பள்ளிப் பாடங்களான கணிதம் அல்லது வரலாறு போன்றவற்றுக்கு உதவும் என்பதற்கு எவ்வித ஆதாரமும் இல்லை. இரண்டாவது, மனஅழுத்தம் நினைவாற்றல் திறனை வளர்க்கும் என்பதற்கும் ஆதாரமில்லை. கோர்டிஸல் அளவு அதிகமாவதால் ஏற்படும் நினைவாற்றல் ஒருமுறை ஏற்பட்ட ஆபத்தான சூழல் மீண்டும் ஏற்படாதவாறு காப்பதற்கு உதவுமே தவிர பயம் கலந்த எதிர்பார்ப்பு ஏற்படுத்தும் மனஅழுத்தத்தின் போது உற்பத்தியாகும் கோர்டிஸல் நமக்கு உதவாது. எதிர்காலத்தை நம்மால் எப்படி நினைவுபடுத்த முடியும்?! மிக முக்கியமான மூன்றாவது காரணம், மூளை வளர்ச்சி பற்றிய சமீபத்திய ஆய்வு. அதிக அளவு கோர்டிஸல் ரத்தத்தில் கலப்பதால் ஹிப்போகாம்பஸிலுள்ள முக்கியமான மூளை நரம்புகள் அழித்துவிடுகின்றன என்று அந்த ஆய்வுமுடிவுகள் கூறுகின்றன. காலம் செல்லச் செல்ல நினைவாற்றலுக்கும் கற்கும் திறமைக்கும் தீங்கு நேரிடும்.

மாணவர்களுக்கு மன அழுத்தத்தையும் பதற்றத்தையும் தருவது கல்விச் சூழல்கள் மட்டுமல்ல. கூடப்படிக்கும் மாணவர்களால் ஒதுக்கப்

---

3 மன அழுத்தத்துக்கும் படிப்புக்கும் இடையே இருக்கும் தொடர்பை உளவியலில் நீண்ட காலமாக நிலைநிற்கும் 'எழுச்சி' என்ற கருத்தோடு குழப்பிக் கொள்ளக்கூடாது. உளவியல் பிரிவில் சேரும் மாணவர்கள் தொடக்கத்தில் கற்கும் கருத்து இது. 'தலைகீழாக எழுதப்பட்ட ஆங்கில 'யு' எழுத்துத் தொடர்பு' என்று இது அழைக்கப்படுகிறது. சராசரி மனவெழுச்சி நன்கு பயிற்சிபெற்ற அல்லது சிறப்பாகக் கற்ற வேலைகளை மேலும் சிறப்பாகச் செய்ய உதவுகிறது. ஆனால் சற்று குழப்பமான வேலைகள் செய்யும் திறமையை இது குறைத்துவிடுகிறது. இக்கருத்தின் தாக்கத்தைத் தெளிவாகக் கூறினால் 'சற்றே மன அழுத்தம் ஏற்பட்டாலும் அது மாணவர்களின் கற்றலுக்கு உதவாது. அதேநேரத்தில் சாதாரணமாக செய்யும் செயல்களைச் செய்ய உதவும்.

படுவது, பெற்றோர்களுடன் கருத்து வேறுபாடு ஏற்படுவது போன்ற சமூகச்சூழல்களும் குழந்தைகளுக்கு மன அழுத்தம் தரலாம். மகிழ்ச்சியான, ஆரோக்கியமான குழந்தைப் பருவத்தை அனுபவிக்கவிடாமல் ஏராளமான காரணிகள் தடுக்கின்றன. அக்காரணிகளைக் கீழ்வரும்படி வகைப்படுத்தலாம்.

- எப்போதும் எதையாவது செய்து கொண்டிருப்பது, கவனக்குறைவு, பிறருடன் பழகுவதில் சிக்கல், கற்றலில் சிரமம் போன்ற உளவியல் மற்றும் புரிதலோடு தொடர்புடையவை
- கடுமையான கட்டுப்பாடுகள் அல்லது பிரச்னைகள் நிறைந்த உறவு போன்ற குடும்பச் சிக்கல்கள்
- ஆபத்தான அண்டைவீட்டினர், சமூக விரோதச் செயல்பாடுகளில் ஈடுபடும் நண்பர்கள் போன்ற சுற்றுச்சூழல் காரணங்கள்
- தோழர்களால் ஒதுக்கப்படுவது அல்லது அவர்களுடன் வழக்கிடுவது
- போட்டி நிறைந்த வகுப்பறை, ராணுவ தண்டனை முறைகள், தொடர்ந்து நடக்கும் ஒப்பீட்டு மதிப்பீடு

இந்தக் காரணிகள் தனித்தோ கலந்தோ குழந்தைப் பருவத்திலோ வளரிளம் பருவத்திலோ அனுபவிப்பது உணர்வு தொடர்பான பெரும் பிரச்னைகளுக்குக் காரணமாகிறது. நீங்கள் நினைப்பதுபோல் ஒரேயொரு காரணத்தால் உணர்வுப் பிரச்னைகள் ஏற்பட்டால் பிற நேர் மறைக் காரணிகள் அந்தப் பிரச்னையின் தீவிரத்தைக் குறைத்துவிடும். குழந்தைகளுக்கு ஆதரவாக இருக்கும் பள்ளிக்கூடம், வீடு போன்றவை அந்தப் பிரச்னைகளைச் சமாளிக்கப் பெரிதும் உதவும். எடுத்துக் காட்டாக எழுத வாசிக்கச் சிரமப்படும் டிஸ்லெக்ஸி போன்ற பிரச்னையைச் சொல்லலாம். விவாகரத்து பெற்ற பெற்றோரின் குழந்தை. இந்த மாணவனுக்கு நல்ல நண்பர்கள் உண்டு. இந்த

நண்பர்களின் உதவியோடு பள்ளிக்கூடம் கட்டளையிடும் வேலைகளைச் செய்து முடிக்கவும் பெற்றோரின் பிரிவுத் துயரைச் சமாளிக்கவும் அக்குழந்தையால் முடியும். அதே நேரத்தில் மாணவர்களின் உணர்வுப் பிரச்னைகளுக்குப் பல காரணிகள் இருப்பின் அந்தப் பிரச்னை பெரியதாக, ஆழமானதாக இருக்கும்; உணர்வுப் பிரச்னை என்பது நடத்தைப் பிரச்னையாக மாறவும் வாய்ப்பிருக்கிறது. குழந்தைகள் உளச்சோர்வால் அவதிப்படலாம்; பதற்றத்தால் குழப்பம் ஏற்படலாம்; அதுபோல் பல்வேறு நடத்தைப் பிரச்னைகளாலும் குழந்தைகள் அவதிப்படலாம். இந்தக் குழந்தைகளின் பிரச்னைகளைத் தீர்க்கப் பள்ளி அதிகாரிகளும் பெற்றோர்களும் ஒரு மனநல மருத்துவரின் உதவியை நாடவேண்டியிருக்கும். மாணவர்களின் உளவியல் பிரச்னைகளுக்கான அடிப்படைக் காரணத்தைப் புரிந்துகொள்வது சிறந்த தீர்வளிக்கப் பெரிதும் உதவும். தொடர்ந்து என்னென்ன பிரச்னைகள் ஏற்படலாம், எங்கு குழப்பம் ஏற்படலாம், அப்படி ஏற்படாதவாறு எப்படி தடுக்கலாம் ஆகியவற்றை முன்னரே அனுமானிக்கவும் உதவும்.

ஏழைக்குடும்பங்களிலிருந்து வரும் குழந்தைகள் பலகாரணிகளால் தொடர்ந்து உளச்சோர்வு அடைகிறார்கள். எடுத்துக்காட்டாக வருமானம் குறைந்த வீடுகளிருந்து வரும் குழந்தைகளுக்கு நடுத்தர, உயர் வர்க்கக் குழந்தைகளுக்குக் கிடைக்கும் உற்சாகமும் ஊக்கமும் கிடைப்பதில்லை. எனவே இக்குழந்தைகள் எவ்விதத்திலும் தூண்டப் படுவதில்லை. அதனால் அவர்களின் சிந்தனை வளர்ச்சி பாதிக்கப் படுகிறது. துருக்கி, சீனா, வியட்நாம், பிரேசில், ஜமைக்கா, தென்னாப்பிரிக்கா போன்ற நாடுகளிலுள்ள ஏழைக்குடும்பங்களைப் பற்றி நடத்திய ஆய்வு நமக்கு ஒரு கருத்தைத் தெரிவிக்கிறது. தாய்மார்களுக்குக் குழந்தைகளுடன் எப்படிப் பேச வேண்டும், எப்படி விளையாட வேண்டும் என்ற பயிற்சியளித்தபோது குழந்தைகளின் பேச்சுத்திறன் கூடியது. ஐக்யூவும் கூடியது. பள்ளிச் செயல்பாடுகளைச் சிறப்பாகச் செய்யும் திறனும் கூடியது. ஏழைக்குடும்பத்திலிருந்து வரும் குழந்தைகள் பிற குழந்தைகளைவிட அதிக மனஅழுத்தம்தரும் பிரச்னைகளுடன் வாழ்கிறார்கள். அதனால் அவர்கள் உணர்வுரீதியாகப் பல சிரமங்களுக்கு ஆட்படுவார்கள் என்று உறுதியாக எதிர்பார்க்கலாம். பாதுகாப்பின்மை, வன்முறையான அல்லது இழிவுபடுத்தும் சூழல், குழப்பமான அல்லது என்ன நடக்கும் என்று சொல்லமுடியாத சூழல் ஆகியவை குழந்தைகளின் உணர்வுநிலை பாதிக்கப்பட பெரிதும் காரணமாகின்றன. அவர்களின் வாழ்வில் ஆபத்துகளைக் கொண்டுவருகின்றன. அவர்களின் வாழ்க்கை சிறந்தமுறையில் நடக்கவில்லை என்பது ஒரு புறமிருக்க, அவர்களை முதியவர்கள் கடுமையாகத் தண்டிக்கவும் செய்கிறார்கள். ஆசிரியர்களோ அதிகாரத்தோடு நடந்து

கொள்கிறார்கள். எளிதில் விடை சொல்லக்கூடிய வினாக்களைக்கூட இவர்களிடம் கேட்டு ஊக்கப்படுத்துவதில்லை.

பெட்டி - 2

மேல் தட்டுக் குழந்தைகள்

மிக்காயி சீக்சென் மிக்காயி என்ற உளவியலறிஞர் அமெரிக்க நாட்டு வளரிளம் பருவத்தினரைப்பற்றி ஆய்வு மேற்கொண்டுள்ளார். அந்த ஆய்வின் முடிவு நம் ஆர்வத்தைத் தூண்டுகிறது. அவர் கூறிய அந்த ஆர்வமூட்டும் செய்தியை இங்கு குறிப்பிடுகிறேன். அது பதின் பருவத்தினர் எந்த அளவுக்கு மகிழ்ச்சியாக இருக்கிறார்கள் என்பதைப் பற்றிய செய்தி. அவர்கள் வாழும் சமூக வர்க்கங்களுக் கிடையே நிலவும் ஒரு தலைகீழ்தொடர்பை அந்த ஆய்வு வரைந்து காட்டுகிறது. சமூகப் பொருளாதார அந்தஸ்தில் அடிமட்டத்தில் இருப்பவர்கள் மிகவும் மகிழ்ச்சியாக இருப்பதாக அந்த ஆய்வு முடிவு தெரிவிக்கிறது. உயர் நடுத்தர வர்க்கத்தினர் அடிமட்ட மக்கள் அளவுக்கு மகிழ்ச்சியாக வாழ்வதில்லை. இதிலிருந்து நாம் புரிந்துகொள்ள வேண்டியது என்ன? பணம் மகிழ்ச்சியைத் தராது என்ற வாக்கியத்தை நாம் அடிக்கடி கேட்டிருந்தாலும் அதற்கொரு தலைகீழ் தாக்கம் இருக்கும் என்று நாம் எதிர்பார்க்கவேயில்லை. செல்வச்செழிப்பில் வாழும் குழந்தைகள் தாம் மகிழ்ச்சியாக இருப்பதை வெளிக்காட்டாமல் இருக்கலாம். ஆனால் செல்வந்தர்களின் பிள்ளைகளைப் பற்றி அமெரிக்க உளவியலாளர் சுனியா லூதரின் நடத்திய ஆய்வு முடிவு இதற்கு நேரெதிராக இருக்கிறது. இவர்களும் பலவழிகளில் மனஅழுத்தத்துக்கு ஆட்படுவதை அவர் கண்டுபிடித்திருக்கிறார். இந்தக் கருத்துகளைச் சுருக்கிச் சொல்வதற்கு முன் நான் மீண்டும் ஒரு கருத்தைக் கூற விரும்புகிறேன். இது மேலை நாட்டில் நடந்த ஆய்வு. அதனால் இந்த ஆய்வு முடிவு இந்தியச் சூழலில் ஒரு எல்லைவரைதான் பொருந்தும். சுனியாவின் ஆய்வு முடிவு என்னுடைய கண்ணோட்டத்தில் பெருநகர நடுத்தர மற்றும் உயர் நடுத்தர இந்திய இளைஞர்களுக்கும் மிகவும் பொருந்தும். இது என்னுடைய தனிப்பட்ட கருத்து.

லூதர் தொடர்ந்து நடத்திய ஆய்வுகளில் அதிக பதற்றம், உளச்சோர்வு, தவறான வழிகளில் செல்வது ஆகியவை செல்வச் செழிப்பில் வளரும் இளைஞர்களிடம் இருப்பதைக் காண்கிறார். துரதிஷ்டவசமாக, இந்தக் குடும்பங்கள் தங்கள் குழந்தைகளுக்கு உணர்வு தொடர்பான பிரச்னைகள் இருக்கின்றன என்பதை எளிதில் ஏற்றுக்கொள்ள

மாட்டார்கள். தங்கள் குழந்தைகளுக்கு இப்படிப்பட்ட மோசமான பிரச்னைகள் இருப்பது தெளிவாகத் தெரியவந்தால் அவர்களால் மிகச்சிறந்த சிகிச்சையளிக்கமுடியும். தங்கள் குழந்தைகள் இத்தகைய சிக்கிச்சைக்குள்ளாவது பிறருக்குத் தெரியக்கூடாது என்று இவர்கள் விரும்புகிறார்கள். சமூக அந்தஸ்து படைத்தவர்கள் தங்கள் செய்வது அனைத்தும் சரியாக இருக்க வேண்டும் என்றும் எங்கும் எதிலும் சிறு தவறுகூட நடந்துவிடக் கூடாது என்பதில் கண்டிப்புடனும் இருப் பார்கள். லூதர் குறிப்பிடுவது போல் 'நாங்கள் மிகவும் மகிழ்ச்சியாக இருக்கிறோம்' என்பதைக் காப்பாற்றத் தங்கள் பிரச்னைகளைப் பூசிமெழுகிவிடுவார்கள். இவ்வீட்டுக் குழந்தைகள் இரண்டு வகையான உணர்வுப் பிரச்னைகளுக்கு உள்ளாகிறார்கள். ஒன்று பெரியவர்கள் எதிர்பார்க்கும் திறமையை எட்ட வேண்டும். மற்றொன்று தனிமை. தங்கள் குழந்தைகளைப்பற்றிப் பெற்றோர்கள் மிக உயர்ந்த எதிர்ப்பார்ப்பைக் கொண்டுள்ளனர். இவர்கள் பாடத் திட்டத்துக்கு அப்பாற்பட்ட வேறுபல செயல்பாடுகளிலும் ஈடுபடு கிறார்கள். இது 'அதிகவேலைகளின் அட்டவணை' என்று அழைக்கப் படுகிறது. பிறசெயல்பாடுகளில் ஈடுபடுவதோடு பள்ளிச்செயல்பாடு களிலும் சிறந்து விளங்கவேண்டும் என்ற எண்ணம் குழந்தைகளின் மனதில் ஏற்படுகிறது. இது அவர்களின் மன அழுத்தத்தை மேலும் கூட்டுகிறது.

இந்தியக் குழந்தைகள் டென்னிஸ் பயிற்சி முடிந்த கையோடு தபலா பயிலப் போவதை சாதாரணமாகப் பார்க்கலாம். ஆனால், இந்தியச் சூழலின் சிறப்பு என்னவென்றால் ட்யூஷன் என்கிற 'தனிப்பயிற்சி'. இந்த வருமான எல்லைக்குள் வரும் பெரும்பான்மையான குழந்தைகள் தங்கள் மாலை நேரங்களில் பள்ளியில் கற்றதை மீண்டும் கற்பதற்காக அதே போன்ற வகுப்புகளுக்கு செல்கிறார்கள். இவர்களின் பெற்றோர் சமூகத்தில் உயர்பதவியில் வெற்றிகரமாகச் செயல்பட்டுவருவதால் அவர்களுக்கு வேலைப்பளு அதிகமாக இருக்கும். எனவே குழந்தைகளுடன் செலவிட நேரம் இருக்காது. குழந்தைகளுக்கும் பெற்றோருக்கும் இடையே உணர்வுபூர்வமான, நெருக்கமான உறவு ஏற்படுவது பெற்றோர்கள் குழந்தைகளுடன் செலவிடும் நேரத்தைப் பொறுத்ததல்ல என்று நினைப்பதற்கு வாய்ப்பிருக்கிறது. ஆனால், குழந்தைகளுடன் நேரம் செலவிடுவதால் மட்டும்தான் அவர்களுடன் ஒரு நெருக்கமான உறவு ஏற்படுத்த முடியும் என்பதற்கு ஆதாரமாக ஏராளம் ஆய்வறிக்கைகள் உள்ளன.

லூதர் உயர்மட்ட அமெரிக்க வளரிளம் பருவத்தினரின் ஒரு குழுவுடன் ஆய்வில் ஈடுபட்டார். அவர்கள் தங்களுக்குள் எப்படி விதிமுறை

களை உருவாக்கிக்கொள்கிறார்கள் என்பதுதான் ஆய்வின் அடிப்படை. ஆண்கள் எப்படி பிரபலமாகிறார்கள்? யார் பிறரிடம் வலிந்து சென்று சண்டையிடுகிறார்களோ, பொருள்களைத் தவறான வழியில் பயன்படுத்துகிறார்களோ அவர்கள் அந்தக் குழுவில் பிரபலமானவர்களாக இருக்கிறார்கள். அதே நேரத்தில் உடல் ரீதியில் கவர்ச்சியாக இருப்பது பெண்களுக்கிடையே பிரபலமாவதற்கு வழிவகுக்கிறது. எனவே இக்குழுவினருக்கிடையே இருக்கும் விதிமுறைகள் அவர்களுடைய உணர்வுகளைப் பாதிப்பதிலும் உடல் ஆரோக்கியத்தைக் கெடுப்பதிலும் முக்கிய பங்குவகிப்பதில் வியப்பில்லை. லூதரின் இந்தக் கண்டுபிடிப்பு நாம் நாட்டில் இருக்கும் உயர்மட்ட வளரிளம் பருவத்தினருக்குப் பொருந்துமா என்று தெரியவில்லை. அவர்கள் மும்முரமாகப் படித்துக்கொண்டிருப் பார்கள். ஆனால் இப்படியொரு ஆய்வை இவர்களுக்கிடையே நடத்துவது சிறப்பாக இருக்கும்.

இறுதியாக, நிறையப் பொருட்கள் கிடைத்தால் மகிழ்ச்சி கிடைக்கும் என்ற கருத்துக்கு அதிக முக்கியத்துவம் கொடுப்பதுதான் பிரச்னை. பல ஆண்டுகளாக 'நேர்மறை உளவியலை' நோக்கி மக்கள் நகர்ந்தார்கள். மகிழ்ச்சியையும் மனநிறைவையும் தரவல்லது எதுவோ அதைப் பெறுவதில் குறியாக இருந்தார்கள். மனிதர்கள் இன்பம் தரும் வெளிப்புறக் காரணிகளைக் கைப்பற்ற முயற்சிசெய்கிறார்கள். ஆனால், அவை அவர்களுக்கு இன்பம் தருவதில்லை என்பதற்கு ஆதாரமாக ஏராளம் ஆய்வுகள் இருக்கின்றன. 'தற்காலத்தில் பொருளாதாரச் செழிப்பில் வாழும் குழந்தைகளுக்கு ஓர் இலக்கில்லை; அறிவுப்பூர்வமான சவால்களைச் சந்திக்கவோ, மனித குலத்தின் நல்வாழ்வுக்குத் தம்மால் இயன்றதைச் செய்யவோ அவர்கள் முன்வருவதில்லை' என்று லூதர் கூறுகிறார். மேலும் அதிக அதிகாரம், அதிகப் பணம், அதிக உடல் அழகு ஆகியவைதான் இன்பம் தருபவை என்று முக்கிய ஊடகங்கள் தொடர்ந்து பிரசாரம் செய்கின்றன. இது இறுதியில் இந்தப் பிரிவுக் குழந்தைகளிடம் மன அழுத்தத்தை உருவாக்குகிறது. இவர்கள் உணர்வுபூர்வமாக ஆரோக்கியமாக இருப்பது சமூகத்துக்கு மிகவும் தேவை. காரணம் அவர்களின் பெற்றோர்களைப்போலவே இவர்களும் அந்தந்தத் துறைகளில் சிறந்து விளங்கலாம். உளச்சோர்வும் பதற்றமும் அவர்களின் திறனை வெகுவாகக் குறைத்துவிடும். மகிழச்சியற்ற மக்கள் சுயநலவாதிகளாக இருப்பார்கள். அவர்களுடைய மனத்தில் கருணை இருக்காது.

ஏழ்மைச் சூழலில் வளரும் குழந்தைகளுக்கு பல்வேறு உணர்வுப் பிரச்னைகள் இருப்பதைப் புரிந்துகொண்ட உங்களுக்குச் செல்வச் சூழலில் வளரும் குழந்தைகளும் அவர்களுக்கேயுரிய உணர்வுப் பிரச்னைகளுக்கும் மன அழுத்தத்துக்கும் உள்ளாகிறார்கள் என்பதைக் கேட்கும்போது வியப்பு ஏற்படலாம். இதைப்பற்றி நடத்திய ஆய்வைப் பற்றிப் பெட்டி 2 ல் பார்க்கலாம். தொடர்ந்து வரும் பகுதியில் உணர்வு நலத்தைத் தருவது எது? அல்லது உணர்வுமுதிர்ச்சி அடைவது எப்படி? ஆசிரியர் என்ற முறையில் மாணவர்களின் உணர்வு நலத்துக்கு நம்மால் என்ன செய்யமுடியும் ஆகியவற்றைப் பார்க்கலாம்.

உணர்வு முதிர்ச்சியை நோக்கி

மன உணர்வுகளின் இரண்டு முக்கியக்கூறுகளைப் பற்றி உளவிய லாளர்கள் ஆய்வு செய்துள்ளார்கள். ஒன்று உணர்வு எழுச்சி; மற்றென்று உணர்வுகளைக் கட்டுப்படுத்தும் திறமை. எழுச்சி என்பதை அனுபவங் களின் தீவிரம் என்று வரையறுக்கலாம். கட்டுப்படுத்தும் திறமை என்பதை அனுபவங்களின் தீவிரத்தைக் கட்டுப்படுத்துவது என்றும் வரையறுக்கலாம். அனுபவங்களின் தீவிரத்தைக் கட்டுப்படுத்துவது என்பது அந்தக் குறிப்பிட்ட நேரத்தில் முக பாவனை, அதன் காலம், சைகைகள், பிற நடத்தைப் பிரதிபலிப்புகள் ஆகியவற்றைக் கட்டுப் படுத்துவது என்று எடுத்துக்கொள்ள வேண்டும். இந்த இரண்டு கூறுகள் குழந்தைகளின் முக்கியமான அனைத்து உணர்ச்சி வெளிப்பாடு களுக்கும் காரணமாகின்றன. சமூகத்துடன் விட்டுக்கொடுத்துப் பழகுவது, கல்வித்திறன், உளவியல் குறைபாடுகளான உளச்சோர்வு, கவனக்குறைவு, தேவையற்ற சுறுசுறுப்பு போன்றவை முக்கிய உணர்ச்சி வெளிப்பாடுகளாகக் கருதலாம். துக்கம், கோபம் போன்ற எதிர்மறை உணர்வுகளைச் சமாளிக்க எழுச்சியும் கட்டுப்படுத்தலும் மிக முக்கியமானவை என்று இப்போது உங்களுக்குப் புரிந்திருக்கும். மேலும் எந்தக் குழந்தைக்கு உணர்வெழுச்சி அதிகமாக இருக்கிறதோ அவர்களுக்கு உணர்வுகளைக் கட்டுப்படுத்தும் திறமை மிகவும் அவசியம்.

உணர்வெழுச்சியையும் கட்டுப்படுத்தலையும் எப்படி அளப்பது? அதுவும் குறிப்பாகக் குழந்தைகளிடம்? இது மிகவும் சுவையான கேள்வி. இந்தக் கேள்விக்குள் உளவியல் பண்புகளை அளப்பது என்ற கடினமான வேலையும் அளக்க முடியாததை அளக்க முற்படும் உளவியலாளர்களின் புத்திசாலித்தனமும் உறுதியும் அடங்கியிருக் கிறது! குழந்தைகளிடம் கேள்விகள் கேட்பது; அவர்களின் பதிலை உண்மையின் ஏகதேச வடிவம் என்று நம்புவது என்பதுதான் பொது வானமுறை. சுயஅறிக்கைமுறை என்றழைக்கப்படும் இம்முறைக்குப்

பல வடிவங்கள் உள்ளன. எடுத்துக்காட்டாகக் குழந்தைகளுக்கான நேர்மறை, எதிர்மறை பாதிப்பு அளவுகோல் PANAS - C (Positive and Negative Affect Scale for Children) என்ற அளவீட்டு முறையில் பத்து முதல் பதினான்கு வயதுவரையுள்ள குழந்தைகளிடம் உற்சாகமானது, சோகமானது, துணிவானது, வருத்தமானது போன்ற அடைமொழி களைக் கொடுத்துத் தொடர்ந்து சில நாட்களில் அல்லது ஒரு வாரத்தில் அவர்கள் அனுபவிக்கும் உணர்வுகளின் தீவிரத்தைத் தரப்படுத்திக் குறிக்கச் சொல்வார்கள். குழந்தை சுய கட்டுப்பாட்டு மதிப்பீடு அளவுகோல் CSCRS (Child Self-Control Rating Scale) என்ற அளவீட்டு முறையில் கொடுத்த வாக்குறுதியைக் காப்பாற்றுவது, அதிக உற்சாக மடையும்போது அதைக் கட்டுப்படுத்துவது, பதில் சொல்வதற்கு முன் யோசிப்பது போன்ற சூழல்களைச் சில அளவீடுகளின் அடிப்படையில் அளந்து குறித்துவைப்பார்கள். நான் எப்படி உணர்கிறேன் என்ற HIF (How I feel) அளவீட்டு முறைப்படிக் கடந்த மூன்று மாத காலத்தில் அவர்கள் அனுபவித்த உணர்வுகளை 'நான் பொதுவாக மகிழ்ச்சியாக இருந்தேன், பெரும்பான்மையான நேரம் பயந்திருந்தேன், எப்போ தெல்லாம் வருத்தத்தோடு இருந்தேனோ அப்போதெல்லாம் மிக மிக வருந்தினேன், எப்போதெல்லாம் பைத்தியம் பிடிக்கும்போல இருந்ததோ அப்போதெல்லாம் என்னால் கட்டுப்படுத்த முடிந்தது அல்லது அந்த உணர்வை மாற்ற முடிந்தது...' போன்ற வாக்கியங்களின் அடிப்படையில் அளவிட வேண்டும். நொடிக்கு நொடி மன நிலையைப் பதிவு செய்யும் முறைக்கு Experience Sampling Form (ESF) என்று பெயர். வர்மாவும் அவருடைய தோழர்களும் இந்தமுறையைப் பின்பற்றி நடத்திய ஆய்வைப்பற்றி முன்பு குறிப்பிட்டிருந்தேன். சுய அறிக்கையின்படி நடத்தும் ஆய்வைச் சற்று கவனத்தோடு பகுத்தாய்வு செய்து முடிவுக்கு வரவேண்டும் என்பதில் எந்த ஐயமுமில்லை. அதே போல் குழந்தைகளின் உணர்வுகளைப் பற்றிய பிற ஆய்வு முடிவு களுடன் இது பொருந்திப்போகவும் வேண்டும். இது எப்படி நடத்தப் படுகிறது என்பதற்கான எளிய எடுத்துக்காட்டுக் கீழே விளக்கப் பட்டுள்ளது.

நான்சி ஐசன்பெர்க் (ஆறாம் அத்தியாயத்தில் நற்பண்புகளின் வளர்ச்சி பற்றி நடத்திய ஆய்வுபற்றிக் குறிப்பிட்டிருந்தேன்.) ஜெபரி லீ, ஸ்ரீ உந்தரி படாட ஆகியோர் இந்தோனேஷிய நாட்டுக் குழந்தைகளின் உணர்வுநிலை பற்றி ஓர் ஆய்வை நடத்தியுள்ளனர். இந்த உளவிய லாளர்கள் குழந்தைகளின் உணர்வு நிலையின் தீவிரத்தையும், அதைக் கட்டுப்படுத்தும் திறமையையும், சமூகத்துடன் அவர்களின் நடத்தை யும் பற்றி ஆசிரியர்கள், பெற்றோர்கள், குழந்தைகள் என ஒவ்வொரு பிரிவினரிடமும் அளக்கும்படிக் கேட்டுக்கொண்டனர். பெற்றோர்

மற்றும் ஆசிரியர்களிடம் 'என் குழந்தை எல்லாவற்றையும் உணர்வுப் பூர்வமாகப் பார்க்கிறாள், புதிய செயல்பாடுகளில் ஈடுபட வாய்ப்பு வரும்வரை காத்திருக்க வேண்டும் என்று கேட்டுக்கொண்டால் அதன் படி நடக்கிறாள், குழந்தைகள் தாமாக விளையாட்டை நிறுத்துவதற்கு முன்பாக அவளை அழைத்தால் கோபம் வருகிறது, அறிமுகமில்லாத வர்களிடம் பேசுவதற்கும் பழகுவதற்கும் இவள் கூச்சப்படுகிறாள். ஏழ்மைச் சூழலில் வாழும் குழந்தைகளைப் பார்த்து இந்தக் குழந்தை வருத்தப்படுகிறாள்'' போன்ற வாக்கியங்கள் கொடுத்து குழந்தை களைக் கவனிக்கச் சொல்வார்கள். குழந்தைகளிடம் தங்கள் நண்பர்களி லிருந்து எளிதில் கோபப்படக்கூடிய, அவர்கள் மிகவும் விரும்பக் கூடிய, அவர்கள் விரும்பாத என ஒவ்வொரு பிரிவிலும் நான்கு பேர் வீதம் பட்டியலிடும்படிக் கேட்டுக்கொண்டார்கள். இப்படி 'முதலிடம் பெற்ற நான்கு பேர்' களின் பெயர்கள் எழுதப்பட்ட பட்டியல்களை மொத்தத்தில் பரிசோதித்துத் தரவரிசைப்படி அடுக்கி அவர்களுக்கு உரிய புள்ளிகள் கொடுத்து ஒவ்வொருவரின் தரத்தையும் ஓரிலக்க எண்ணாகச் சுருக்கினார்கள். உணர்வெழுச்சியும் கட்டுப்படுத்தலும் சமூக அந்தஸ்துடன் தொடர்புகொண்டுள்ளதா? பல்வேறு கலா சாரத்தைச் சேர்ந்த குழந்தைகளிடம் இவ்வேறுபாடு இருக்கிறதா? மேலைநாட்டுக் குழந்தைகளிடம் நடத்திய பல ஆய்வுகளால் உறுதி செய்யப்பட்ட கருத்து இங்கு பொருந்துமா? என்பவற்றையெல்லாம் அறிய இவ்விரு ஆய்வாளர்களுக்கும் ஆர்வம் இருந்தது. 'ஆம்' என்பதுதான் இறுதி பதிலாக இருந்தது. இந்தோனேஷியாவில் நடந்த ஆய்விலும் கட்டுப்பாடற்ற குழந்தைகளைச் சமூகம் ஏற்றுக்கொள்ள வில்லை. எப்போது மாணவர்கள் தங்கள் சமமாணவர்களிடம் தீவிரக் கோபத்துடன் நடந்துகொண்டார்களோ அப்போதெல்லாம் அவர்கள் ஒதுக்கப்பட்டார்கள். மாறாக வருத்தம், பதற்றம் என்பவை எதிர்மறை உணர்வுகள் எனக் குழந்தைகள் புரிந்துகொண்டபோது கூச்சப் பட்டார்கள். அது வேறொருவகை புறக்கணிப்புக்கு வழிவகுத்தது.

பொதுவுணர்வான உணர்வெழுச்சியும் கட்டுப்பாடும் உலகளவில் பொது என்பது புரிகிறது. இதில் முதியவர்களால் செய்யக்கூடியது என்ன? அவர்களால் குழந்தைகளுக்கு எப்படி உதவ முடியும்? எதிர்மறை உணர்வுகளைக் கட்டுப்படுத்த நான்கு வழிகள் இருப்பதாக உளவியலாளர்கள் கூறுகிறார்கள். நாம் குழந்தைகளிடம் எடுத்துக்கூற வேண்டிய அந்த நான்கு வழிகளின் பட்டியல் கீழே தரப்பட்டுள்ளது.

- உணர்வுகளை நேரடியாக எதிர்கொள்வது (எடுத்துக்காட்டு: உணர்வுகளைத் தளர்த்துவதற்கான பயிற்சிகள் அல்லது மருத்துவச் சிகிச்சை பெறுவது)

- குறிப்பிட்ட சில துறைகளில் நம்மிடம் மறைந்து கிடக்கும் திறன்களில் கவனம் செலுத்துவது. இதனால் நம்மிடம் நேர்மறை உணர்வுகள் தோன்றும்
- நாம் எப்படி உணர்கிறோம் என்பதைப்பற்றி நாம் கூறும் விளக்கத்தை விமர்சனக் கண்ணோட்டத்தோடு பரிசோதிப்பது
- நாம் இருக்கும் சூழல் நம் மனஅமைதியைக் குலைக்கும் எனத் தெரிந்துகொண்டால் அச்சூழலை மாற்றுவது

முதலிரண்டு வழிகளும் நேரடியானவை; ஆனால் இறுதியிரண்டு வழிகளும் கற்றல் கற்பித்தலின் பக்கமிருந்து பார்க்கும்போது மிகவும் ஆர்வத்தைத் தருவதாக உள்ளது. முதலில் மூன்றாவது வழியைப் பார்ப்போம். ஒருவர் எப்படி உணர்கிறார் என்பதை அவரே விளக்குவதை விமர்சனக் கண்ணோடு பரிசோதிக்க வேண்டும் என்ற வழியைப் பற்றியை யோசிப்போம்.

ஒரு மாணவன் தன் ஆளுமையைப் பற்றியும் தன் திறமைகளைப் பற்றியும் கொண்டிருக்கும் நம்பிக்கைகள் உணர்வெழுச்சியை ஒழுங்கு படுத்தப் பெரிதும் உதவும். படிப்பில், விளையாட்டுப்போட்டிகளில், தொடர்பு ஏற்படுத்திக்கொள்வதில், சமூக அந்தஸ்து பெறுவதில் என ஏதேனும் ஒன்றில் அனைத்து மாணவர்களும் பள்ளி நாட்களில் சில தோல்விகளையும் பின்னடைவுகளையும் சந்தித்திருப்பார்கள். சரியாகத் தேர்வு எழுதாமல் இருப்பது, நண்பர்களால் ஒதுக்கப்படுவது, ஆசிரியரிடமிருந்து தண்டனை கிடைப்பது போன்ற மோசமான அனுபவங்களால் துவண்டு போகாமல் எப்படி தொடர்ந்து நம்முடைய இலக்குகளை நோக்கிப் பயணித்தோம்? இந்தத் தோல்விகளையும் பின்னடைவுகளையும் நாம் எப்படி எடுத்துக்கொண்டோம் என்பதில் இதன் பதில் இருக்கிறது என்று நம்பலாம். தோல்வி ஏற்படும்போது மாற்றம் தேவை என்பது அதில் மறைந்திருப்பது புரிகிறது. ஒன்று அடுத்தமுறை கடினமாக உழைக்க வேண்டும். அல்லது வேறொரு உத்தியைப் பின்பற்ற வேண்டும். இப்படியொரு மாற்றம் நடப்பதற்கு வாய்ப்பிருக்கிறது என்று ஒரு மாணவன் நம்பினால் அவனுடைய ஆற்றலை அதை நோக்கிச் செலுத்தி மேலும் முயற்சி செய்வான். என்னுடைய திறமைகளும் ஆளுமையும் மாற்றமுடியாதது. உறுதியானது என்று ஒரு மாணவன் நம்பினால் அந்தத் தோல்வியிலிருந்து தன்னைத் தற்காத்துக்கொண்டு, தன்னுடைய அறிவை வைத்து அந்தச் சூழலைச் சமாளிக்க முயற்சி செய்வான். அந்தத் தோல்வி தன்னுடைய எல்லைகள் எவையெனத் தனக்கு உணர்த்தியதாக நினைத்துக்கொள்வான். அதுபோல் பின்னடைவையும் எடுத்துக்கொள்ளலாம். ஒன்று அதையொரு மாற்றத்துக்கான சவாலாகக் கருதலாம். அல்லது அதைப்

பெருந்துயராக நினைக்கலாம். அதைச் சமாளிப்பது வீண் என்று பேசாமல் இருக்கலாம். இந்தச் சூழலில் ஒரு மாணவன் சும்மா இருக்க வேண்டுமா? தற்காத்துக்கொள்ள வேண்டுமா? சுறுசுறுப்புடன் செயல்பட வேண்டுமா என்பதை இந்த எண்ணம் முடிவு செய்கிறது. தன்னை யாரென்று நிரூபிக்கக் கிடைத்த சந்தர்ப்பமாக எடுத்துக்கொள்ளலாம். அல்லது மேலும் சவால்களை ஆர்வத்தோடு ஏற்று அவற்றிலிருந்து புதிய பாடங்களைக் கற்றுக்கொள்ளலாம். அதனால், இது பள்ளி வாழ்க்கையில் அவன் அனுபவிக்கும் உணர்வின் தரத்தை முடிவு செய்கிறது.

செய்திறன் என்பது கற்றலுக்கான வழியே தவிர கற்றல் என்பது செய்திறனுக்கான வழியல்ல என்பதைப் புரிந்துகொள்ள மாணவர்களுக்கு நாம் உதவ வேண்டும். ஆசிரியர்களான நாம் குழந்தைகள் தவறு செய்யும்போதும், எதிர்பார்த்த அளவுக்குச் செயல்படாமல் இருக்கும் போதும் எப்படி நடந்துகொள்கிறோம் என்பது அவர்களின் எண்ணங்களில் பெரும் வேறுபாட்டை உருவாக்கவல்லது என்பது தெளிவாகிறது. செய்திறனை (வீட்டுப்பாடம் செய்வது, தேர்வு, மதிப்பீடு, கருத்துகளை வெளிப்படுத்தும் திறன்) நாம் எப்படிப் பார்க்கிறோம் என்பதில் நாம் தவறு செய்திருக்கலாம். கற்றல் என்பது செய்திறனுக்காக என்ற தவறான கருத்துக்கொண்டவர்கள் உண்டு. அதனால் ஒவ்வொரு எதிர்மறைச் சூழலிலும் உன்னால் அவ்வளவுதான் முடியும் என்ற கருத்தைத்தான் நாம் குழந்தைகளிடம் விதைக்கிறோமே தவிர அவர்களின் திறனை மேலும் மேம்படுத்துவதற்கான ஓர் அழகான வாய்ப்பு என்று எடுத்துக்கொள்வதில்லை. எனவே நம் மாணவர்கள் 'செய்திறனுக்காகத்தான் கற்கிறோம் என்று கருதினால், தோல்வி ஏற்பட்டால் எனக்கு அவ்வளவுதான் திறமை இருக்கிறது என்று நினைத்தால் அவர்களைக் குறைசொல்ல முடியாது.

இப்போது நான்காவது யோசனையைப் பற்றிப் பார்ப்போம். மன அழுத்தம் கொண்ட சூழலைக் கட்டுப்படுத்தி எப்படி மாற்றுவது என்பதுதான் அந்த நான்காவது வழி. மன அழுத்தத்தால் தவிக்கும் குழந்தையிடம் சென்று உன் சூழலை மாற்றிக்கொள் என்று சொல்வது நியாயமல்ல. ஆனால் பள்ளிக்கூடங்களும் ஆசிரியர்களும் மாணவர்களுக்காக உருவாக்கும் சூழலில் மாற்றங்கள் செய்யலாம். உளவியலாளர் ராபர்ட் ரெய்சர் ஆரோக்கியமான பள்ளிச்சூழலைப் பற்றி விரிவாக எழுதியுள்ளார். பள்ளிகளிலும் வகுப்பறைகளிலும் சீர்திருத்தம் நடத்துவதற்கான நான்கு யோசனைகளை முன்வைக்கிறார்: பாடத்திட்டம், தகுதி, சமூகம், அக்கறை

- பல்வேறு பின்னணியிலிருந்து வரும் மாணவர்களுக்கு ஏற்றாற் போல் பாடத்திட்டம் இருக்கவேண்டும். தரவரிசைப்படுத்தி,

அடைந்துவிடக்கூடிய இலக்குகளோடு குழுவாகச் சேர்ந்து கற்பதற்கு வாய்ப்பளிக்க வேண்டும்.

- ஒவ்வொரு குழந்தையும் ஒரு குறிப்பிட்ட தகுதியை அடைய வேண்டும் என்பது ஆசிரியரின் இலக்காக இருக்க வேண்டும். தவறுகளைக் கற்றலின் பகுதியாக ஏற்றுக்கொள்ள வேண்டும். அவற்றை வெற்றி அல்லது தோல்வி என்று பார்க்கக் கூடாது.

- தான் உட்படும் பள்ளிச்சூழலில் சில தீர்மானங்கள் எடுப்பதற்குக் குழந்தைகளுக்கு வாய்ப்பளிக்க வேண்டும். அப்போதுதான் பள்ளியின் மீது மதிப்பு ஏற்படும். பள்ளியுடன் பிரிக்க முடியாத ஓர் உறவு இருப்பதாக உணர்வார்கள்.

- மாணவர்கள் ஒவ்வொருவரும் தம்முள்ளும் பெரியவர்களுடனும் நெருக்கமான உறவு ஏற்படுவதற்கேற்றாற்போல் சிறு சிறு குழுக்களாகக் கற்பதற்குப் பள்ளியில் வாய்ப்பிருக்க வேண்டும்.

பள்ளிக்கூடங்களில் மாணவர்கள் உணர்ச்சிகரத்தினால் பாதிக்கப் படாமல் இருக்க பள்ளிக்கூடங்களும் ஆசிரியர்களும் என்னென்ன செய்யலாம் என்று பெக்ரன் என்ற உளவியலாளர் கூறும் யோசனைகளும் மேற்குறிப்பிட்ட பட்டியலும் ஒத்திருப்பது மிகுந்த வியப்பைத் தருகிறது. அவர் தகுதி, கட்டுப்பாடு ஆகிய இரண்டு கூறுகளை விரிவாக விளக்கு கிறார். குழந்தைகளுக்கு அவர்களின் திறமைக்குட்பட்ட அதே நேரத்தில் சவாலான செயல்பாடுகள் கொடுக்க வேண்டும். அச்செயல்பாடுகள் புரிதலுக்காகவும் ஊக்கப்படுத்துவதற்காகவே மட்டும் இருக்கக் கூடாது. ஒரு சவாலான செயல்பாட்டை வெற்றிகரமாகச் செய்து முடிக்கும்போது அது மாணவர்களுக்கு உணர்வுபூர்வமாக பெரும் பயன்தருகிறது. வேறு முறையில் கூறினால் நான் தகுதியானவர் என்று உணர்வது. தகுதியானவராக மாற வேண்டும் என்று எதிர்பார்ப்பதை விட, தகுதியானவராக இருக்கிறேன் என்று நினைப்பதைவிட முக்கியமானதாகும். தனியாகவோ குழுவாகவோ சுயகட்டுப்பாடு தேவைப்படும் ஒரு செயல்பாட்டைச் செய்யும்போது கட்டுப்பட்டு நடக்க வேண்டும் என்ற எண்ணம் தானாகவே வருகிறது. தனியாகச் செயல்படும்போது அந்தப் பாடப்பகுதியை வைத்து என்ன செய்யப் போகிறோம் என்பதைத் திட்டமிடும் பொறுப்பை மாணவியிடம் ஒப்படைக்க வேண்டும். மெதுவாக அல்லது வேகமாகச் செய்ய வேண்டுமா என்பதை அவரே முடிவு செய்ய வேண்டும். அந்தப் பகுதியைக் கற்றுத் தேர்வதற்கு என்னென்ன குறிப்புகள் தேவையோ அதை அவர் கேட்கிறார் என்பதையும் அந்தக் குறிப்புகள் அவருக்குக் கிடைக்கின்றன என்பதையும் உறுதிப்படுத்த வேண்டும். குழுவாகச் செயல்படும்போது, தந்திருக்கும் வேலையை எப்படிப் பகிர்ந்துகொள்

வது, யார் யார் என்னென்ன வேலைகள் செய்யவேண்டும் போன்ற வற்றை முடிவு செய்யும் பொறுப்பைக் குழுவினரிடம் ஒப்படைக்க வேண்டும். செயல்பாட்டைச் செய்து முடிக்கும் பொறுப்பை அனை வரும் பகிர்ந்துகொள்ள வேண்டும். இங்கு ஆசிரியர் அனைவரையும் மேற்பார்வை செய்து குழந்தைகள் ஒவ்வொருவரும் கற்றல் இலக்கை அடைகிறார்கள் என்பதை உறுதிப்படுத்த வேண்டும். இருப்பினும் எல்லோருக்கும் கூட்டுப்பொறுப்பு வழங்கப்பட்டிருக்க வேண்டும். இது போன்று குழுவாகச் சேர்ந்து கற்கும்முறை இந்தக் காலத்துக்கும் மிகவும் அவசியமாகும். பிறருக்கு உதவுவது, பிறர் உதவியை ஏற்றுக் கொள்வது என்னும் சமூகத் தேவைகளை நிறைவேற்ற இந்தமுறை பெரிதும் உதவுகிறது.

உளவியல் ஆய்வின் மூலம் உருவான மூன்றாவது காரணியைப் பற்றிப் பேசாவிட்டால் இந்த அத்தியாயம் முழுமைபெறாது. இந்த மூன்றா வது காரணி உணர்வெழுச்சி, கட்டுப்படுத்துதல் ஆகிய காரணிகள் செலுத்திய தாக்கத்தைவிட அதிகமாகப் பொதுமக்களின் கற் பனையைத் தூண்டியது. ஒருவரின் மகிழ்ச்சியும் உணர்வுநலமும் சுயமதிப்பு என்ற மூன்றாம் காரணியோடு பெரிதும் தொடர்புகொண் டுள்ளது. சுயமதிப்புக்கு ஆர்வத்தைத் தூண்டும் சுவையான வரலாறு உண்டு. உளவியல்துறை இந்தக் காரணியை மனதைத்தொடும்படி மிகவும் எளிமையாக முன்வைத்தது. குழந்தைகளை மகிழ்ச்சியாக வைத்திருங்கள்; அவர்கள் சிறந்த முறையில் செயல்படுவார்கள் என்ற எளிமையான பதிலை, எளிமையான முறையை ஆசிரியர்களிடம் சொன்னது. இந்த அத்தியாயத்தின் இறுதிப்பகுதி சுயமதிப்பின் கதை யைச் சொல்லப் போகிறது. அதைப்பற்றி உளவியலாளர்கள் எழுப்பும் வினாக்களைச் சொல்லப்போகிறது. இந்தியப் பெருநகரங்களில் கல்வி வட்டாரங்களில் இந்தக் கருத்து பிரபலமாவதை நான் பார்த்திருக் கிறேன். எனவே இதன் உண்மையான பொருள் என்ன? இதன் மதிப்பு என்ன? என்பதை விமர்சனக் கண்ணோட்டத்தோடு ஆழமாகப் புரிந்துகொள்வது அவசியமாகிறது.

சுயமதிப்பு

1970 களின் ஆரம்பத்திலிருந்து சுயமதிப்பு பற்றி அல்லது ஒருவர் தன்னை எப்படி மதிப்பிடலாம் என்பதைப் பற்றிப் பதினைந்தாயிரம் கட்டுரை கள் எழுதப்பட்டுள்ளன. மூன்று பதிற்றாண்டுகளாக வெளிவந்த இந்தக் கட்டுரைகளின் மூலம் உளவியல் சொல்ல வந்தது என்ன? சுயமதிப்பு என்ற இந்தக் காரணி மிகவும் முக்கியமானது. ஏனென்றால் இது அதிகப்படியான நேர்மறை விளைவுகளை உருவாக்கவல்லது. எதிர் காலத்தைப் பற்றிய நன்னம்பிக்கை, மதுபானத்தின் பயன்பாட்டைக்

குறைப்பது, வெறித்தனத்தைக் குறைப்பது, வேலையில் வெற்றி, உடல் நலம், நீண்ட ஆயுள் ஆகியவை அந்த நேர்மறை விளைவுகளில் சில. கல்வியாளர்களைப் பொறுத்தவரை இந்த உயர்ந்த சுயமதிப்பு பள்ளிச் செயல்பாடுகளைச் சிறப்பாகச் செய்து முடிக்க உதவும் என்ற விளைவைத் தருகிறது. எனவே, ஆசிரியர்களுக்கும் பெற்றோர்களுக்கும் உடனே அறிவுரை வழங்கப்படுவது இயல்பு. குழந்தையின் செயல்களை விமர்சிக்காதீர்கள். அவர்களைப் பாராட்டுங்கள், புகழுங்கள், மேலும் புகழுங்கள்... பிறகென்ன ஆயிரக்கணக்கான ஆசிரியர்கள் (முக்கியமாக மேலைநாட்டு ஆசிரியர்கள்) இந்த அறிவுரையை நேர்மையாகப் பின்பற்றத் தொடங்கினார்கள்.

சுயமதிப்பைப் பற்றி நாம் புரிந்துகொள்ள வேண்டிய முக்கியமான கருத்து என்னவென்றால் அந்தக் கருத்துக்குத் துல்லியமானது என்னும் சிறப்புக்குணம் தேவையில்லை. ஒருவர் நற்குணம் கொண்டவராக இருக்கலாம். அவர்கள் பல செயல்களை வெற்றிகரமாகச் செய்து முடித்திருக்கலாம். ஆனால், அவர் குறைந்த சுயமதிப்பு கொண்டவராக இருக்கலாம். அதேநேரத்தில் வேறொருவர் எவ்விதச் சிறப்புத் திறமையும் இல்லாமல் இருக்கலாம். ஆனால் அவர் பெருமளவு சுயமதிப்பு கொண்டவராக இருக்கலாம். சிலருடைய சுயமதிப்பும் அவருடைய உண்மையான மதிப்பீடும் பொருந்திப்போகும் என்பதை மறுக்க முடியாது. எனவே, சுயமதிப்பு என்பது அவரவரின் நுண்ணுணர்வைப் பொறுத்து அமைகிறது. இது உண்மையாக இருக்க வேண்டும் என்பதில்லை. இதன் ஆதரவாளர்கள், சுயமதிப்பு என்பது ஒருவகை புலனுணர்வு. ஆனால் இதற்குச் செய்திறனின் மேல் அதிகத் தாக்கம் செலுத்த முடியும். இது மாணவனின் திறமைகளிலிருந்து வேறுபட்டுள்ளது' என்று சொல்கிறார்கள். இந்த வாதத்துக்குப் பதினைந்தாயிரம் கட்டுரைகள் ஆதரவு தெரிவிக்கும்போது அது உண்மையாக இருக்கவேண்டும் இல்லையா?

தவறு! சுயமதிப்புக்கும் அதன் விளைவுகளுக்கும் உறுதியான தொடர்பிருக்கிறது என்பதை இத்தனை ஆண்டுகள் நடந்த ஆய்வு களால் நிரூபிக்க முடியவில்லை. ஆனால் உளவியலாளர்கள், பொது மக்கள் ஆகியோரின் அளவற்ற உற்சாகத்தால் இந்த எதிர்மறை ஆய்வு முடிவுகள் குழிதோண்டிப் புதைக்கப்பட்டன. உலகளவில் தனிநபர் களிடம் சுயமதிப்பு உருவாகும்போது அது அவர்களுடைய நடத்தை யில் நல்ல மாற்றங்களைக் கொண்டுவரும். அதன் மூலம் ஒரு சிறந்த சமூகம் உருவாகும் என்று இவர்கள் நம்பினார்கள். சுயமதிப்பு இயக்கத் தின் முன்னணியில் இருக்கும் உளவியலாளர் ராய் பாமெய்ஸ்டர் பிற உளவியலாளர்களைவிட அதிகக் கட்டுரைகள் வெளியிட்டார். 2003 இல் அவரிடம் ஒரு தீவிர கணக்கெடுப்பு நடத்தும்படிக்

கேட்டுக்கொள்ளப்பட்டது. இவரும் இவருடைய நண்பர்களும் மிகவும் நம்பிக்கையோடு கணக்கெடுப்பு நடத்தினர். ஆனால், அவர்களுடைய நம்பிக்கை தவிடுபொடியானது. அந்தப் பதினைந்தாயிரம் கட்டுரைகளில் பெரும்பான்மையானவை அறிவியல்முறைப்படித் தவறானவை. எஞ்சிய கட்டுரைகளோ 'உயர்ந்த சுயமதிப்பு கொள்வதால் அது உங்கள் திறமையை வெளிப்படுத்தும் என்றோ, விளைவுகளை ஊக்கப்படுத்த வேண்டும் என்றோ சொல்ல முடியாது' என்ற செய்தியைக் கூறின. பாமெய்ஸ்டர் இந்தக் கணக்கெடுப்பை 'என் வாழ்க்கையில் ஏற்பட்ட மிகப்பெரிய ஏமாற்றமாக நினைக்கிறேன்' என்றார். அவர் இப்போது சுயமதிப்பைக் கூட்டுவது ஒருவருடைய செய்திறனை எப்படி குறைக்கிறது? சில சந்தர்ப்பங்களில் எப்படி தோல்வியைத் தருகிறது? என்பதைப் பற்றி ஆய்வு செய்கிறார். இந்தக் குழப்பத்துக்கான ஒரு காரணம் அக்கட்டுரைகள் பிறகட்டுரைகளின் கருத்துகளைச் சார்ந்து எழுதப்பட்டவையோ அல்லது முன்பு கூறப்பட்ட ஒரு காரணத்தின் சுவடுபற்றி எழுதப்பட்டவையோ ஆகும். இப்படப்பட்ட கட்டுரைகளிலிருந்து நம்மால் எந்த முடிவுக்கும் வரமுடியாது. அதாவது நல்ல பள்ளிக்கூடம் அல்லது சிறந்த செய்திறன் என்பது உயர்ந்த சுயமதிப்பால் மட்டும் வரவில்லை. சிலவேளை மூன்றாவது காரணியான சமூக அந்தஸ்தின் மூலம் கிடைத்திருக்கலாம். இந்தச் சமூக அந்தஸ்து சுயமதிப்பாலும் செய்திறனாலும் கிடைத்திருக்கலாம். இவை இப்படி ஒன்றுக்கொன்று பின்னிப் பிணைந்து கிடக்கிறது. இந்தக் குழப்பத்துக்கு மேலும் ஒரு காரணம் சுயமதிப்பும் அதனால் கிடைத்த வெற்றியும் ஒருவர் தம்மைப் பற்றிச் சொல்வதிலிருந்து மட்டும்தான் அறியமுடிகிறது. சுய மதிப்பு பற்றிய தீர்மானத்துக்குச் சுய அறிக்கை மிகவும் அவசியம். ஆனால், வெற்றி பற்றிய தீர்மானத்துக்குக் கொஞ்சம் நடுநிலையான அணுகுமுறை தேவை. இல்லாவிட்டால் சுயமதிப்பைப் பற்றி அவருடைய சுயஅறிக்கை எப்படி ஒரு தலைப்பட்சமாக மாறுமோ அதுபோல் நம் கணிப்பும் பாரபட்சமுள்ளதாக மாறலாம். சுருக்கமாகக் கூறினால் அதிக சுயமதிப்புள்ளவர்கள் தங்களுடைய வெற்றியைச் சற்று மிகைப்படுத்திச் சொல்வார்கள். அதனால் ஆய்வின் போது கிடைக்கும் தரவுகளின் நம்பகத்தன்மையை அழித்துவிடுகிறது.

பாமெய்ஸ்டர் கூறிய வரிகளை இங்கு சொல்லியேயாக வேண்டும்.

> என்னுடைய தனிப்பட்ட ஏமாற்றத்தை ஒத்துக்கொண்டு கீழ் வரும் கருத்தைச் சொல்கிறேன். சுயமதிப்பு இயக்கம் உற்சாகத்தோடு வாதிட்டவை அனைத்தும் ஒன்று கற்பனை அல்லது குப்பை. சுயமதிப்பின் தாக்கம் என்பது மிகவும் குறைவு. ஓர் எல்லைக்குமேல் எதுவும் செய்ய முடியாதது. அதுவும்

நல்லதல்ல. அங்கொன்று இங்கொன்று என சிலபேர் சுய மதிப்பால் பயனடைந்திருக்கலாம் என்பதை ஒத்துக்கொள் கிறேன். அவர்கள் தங்கள் குறைகளைச் சமாளித்திருக்கலாம். காரணம் அவர்கள் மிகவும் குறைவான சுயமதிப்பு கொண்ட வர்கள். இன்னும் சிலபேருக்கும் இதுபோல் நடந்திருக்கலாம். காரணம் அவர்கள் அதிக சுயமதிப்பு கொண்டவர்கள். பெரும் பான்மையான வேளைகளில் சுயமதிப்பு அவ்வளவு பெரிய வேறுபாட்டை உருவாக்குவதில்லை. எடுத்துக்காட்டாக, நாம் ஒவ்வொருவரும் தம்முள் பழகுவதைச் சற்றே சீர்படுத்தினால் இந்த உலகம் மிகச் சிறந்த உலகமாக மாறும் என்று நான் நினைக்கிறேன். ஆனால், அது அவ்வளவு எளிதல்ல. நம் நடத்தைகளில் சிறிய மாற்றம் கொண்டுவரவேண்டுமானால்கூட நாம் சில கட்டுப்பாடுகளுக்கு ஆட்படவேண்டும். இந்தச் சுய மதிப்பு அணுகுமுறையில், இங்கு குறிப்பிட்டதற்கும் நேர் மாறாக நம் நடத்தையில் மாற்றம் ஏற்படுத்துவதற்குத் தேவை யான கடின உழைப்பைப் புறக்கணித்துவிட்டு நாம் மிகவும் நல்லவர்கள் என்று நினைத்தால் போதும். ஆனால், இந்த அணுகுமுறை உலகைச் சிறந்த உலகமாக மாற்றாது.

தற்போது சுயமதிப்பு என்று குமிழ் உடைந்து சிதறிவிட்டது என்று சொல்லலாம். அமெரிக்கர்களின் சுயமதிப்பு மிகவும் உயர்ந்துள்ளது. அதே நேரத்தில் உளச்சோர்வும் பதற்றமும் தற்கொலையும் கூடியுள்ளது என்று சுயமதிப்பு இயக்கத்தைப் பற்றி நடத்திய ஆய்வுமுடிவுகள் தெரிவிக்கின்றன. இதற்கான காரணகாரியத் தொடர்பைக் கண்டுபிடிக்க முடியாதெனினும் இவை தம்முள் இருக்கும் தொடர்பு நம் கவனத்தைக் கவரும். நம்மை ஆழ்ந்து சிந்திக்க வைக்கும். சுயமதிப்பைப் பெரிது படுத்துவதில் அநேக உணர்வுப் பிரச்னைகள் உட்பட்டிருக்கின்றன. இவற்றைக் கவனமாக ஒவ்வொன் றாக இழைபிரித்து எடுக்க வேண்டும். உளவியலாளர்களின் தீவிர முயற் சிக்குப் பிறகு, ஆழ்ந்த கவனத்தால் சுயமதிப்போடு தொடர்புடைய பல பெரிய பிரச்சினைகளை உளவிய லாளர்கள் பிரித்தறிந்துள்ளார்கள். அவற்றின் சுருக்கம் இதோ.

சுயமதிப்பு இயக்கம் மாணவர்கள் 'நாங்கள் நல்லவர்கள்' என்று உணர

வேண்டும் என்பதற்கு அதிக முக்கியத்துவம் கொடுக்கிறது. ஆனால் எந்தத் திறமை, தகுதியின் அடிப்படையில் இந்த சுயமதிப்பு உருவாகுமோ அவற்றை மேம்படுத்தப் போதுமான கவனம் செலுத்து வதில்லை.

உயர் சுயமதிப்பு என்பதும் சுயமதிப்பை வளர்த்துக்கொள்வது என்பதும் ஒன்றல்ல. இரண்டும் வேறுவேறானவை என்பதை முதலில் புரிந்து கொள்ள வேண்டும். ஒரு மாணவனின் சுயமதிப்பை உயர்த்தினால் அவருடைய பதற்றம் தற்காலத்துக்குக் குறையலாம். ஆனால், அந்த மாணவன் தொடர்ந்து அதைத் தக்க வைத்துக்கொள்ள வேண்டும். குறையாமல் பார்த்துக்கொள்ள வேண்டும். பிறகு அதை உயர்த்த வேண்டும். இது பதற்றத்தைக் கூட்டும். இது மனித குலத்துக்கே பொது வானது என்பது முற்றிலும் நிதர்சமான உண்மை. நாம் எல்லோரும் நம் மன அமைதியைக் குலைத்துக்கொண்டு சுயமதிப்பைத் தேடுகிறோம்!

சுயமதிப்பின் தேடல் வெற்றிபெற்றால் அது பதற்றத்தையும் பிற எதிர் மறை உணர்வுகளையும் குறைக்கிறது. ஆனால் பெரும்பான்மையான வகுப்பறைகளில் சுயமதிப்பு எங்கேயென்று தேடவேண்டியுள்ளது. அப்படியே ஒருவருக்கு சுயமதிப்பு கிடைத்தாலும் அடுத்தவரின் சுயமதிப்பைக் குறைத்துத்தான் அதைப் பெற வேண்டியிருக்கிறது. எனவே, பெரும்பான்மையான குழந்தைகளின் சுயமதிப்புத் தேடல் தோல்வியில் முடிகிறது. இந்தத் தோல்வி கவலையைக் கூட்டுகிறது. கோபத்தை வரவழைக்கிறது. வெட்கம் அவர்களைச் சூழ்கிறது.

- தோல்வி, சுயமதிப்பு குறையக் காரணமாகிறது. கல்விச் செயல்பாடு களின் வெற்றியைச் சார்ந்து சுயமதிப்பு அமைந்திருப்பதால் மாண வர்களின் மனஅழுத்தம் மேலும் கூடுகிறது. வெற்றிபெற்றேயாக வேண்டும் என்ற துடிப்பு மேலும் கூடுகிறது. இது கற்பதற்கான அகவூக்கத்தைக் குறைக்கிறது.
- சுயமதிப்பை உயர்த்துவதுதான் ஒரு மாணவரின் இலக்கு என்றாகும் போது எதிர்மறை நிகழ்வுகள் பொதுவானவை, சாதாரணமாக நடக்கக்கூடியவை, தன்னைச் சுற்றி எப்போதும் நடக்கின்றன என்ற எண்ணத்துக்கு வந்துவிடுவாள். இது உளச்சோர்வு ஏற்படுவதற்கு வழிவகுக்கிறது.

மேற்குறிப்பிட்ட அனைத்துக் கருத்துகளுள் 'அதிக விலை கொடுக்க வைக்கும் சுயமதிப்புத் தேடல்' என்ற உளவியலாளர் ஜென்னிபர் க்ரோக்கரின் வாக்கியம் மிகவும் யோசிக்க வேண்டிய ஒன்று. இவரும் இவருடைய தோழர்களும் சுயமதிப்பு இயக்கத்தைப் பற்றித் தெளிவாகப் புரிந்துகொள்ள நமக்குப் பெருமளவு உதவியுள்ளார்கள்.

சுயமதிப்பை வாழ்க்கையின் இலக்காகக் கொண்டால் என்னென்ன பிரச்னைகள் வரும் என்பதை ஆய்வு செய்வதில் அவர்கள் அதிக கவனம் செலுத்தினார்கள். ஒருவர் நலமாக வாழ சுயமதிப்பு என்பது தேவை யற்றது என்று க்ரோக்கர் கூறுகிறார். அதே நேரத்தில் தகுதி, பிறருடன் நல்லுறவுகொள்வது, சுயகட்டுப்பாடு ஆகியவை நல்வாழ்வுக்கு மிகவும் இன்றியமையாதவை என்றும் சொல்கிறார். இருப்பினும் பெரும்பான்மை யோர் சுயமதிப்பை வாழ்க்கையின் இலக்காக நினைத்து வாழ்கின்றனர். இது எதிர்பாராத, அவர்கள் விரும்பாத விளைவுகளை ஏற்படுத்தும். எடுத்துக்காட்டாக இதை இலக்காக நிர்ணயித்தால் பிறரோடு நாம் வைத்துள்ள உறவை, ஒருவருக்கொருவர் ஆதரவாக இருப்பதைக் குலைத்துவிடும். சுயமதிப்பு வாழ்வின் குறிக்கோளாக வாழ்பவர்கள் அடுத்தவர்களைக் குறைகூறும் பழக்கத்திற்கு ஆளாகி அதன் மூலம் தங்கள் மதிப்பைக் குறைத்துக்கொள்கிறார்கள் என ஆய்வுகள் கூறுகின்றன. அடுத்தவர்களைக் குறைகூறுவது ஒருவரது சுயமதிப்பைக் காப்பாற்று மெனினும் அவர்கள் தம்முள் இருக்கும் உறவைக் கெடுகிறது. மேலு மொரு ஆய்வு முடிவு இதைவிடச் சற்று சுவையானது. அதிக சுயமதிப்பு உள்ளவர்கள் அடுத்தவர்கள் மேல் ஆதிக்கம் செலுத்தி, தங்கள் தகுதியை மிகைப்படுத்தி மேலும் சுயமதிப்பைக் கூட்ட நினைக்கிறார்கள். அதே நேரத்தில் சுயமதிப்பு குறைந்தவர்கள் அடுத்தவர்கள் தம்மை அங்கீ கரிக்க வேண்டும்; ஏற்றுக்கொள்ள வேண்டும் என்று எதிர்பார்க்கி றார்கள். அவ்வாறு தங்கள் சுயமதிப்பை உயர்த்த நினைக்கிறார்கள்.

இந்தக் கருத்துகள் அனைத்தும் எட்டாம் அத்தியாயத்தில் பாராட்டைப் பற்றிக் கூறிய கருத்துகளை உங்களுக்கு நினைவுபடுத்தும். மேற்குறிப் பிட்ட இரண்டு கருத்துகளுக்கும் மிக நெருங்கிய தொடர்புண்டு. இங்குதான் ஓர் ஆசிரியரின் பங்கு அவசியமாகிறது. முதிர்ந்தவர் ஒருவர் ஒரு குழந்தை செய்த வேலையைப் பாராட்டாமல் அதனுடைய ஆளுமையை, திறமையைப் (இந்தப் பாராட்டில் இவ்விரண்டும் மாறாதது என்ற கருத்து மறைந்திருக்கிறது) பாராட்டுகிறார் என்று வைத்துக்கொள்வோம். நான் கெட்டிக்காரிதானா? நான் வாழ்வில் வெற்றிபெறுவேனா அல்லது தோற்றுப்போவேனா? என்னும் வினாக் களைத் தனக்குத் தானே கேட்டுக்கொள்வாள். அதே நேரத்தில் (பாமெய்ஸ்டரின் சொற்களில்) ஒரு மாணவி தன்னுடைய உண்மை யான திறமைகளையும் தகுதிகளையும் தெளிவாக, துல்லியமாகப் புரிந்துகொண்டால் அவள் ‘வாழ்க்கையில் நான் என்னவாக விரும்பு கிறேன்? நான் கற்றுக்கொள்ள விரும்புவது என்ன? என்னிடம் நான் வளர்க்க வேண்டிய திறமை என்ன? ஆகிய வினாக்களைத் தன்னிடம் கேட்டுக்கொள்வாள். சில பக்கங்களுக்கு முன் மாணவர்கள் தோல்வி யையும் பின்னடைவுகளையும் எப்படி எதிர்கொள்ள வேண்டும் என்று

விவாதித்தது மீண்டும் உங்கள் நினைவுக்கு வரலாம். அங்கும், மாணவர்கள் தங்கள் செய்திறன் மாறாதது; தங்கள் திறமை உறுதியானது என்று நம்புகிறார்கள். இது தவறு. செய்திறனையும் திறமையையும் மேம்படுத்துவதற்கான குறியீடுகளாகத் தோல்விகளையும் பின்னடைவு களையும் எடுத்துக்கொள்ள வேண்டும். இப்போது சுயமதிப்புக்கும் இந்தக் கருத்துக்கும் இடையே இருக்கும் தொடர்பு தெளிவாகத் தெரிகிறதல்லவா?

முடிவுரை

ஒரு மாணவியின் உணர்வுநலமும் முதிர்ச்சியும் இந்த அத்தியாயம் முழுவதும் விரவிக் கிடப்பதை நீங்கள் பார்க்கலாம். ஒழுங்கு, ரசனை, பதற்றம், அழுத்தம் உணர்வுகளின் கட்டுப்பாடு, சுயமதிப்பு ஆகிய கருத்துகளை நாம் பார்த்தோம். மேலும் ஒரு 'உணர்ச்சி' (நாம் அதை இப்படி அழைக்கலாம்) சமீபகாலமாக உளவியல் துறையில் உயர்ந்து வந்துள்ளது. அது மனநிறைவு. நாம் மகிழ்ச்சி என்று வழக்கமாக அழைத்திருந்த உணர்வைவிட மனநிறைவு என்ற கருத்து சற்று நுணுக்கமானது. வேறுபட்டது. புத்தமதம் போன்ற பண்டைய ஆத்மீய தத்துவ பாரம்பரியத்தின்படி ஒருவர் தன்னுடைய சுயத்தை வலுப் படுத்தாதவரை அவருக்கு மனநிறைவு கிடைக்காது. ஆனால், இந்தக் கருத்து முன்னுக்குப்பின் முரணானது. சுயத்தை வலிமைப்படுத்துவது என்ற கருத்தே பலவீனமானது. ஏனென்றால், அவர் எப்போதும் ஒருவித அச்சத்துக்கு ஆட்படுவார். எப்போதும் பாதுகாப்பு வேண்டும் என்று எதிர்பார்ப்பார். அதனால் அவர் எப்போதும் புறச்சூழலின் கருணையை நம்பியே இருப்பார். ரோஸர் போன்ற சில உளவிய லாளர்கள் இந்தத் தத்துவக் கருத்துகளை உளவியலின் பொதுப்பாதைக்கு வெற்றிகரமாகக் கொண்டுவந்தனர்.

க்ரோக்கர், டீசி, மேலும் பல உளவியலாளர்கள் ஆகியோர் மூன்று முக்கிய கருத்துகளின் அடிப்படையில் ஒருவரது உணர்வு நலம் அடங்கியுள்ளது என்று கூறுகின்றனர். தகுதி, பிறருடன் நல்லுறவு கொள்வது, சுயகட்டுப்பாடு என்பவைதாம் அவை. இவை மூன்றும் ஒரு நிபந்தனைக்கு உட்பட்டவை. யாருக்குத் தன்னைப் பற்றிய உறுதியான கருத்து இருக்கிறதோ அவரிடம்தான் இந்த மூன்றும் இருக்கும். அந்த உறுதியோ நான் சில செயல்களில் திறமையானவன், நான் பிறருடன் நல்லமுறையில் பழகுகிறேன், என்னால் என் வாழ்வைக் கட்டுப்படுத்த முடியும் என்ற எண்ணத்தால் வருவது. இதுதானே நூற்றாண்டுகளாகப் பல்வறு தத்துவமேதைகள் விவரித்த உண்மையான மனநிறைவு என்ற கருத்து? இதைத்தான் க்ரோக்கரும் சொல்கிறார். அந்த இலக்குகள் (தகுதியுடையவர்களாக மாறுவது, பிறருடன் நல்லுறவுகொள்வது,

சுயகட்டுப்பாடுடையவர்களாக இருப்பது) சுயம் என்பதிலிருந்து மாறுவதில்லை. உண்மையில் மேலும் மேலும் சுயத்துடன் எதையோ சேர்த்துக்கொண்டிருக்கிறது. பயம், பதற்றம் ஆகியவற்றைச் சமாளித்து முன்னேறுவதற்குப்பதில் இப்படிச் சேர்ப்பது பதற்றம், பயம் ஆகியவற்றைத் தூண்டிவிடவே செய்கிறது.

நம்மையும் நம் மாணவர்களையும் கூர்மையாகக் கவனித்தால் தன்னைப் பற்றிய அதீத விருப்பத்தால் ஏற்படும் உணர்வுவெளிப்பாடுகள் அவர்களிடம் இருப்பதைத் தெளிவாகக் காணலாம். மீண்டும் க்ரோக்கர் சொல்வதைப் பார்ப்போம். '... சுயமதிப்பைத் தேடுபவர்கள் தனக்கு வேண்டியது என்ன, தன்மதிப்பைக் கூட்டுவதற்கு என்ன செய்வது என்று தங்கள் நம்பிக்கைகளைத் திருப்திப்படுத்த முயற்சி செய் கிறார்கள். இந்த முயற்சி வெற்றிபெறும்போது உணர்வுரீதியாகத் தற்கால நன்மை கிடைக்கலாம். ஆனால், தோல்வியைச் சந்திக்கும் போது அதிக விலை கொடுக்கவேண்டியதாகிறது. இதற்கு மாற்றாக இவரும் இவருடைய தோழர்களும் முன்வைக்கும் வழியென்பது பிறருடைய இலக்குகளையும் தன் இலக்காகக் கருதுவது. தன் தேவை களில் பிறருடைய தேவைகளையும் உட்படுத்துவது போன்றவையாகும். இந்தக் கருத்து தனிநபர் வெற்றிக்கு முக்கியத்துவம் கொடுக்கும் தற்காலக் கல்விமுறையின் முகத்தில் அறைவதாக இருக்கிறது.

மறைந்த தத்துவமேதையும் கல்வியாளருமான ஜெ. கிருஷ்ணமூர்த்தி தன்னுடைய கமெண்டரீஸ் ஆன் லிவ்விங் என்ற புத்தகத்தில் கீழ்வரும்படிக் குறிப்பிடுகிறார்.

உங்களைப்பற்றி உங்களுக்கே ஒரு மதிப்பீடு இருக்கிறது, அப்படித் தானே?

நம்மை நாமே ஒவ்வொரு நிலையில் வைத்திருக்கிறோம். தொடர்ச்சி யாக அந்த உயரத்திலிருந்து விழுந்துகொண்டிருக்கிறோம். இந்த வீழ்ச்சியை நினைத்து வெட்கப்படுகிறோம். சுயமதிப்பு என்று ஒன்று இருப்பதால்தான் வீழ்ச்சியை நினைத்து இந்த வெட்கம் ஏற்படுகிறது. இங்கு நாம் புரிந்துகொள்ள வேண்டியது வீழ்ச்சியையல்ல. மாறாக நம் சுயமதிப்பை. நிற்பதற்கு ஒரு படியில்லாவிட்டால் பிறகு உங்களை நீங்கள் எங்கே நிலைநிறுத்துவீர்கள்? அப்புறம் வீழ்ச்சியென்பது எங்கே? சுயமதிப்பு, கௌரவம், லட்சிய புருஷன் போன்ற படிகளில் எதற்காக உங்களை நிறுத்துகிறீர்கள்? இதை நீங்கள் சரிவரப் புரிந்து கொண்டால் கடந்த காலத்தை நினைத்து வெட்கப்பட வேண்டிய தேவை இருக்காது. அனைத்தும் அகன்றிருக்கும். அந்தப் படிகளின்றி நீங்கள் நீங்களாக இருப்பீர்கள். அந்தப் படிகள் அங்கே இல்லாவிட்டால்

கீழே பார்ப்பதும் அண்ணாந்து பார்ப்பதும் உங்கள் உயரம் என்னவோ அதற்கேற்பத்தானே முடியும். உங்களிடம் உள்ளது என்னவோ அதை வைத்துதான் செய்யமுடியும். அதை நீங்கள் இத்தனை காலமாகப் புறக்கணித்து வந்தீர்கள். இருப்பது என்னவோ, அதைப் புறக்கணித்தது தான் குழப்பத்தைக் கொண்டுவந்தது. பகையைத் தந்தது. வெட்கத்தை யும் சீற்றத்தையும் தந்தது. நீங்கள் யார் என்று என்னிடமோ பிறரிடமோ சொல்லவேண்டாம். ஆனால் உங்களுக்குத் தெரிந்திருக்க வேண்டும். அது மகிழ்ச்சியானதாக இருக்கலாம். வருத்தத்துக்குரியதாக இருக்க லாம். அதனுடன் வாழுங்கள். நியாயப்படுத்தாதீர்கள். எதிர்க்காதீர்கள்.

நாம் செய்யும் ஒவ்வொரு செயலிலும் அடிநாதமாக இருப்பது நாம் நிகரற்றவர், நிலையானவர், உண்மையானவர் என்ற பாவனைதான். இந்த அடிப்படைக் கருத்துக்கு எதிராகக் கேள்வி எழுப்புவதுதான் தத்துவப்பிரிவின் அடிப்படை. ஆனால், வகுப்பறையில் ஆசிரியர் மாணவர்கள் தம்முள் நடக்கும் கலந்துரையாடலில் இது நடக்கக் கூடாது. சமீப காலமாக உளவியலாளர்கள் சுயம் என்பதின் உண்மை நிலையைப் பற்றி அதிகமாகக் கேள்வி எழுப்புகிறார்கள். மூளை, உயிரியல் என்பவற்றின் அடிப்படையில் பார்த்தால் சுயம் என்பதற்கு உடலில் ஒரு குறிப்பிட்ட இடம் இருப்பதாக இதுவரை கண்டுபிடிக்கப் படவில்லை. தற்காலக் கோட்பாட்டின்படி சுயம் என்பது ஒரு மாயை. மூளை நரம்பணுக்களின் செயலினால் அடிக்கடி தோன்றும் மாயை.

உணர்வு நலத்தில் சுயமதிப்பின் தாக்கம் என்பதைப் பற்றித் தெரிந்து கொள்வது ஆர்வமானதாக இருக்கும். இந்த அத்தியாயத்தின் இறுதியில் மேற்கோள்களாகத் தரப்பட்டிருக்கும் கட்டுரைகளைப் படிப்பதும் சுவையான அனுபவமாக இருக்கும். இந்தத் துறையைச் சார்ந்த பல்வேறு மேற்கோள்களைத் தந்துள்ளேன். நம் மாணவர்களுடன் அதுவும் சற்று வளர்ந்த மாணவர்களுடன் இந்தக் கருத்தைப் பற்றிக் கலந்துரையாடுவது மேலும் சிறப்பாக இருக்கும். வளரிளம் பருவம் என்பது இளமைப்பருவத்தில் ஒவ்வொருவரும் தங்களை அடையாளப் படுத்திக்கொள்ள முயற்சி செய்யும் காலம். உண்மையாகவே நமக்கு உணர்வுபூர்வமான நல்வாழ்வு தேவைப்பட்டால், தனிப்பட்ட அடை யாளங்கள் தேவையில்லை என்ற கருத்தை இறுகப்பற்றிக்கொண்டு ஆழ்ந்து யோசிக்கத் தூண்டும் பருவமும் இதுதான். இந்தப் புத்தகத்தின் இறுதி அத்தியாயம் வளரிளம் பருவத்தினரைப் பற்றியும் அவர்கள் எதிர்கொள்ளும் சவால்களைப் பற்றியும் பேசுகிறது. அவர்கள் தங்களை முதியவர்களாக நினைத்துக்கொண்டு வாழ்கிறார்கள். மனிதர்களின் நிலைநிற்பைப் பற்றி ஆழமான, அடிப்படையான சில கேள்விகளை அவர்களிடம் கேட்டு யோசிக்க வைப்பதற்கு இது ஒரு அருமையான வாய்ப்பு.

அத்தியாயம் - 11

வளரிளம்பருவம் - உயிரியல் - உளவியல் - சமூகவியல் மாற்றம்

உலகெங்குமுள்ள பல்வேறு சமூகங்களில் குழந்தைகள் பருவம் எய்துவதற்கும் 'முதிர்ந்தவராவதற்கும்' இடையே பலவருட வேறுபாடு இருக்கிறது. இளைஞர் முதிர்ந்தவர்கள் ஆவதற்குமுன் பல்வேறு நுண்ணிய திறமைகளில் தேர்ச்சிபெற்றுப் பிறரைச் சாராமல் உண்மையாகவே சுதந்திரமாக வாழ இத்தனை வருடங்கள் தேவைப் படலாம் என்று நினைக்கத் தோன்றுகிறது. தொழிற்சார்ந்த சமூகங் களில் ஒரு குழந்தை பதினெட்டு அல்லது அதற்கு அதிகமோ வயதாகும் போதுதான் முதிர்ந்தவராகக் கருதப்படுகிறார். இந்தக் காலகட்டத்தை வளரிளம்பருவம் என்று அழைக்கின்றனர். உளவியலாளர்கள் இப்பருவத்தைப் பற்றி இருவேறு கருத்துகள் கொண்டுள்ளனர். இது சமூகம் உருவாக்கிய கருத்து என்று ஒரு சாராரும் அதல்ல உண்மை யாகவே இது வளர்ச்சி மாற்றத்தின் பருவம் என்று அடுத்த சாராரும் கூறுகின்றனர். வேறு சிலர் தொழிற்சார்ந்த சமூகத்தின் உருவாக்கம் என்று சொல்லும்போது மற்றுசிலரோ எந்தச் சமூகமாக இருந்தாலும் குழந்தைப் பருவத்துக்கும் முதிர்ச்சியடைவதற்கும் இடையே ஒருவகை இயைபு நடந்தேயாக வேண்டும். அதற்குத் தேவையான காலகட்டத்தை வளரிளம்பருவம் எனலாம் என்று சொல்கிறார்கள். சமூகத்தில் புதியதாகக் கிடைக்கும் முதிர்ந்தவர் என்ற பாத்திரத்தை ஏற்கும்போது உடலில் உயிரியல் மாற்றங்கள் நடக்கின்றன. அவ்வேளை மனதளவிலும் பல்வேறு மாற்றங்கள் நடக்கும். ஓர் இளைஞன் எவ்வித மனஅழுத்தமும் இல்லாமல் மிக எளிதாக முதிர்ந்த

வராகலாம் என்று நினைத்தால் அது சற்று வெகுளித்தனமான கருத்து என்றுதான் சொல்ல முடியும். இந்தக் கோணத்தில் பார்த்தால் வளரிளம்பருவம் என்பதும் அதன் பலகூறுகளும் உலகளாவிய நிகழ்ச்சியென்று சொல்லலாம்.

மேலை நாட்டு உளவியல் பாடப்புத்தகங்களைப் படிக்கும் இந்திய மாணவர்கள் 'இந்தப் புத்தகத்தில் வளரிளம்பருவத்தைப் பற்றி விவரித் திருப்பதற்கும் எங்கள் அனுபவத்துக்கும் இடையே எந்தத் தொடர்பை யும் எங்களால் கண்டுபிடிக்க முடியவில்லை' என்று சொல்கிறார்கள். சிலவேளை அந்தப் புத்தகங்கள் மேலை நாட்டு மாணவர்களுக் கேற்றாற்போல் எழுதப்பட்டிருக்கலாம். காரணம் அவர்கள்தான் அப்புத்தகங்களின் முதன்மை வாசகர்கள். இந்தியச் சூழலுக்கேற்றாற் போல் எழுதப்படவில்லையென்பது உறுதி. வளரிளம்பருவத்தைப் பற்றி நமக்குப் பொருத்தமான தரமான உளவியல் ஆய்வுகள் ஏராளம் நடந்துள்ளன. உண்மையாகச் சொல்ல வேண்டுமானால் இந்தியா விலுள்ள வளரிளம்பருவத்தினரைப் பற்றித் தனியாக ஆய்வு நடத்த வேண்டும். ஆனால், அதற்கு நாம் இன்னும் நீண்ட தூரம் செல்ல வேண்டும். அதைக்குறித்துப் பெருமளவு அடிப்படைக் கருத்துகளை நாம் திரட்ட வேண்டும். இவ்வாறு திரட்டிய அடிப்படைக் கருத்துகளி லிருந்து நம்நாட்டுக் கோட்பாடுகளை உருவாக்க வேண்டும். எனவே, இந்த அத்தியாயத்தில் மைய நீரோட்ட உளவியலாளர்கள் கண்டுபிடித்த கருத்துகளிலிருந்து நமக்குப் பயனுள்ள சில கருத்துகளை உங்களுக் காகத் தருகிறேன். இந்தக் கருத்துகளிலிருந்து விரும்பத்தகுந்த சில பாடங்களை நம்மால் கற்றுக்கொள்ள முடியும்.

வளரிளம்பருவத்தைப் பற்றி மேலைநாட்டுக் கருத்துகள், வேறு நாட்டுக் கருத்துகள் என்ற வேறுபாடு நிலவுவதுபோல் உளவியல் ஆய்வு முடிவுகளிலும் வேறுபாடு காணப்படுகிறது. வளரிளம்பருவத் தைப் பற்றி நேர்மறைக் கருத்துகளை ஒரு பிரிவினர் சொல்லும்போது வேறொரு பிரிவு எதிர்மறைக் கருத்துகளை முன்வைக்கின்றனர். 1950 களிலிருந்தே, வளர்ந்துவரும் இளைஞர்கள் பெரியவர்களுடன் கருத்து வேறுபாடுகொள்வது, குற்றஇயல்புகளைக் காட்டுவது, சிடுசிடுப் புடன் இருப்பது, யோசிக்காமல் ஆபத்தான வேலைகளைச் செய்வது போன்ற நடத்தை மாற்றங்களைக் காட்டுவதாக ஆய்வுகள் கூறு கின்றன. உளவியலாளர்கள் இந்தக் கருத்தை வளரிளம்பருவத்தினரின் 'சூறாவளி மற்றும் அழுத்தம்' மாதிரி என்று அழைக்கின்றனர். இதைப்பற்றி சிக்மண்ட் ஃப்ராய்டு விரிவாகவும் விளக்கமாகவும் கூறி யுள்ளார். அவர் வளரிளம்பருவத்தினரின் குமுறல் பற்றி தனக்கேயுரிய பாணியில் விளக்கியுள்ளார். இவருடைய மகள் அன்னா ஃப்ராய்டு 'வளரிளம்பருவத்தினர் இந்தக் காலகட்டத்தில் இயல்பாக இருக்க

வேண்டும் என்று எதிர்பார்ப்பதே இயல்புக்கு எதிரானது' என்பதில் ஆழ்ந்த நம்பிக்கை கொண்டிருந்தார். 1990 களிலிருந்து ஏராளமான உளவியலறிஞர்கள் வழக்கமாகப் பாடும் இப்பல்லவியை மறுபரி சோதனை நடத்த முன்வந்தனர். சாதாரண மக்களில் பெரும்பான்மை யோர் வளரிளம்பருவத்தைப் பற்றி இத்தகைய எதிர்மறைக் கருத்தைக் கொண்டுள்ளனர். இதனால் இவர்களை உட்படுத்தி நடத்தும் ஆய்வின் முடிவு உண்மையானதாக இருக்கும் என்று எதிர்பார்க்க முடியாது. இவர்கள் நமக்குத் தெரிவிக்கும் இந்தச் சிரமங்களுள் உண்மையாகவே வளரிளம் பருவத்தோடு தொடர்புடைய பிரச்னைகள் எத்தனையென்று நம்மால் சொல்ல முடியாது. இவர்களின் வளர்ச்சிநிலையைப் பற்றி ஆய்வு செய்வதற்காகத் தேர்ந்தெடுத்த ஆய்வுமுறை இதுபோன்ற பிரச்னைகளால் பாதிக்கப்படாது என்றும் நம்மால் உறுதியாகச் சொல்ல முடியாது.

வளரிளம்பருவத்தினரின் மனதுக்குள் எட்டிப் பார்க்க உதவும் ஆய்வு முறைகள் ஒருசில தான் உள்ளன. ஒன்று அவர்களிடம் நேரடியாகக் கேள்விகள் கேட்டுக் கலந்துரையாடலாம். இந்தமுறை சுயஅறிவிப்பு முறை என்று அழைக்கப்படுகிறது. துரதிஷ்டவசமாக தனிமைதான் வளரிளம்பருவத்தினரின் முகமுத்திரை. எனவே கேள்விகள் கேட்டுக் கலந்துரையாடுவதின்மூலம் துல்லியமான கருத்து கிடைக்குமா என்பது சந்தேகமே. அடுத்த வழி இவர்களுடன் யார் நெருக்கமாக (பெற்றோர், நண்பர்கள், ஆசிரியர்கள்) இருக்கிறார்களோ அவர் களிடம் கலந்துரையாடுவது என்பது. ஆனால், இவர்கள் 'அதி தீவிர மன அழுத்தம் மற்றும் ஊசலாட்டம்'' என்ற கருத்துக்கேற்ப இந்தப் பருவத்தினரைப் பற்றிய சில தவறான எண்ணங்களைத் தாமாக ஏற்படுத்திக் கொண்டவர்களாக இருப்பார்கள். எனவே இதுவும் முழுமையான பயனைத் தராது. அடுத்த வழி என்பது அவர்களின் நடத்தைகளைக் கூர்ந்து கவனித்துப் பதிவு செய்து அவர்கள் எப்படிப் பட்ட பழக்க வழக்கங்களை உடையவர்களாக இருக்கிறார்கள் என்று அனுமானிக்கலாம். அவர்கள் மனதில் ஓடும் எண்ணங்கள் என்ன வென்று ஊகிக்கலாம். உளவியலாளர்கள் இந்த முறைகளையெல்லாம் பின்பற்றியிருக்கிறார்கள். கூடவே அறிவியல்முறைக்குச் சற்று மாறுபட்டுத் தங்கள் அனுபவத்தின் அடிப்படையில், பார்த்தவற்றின் அடிப்படையில் சில கருத்துகளையும் உருவாக்கியிருப்பார்கள். இந்த முறைகளின் மிகப்பெரிய குறையென்னவென்றால் நிமிடத்துக்கு நிமிடம் வளரிளம் பருவத்தினரின் உணர்வுகளில் என்னென்ன மாற்றம் ஏற்படுகிறது, நொடிக்குநொடி ஏற்படும் மனமாற்றங்கள் எவை ஆகிய வற்றைப் பதிவு செய்ய முடியாது, சட்டென உண்டாகும் ஹார்மோன் மாற்றம் ஏற்படுத்தும் நடத்தை மாற்றம் என்ன போன்றவற்றையும் பதிவு செய்ய முடியாது. மிகாயி சீக்சென் மிகாயி, ரீட் லார்சன் ஒரு

கற்பனை முறையைப் பின்பற்றி இப் பிரச்னைகளுக்குத் தீர்வு கண்டுள்ள னர். இரண்டு மணிநேரத்துக்கு ஒருமுறை ஒலியெழுப்பும் ஒரு கருவியை வளரிளம்பருவத்தின ரிடம் கொடுத்தனர். அக்கருவி ஒலியெழுப்பும் ஒவ்வொருமுறை யும் அந்த நிமிடத்தில் அவர்கள் செய்யும் செயல், மனநிலை, எண்ணங்கள், உணர்வுகள் போன்ற வற்றை அவர்களுக்குக் கொடுக்கப் பட்ட படிவத்தில் பதிவு செய்ய வேண்டும். இந்தமுறையின் மூலம் வளரிளம்பருவத்தினரின் உணர்வுலகம் எப்படி பட்பட்டென மாறுகிறது, ஒரு நிலையில் இல்லாமல் எப்படி தாவித்தாவிச் செல்கிறது என்பதைத் தெளிவாக உணரமுடிந்தது. மேலும் அவர்களின் முரண்பாடு உணர்வுபூர்வமாக, வலிமையாக இருந்தாலும் அவை எவ்வளவு சிறியது, சாதாரணமானது என்பதும் புரியவந்தது. மட்டுமல்ல முதியவர்களுக்கு மிகவும் சாதாரண மானது என்று தோன்றுவது அவர்களைப் பொறுத்தவரை மிகவும் முக்கியமானதாக இருக்கிறது. இருவருக்கும் இடையே முரண்பாடு, கருத்துவேறுபாடு ஏற்படுவற்கு இது முக்கிய காரணமாக மாறுகிறது.

பண்பாடு, வளரிளம்பருவத்தினரைப் பற்றிய பாரபட்சம், பல்வேறு ஆய்வுமுறைகளின் நிறைகுறைகள் ஆகியவை பற்றிய விழிப்புணர்வு நமக்கிருந்தால் மட்டும்தான் நாம் நடத்தும் ஆய்வுகளின் மூலம் கிடைக்கும் தரவுகளை அலசிப் பார்த்துச் சரியான முடிவுக்கு வரமுடியும்.

மாற்றம்... மாற்றம்... மாற்றம்

வளரிளம்பருவ உளவியல் என்ற பெரும்பிரிவுக்குள் பல்வேறு பகுதிகள் உட்படுகின்றன. இவை எல்லாமே இந்த வாழ்க்கைப் பருவத் தின் மிக முக்கியமான மாற்றம் என்பதுடன் தொடர்புடையவையே. உண்மையில் குழந்தைப் பருவத்தில் குறிப்பிடும்படியான வளர்ச்சியும் மாற்றமும் நடக்கின்றன என்பதை மறுக்க முடியாது. முதிர்ந்தவர் களாகிய நாமும் வளர்ச்சிக்கும் மாற்றத்துக்கும் ஆட்படுகிறோம். எவ்வித மாற்றமும் இல்லாத புதைபொருள்களாக மாறவில்லை. ஆனால், வளரிளம் பருவத்தில் நடக்கும் மாற்றத்தின் விகிதாசாரம் அப் பருவத்தைக் குறிப்பிட்டதாகவும் தனிச்சிறப்பு வாய்ந்ததாகவும் மாற்று கிறது. அந்த வாழ்க்கையின் சிறப்புப் பண்புகளைப் பார்ப்போம்.

- உடலில் நடக்கும் ஹார்மோன் மற்றும் வேதிமாற்றம்;
- உடல்கூறில் சட்டெனத் தெளிவாகும் மாற்றம், பாலுணர்வின் முதிர்ச்சியைக் காட்டுகிறது;
- அபரிமிதமான ஆர்வம், பதற்றம், வெற்றிச் செருக்கு, உளச்சோர்வு போன்ற உணர்வு மாற்றங்கள்;
- புதிய நடத்தை மாற்றங்கள் (முரண்பாடு, வெறி, ஆபத்தான செயலில் ஈடுபடுவது, சிலிர்க்க வைக்கும் நிகழ்ச்சிகளைத் தேடிச்சென்று ஈடுபடுவது);
- தன்னை அடையாளப்படுத்துவதற்கான முயற்சி, ஆதிக்கத்துக்கு எதிராகப் போர்க்கொடி தூக்குவது, காதலில் விருப்பம் காட்டுவது, அதிகப்படியான சுயஉணர்வு, நண்பர்களை அதிகம் சார்ந்திருப்பது போன்ற புதிய உளவியல் பிரச்னைகள்;
- சுயமாக இயங்குவதற்கு விருப்பம் கொள்வது, சுதந்திர வேட்கை கொள்வது போன்ற சமூக மாற்றங்கள்;
- புதிய கருத்துகளைக் கற்றுக்கொள்வது, புரிந்துகொள்வது ஆகிய வற்றின் அளவும் தரமும் உயர்ந்திருப்பது

ஹார்மோன் மற்றும் உடல்கூறுகளில் ஏற்படும் மாற்றங்கள், பாலுணர்வு ஆகியவை இந்தப் பருவத்தை எட்டுபவரிடம் ஏற்படும் வலிமையான ஆற்றல்கள் ஆகும். இவை உலகளவில் வளரிளம்பருவம் அடைவதைக் காட்டும் உடலியல் அடையாளங்களாகும். உடலியற் கூறுகளில் ஏற்படும் மாற்றங்கள் உலகெங்கும் பொதுவாக இருப்பது போலவே உணர்வு மற்றும் நடத்தை மாற்றங்களும் பல்வேறு பண்பாடு கொண்ட மக்களிடையே ஓரளவுவரை ஒத்திருப்பதைக் காணலாம். வளரிளம்பருவ காலகட்டத்தில் ஹார்மோன்கள் இரண்டு விதமாகத் தாக்கம் செலுத்துகின்றன. ஒன்று சராசரி செறிவின் அளவு கூடுகிறது. மற்றொன்று அதன் உற்பத்திச் சுழற்சி ஒழுங்கற்றதாக மாறுகிறது. ஜாக்குலின் எக்கில்ஸும் அவருடைய தோழர்களும் 1992 ஆம் ஆண்டு வளரிளம்பருவத்தினரிடம் ஹார்மோன்களின் தாக்கத்தைப் பற்றி மிக விரிவான ஆய்வொன்றை நடத்தி அறிக்கை வெளியிட்டுள் ளார்கள். எக்கில்ஸ் ஒரு உளவியலாளர். இவர் வளரிளம்பருவத்தினரின் பல்வேறு கூறுகளைப் பற்றி ஆய்வு செய்துள்ளார். ஆனால் நான் முன்பு குறிப்பிட்டதுபோல, இப்பருவத்தினர் பற்றிய எதிர்மறையான கருத்துகளை ஒருதலைப்பட்சமாக இவர் நம்பவில்லை. இவர் 1992 ஆம் ஆண்டு வெளியிட்ட ஆய்வறிக்கையின் முடிவுரை '...வளரிளம்பருவத் தினர் பிரச்னைக்குரியவர்களாக இருக்க வேண்டும் என்பதில்லை' என்ற

வாக்கியத்துடன் தொடங்குகிறது. மேலும் உளவியலாளர்கள் வளரிளம்பருவத்தினரின் எந்தெந்த கூறுகளை ஆய்வுசெய்கிறார்கள் என்பதை அந்த ஆய்வில் காணப்படும் துணைத்தலைப்புகள் நமக்குத் தெரிவிக்கின்றன. 'மனநிலை ஊசலாட்டம்', 'மனநிலையின் தீவிரம்', 'உளச்சோர்வு', 'ஆற்றல் நிலை', 'கவனக்குழப்பம், கவனக்குவிப்பு' 'எரிச்சல்', 'திடீர் உணர்ச்சி', 'பதற்றம்', 'வெறியும் நடத்தைப் பிரச்னை களும்', 'சுயவுணர்வு'! இந்த ஆய்வறிக்கை, இந்தப் பிரச்னைகளுக்கான அடிப்படைக் காரணம் ஹார்மோன்கள் என்றால் அதற்கான ஆதாரங்கள் இருக்கின்றனவா? என்பவற்றை ஆராய்கிறது. இதற்கான பதிலை 'ஹார்மோன்கள் நேரடியாகவும் மறைமுகமாகவும் தாக்கம் செலுத்து கின்றன' என்ற ஒரு வரியில் சொல்லலாம். இவை ஏராளமான வழி களில் தாக்கம் செலுத்துவதற்கான வாய்ப்பும் இருக்கின்றன.

ஒரு இளைஞனின் உடலில் ஏற்படும் மாற்றம் சில நடத்தை மாற்றங் களுக்கு வழிவகுக்கின்றன. உடலில் வலிமை கூடும்போது விரும்பி யதை அடைவதற்குத் தீவிரமாகச் செயல்பட முன்வருகிறான். ஹார்மோன் மாற்றம் (டெஸ்டிஸ்ட்ரோன், ஈஸ்ட்ரொஜன் ஆகிய இரண்டின் அளவுகளில் ஏற்படும் மாற்றம்) புலன்களை உயிரோட்ட முள்ளதாகவும் விழிப்புணர்வுடையவையாகவும் மாற்றலாம். இது நாம் மிக மிக நலமாக ('அதி உற்சாக' மனநிலையில்) இருக்கிறோம் என்ற உணர்வை ஏற்படுத்தும். அதேபோல் வருத்தம்தரும் உணர்வுகள் எரிச்சலையும் கோபத்தையும் வரவழைக்கும். ஹார்மோனின் அளவு கூடும்போது தூண்டலுக்குத் துரிதகதியில் எதிர்வினைபுரிவார்கள். பல்வேறு சூழல்களில் அவர்கள் எளிதாகக் கோபப்படுவார்கள். அதுபோல் எளிதில் மகிழ்ந்து சிரிக்கவும் செய்வார்கள். அடிப்படை உயிரியக்கச் செயல்களில் ஏற்படும் விகிதாசார வேறுபாடு அல்லது தானியங்குவினைகள் ஆகியவற்றால் சில வேளைகளில் மிகவும் ஆற்றல்கொண்டவர்களாகவும் வேறுசில சூழல்களில் அதிக மந்தமாக வும் காணப்படுகிறார்கள். முடிவாக வளரிளம்பருவத்தினரைச் சுற்றி யிருப்பவர்கள் 'அதி தீவிர மன அழுத்தம் மற்றும் ஊசலாட்டம்' என்ற கருத்தில் நம்பிக்கை வைத்திருப்பவர்கள் என்று வைத்துக்கொள்ளுங்கள். அவர்கள் இப்பருவத்தினரிடம் காணும் சின்னச் சின்ன மனநிலை மாற்றங்களைக்கூட 'வளரிளம்பருவ ஹார்மோன்களின் வேலை'[1] என்று சொல்லித் தங்கள் கருத்தைத் தாங்களே நம்பிக்கொள்கிறார்கள். அவ்வாறு ஹார்மோன்கள் வளரிளம்பருவத்தினர்மீது பிறர் மூலமாகவும் சுற்றி வளைத்துத் தாக்கம் செலுத்துகின்றன.

---

[1] ஹார்மோன்களின் அளவு அடிக்கடி மாறுவதால் உளவியல் பிரச்னைகளுக்கு எளிதில் ஆளாகிறார்கள். மனநோய் அல்லது சூழல்களின் அழுத்தம், தேர்வு போன்ற கல்வித்துறைசார்ந்த போட்டிகள் ஆகியவை இவர்களை எளிதில் பாதிக்கிறது. இது உளர்ச்சோர்வுக்கு வழிவகுக்கிறது. சிலர் தற்கொலை கூட செய்துகொள்வதுண்டு.

உடலிலும் மனதிலும் ஹார்மோன்களின் விளையாட்டு நடந்துகொண் டிருக்கும்போது வெளியில் பள்ளிக்கூடம், குடும்பச்சூழல், மனநிலை ஆகியவையும் முக்கியமான பங்கு வகிக்கின்றன. டெஸ்டஸ்ரோனின் அளவு கூடும்போது சகிப்புத்தன்மைக் குறைகிறது. மனமுறிவைச் சகித்துக்கொள்ள முடியாமல் போகிறது. இந்த உணர்வுகள் மேலும் தூண்டப்படும்போது வெறித்தனம் கூடவும் செய்கிறது. முன்பு எந்தத் தூண்டுதலுக்கும் ஆட்படாத, மிகவும் அமைதியாக இருந்த பையன், அல்லது எப்போதாவது சற்று கோபப்பட்ட பையன் இந்த ஹார்மோன் களின் அளவுகூடும்போது அடிக்கடி கோபப்படலாம். அதுபோல் ஹார்மோன் மாற்றம் உள்ளச்சோர்வைப் பெரியளவில் பாதிக்கிறது. ஏற்கெனவே மனஅழுத்தத்துக்கு உட்பட்ட அல்லது எளிதில் பாதிப் படையக்கூடிய, அழுத்தமான சூழலில் இருக்கக்கூடிய வளரிளம் பருவத்தினரை இம்மாற்றம் மேலும் அதிக அளவில் பாதிக்கிறது.

உறுதியான, ஒருங்கிணைந்த அடையாளத்தைத் தேடுவதுதான் வளரிளம்பருவத்தினரின் பொதுவான பண்பு. பல்வேறு சூழல்களில் வேறுபட்ட முறையில் நடந்துகொள்கிறோம் என்பதை உணர்வதுதான் இதற்கான அடிப்படைக் காரணம். (நான் ஏன் அப்படிச் செய்தேன்? நான் அது போன்றவன் அல்லவே. நான் நானாகவே இருக்கப் போகிறேன், ஆனால் உண்மையான நான் யார்?) எரிக் எரிக்ஸன் என்ற புகழ்பெற்ற உளவியலாளர் 'நான் யாரென்ற அடையாளத்தை உருவாக்குவதுதான் வளரிளம்பருவத்தினரின் முக்கிய பணி' என்று சொல்கிறார். பல்வேறு சுயத்தை உணரும்போதே உண்மையான சுயத்தைத் தொடர்ந்து தக்கவைத்துக்கொள்வதுதான் அடையாளம் காண்பது என்பதின் பொருள். மேலும் தன் சுயத்தைப் பற்றிய பல்வேறு நம்பிக்கைகள் கொண்டிருப்பது, நான் அடுத்தவர்களைப் போல மாறுவதற்கான வழிகள், அடுத்தவர்களைப் போல் மாறாமல் இருப்பதற்கான வழிகள் போன்றவையும் இதில் உட்படுகின்றன. தன் அடையாளத்தைப் பற்றிய கருத்து உருவாவது மனதில் பதியக்கூடிய, ஆனால் மிகவும் குழப்பமான வேலை என்று எரிக்ஸன் கூறுகிறார். அது கீழ்காணும் நான்கு கட்ட ஆய்வுகளை உள்ளடக்கியது.

- *அடுத்தவர்கள் பற்றிய ஒருவருடைய கருத்து*
- *அவரைப் பற்றிய அடுத்தவர்களின் கருத்து*
- *அடுத்தவர்களின் கருத்தைப் பற்றிய அவருடைய கருத்து*
- *கருத்து உருவாக வழிவகுக்கும் சமூக, பண்பாட்டு நியதிகளைப் பற்றிய அவருடைய அறிவு*

இதைத் தெளிவாகத் தெரிந்துகொள்ள ஓர் எடுத்துக்காட்டைப் பார்ப் போம். பதிமூன்று வயதானவள், தன் வகுப்புத்தோழி வீட்டுப்பாடம்

செய்துவருவது பற்றிப் பொய்சொல்லி மாட்டிக்கொண்டதைப் பார்க்கிறாள். அவளுடைய மனதில் எண்ணங்கள் சங்கிலித்தொடர் போல் வந்துகொண்டிருக்கின்றன. வீட்டுப்பாடத்தைப் பற்றிப் பொய் சொல்லியவள் முட்டாள், மாட்டிக்கொள்வதற்கு ஏற்றாற்போல் நடந்துகொண்டவள் முட்டாள், நான் இந்த உண்மையைச் சொன்னால் என்னை மிக மிக நல்லவள் என்று என் நண்பர்கள் சொல்வார்களா? நான் கடைசித் தேர்வில் ஏமாற்றியதை ஆசிரியர் கண்டுபிடித்துவிட்டால் நான் மோசமானவள் என்று சொல்லுவாரா? அல்லது ஒரு புதிய மாணவன் பதினான்கு வயது மாணவனுக்கு நண்பனாக இருந்தால் ‘அந்தப் பையனுக்கு ‘நான் தோழமையோடு நடந்துகொள்கிறேனா? நான் இந்தப் புதிய மாணவனிடம் கடுமையாக நடந்துகொண்டால் அவன் என்னோடு நெருங்கிப்பழகுவானா? நான் இந்தப் புதிய மாணவனோடு நெருங்கிப்பழகுவது என்னுடைய பிற நண்பர்களுக்குப் பிடிக்காது; அது அவர்களுடைய பிரச்னை!’ எனப் பலவகையான எண்ணங்கள் அவர்கள் மனதில் தோன்றுகின்றன.

ஒருவருக்கு அவருடைய சுயத்தைப் பற்றிய அறிவு உருவாக அவர் உட்படும் சமூகத்தின் விழுமியங்கள், சுற்றுச்சூழலில் நடக்கும் சடங்குகள் சம்பிரதாயங்கள் போன்றவை வலிமையான தாக்கம் செலுத்துகின்றன. இதில் பள்ளிக்கூடம் முக்கிய பங்கு வகிக்கிறது. உங்கள் பள்ளிக் கூடம் குழந்தைக்குப் பாதுகாப்புணர்வை அளிக்கிறதா? இது என்னுடைய பள்ளி என்று நினைக்கத் தூண்டுகிறதா? முக்கியச் செயல்பாடுகளில் பங்கெடுக்க அவர்களுக்கு வாய்ப்பளிக்கிறதா? அல்லது நான் தனியாக இருக்கிறேன் என்ற உணர்வைக் கொடுக்கிறதா? மாணவர்கள் ஒருவரையொருவர் எதிரியாக நினைக்கிறார்களா? ஆசிரியர் தங்களுக்கு எதிரானவர் என்று எண்ணத்தை ஊட்டுகிறதா? குழந்தையின் சுயத்தை உருவாக்க உதவும் பள்ளிக்கூடம் எதுவென உங்களால் நிச்சயமாகக் கண்டுபிடிக்க முடியும் அல்லவா. இந்த அத்தியாயத்தின் அடுத்த பகுதியாகப் பள்ளிச்சூழல் எப்படி வளரிளம்பருவத்தினரைப் பாதிக்கிறது என்பதைப் பற்றி விரிவாகப் பார்ப்போம்.

அடுத்ததாக வளரிளம்பருவத்தினர் எந்தக் காலத்திலும் எப்போதும் தேடுவது

சுயகட்டுப்பாட்டையும் சுதந்திரத்தையும்தான். இது முதிர்ந்தவர்களைப் பகைத்துக்கொள்ளப் பெரிதும் வாய்ப்பளிப்பது. தனிநபர் சுகாதாரம், தோற்றம், யாருடன் எப்படி எத்தனை நேரம் பழக வேண்டும் போன்ற விஷயங்களில் பெரியவர்களின் அதிகாரத்தைக் குழந்தைகள் ஏற்றுக்கொள்கிறார்கள். இவை போன்று இன்னும் பல சூழல்கள் உள்ளன. ஆனால் வளரிளம்பருவத்தினரைப் பொறுத்தவரை நற்பண்பு அல்லது மரபுவழி என்பது அவர்களின் தனிப்பட்ட மண்டலத்துக்குள் வருகிறது (ஆறாம் அத்தியாயத்தில் இந்த மூன்று மண்டலங்களைப் பற்றிக் கூறியிருப்பதைப் பார்க்கவும்). சாதாரணமாகப் பெரியவர்கள் எந்தச் செயலைச் செய்தாலும் எந்த முடிவை எடுத்தாலும் அது தங்களுடைய சொந்தச் செயலாகத்தான் நினைக்கிறார்கள். அதில் பிறரின் தலையீடு இல்லை. சட்டத்துக்குப் புறம்பான செயல்களைச் செய்தால் மட்டும்தான் அது அடுத்தவர்களைப் பாதிக்கிறது. குழந்தைகள் பெரியவர்களுக்குப் பதில் சொல்ல வேண்டிய நிலையிலிருந்து தனக்குத் தானே பதில் சொல்லும் நிலைக்குப் படிப்படியாக வளர வேண்டும். இந்த மாற்றத்துக்கான காலகட்டம்தான் வளரிளம்பருவம்.

இந்த நிலையில் இந்திய வளரிளம்பருவத்தினரைப் பற்றி விரிவாகத் தெரிந்துகொள்ள ஏதேனும் தரவுகள் இருக்கின்றனவா என்று ஒருவர் எதிர்பார்க்கலாம். பல பிரிவைச் சார்ந்த, மதங்களைச் சார்ந்த பெரு நகரில் வாழும் வளரிளம்பருவத்தினர் பற்றிய தரவுகள் கிடைத்தால் சிறப்பாக இருக்கும் என்றும் எதிர்பார்க்கலாம். பல்வேறு பண்பாட்டுச் சூழலில் (பிலிப்பைன்ஸ், சீனா, மெக்ஸிக்கோ, ஐரோப்பாவிலிருந்து புலம் பெயர்ந்து வந்தவர்கள்) வாழும் அமெரிக்க வளரிளம்பருவத்தினரிடம் ஆன்ட்ரூ பலிக்னி நடத்திய ஆய்வை எடுத்துக்காட்டாகச் சொல்லலாம். பல்வேறு சூழல்களில் பெற்றோர்கள் இப்படி நடந்துகொள்ள வேண்டும் என்று நியதி வகுப்பது சரியா இல்லையா என்று அவர்களிடம் கேட்டார் ஆன்ட்ரூ. வாரஇறுதியில் தாமதமாக உறங்குவது, தொலைபேசியில் பேசுவது, அன்றாட வேலைகள் செய்வது, என்ன செய்கிறோம் என்பதைப் பெற்றோர்களிடம் தெரிவித்துக்கொண்டே இருப்பது, எப்படி ஆடை அணிய வேண்டும், யார் யாருடன் பழக வேண்டும், அவரவருடைய அறையைச் சுத்தம் செய்வது போன்ற வேலைகள் இதில் அடங்கும். வெவ்வேறு பிரிவைச் சேர்ந்தவர்களைத் தேர்ந்தெடுத்து இக்கேள்விகளைக் கேட்டுள்ளார். பெற்றோரின் அதிகாரத்தை மதிக்கும் பழக்கம் கொண்ட, வேறுபட்ட கலாசாரத்தைச் சேர்ந்தவர்கள் ஐரோப்பியக் குழந்தைகள் சொல்லும் பதில்களிலிருந்து வேறுபட்ட பதில்களைச் சொல்லுவார்கள் என்ற எதிர்பார்ப்பில் இப்படிப்பட்ட குழுக்களை ஆன்ட்ரூ தேர்ந்தெடுத்திருந்தார். ஆனால் அவருடைய எதிர்பார்ப்புக்கு மாறாக ஒரு சில வேறுபாடுகளைத் தவிர

பெரும்பான்மையான பதில்களும் ஒரே மாதிரியாகவே இருந்தன. அந்த நான்கு குழுக்களுடையவும் வளர்ச்சிப் படிகள் ஒரேபோன்றிருப்பதையும் அவர் கண்டுபிடித்தார். பொதுமண்டலமாக இருந்த பலவும் வயதுக்கேற்ப தனிப்பட்டவையாக மாற வேண்டும் என்று அவர்கள் கருதினார்கள். வேறுவகையில் கூறினால் பெரும்பான்மையான செயல்பாடுகளில் பெற்றோர்கள் குறுக்கிடுவது சரியல்ல என்ற பதிலைத்தான் அனைவரும் கூறினார்கள். அவருடைய ஆய்வு முடிவைக் கீழ்வரும்படி ஒரே வாக்கியத்தில் கூறலாம். 'சுயகட்டுப்பாட்டைவிடப் பெற்றோரின் அதிகாரத்தை அதிகம் மதித்த மரபான சமூகங்களைச் சேர்ந்த குழந்தைகளும் வளரிளம்பருவம் எய்தும்போது பெற்றோரின் அதிகார எல்லை குறிப்பிட்ட அளவுதான் இருக்க வேண்டும்; அந்த எல்லை சுருங்கியிருக்க வேண்டும் என்று விரும்புகிறார்கள்.'

இறுதியாக வளரிளம்பருவத்தை வரையறுக்கும் சிந்தனைமுறையைப் பார்ப்போம். பியாஜெட்டின் வளர்ச்சிக் கோட்பாடு 'வளரிளம்பருவக் காலகட்டத்தில் அவர்களின் நுண்திறமைகளில் ஒரு அதீத வெடிப்பைக் காணலாம்' என்று சொல்கிறது. ஆனால், பல பதிற்றாண்டுகளாக நடந்த ஆய்வுகள் இந்தக் கருத்தை மறுக்கின்றன. வளரிளம்பருவத்தினரிடம் படிப்படியாகத்தான் நுண்திறமைகள் வளர்கின்றன என்று அவை கூறுகின்றன. நான்காம் அத்தியாயத்தில் பல தற்கால உளவியலாளர்கள் குழந்தைகளின் வளர்ச்சியைப் பற்றிப் பேசும்போது, அவர்களின் சிந்தனை வளர்ச்சி படிப்படியாகவும் தொடர்ச்சியாகவும்தான் ஏற்படுகிறது என்று சொன்னதை நினைவுபடுத்த விரும்புகிறேன். நிகழ்கால நினைவாற்றல், தகவல்களை முறைப்படுத்துவது, நீண்டகாலமாகப் புரிந்துகொண்ட அறிவை அடுக்கி வைப்பது, சிந்தனையைப் பற்றிச் சிந்திப்பது போன்ற செயல்பாடுகள் படிப்படியாக மேம்படுவதை வளரிளம்பருவக் காலகட்டத்தில் காணலாம். பியாஜெட் நடத்திய புகழ்பெற்ற பரிசோதனை இங்கு குறிப்பிடத் தகுந்தது. ஒரு கொதிகலனில் சில வேதிப்பொருட்களை இடும்போது அது மஞ்சள் நிறமாக மாறும். குழந்தைகள் அந்தப் பொருட்களின் சேர்மத்தைக் கண்டுபிடிக்க வேண்டும். இந்தப் பரிசோதனையைப் பன்னிரண்டு வயதுக்குட்பட்ட குழந்தைகள் ஒழுங்கற்ற முறையில் செய்தார்கள். வேதிப்பொருட்களை விருப்பம்போல் கலந்து பார்த்தார்கள். சில விகிதத்தைத் திரும்பத் திரும்பச் செய்தார்கள். சிலவற்றை விட்டுவிட்டார்கள். அதனால் சரியான சேர்மத்தை அவர்களால் கண்டுபிடிக்க முடியவில்லை. இரண்டு வேதிப்பொருட்களைச் சேர்க்க வேண்டும். சிலவற்றை நீக்க வேண்டும். இதுதான் அந்தப் பரிசோதனையில் நடக்க வேண்டியது. அதேநேரத்தில் பன்னிரண்டு வயதுக்கு அதிகமானவர்கள் முறையான திட்டத்துடன் பரிசோதனை செய்தார்கள். பதினைந்து வகையான சேர்மத்தை, ஒன்றைக்கூடத் திரும்பச் செய்யாமல்,

வரிசையாகச் செய்தார்கள். இதனால் ‘இவர்கள் காரணகாரியத்தோடு முறையான செயலைச் செய்பவர்கள்’ என்று பியாஜெட் அழைக்கிறார். எனவே அவர்கள் சரியான விடையைக் கண்டுபிடிக்கிறார்கள். இப்பரிசோதனையின் அடிப்படையில் வளரிளம்பருவத்தினர் சிறந்த புரிதலோடு ஒரு செயலை முறையாகச் செய்யும் நிலையில் இருக் கிறார்கள் என்று சொல்லலாம்.

உலகெங்குமுள்ள பெரும்பான்மையான வளரிளம்பருவத்தினரிடம் இந்த வேலையைச் செய்யும்படிப் பணித்தார்கள். அவர்கள் வேதிப்பொருட்களைக் கொதிகலனில் ஊற்றியதைப் பார்த்த உளவிய லாளர்கள் இரண்டு சுவையான பாடங்களைக் கற்றுக்கொண்டார்கள். முதிர்ந்தவர்கள், வளரிளம்பருவத்தினர் ஆகியோருள் வெறும் இருபது விழுக்காடு மட்டும்தான் உண்மையாகக் காரணகாரியத்தின்படி முறை யான செயல்களின் மூலம் விளைவை அடைந்தார்கள். காரணகாரியத் தொடர்பைக் கண்டுபிடிக்கும் வேறு வேலைகளையும் உளவிய லாளர்கள் வடிவமைத்திருந்தார்கள். நீங்கள் ஒரு குறிப்பிட்ட கம்பனி யின் பொருளை வாங்குவதற்கான காரணத்தைச் சொல்லமுடியுமா என்ற கேள்வியை எடுத்துக்காட்டாகச் சொல்லலாம். ஆனால் இவ்வினாக்களுக்கு பெரும்பான்மையான வளரிளம்பருவத்தினராலும் முதிர்ந்தவர்களாலும் சரியான விடையளிக்க முடியவில்லை.

அடுத்ததாக, இந்தப் பரிசோதனை செய்வதற்கேற்ற குறிப்பிட்ட பயிற்சியளித்தபோது வளரிளம்பருவத்தினர் மட்டுமல்ல, சிறுவர்கள் கூட மிகவும் முறையாக, காரணம் கண்டுபிடித்துச் செயல்படுபவர் களாகக் காணப்பட்டனர். முறையான பயிற்சியின்மூலம், அவர்களின் அடிப்படைத் திறமைகளை மேம்படுத்தியபோது மிகவும் குழப்பமான பல்வேறு வேலைகளைக்கூட அவர்களால் சரியாகச் செய்ய முடிந்தது

என்பதை இந்தப் பரிசோதனை நமக்குத் தெரிவிக்கிறது. 'திறன் வளர்ச்சியின் வளைவு' வரைபடத்தில் வளரிளம்பருவத்தினர் உச்சியில் இருந்தார்கள். எனவே, இயல்பாகவே பிற துறைகளைச் சேர்ந்த வேறுபல வேலைகளையும் இவர்களால் காரணகாரியத்தோடு செய்ய முடியும் என்று எதிர்பார்க்கலாம். பல்வேறு பண்பாட்டினரைப் பற்றி ஆய்வு செய்யும் வளர்நிலை உளவியலறிஞர் மைக்கேல் கோல் (நான்காம் அத்தியாயத்தில் இவரைப் பார்த்தோம்) இவ்வாறு கூறுகிறார். வளரிளம் பருவத்தினர் ஒரு பிரச்னைக்கு என்னென்ன கற்பனைத் தீர்வுகளுக்கு வாய்ப்பிருக்கிறதோ அவற்றைப் பற்றி யோசிக்கவும், எதிர்காலத்தைப் பற்றிச் சிந்திக்கவும், தன்னுடையதும் பிறருடையவும் சிந்தனைகளைப் பற்றிச் சிந்திக்கவும், சமூக மரபுகளைத் தாண்டிச் சிந்திக்கவும் திறமை பெற்றவர்கள். இந்தத் திறமையால் முதிர்ந்தவர்களின் வாழ்க்கையில், அவர்கள் கொண்டுள்ள முரண்பாட்டைக் கண்டுபிடிக்கின்றனர். இது முதிர்ந்தவர்கள் மீது வெறுப்புக் கொள்ளவும் மரபான வழக்கங்களை எதிர்க்கவும் அவர்களைத் தூண்டுகிறது. இந்த இயக்கம் வளரிளம்பருவத் தினரின் பிறருடைய கட்டுப்பாட்டை விரும்பாத மனநிலைக்குத் தீனிபோடுகிறது. எனவே, அவர்கள் முதியவர்களின் செயல்களைக் காரணகாரியத்தோடு கேள்வி எழுப்புபவர்களாக மட்டுமல்லாமல் எதிர்ப்பாளர்களாக அல்லது கடும்சீற்றம் கொள்பவர்களாகவும் மாறுவதைப் பார்த்து வியப்படைய வேண்டியதில்லை.

மாற்றங்களுக்கேற்ப வாழ்வது மிகவும் சிரமம். வளரிளம்பருவத்தினரின் வாழ்வில் மாற்றங்கள் மிகவும் விரைவாக நடக்கின்றன. இந்த மாற்றங்கள் அவர்களுக்குள்ளேயும் நடக்கின்றன. அவர்களுடைய கண்ணோட்டத்தில் வெளியேயும் மாற்றங்கள் நடக்கின்றன. எனவே, அவர்கள் எதிர்கொள்ளும் சவால்கள் என்னென்ன என்று புரிந்து கொள்ளலாம். வளரிளம் பருவத்தினரின் இம்மாற்றத்தைச் சமாளிக்கப் பள்ளிக்கூடங்கள் உதவி செய்வதற்கான வழிகளையோசிக்க வேண்டும். பருவமாற்றத்தை மிகவும் மென்மையாகக் கழிக்கப் பள்ளிக்கூடங்கள் உதவ வேண்டும். ஆனால் துரதிஷ்டவசமாக பள்ளிகள் இதற்கு நேரெதி ராக நடந்துகொள்கின்றன என்று ஆய்வுகள் கூறுகின்றன. வளரிளம் பருவத்தினரின் தேவைகளை அவை கண்டுகொள்வதேயில்லை. புத்தகத் தின் அடுத்த பகுதி இந்தப் பொருத்தமின்மையைப் பற்றி விவரிக்கிறது. பள்ளிக்கூடங்கள், ஆசிரியர்கள் ஆகியோரை உட்படுத்தி நடத்திய ஆய்வு முடிவுகளைப் பற்றியும் அவர்கள் கூறிய யோசனைகளையும் அதில் பார்க்கலாம்.

பள்ளிக்கூடமும் வளரிளம்பருவத்தினரும்

உங்கள் பள்ளியின் இலக்கு என்ன? அதை எப்படி அடையப் போகிறீர்கள்? வெற்றியென்றால் என்னவென்பதை உங்கள் பள்ளி

எப்படி வரையறுத்துள்ளது? ஆசிரியர்கள் வெற்றியென்பதை எப்படி நினைக்கிறார்கள்? தங்கள் கருத்துகளைக் கூற மாணவர்களுக்கு வாய்ப்பளிப்பதுண்டா? முக்கிய முடிவுகள் எடுக்கும்போது மாணவர் களுடன் கலந்தாலோசிப்பதுண்டா? புரிந்துகொள்வதன் முக்கியத் துவத்தையும் முயற்சி செய்வதன் முக்கியத்துவத்தையும் ஆசிரியர்கள் வலியுறுத்துவதுண்டா? அல்லது கெட்டிக்கார மாணவர்களைப் பிற மாணவர்களைவிடச் சிறந்தவர்களாகக் கருதுவதுண்டா? உங்கள் பள்ளிக்கூடம் ஒரே திறன்படைத்தவர்களைக் குழுக்களாக்குவதுண்டா? (எடுத்துக்காட்டாகக் குழந்தைகளின் கடந்தகால செய்திறனைப் பார்த்தோ வழிப்படுத்தியோ) மாணவர்களின் செயல்பாடுகளைப் பாராட்டிப் பரிசுகள் வழங்குவதுண்டா? மாணவர்களின் தரப் பட்டியலை வெளியிடுவதுண்டா? இவ்வளவும் செய்தால் அந்தப் பள்ளி போட்டியை ஊக்கப்படுத்துகிறது; ஒருவரைப் பிறருடன் ஒப்பிட்டு மதிப்பிடுவதை ஆதரிக்கிறது என்று சொல்லலாம். வெற்றி பெறுவதற்குத் திறன் மேம்பாடும் தேர்ச்சியும் முக்கியமல்ல என்ற செய்தியை இப்படிப்பட்ட பள்ளிகள் மறைமுகமாக மாணவர்களுக்குச் சொல்லுகின்றன. இதனால் கற்பதற்கான அவர்களின் ஊக்கம் குறைந்து விடுகிறது. மனக்குமுறல் உருவாகும். கற்றல் பற்றி எப்போதும் சுயஉணர்வோடு இருப்பார்கள். எப்படியிருப்பினும் இந்தப் பருவத்தில் அவர்கள் தங்களைப் பற்றியே அதிகமாக நினைப்பார்கள். சுயவுணர்வு கவனத்தைக் கலைக்கும். கல்வியோடு தொடர்புடைய சவால்களைச் சந்திக்க அச்சப்பட்டுத் தயங்கி நிற்பர்.

பள்ளிக்கூடச்சூழலின் பல தன்மைகள் உண்மையில் வளரிளம்பருவத் தினரின் தேவைகளுக்கு எதிராகச் செயல்படுகின்றன. ராபர்ட் ரோஸரும் அவருடைய தோழர்களும் அமெரிக்காவிலும் இந்தியாவிலுமுள்ள பள்ளிக்கூடங்களின் சூழலுக்கும் வளரிளம்பருவத்தினரின் தேவை களுக்கும் இடையேயுள்ள தொடர்பைப் பகுப்பாய்வு செய்தனர். இப்பருவம் பிறரின் கட்டுப்பாடுகளிலிருந்து விலகவும், சுயகட்டுப்பாடு கொண்டவர்களாக இருக்க உதவும் பெரியவர்களின் ஆதரவை நாடவும் அவர்களைத் தூண்டும். இந்தச் சுதந்திரம் பெற்றோர்களிடமிருந்து கிடைக்காது. எனவே, ஆதரவுதேடிப் பிறரிடம் செல்வார்கள். இந்தப் பருவத்தில் காதலும் அரும்பும். தன்னுடைய வகுப்புத்தோழர்கள் தன்னைப்பற்றி என்ன நினைப்பார்கள் என்ற கவலைவேறு அவர்களை ஆட்கொள்ளும். இது வெளிப்புறத் தோற்றத்தைப்பற்றி மட்டுமல்ல. பிறருடன் சற்றே ஒப்பிட்டாலும் தங்களை அவமதித்ததாக நினைப்பார்கள். அறிவுபூர்வமாகவும் ஆரோக்கியமாகவும் கடினமான சவால்களைச் சந்திக்கத் தயார்நிலையில் இருப்பார்கள். ஆனால், அவர்கள் மேல்நிலைப்பள்ளிக்கு வரும்போது அந்தப் பள்ளிச்சூழல் தங்கள் தேவைகளைப் புறக்கணிக்கப்பதை உணர்கிறார்கள்.

சில சந்தர்ப்பங்களில் பள்ளியும் அது எதிர்பார்க்கும் தேவைகளும் வளரிளம்பருவத்தினருக்கு மோசமான விளைவுகளை ஏற்படுத்துகிறது. எடுத்துக்காட்டாகத் தொடக்கப்பள்ளியில் படித்தபோது கிடைத்த உணர்வுபூர்வமான ஆதரவு கிடைப்பதில்லை. ஒப்பீட்டு மதிப்பீட்டுக்கு அதிக அழுத்தம் கொடுக்கப்படுகிறது. பாடங்கள் பல பிரிவுகளாகப் பிரித்துக் கற்பிக்கப்படுகின்றன. வகுப்பிலுள்ள மாணவர்களின் எண்ணிக்கை அதிகமாவது ஆசிரியர்களுக்கும் மாணவர்களுக்கும் இடையில் இருக்கும் நெருக்கத்தைக் குறைக்கிறது. அதுவும் பெற்றோரைத் தவிர பிறருடைய ஆதரவு முக்கியமாகத் தேவைப்படும் இந்தக் காலகட்டத்தில் அது கிடைக்காமல் போகிறது. வேறு சில சந்தர்ப்பங்களில் வளரிளம்பருவத்தினர் புதிய சிந்தனையால், புதிய உணர்வுகளால், புதிய துறைகளை ஊக்கத்தோடு ஈடுபட நினைக்கும் வேளையில் முன்பிருந்த அதே சூழல்கள், வேறுபட்ட முறையில் மாறி யிருக்க வேண்டும் என எதிர்பார்க்கிறார்கள். அதிகமாகக் கட்டுப்படுத்து பவர்களாகவும், முடிவெடுக்கும் சூழல்களில் பங்கெடுக்கும் வாய்ப்பைத் தராதவர்களாகவும் தானாகச் செயல்படுவதைத் தடுப்பவர்களாகவும் பெரியவர்கள் பார்க்கப்படுகிறார்கள். ஒரே வகுப்பில் படிக்கும் பல தரப்பட்ட பெண்குழந்தைகளை உட்படுத்தி எக்கில்ஸர்ம் தோழர்களும் நடத்திய ஆய்வு இக்கருத்துச் சரியென்று நிரூபிக்கத் தேவையான ஆதாரங்களை முன்வைக்கிறது. உடல்ரீதியாகச் சற்று முதிர்ந்த பெண் குழந்தைகள் இளையவர்களை விட வகுப்பில் எடுக்கும் முடிவுகளில் பங்கு வகிக்க வேண்டும் என்ற விருப்பத்தைத் தெரிவித்தார்கள். எல்லாவற்றையும் தங்கள் கட்டுப்பாட்டுக்குள் வைக்க வேண்டும் என்ற ஆர்வத்துக்கும் 'முடியாது, செய்தேயாக வேண்டும்' என்பதற்கும் இடையே பொருத்தமின்மை இருப்பதாக அப்பெண்குழந்தைகள் தெரிவித்தார்கள். எடுத்துக்காட்டாக 'நீங்கள் வகுப்பில் என்ன கணக்கு செய்ய வேண்டும் என்பதை முடிவு செய்யப் பிறர் உதவலாமா?' என்று கேள்விக்கு 'வேண்டாம்' என்று சொன்னார்கள். ஆனால் 'இதைப்பற்றி ஏதேனும் சொல்ல விரும்புகிறீர்களா?' என்ற கேள்விக்கு 'ஆம்' என்று பதில் சொன்னார்கள். இந்தப் பொருத்தமின்மையைப் பற்றி எக்கில்ஸ் இப்படிச் சொல்கிறார். வளரிளம்பருவத்தில், பூப்படையும் பருவத்தில் தன்னைச் சுற்றி நடக்கும் நிகழ்வுகளைப் பற்றிய எதிர்பார்ப்பில் ஏற்படும் மாற்றங்கள் ஒரு காரணம். மற்றொன்று உடல்ரீதியாக முதிர்ச்சியடையும்போது முதிர்ந்தவர்களின் கட்டுப்பாடு அதிகமாவது.

வளரிளம்பருவத்தினரின் ஆற்றல் ஒரு நிலையை அடையும்போது, அவர்களுடைய உடல் வலிமை கூடும்போது, புத்தகங்களை வாசிப்பது அதிகமாகிறது. எழுத்துவேலை அதிகம் செய்யும் நிலை உருவாகிறது. உடல் வலிமையைக் கூட்டும் பயிற்சிகள் உண்மையில் குறைந்து

விடுகிறது. இதுபோல் பதினான்கு வயதுக்கும் பதினேழு வயத்துக்கும் இடையில் இருப்பவர்களின் காரணகாரியத் தொடர்பு கண்டுபிடிக்கும் திறமை கூடுகிறது. தகவல்களை முறைப்படுத்தும் திறமையும் கூடு கிறது (நிகழ்கால நினைவாற்றல் அதிகரிப்பதின் மூலம்). ஆனால், இந்தக் காலங்களில் அவர்களின் அதிக நேரமும் தேர்வுக்குத் தங்களைத் தயார்படுத்துவதிலேயே கழிகிறது. இந்தத் தேர்வுகளும் மதிப்பீடும் சரியான முறையில் வடிவமைக்கப்பட்டு, அவர்களின் திறமைக்குச் சவாலாக அமையவேண்டும். இல்லாவிட்டால் இவர்களிடம் வளர்ந்து வரும் நுட்பமான கருத்துகளைப் புரிந்துகொள்ளும் திறமை வீணாகி விடும்.

இந்தப் பொருத்தமின்மையின் இறுதிபலன் என்பது மாணவர்களிடம் ஏற்படும் எதிர்மறைவிளைவுகள்தான். ஊக்கம் குறைகிறது; பள்ளியைப் பற்றிய ஆர்வம் குறைகிறது; சாதனைகளின் அளவு குறைகிறது, நான் தகுதியற்றவள் என்ற தாழ்வுமனப்பான்மை போன்றவை அவர்களிடம் உருவாகிறது. இப்போது இந்த அத்தியாயத்தின் ஆரம்பத்தில் கேட்ட கேள்விக்கு வருவோம். வளரிளம் பருவத்தைச் சுமுகமாகக் கழிக்கப் பள்ளிக்கூடங்களால் எப்படி உதவ முடியும்? ஒரு குறிப்பிட்ட பின்னணி யில் ஏது உகந்தது என்று நீங்கள்தான் முடிவு செய்ய வேண்டும். ‘செய்ய வேண்டியது; செய்யக்கூடாதது’ என்ற பட்டியலிட நான் விரும்பாத தற்கு இதுதான் காரணம். இருப்பினும் நான் நடத்திய ஆய்வின் மூலம் கண்டடைந்த சில கருத்துகளைப் பட்டியலிடுகிறேன்.

உங்கள் மாணவர்களுக்கு உண்மையான பொறுப்புகள் அளியுங்கள். அவர்களின் கற்றலுக்கு அவர்கள்தான் பொறுப்பு என்பது மட்டுமல்ல; வெளியே நடக்கும் செயல்களின் பொறுப்பையும் அவர்களிடையும் ஒப்படையுங்கள். இப்படிச் செய்வது உங்கள் வேலைப்பளுவைக் குறைக்கும் என்று நினைத்துவிடாதீர்கள்! உங்கள் நேரமும் உழைப்பும் அதிகமாவதற்குத்தான் வாய்ப்பிருக்கிறது (குறைந்தபட்சம் ஆரம்ப நிலையில்). மாணவர்களுக்குக் கொடுக்கும் வேலைகளும் உருவாக்கும் சூழல்களும் மிகுந்த கவனத்தோடு வடிவமைக்கப்பட வேண்டும். மாணவர்கள் முடிவுகள் எடுக்கவும் அதன்படிச் செய்து முடிக்கவும் அவர்களுக்கு வாய்ப்பளிக்க வேண்டும். படிப்படியாகக் கட்டுப் பாட்டைக் குறைத்து, மாணவர்களின் கற்றலுக்கு உதவும் சூழல் அமைத்துக்கொடுப்பவராக நீங்கள் மாறவேண்டும். நட்பின் முக்கியத் துவத்தைப் புரிந்துகொண்டு வளரிளம்பருவத்தினரை நட்புக்கொள்ள அனுமதிக்க வேண்டும். நம்மில் பெரும்பான்மையோர் இத்தகைய நட்பைச் சந்தேகக் கண்ணோடு பார்க்கிறோம். சில பள்ளிக்கூடங்கள் வேண்டுமென்றே இத்தகைய நட்பை உடைப்பதற்காக மாணவர்களை ஒவ்வொரு வருடமும் இடம்மாற்றி அமரச் செய்கின்றன. ஆசிரியர்கள்

என்ற முறையில் நண்பர்களைப் பிரிப்பதற்கு நாம் விருப்பம் காட்டு கிறோம். அதற்கு நமக்கேயுரிய உறுதியான காரணங்களும் உள்ளன. ஆனால் வகுப்புத்தோழர்களிடமிருந்து தனிமைப்படுவதால் ஏற்படும் விளைவுகளை நாம் கண்டுகொள்வதில்லை. அவர்களின் உணர்வுபூர்வ மான ஆதரவையும் நெருக்கத்தையும் நாம் தடுக்கிறோம். இவ்வுறவின் மூலம் கிடைக்கும் நன்மையையும் தடுக்கிறோம். நட்பின்மூலம் நன்மையுண்டென்பது உறுதி. சாதாரணமாக 'தோழர்களின் தாக்கம்' என்ற தொடர் எதிர்மறைப்பொருளில் வழங்கி வருகிறது. எதிர்மறை நடவடிக்கைகளைக் குறிக்கிறது. ஆனால் வகுப்புத்தோழர்களின் நட்பால் நேர்மறைத் தாக்கமும் ஏற்படுவதுண்டு. மேலும் நம் மாணவர் களுக்கு தோழர்களின் நட்பின் தீய தாக்கத்தை எதிர்க்கவும் தடுக்கவும் போதுமான ஆற்றல் உண்டென்று ஆய்வுகள் கூறுகின்றன. எனவே அதைப்பற்றி நாம் அதிகம் கவலைப்பட வேண்டியதில்லை. பெட்டி 1 இக்கருத்தைப் பற்றி விரிவாக விளக்குகிறது.

ஆண் பெண் நட்புக்கு விலங்கிட வேண்டாம். செய்யக்கூடாது என்பவற்றின் பட்டியலில் பின்பற்றுவதற்கு மிகவும் கடினமானது இது. காரணம் எதிர்பாலருடன் நெருங்கிப் பழக அனுமதிப்பதில் உண்மை யாகவே ஆபத்து உள்ளது. இவ்வுறவில் உண்மையாகவே ஆபத்து இருப்பதால் நாம் அவர்களின் நடவடிக்கைகளைக் கண்காணிக்கும் காவல்காரர்களாக மாறுகிறோம். நட்பு கூடாது என்று தடைவிதிக் கிறோம். ஆண்களும் பெண்களும் பழகுவதை அனுமதிக்க மறுக் கிறோம். இரண்டு காரணங்களால் இது தவறு. முதலாவது வளரிளம் பருவத்தினரின் எண்ணங்களையும் உணர்வுகளையும் புறக்கணிக் கிறோம். அவர்கள் மனதில் காதல் அரும்பும். உடல்ரீதியான கவர்ச்சி இருக்கும். இது மிகவும் இயல்பான உயிரியல் இயக்கம். இவ்வுணர்வு களை ஒரு குறிப்பிட்ட முறையில் வெளிப்படுத்த வேண்டாம் என்று விரும்புகிறோம். ஆனால், அவ்வுணர்வுகளை அடக்கிவைக்கும்படிச் சொல்லக்கூடாது. இந்தப் பிரச்னையை புதியமுறையில் எப்படிச் சமாளிப்பது என்று சிந்திக்க வேண்டும். தடைவிதிப்பதோ விலங்கிடு வதோ மிகவும் எளிது. ஆனால், இந்த உத்தி நீண்ட நாட்களுக்குப் பயன்தராது. இரண்டாவது வளரிளம்பருவத்தினர் எப்படியிருந்தாலும் தங்கள் பாலுணர்வைப் பற்றி ஆழமாக அறிந்துகொள்வர். அதுவும் பெரியவர்கள் அறியாமலிருக்க வேண்டும் என்பதில் தேவையான கவனம் எடுத்துக்கொள்வார்கள். இதனால் நம் மாணவர்களுடன் பாலுணர்வு பற்றிப் பேசக் கிடைக்கும் சந்தர்ப்பத்தை நாம் நழுவவிடு கிறோம். அதனால் இதைப் பற்றி எதுவும் கற்றுக்கொடுக்க நம்மால் முடிவதில்லை. அவர்களுடன் இதைப்பற்றி ஒரு திறந்த கலந்துரை யாடல் நடத்துவது எளிதானது என்று சொல்ல வரவில்லை. வளரிளம் பருவத்தினர் இதைத் தங்கள் தனிப்பட்ட விஷயமாக நினைக்கிறார்கள்

என்பதும் இதோடு தொடர்புடைய எண்ணங்களையும் உணர்வு களையும் பெரியவர்களுடன் பகிர்ந்துகொள்ள விருப்பப்படுவதில்லை என்பதையும் நாம் எளிதில் புரிந்துகொள்ளலாம். பாலுணர்வைப் பற்றி அவர்களுடன் பேசுவதால் கிடைக்கும் குறிப்பிட்ட சில பயன்களைப் பற்றிச் சமீபகாலத்தில் ஆய்வுகள் நடந்துள்ளன. இந்த அத்தியாயத்தின் இறுதியில் இதைப்பற்றி விரிவாகக் கலந்துரையாடலாம்.

பிறருடன் ஒப்பிட்டு மாணவர்களை மதிப்பிடாதீர்கள். இந்திய கல்வி முறை மாணவர்களின் சிறுவயது முதலே அவர்களின் செய்திறனின் அடிப்படையில் பிறருடன் ஒப்பிட்டுவருகிறது. பெரியவர்கள் குழந்தை களுடன் 'யார் முதலில் சாப்பிடுவார்கள் பார்க்கலாமா?' 'வேகமாகச் சாப்பிடு, இல்லாவிட்டால் அவன் உன்னைவிட முதலில் சாப்பிட்டு விடுவான்', அவளைப் பார்; எவ்வளவு அழகாக விளையாடுகிறாள். அவளைப் போல் விளையாட உன்னால் முடியாதா?' என்ற முறையில் பேசுகிறார்கள். எனவே, குழந்தைகள் வளரிளம்பருவத்தை எட்டும் போது அவர்கள் எப்படி நடந்துகொள்வார்கள் என்பதை ஊகிக்கலாம் அல்லவா?

அவர்களுடைய வாழ்க்கையில் ஒவ்வொரு பகுதியிலும் தொடர்ந்து நடக்கும் போட்டியாலும் ஒப்பீட்டாலும் அவர்கள் பாறைபோல் உறைந்துபோயிருப்பார்கள். ஆனால் ஒவ்வொரு முறையும் தம்மைப் பிறருடன் ஒப்பிட்டுப் பார்க்கும் பழக்கத்துக்கு ஆளாகியிருப்பார்கள். இது அவர்களின் கற்றலுக்கு மிகவும் தீங்கு விளைக்கும் என்பதை ஏராளமான ஆய்வுகள் நிரூபித்துள்ளன. இப்படிப்பட்ட மதிப்பீட்டால், ஒருவர் கல்வியில் சற்று சிறந்துவிளங்கினாலும், எந்த மாணவனும் மகிழ்ச்சியாக இருப்பான் என்பதை என்னால் நம்பமுடியவில்லை. என்னுடைய பள்ளிநாட்களில் எனக்குத் தெரிந்து மிகவும் பதற்றத்துடன் காணப்பட்ட மாணவி யார் தெரியுமா? வழக்கமாக வகுப்பில் முதல் மதிப்பெண் பெறும் மாணவி! வளரிளம்பருவத்தில், மாணவர்கள் தாங்கள் எப்படிப்பட்ட வர்கள் என்று வரையறுக்க நினைக்கும்போது இவைபோன்ற எதிர்மறை பின்னூட்டங்கள் தங்களைப்பற்றித் தாழ்வாக நினைக்கவும் அவர் களுடைய சுயமதிப்பு குறையவும் வழிவகுக்கிறது. எனவே, உங்கள் மாணவர்களின் கற்றல் முறையை நீங்கள் மதிக்கிறீர்கள் என்பதை அவர்கள் புரிந்திருக்கிறார்கள் என்பதை உறுதிப்படுத்துங்கள். அடுத்தவர் களுடன் ஒப்பிட்டு அவர்களைப் படிக்கத் தூண்டும் உத்தியைத் தவிர்த்து விடுங்கள்.[2]

[2] சிலர் அடுத்தவர்களுடன் ஒப்பிட்டால்தான் நன்றாக செயல்படுவார்கள். உத்வேகம் ஒப்பீடுபோன்றவை பற்றி வளரிளம் பருவத்தினருக்கு நன்கு புரிந்துகொள்ள முடியும். அவர்களுடைய திறமை பற்றி மதிப்பிடும் பொறுப்பை அவர்களிடமே விடலாம்.

பிறருடன் ஒப்பிடுவதால் சில மாணவர்களுக்குக் கற்பதற்கான ஊக்கம் ஏற்படுவதை நீங்கள் கண்கூடாகக் கண்டிருக்கலாம். அது அவர் களுக்குத் தேவையாகவும் இருக்கலாம். இருப்பினும் வளரிளம் பருவத்தினருக்கு ஊக்கம், ஒப்பீடு போன்ற நுட்பமான கருத்துகளைப் புரிந்துகொள்வதற்கான திறமையுண்டு. இந்தக் கருத்துகளைப் பற்றி விமர்சனக் கண்ணோட்டத்தோடு கலந்துரையாட அவர்களுக்கு வாய்ப்பளிக்க வேண்டும். ஆனால், கலந்துரையாடலின் முடிவில் நம் கருத்தைத் திணிக்காமல் ஒவ்வொருவரும் அவரவருக்கேற்றபடி புரிந்துகொள்ள அனுமதிக்க வேண்டும்.

பெட்டி 1

வகுப்புத்தோழர்களின் தாக்கம்

வளரிளம்பருவத்தினருடன் கொஞ்சகாலம் பழகிய ஒருவருக்குப் பலவகையான கருத்துகளின் அடிப்படையில் அவர்கள் பலருடன் தோழமை ஏற்படுத்திக்கொள்வது தெரியவரும். எடுத்துக்காட்டாகச் சில குழுக்கள் ஆழ்ந்த நட்புடன் விளங்குவார்கள். வேறுசிலர் விளை யாட்டுத் திறமையின் அடிப்படையில் குழுவாகியிருப்பார்கள். மேலும் சிலர் கற்றலில் சிறந்து விளங்குவார்கள். குறிப்பாக ஆண் குழந்தைகளிடம் காணப்படும் கடைகளிலிருந்து பொருட்களைத் திருடுதல், பொருட்களை நாசம் செய்தல், வெறித்தனமான செயல் களில் ஈடுபடுதல் போன்ற சமூகவிரோதச் செயல்களைப் பற்றி உளவியல் ஆய்வுகளும் புகழ்பெற்ற ஊடகங்களும் மிக அதிக கவனம் செலுத்தியுள்ளன. லாரி ஸ்டெயின்பர்க் வளரிளம்பருவத் தினரைப் பற்றி ஆய்வு செய்யும் உளவியலாளர் 'இவர்களின் உணர்வில் ஏற்படும் சமநிலையின்மையைச் சீர்செய்ய இடைநிலை தோழர்குழு உதவும் என்று நம்புகிறார். உடையணியும் விதம், இசையார்வம், பிறரிடம் இரக்கக் குணத்தோடு, கருணையோடு நடந்துகொள்ளும் குழுவினருடன் தோழமை ஆகியவற்றால் அவர்களின் உணர்வுகளில் ஏற்படும் சமநிலையின்மை சீர்செய்யப்படும் என்கிறார். மது, உடலுறவு, போதைப் பொருட்களிலிருந்து விலகி நிற்பது போன்ற தீர்மானங்களை எடுக்க உதவுவதுபோல் கடினமாக உழைப்பதற்கும் பள்ளி வேலைகளைச் சிறப்பாகச் செய்வதற்கும் நண்பர்கள் குழுவே உதவுகின்றன.

தோழர்களின் தாக்கத்திலிருந்து தங்களைக் காத்துக்கொள்ளும் திறமை வளரிளம்பருவத்தினருக்கு இல்லையென்ற நம்பிக்கை பரவலாகக் காணப்படுகிறது. இருப்பினும் சிறந்த முறையில் வடிவமைக்கப்பட்ட வினாநிரலின் உதவியோடு வகுப்புத்தோழர்களின் தாக்கம் எந்த

அளவுக்கு இருக்கிறது என்பதை ஸ்டெயின்பர்க்கும் தோழர்களும் நடத்திய ஆய்வில் பதினான்குக்கும் பதினெட்டுக்கும் இடைப்பட்ட வயதுடையவர்களிடம் அந்தத் தாக்கம் அதிக அளவில் இருப்பதாகத் தெரியவந்துள்ளது. அந்த வினாநிரலில் மாறுபட்ட இரண்டு வாய்ப்புக் களைக் கொடுத்து ஒன்றைத் தேர்ந்தெடுக்கும்படிச் சொல்லப்பட்டது. அந்த இரண்டு வாய்ப்புகளில் எது உங்கள் குணத்தை விளக்குகிறது என்று தேர்ந்தெடுக்க வேண்டும். எடுத்துக்காட்டாக 'குழுவில் ஒருவராகக் கலப்பதைவிடத் தனிநபராக இருக்கவேண்டும்' ஆனால் 'தனிநபராக இருப்பதைவிட ஒரு குழுவோடு கலந்திருப்பதுதான் நல்லது என்று சிலர் சொல்கிறார்கள்', 'சிலர் நண்பர்களை மகிழ்விப்ப தற்காக அவர்களுடன் சேர்ந்திருக்கிறார்கள்' ஆனால் நண்பர்கள் தங்களிடம் என்ன செய்ய வேண்டும் என்று சொல்கிறார்களோ, அது அவர்களுக்கு வருத்தம் தரும் என்று தெரிந்தாலும் அதைச் செய்ய வேண்டிய தேவையில்லை' போன்ற வினாக்கள் அந்த வினாநிரலில் உட்பட்டிருந்தன.

ஸ்டெயின்பர்க் இந்த ஆய்வை அமெரிக்காவில் நடத்தினார். வெவ்வேறு பிரிவினரிடம் இந்த ஆய்வு நடத்தபபட்டது. மேலும் பல்வேறு சமூகப் பிரிவினரும் இந்த ஆய்வில் உட்படுத்தப்பட்டனர். பத்து வயதுக்கும் பதினான்கு வயதுக்கும் இடைப்பட்டவர்களுக் கிடையே வகுப்புத்தோழர்களின் தாக்கத்தைத் தடுக்கும் ஆற்றல் மிகவும் குறைவாக இருப்பது தெரியவந்தது. பெற்றோர்களின் கட்டுப்பாட்டிலிருந்து விலகித் தோழர்களுடன் சேர்ந்து ஓர் உணர்வு பூர்வமான பாதுகாப்பு வளையத்தை உருவாக்கிக்கொள்கிறார்கள். உணர்வுபூர்வமாக சுயகட்டுப்பாட்டுடன் செயல்படும் பக்குவத்தை அடைவதற்கு முன்னரே இது நடக்கிறது. வேறொரு முறையில் கூறினால் பெற்றோரைச் சார்ந்திருப்பது மாறித் தோழர்களைச் சார்ந்திருக்கத் தொடங்கிவிடுகிறார்கள். அதேநேரத்தில் பதினெட்டு

வயதை அடையும்போது தோழர்களிடமிருந்து விலகிச் சுதந்தர உணர்வோடு தனியாகச் செயல்படத் தொடங்கிவிடுகிறார்கள். ஸ்டெயின்பர்க்கின் வார்த்தைகளில் கூறினால் '...தோழர்களின் பிடியிலிருந்து விடுபடுவது வளர்ச்சியின் ஒருநிலை. இந்நிலையில் அவர்களுடைய ஆளுமை வெளிப்படுகிறது. பெற்றோர்களிடமிருந்து விலகுகிறார்கள். தங்களை யார் என்று அடையாளப்படுத்திக்கொள் கிறார்கள். முடிவாக அவர்களுக்குத் தங்களின் தனித்தன்மையைப் பற்றிய உணர்வு கிடைக்கிறது என்று ஊகிக்கிறோம்' என்று சொல் கிறார். இவ்வளர்ச்சிநிலை நம்நாட்டுச் சூழலிலும் நடக்கும். ஆனால் சிலவேளை வயது வேறுபடலாம்.

கல்விசார்ந்த சவாலான வேலைகளை மாணவர்களிடம் செய்யும்படிச் சொல்ல வேண்டும். இந்த வயதில் நம் மாணவர்கள் சவாலான வேலை களைச் செய்வதற்கான திறமையுடையவர்களாக இருப்பார்கள்.

- மாணவர்கள் கற்கும் பாடங்களோடு தொடர்புடைய பல்வேறு துறைகளைச் சார்ந்த, சிறந்தமுறையில் எழுதப்பட்ட கட்டுரைகளை வாசிக்கக் கொடுக்க வேண்டும். மாணவர்களுடன் சேர்ந்து வாசித்து அவற்றைப்பற்றி பகுப்பாய்வு செய்ய வேண்டும். தலையங்கங்கள், இதழ்கள், சிறப்பிதழ்களில் வரும் கட்டுரைகள், புத்தகங் களிலிருந்து எடுக்கப்பட்ட தேர்ந்தெடுக்கப்பட்ட பகுதிகள் ஆகிய வற்றை இதற்காகப் பயன்படுத்தலாம்.
- விடைகளைத் திரும்பத் திருப்பச் சொல்வது, சில தகவல்களை நினைவுபடுத்துவது போன்ற வேலைகளோடு நிறுத்திக்கொள் ளாமல் நுண்கருத்துகளைப் புரிந்துகொள்ளும் திறமையைப் பயன்படுத்தும் வேலைகளையும் கொடுக்க வேண்டும்.
- குறிப்பாக, நம்முடைய கல்விமுறையில் மாணவர்கள் அடிக்கடி பல்வேறு தேர்வுகளை எதிர்கொள்கிறார்கள். தாங்களாக இப்படித் தொடர்ந்து படிக்கும்போது, புரிதல் திறனை மேம்படுத்தும் சவாலான வேலைகளை அவர்களே எந்தளவுக்கு வடிவமைப்பார்கள் என்று நம்மால் சொல்ல முடியாது. அதேவேளையில் ஒரு சிறந்த ஆசிரியரின்

உதவியோடு, சிறந்த கருத்துகள் கொண்ட வாசிப்புப்பகுதியின் அடிப்படையில் வடிமைக்கப்பட்ட செயல்பாடுகளில் ஈடுபடும்போது அவர்களின் புரிதல் திறன் விரிவடையும். சிறந்த பயிற்சியாக அது அமையவும் செய்யும். எனவே, அவர்கள் தங்கள் நேரத்தை எப்படி செலவழிக்கிறார்கள் என்பதைக் கவனியுங்கள். எந்தெந்த வேலை களுக்கு எத்தனை நேரம் செலவிடுகிறார்கள் என்பதைத் தெரிந்து கொண்டு புரிதல் திறனோடு தொடர்புடைய செயல்பாடுகளை அதிகமாக நடைமுறைப்படுத்த முயற்சி செய்யுங்கள்.

- வளரிளம்பருவத்தை அடைவதற்குள் அவர்களுக்குப் பல்வேறு அனுபவங்கள் ஏற்பட்டிருக்கும். அந்த அனுபவங்களை வகுப் பறைக் கற்றலோடு இயன்றளவு தொடர்புபடுத்தாவிட்டால் அது மிகவும் வருத்தத்துக்குரிய செயலாக இருக்கும். இவ்வேளைக்குள் அவர்கள் பல்வேறு துறைகளைப் பற்றிய அறிவுபெற்றிருப்பார்கள். அவர்களின் திறமையும் வளர்ந்திருக்கும். அவர்களுடைய முன்னறி வையும் திறமையையும் பயன்படுத்தி அறிவின் புதிய எல்லை களுக்கு அழைத்துச் செல்லவேண்டும். எடுத்துக்காட்டாக அழுத்தம் என்ற பாடப்பகுதியை பிரஷர் குக்கர், வாகனங்களை நிறுத்தப் பயன்படும் பிரேக்குகள், பம்புகள், உயர்ந்த மலைப்பகுதிக்குச் செல்லும்போது செவிகள் அடைத்துக்கொள்வது போன்ற அனுபவங்களோடு தொடர்புபடுத்தி நடத்த வேண்டும். ஆங்கிலம் கற்பிக்கச் செய்தியறிக்கைகள், விளம்பரங்கள், சொற்பொழிவுகள், உரையாடல்கள், கடிதங்கள் ஆகியவற்றைப் பயன்படுத்த வேண்டும். வளரிளம்பருவத்தினருக்கு மேற்குறிப்பிட்டவையோடு நெருங்கிய அனுபவங்கள் உண்டு. அந்த அனுபவங்களை இயன்றளவு பயன் படுத்த வேண்டும். பள்ளிக் கல்வி என்பது சிறப்பானது. தனிப் பட்டது. அதில் வேறுஎதுவும் கலந்துவிடக் கூடாது என்ற கருத்தை மாற்றுங்கள்.

முதிர்ந்தவர்களும் வளரிளம்பருவத்தினரும் தம்மில் கலந்துரையாடு வதற்கு நேரம் ஒதுக்குங்கள். மேற்குறிப்பிட்டதுபோல் பரம்பரைப் பழக்கவழக்கங்களை, சடங்கு சம்பிரதாயங்களை எதிர்த்துக் கேள்வி எழுப்புவது என்பது இந்தப் பருவத்தினரின் சிந்தனைத்திறன் வளர்ச்சி யைக் காட்டுகிறது. இந்த மனநிலைக்கு முரணாக இவர்கள் தங்கள் தோழர்களின் நட்பு வளையத்துக்குள் சிக்கியிருப்பார்கள். இது முதிர்ந்தவர்களின் பிடியிலிருந்து விடுபட்டு நண்பர்களின் வளையத்துக் குள் மிக எளிதாகச் சிக்கிக்கொண்டதாகவும் எடுத்துக்கொள்ளலாம். ‘அது ஏன் அப்படியிருக்க வேண்டும்?’ என்று கேள்வி எழுப்பும் திறன் ஒரு குறிப்பிட்ட துறையிலிருந்து பல பிரிவுக்கு விரிவடையத் திரைப் படங்களும் தொலைக்காட்சியும் உதவுகின்றன. இந்த நிலையில்

விளம்பரம், நுகர்வோர் கலாச்சாரம், வாழ்க்கைமுறையால் சுற்றுச் சூழலுக்கு ஏற்படும் பாதிப்பு, சமூக ஏற்றத்தாழ்வு, உறவுகள், நற்கொள்கைகள், சுதந்திரம், சமூக நடத்தைகள் போன்றவற்றைப் பற்றி இவர்களுடன் கலந்துரையாடலாம். இந்தக் கலந்துரையாடல் எப்போ தாவது நடக்கும் செயல்பாடாக இல்லாமல் அன்றாடச் செயல்பாட்டின் ஒரு பகுதியாக மாறவேண்டும். ரோஸர் இதைக் கீழ்வரும்படிச் சிறப்பாகக் குறிப்பிடுகிறார்.

> மாணவர்களை விழிப்புணர்வு கொண்டவர்களாகவும் சம்பிர தாயமாக நடந்துவரும் யந்திரத்தனமான செயல்பாடுகளிலிருந்து விடுவிப்பதும் கல்வியின் இலக்குகளில் ஒன்றாகும். இந்த உலகில் வாழவேண்டிய முறையை விழிப்புணர்வோடு சிந்திப்பது, உணர்வது, முழுமையான பொருளில் புரிந்து கொள்வது போன்றவற்றில் சிறந்த பயிற்சி பெறவேண்டும். இப்படி விழிப்புணர்வோடு வாழ்வதுதான் படைப்பாற்றலின் அடிப்படை. மட்டுமல்ல நம்மையும் சமூகத்தையும் புதுப்பித்துக் கொள்ள உதவும் வழியும் இதுதான்.

இந்தக் கலந்துரையாடல் மிகவும் பொருளுள்ளதாக இருக்க வேண்டு மானால் மாணவர்களும் ஆசிரியர்களும் ஒருவரையொருவர் மதித்து அன்போடு உறவாட வேண்டும். அப்போதுதான் திறந்த மனதோடு தங்கள் எண்ணங்களையும் உணர்வுகளையும் கருத்துகளையும் பரிமாற அவர்கள் முன்வருவார்கள். பெட்டி 2 இல் இத்தகைய பொருள் பொதிந்த கலந்துரையாடலை நடத்துவதற்கான வழிமுறைகள் தரப்பட்டுள்ளன.

பெட்டி - 2

இளைய தலைமுறையோடு கலந்துரையாட வாய்ப்பை உருவாக்குவது எப்படி?

வாழ்க்கையில் சந்திக்கும் முக்கியமான பிரச்னைகளைப் பற்றி நம் மாணவர்களுடன் தொடர்ந்து கலந்துரையாடுவது மிகவும் நல்லது. பதிமூன்று வயதுக்கும் பதினெட்டு வயதுக்கும் இடைப்பட்ட மாணவர் களுடன் இத்தகைய ஒரு சிறந்த கலந்துரையாடலை நடத்த உதவும் சில குறிப்புகள் கீழே:

- ஓர் ஆசிரியர் என்ற முறையில் கற்பதற்கான சூழலை அமைத்துக் கொடுக்கும் சிறந்த வழிகாட்டியாக நாம் விளங்கவேண்டும். கலந்துரையாடலுக்கான வழிமுறைகளைக் கூறவேண்டுமே

யொழிய அதைக் கட்டுப்படுத்தும் அளவுக்குப்போய்விடக் கூடாது. வேண்டுமானால் வழிமுறைகளைக்கூடக் கூறாமல் இயல்பான பேச்சுக்கு வித்திடலாம். ஆனால் என்னுடைய அனுபவத்தில் கலந்துரையாடல் மையக்கருத்திலிருந்து விலகாமல் இருந்தால் அனைவரும் அதில் ஆழ்ந்து ஈடுபட்ட உணர்வு ஏற்படும். எல்லோரும் சமமாகப் பங்கேற்றதுபோன்ற உணர்வு உண்டாகும். ஒரு மையக் கருத்தோ, அல்லது ஒரு வினாவோ உங்கள் மனதில் இருப்பது நல்லது. அது கலந்துரையாடலைத் தொடங்கிவைக்கப் பெரிதும் உதவும். மேலும் நாம் எதிர்பார்க்காத ஒரு கருத்தைச் சொல்வதற்கும் மாணவர்களுக்கு இடம் இருக்கிறது என்பதை மனத்தில் வைத்துக்கொள்ளுங்கள்.

- கலந்துரையாடலில் எல்லோரும் பங்குகொள்கிறார்கள் என்பதை உறுதிப்படுத்தவேண்டும். குழந்தைகளின் எண்ணிக்கை அதிகமுள்ள வகுப்பில் இது ஆசிரியருக்குச் சவாலாக அமையும். அதே நேரத்தில் சிறிய வகுப்பில் ஆசிரியரின் கவனிப்பே போதுமானது. பங்களிப்பை உறுதி செய்வது என்றால் கட்டாயப் படுத்திப் பேசச்செய்ய வேண்டும் என்பது பொருளல்ல. அமைதி யாகக் கவனிப்பது நல்லதுதான். ஆனால் அவர்களின் முழுக் கவனமும் கலந்துரையாடலில் இருக்கிறது என்பதை உறுதிப் படுத்துங்கள். சுழற்சிமுறையில் கருத்துச் சொல்ல வைப்பது, அமைதியாக இருப்பவர்களிடம் இடையிடையே வினாக்கள் கேட்பது ஆகியவை கலந்துரையாடலில் அனைவரையும் ஈடுபடச் செய்யும் இரண்டு எளிய உத்திகளாகும்.
- சில மாணவர்கள் பேசுவதற்குமுன் தங்கள் எண்ணங்களை அடுக்கிப் பார்த்து, பொருத்தமான வாக்கியங்களைத் தேர்ந்தெடுப் பார்கள். வேறுசிலர் உரக்கச் சிந்திப்பவர்களாக இருப்பார்கள். இந்த இரண்டு வகையினரையும் கலந்துரையாடலில் பங்கெடுக்க வைப்பதற்கான வழிகளை நாம் யோசிக்க வேண்டும். தேவையற்ற குறுக்கீடு கலந்துரையாடலின் நோக்கத்தை அழித்துவிடும். ஆனால், ஒரு எல்லைக்குமேல் நம்மால் குறுக்கீடுகளைத் தடுக்கவும் முடியாது. எனவே சிலர் பேசுவதற்குமுன் சற்று அதிக நேரம் எடுத்துக்கொள்வார்கள் என்பதையும், அடுத்தவர்களுக்கும் பேச வாய்ப்புக்கொடுக்க வேண்டும் என்பதைப் பற்றியும் அவர் களுடன் கலந்துரையாடலாம்.
- எளிய மொழிநடையில் எளிய சொற்களைப் பயன்படுத்திக் கலந்துரையாடுவது நல்லது. முழுமைபெறாத வாக்கியங்களை மாணவர்கள் சொல்லும்போது அதை நீங்கள் முழுமைப்படுத்தி

(சில குறிப்பிட்ட கலந்துரையாடல்களில்) உதவுவது நல்லது. 'எப்படியென்றால், எதைப்போலத் தெரியுமா? இதைத்தானே சொல்ல நினைத்தாய்' போன்ற தொடர்களைப் பயன்படுத்தி அந்த வாக்கியங்களையோ அந்தக் கருத்தையோ முழுமைப்படுத்த உதவலாம். இருப்பினும் நாளாக நாளாகச் சொல்ல வந்த கருத்தை முழுமையான வாக்கியங்களில் தெளிவாக எடுத்துரைக்க ஊக்கப் படுத்த வேண்டும். தங்கள் உணர்ச்சிகளையும் மனநிலைகளையும் தெளிவான மொழியில் எடுத்துக் கூறுவது என்பது மாணவர்கள் கற்றுக்கொள்ள வேண்டிய திறன் என்பதில் ஐயமில்லை.

- மாணவர்கள் அனைவரும் தங்கள் எண்ணங்களையும் உணர்வு களையும் பயமின்றி, பிறர் என்ன நினைப்பார்கள் என்று நினைக் காமல் வெளியிடும் சூழல் ஒவ்வொரு கலந்துரையாடலிலும் இருக்க வேண்டும். இச்சூழலை உருவாக்குவது சற்று சவாலான வேலை. இதற்காக ஆசிரியர் தனிக் கவனம் எடுக்க வேண்டும். கலந்துரையாடலின் இடையே மாணவர்களை ஒருபோதும் கடிந்துகொள்ளக் கூடாது. இடையே விதிமுறைகளையோ, ஒழுக்க நடவடிக்கைகளையோ சொல்லக்கூடாது. அப்படிச் சொன்னால் எல்லோரும் அமைதியாகிவிடுவார்கள்.

இங்கு குறிப்பிட வேண்டிய மிகமுக்கியமான கருத்தொன்று உண்டு. கலந்துரையாடலின் தரத்தைப் பற்றிய அதிக எதிர்பார்ப்பு நமக்கு இருக்கக் கூடாது. இரண்டு காரணங்களால் நமக்கு அதிருப்தி ஏற்பட லாம். ஒன்று, ஒரு திறந்த கலந்துரையாடலில் ஈடுபட விரும்பாமல் மாணவர்கள் பின்வாங்கலாம். இரண்டு, அவர்கள் நடவடிக்கை அவர்களின் பேச்சின் முதிர்ச்சிக்கேற்ப இருக்காது. இந்த அத்தியாயத் தின் இறுதிப்பகுதியில் கூறியிருப்பது போல் வளரிளம்பருவத்தினரால் மிகவும் சிக்கலான, தேர்ந்த பேச்சாளர்போல் பேசமுடியும். ஆனால் எப்போதும் அவர்கள் இத்திறமையோடு பேசுவார்கள் என்று எதிர் பார்க்கமுடியாது.

வளரிளம்பருவத்தினரின் வாக்குறுதியும் ஆபத்தும்

ஆபத்தான சவால்களை எதிர்கொள்ளும் வளரிளம்பருவத்தினரின் சவாலான குணத்தைப் பற்றி நாம் அறிவோம். உடலுறவு கொள்வது, தடை செய்யப்பட்ட பொருட்களைப் பயன்படுத்துவது, வாகனங்களை விரைவாக ஓட்டுவது போன்றவை இதற்கு எடுத்துக்காட்டு. அவர்களுக்கு அந்த ஆபத்தான நடத்தைகளின் விளைவுகளை மதிப்பிடத் தெரியவில்லை என்பதுதான் இதற்கான காரணமாகப் பலராலும் சொல்லப்படுகிறது. எடுத்துக்காட்டாக அவர்கள் தங்களை

சிரஞ்சீவிகளாக நினைத்துக்கொள்கிறார்களோ என நினைக்கத் தோன்றும். அல்லது போதைப்பழக்கத்துக்கு ஆளாகமாட்டோம், அல்லது கர்ப்பம் தரிக்க மாட்டோம் என்று நினைக்கிறார்கள் என்றும் நமக்குத் தோன்றலாம். தற்போது பள்ளிகளும் பிற குழுக்களும் அவர்களுக்கு இப்பிரச்னைகளைப்பற்றிய அதிக விழிப்புணர்வை அளிக்கின்றன. இவ்வாறு விழிப்புணர்வு அளிக்கும் திட்டங்களால் அவர்களின் நடத்தையில் மாற்றங்கள் ஏற்படலாம். ஆனால் இதைப்பற்றிய அறிவிருந்தும் தொடர்ந்து இவைபோன்ற ஆபத்தான நடவடிக்கைகளில் ஈடுபடுகின்றனர். லாரி ஸ்டெயின்பர்க் என்ற உளவியலாளர் விழிப்புணர்வு முகாம்களுக்கும் நடத்தைமாற்றங்களுக்கும் பெரிய தொடர்பில்லை என்கிறார். இளையவர்களை விட வளரிளம்பருவத்தினரால் சிக்கலாகவும் காரணகாரியத்தொடர்புடனும் சிந்திக்க முடியும் என்று இவர்களின் சிந்தனையைப் பற்றிய ஆய்வுகள் கூறுகின்றன. மட்டுமல்ல விரைவாக வாகனம் ஓட்டினால் ஏற்படும் விளைவைப் பற்றிக் கற்பனை செய்யவும் இவர்களால் முடியும். பதினைந்து வயதை எட்டும்போது நம்மைப்போலவே அவர்களால் காரணகாரியத்துடன் தெளிவாகச் சிந்திக்க முடியும். எனவே, தங்களைச் சிரஞ்சீவிகளாக நினைக்கிறார்கள், ஒருபோதும் கர்ப்பம் தரிக்க மாட்டோம் அல்லது எய்ட்ஸ் போன்ற நோய்கள் தாக்காது என்றெல்லாம் நினைப்பதால்தான் இத்தகைய ஆபத்தான செயல்களில் ஈடுபடுகிறார்கள் என்பதை நம்புவது கடினமாக இருக்கிறது. இருப்பினும் வேறு எந்தப் பருவத்தினரை விடவும் வளரிளம்பருவத்தினர்தான் ஆபத்தான செயல்களில் ஈடுபடுகிறார்கள் என்பது மறுக்கமுடியாத உண்மை. இந்த முரண்பாட்டுக்கான காரணத்தை நம்மால் எப்படி விளக்கமுடியும்?

இதற்கான விடையைப் புரிந்துகொள்ள மூளையின் இரண்டு மையங்களைப்பற்றித் தெரிந்துகொள்ள வேண்டும். மூன்று, மூளையின் வெளிப்பகுதியில் (ப்ரிப்ரன்டல் பரைட்டல் மற்றும் கோர்டிஸீஸ்) அமைந்துள்ள சிந்தனைக் கட்டுப்பாட்டு வலைப்பின்னல். அடுத்தது லிம்பிக், பாராலிம்பிக் பகுதிகளில் அதாவது அமைக்டல் பகுதியில் அமைந்துள்ள சமூக உணர்வு வலைப்பின்னல். சிந்தனைக் கட்டுப்பாடு என்பதற்குள் முன்கூட்டியே சிந்தித்தல், யோசிக்காமல் சட்டெனச் செயல்படுவதைக் கட்டுப்படுத்துதல், மகிழ்ச்சியை நோக்கிச் செயல்படுதல் (எதிர்காலத்தில் கிடைக்கப்போகும் வெகுமதிக்காக வேலை செய்வது), சுயகட்டுப்பாடு ஆகியவை அடங்கும். மூளையின் இந்தப் பகுதி மழலைப்பருவத்திலிருந்தே படிப்படியாகவும் சீராகவும் வளர்கிறது. பூப்படைதல் என்னும் நிகழ்வு இந்த வளர்ச்சியின் மீது பெரிதாகத் தனியாக எந்தத் தாக்கமும் செலுத்துவதில்லை. சமூகக்

கட்டுப்பாட்டு வலைப்பின்னல் சமூக நிகழ்வுகளால் ஏற்படும் உணர்வுத் தூண்டல்களைக் கட்டுப்படுத்துகிறது. கூர்மையான உணர்வுகளைத் தேடிக்கொண்டிருக்கும். வெகுமதியை நோக்கிச் செயல்படும் (குறிப்பாக உடனுக்குடன் கிடைக்கும் வெகுமதிக்காக) இந்த உணர்வு களைக் கட்டுப்படுத்தும் மூளையின் இந்தப் பகுதி பூப்படையும் பருவத்தில் அதிக அளவில் தூண்டப்படுகிறது. அதிக நுட்பமான உணர்வுடையதாகிறது. அதுவும் குறிப்பாக வளரிளம்பருவத்தில் உற்பத்தியாகும் ஹார்மோன்களால் எளிதில் தூண்டப்படுகிறது.

இப்பருவத்தில் பல்வேறு முடிவெடுக்கும் சூழல்கள் உருவாகும்போது இந்த இரு வலைப்பின்னல்களுக்கிடையே போட்டி ஏற்படுகிறது. இவர்கள் தனிமையில் இருக்கும்போது சமூக உணர்வு வலைப்பின்னல் சற்று பலவீனமாகச் செயல்படும். மாறாகச் சிந்தனைக் கட்டுப்பாட்டு வலைப்பின்னல் முடிவு எடுக்க வழிகாட்டும். அதேநேரத்தில் அவர்கள் தோழர்களுடன் இருக்கும்போது இதற்கு நேரெதிரான செயல் நடக் கிறது. இத்தகைய சூழல்களில் சிந்தனைக் கட்டுப்பாட்டு வலைப் பின்னல் வலுவிழந்து போகிறது, அதுவும் குறிப்பாக இந்த அமைப்பு முழு வளர்ச்சி பெறாத வளரிளம்பருவத்தினரிடம். தோழர்களுடன் பழகும்போது சமூக வெகுமதி கிடைப்பதுபோல் அவர்கள் உணர் கிறார்கள். அதனால் இந்நிகழ்ச்சிகளால் எளிதில் தூண்டப்படும் சமூக உணர்வு கட்டுப்பாட்டு வலைப்பின்னல் அமைந்திருக்கும் பகுதி முடிவெடுப்பதில் முக்கிய பங்கு வகிக்கிறது என்று ஸ்டெயின்பர்க் கருதுகிறார். வளரிளம்பருவத்தினரால் இத்தூண்டுதல்களைத் தடுக்கவோ, கட்டுப்படுத்தவோ முடியாததால் குறிப்பிட்ட முறை களில் அவர்கள் நடந்துகொள்வதுதான் இதன் விளைவு. மூளையைப் பற்றி நடந்துகொண்டிருக்கும் சமீபத்திய ஆய்வுகள் இப்பொதுவான கருத்தைப் பலவழிகளில் உறுதிப்படுத்துகின்றன. எடுத்துக்காட்டாக, கோபப்படும்போது தோழர்களின் செயல்களால் ஈர்க்கப்படுபவர் களுடையவும் தோழர்களின் வலையில் சிக்காதவர்களுடையவும் மூளையின் செயல்பாட்டைக் காட்சிப்படமாகப் படம்பிடித்தார்கள். அதில் அவையிரண்டும் இரண்டு வகையில் செயல்படுவதாகத் தெரிய வந்துள்ளது. தோழர்களின் தாக்கத்தைத் தடுக்க முடியாதவர்களிடம் ஒரு வினாநிரல் கொடுத்து நிரப்பச் சொன்னபோது (பெட்டி 1 பார்க்க) அவர்களின் மூளையின் குறிப்பிட்ட பகுதியில் (ப்ரிமோட்டார் ரீஜியன்) அதிகச் செயல்பாடுகள் நடப்பது தெரிந்தது (அடுத்தவர்களின் செயல் களைப் புரிந்துகொண்டு எப்படி செயல்பட வேண்டும் என்று முடி வெடுக்கும் மூளையின் பகுதி இது.) மூளையின் ப்ரிமோட்டார் பகுதிக்கும் ப்ரிப்ரண்டல் பகுதிக்கும் இடையே இருக்கும் தொடர்பு களின் அளவைப் பொறுத்துத் தேவையான நேரங்களில் சட்டெனப்

பொங்கும் உணர்ச்சியால் தூண்டப்படும் செயல்களைத் தடுக்க முடியும். ஆனால், ஒரு நடுத்தர திரைப்படத் துண்டைக் காணும்போது தோழர்களின் தாக்கத்தால் அதிக அளவு ஈர்க்கப்படும் மாணவர்கள், குறைவாக ஈர்க்கப்படும் மாணவர்கள் ஆகியோரின் இந்த ஈர்ப்பு மறைந்துவிடுகிறது. எனவே, சுயகட்டுப்பாட்டோடு இருக்க வேண்டும். சட்டெனப் பொங்கும் உணர்ச்சியால் தூண்டப்படும் செயல்களைக் கட்டுப்படுத்த வேண்டும். அப்போதுதான் அவரவர் உணர்வுகளையும், தோழர்களின் அருகாமையால் உருவாகும் சமூகச் செயல்களையும் சமநிலையில் வைத்திருக்க முடியும். இந்தத் திறன்பெறும் ஒருவரால்தான் தோழர்களின் பிடியிலிருந்து தங்களை விடுவிக்க முடியும் என்று தோன்றுகிறது.

தோழர்களின் தாக்கத்தால் ஆபத்தான செயல்களில் ஈடுபடுவதைப் பற்றி ஸ்டெயின்பர்க் மற்றுமோர் சுவையான ஆய்வைச் செய்துள்ளார். வளரிளம்பருவத்தினர் (பதிமூன்று வயது முதல் பதினாறு வயதுவரை) கல்லூரி மாணவர்கள் (பதினெட்டு வயது முதல் இருப்பத்தியொரு வயதுவரை) மற்றும் வயது முதிர்ந்தவர்கள் (இருபத்தி நான்கு வயதுக்கும் மேற்பட்டவர்கள்) ஆகியோரிடம் கணினி விளையாட்டு ஒன்றை விளையாடும்படிச் சொன்னார். ஒரு வாகனத்தை விரைந்து ஓட்டிச் சென்று இயன்றளவு புள்ளிகள் பெறவேண்டும். சில குறிப்பிட்ட பகுதிகளில் போக்குவரத்துக் கட்டுப்பாட்டு விளக்குகள் மஞ்சள் நிறமாகவும் பிறகு சிவப்பு நிறமாகவும் மாறும். சிவப்பு விளக்கு எரியும்போது அதைத் தவிர்த்து வாகனம் ஓட்டினால் விபத்துக்குள்ளாவர். எத்தனைமுறை மஞ்சள் விளக்கைத் திருட்டுத்தனமாகக் கடந்து செல்ல முயற்சி செய்கின்றனர் என்று உளவியலாளர்கள் கணக்கிடுவர். அதாவது எத்தனைமுறை ஆபத்தான முடிவெடுக்கின்றனர் என்பதைக் கணக்கிடுவர். இவ்விளையாட்டை விளையாடியவர்களில் பாதிப்பேர் தனியாக விளையாடினர். மீதிப் பாதிப்பேர் இருவர் இருவராக விளையாடினர். ஒருவர் விளையாட அடுத்தவர் எப்படி விளையாடுவது என்று அறிவுரை கொடுப்பர். கீழ்வரும் வரைபடம் இந்த ஆய்வு முடிவுத் தெளிவாகச் சொல்கிறது. வளரிளம்பருவத்தினரும் ஓரளவுக்கு முதிர்ந்தவர்களும் தங்கள் நண்பர்களின் அருகில் இருந்தபோது அதிக அளவில் ஆபத்தான முடிவெடுத்தனர். தனியாக விளையாடியபோது மூன்று பிரிவினரும் ஒரேபோல் விளையாடினர்.

பதினான்கு முதல் பதினேழு வயதுவரையுள்ளவர்களிடம் ஆபத்தான முடிவையும் அதன் விளைவுகளையும் பற்றி வெறுமனே பேசுவதால் பெருமளவு தாக்கத்தை ஏற்படுத்த முடியாது; மேலும் உணர்வுகளை அதிகளவு தூண்டும் சூழல்களில் தாங்கள் எடுக்கும் முடிவுகளைக் கட்டுப்படுத்த அவர்களால் முடிவதில்லை என்று இந்த ஆய்வு முடிவு

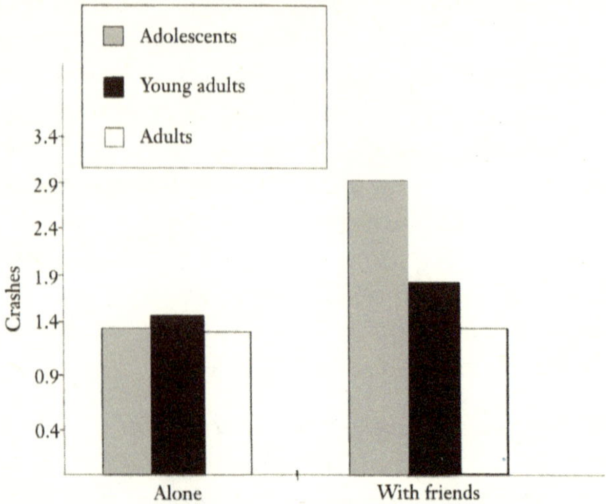

நமக்குத் தெரிவிக்கிறது. ஸ்டெயின்பர்க் வேறு சில மாற்றுவழிகளைக் கூறுகிறார். சிகரெட்டுகளின் விலையைக் கூட்டுதல், வாகனம் ஓட்டுவதற்கான அடிப்படை வயதை அதிகப்படுத்துதல், மனநலம் மற்றும் கருத்தடைச் சேவைகளை அதிகப்படுத்துதல் போன்றவைதாம் அந்த வழிகள். தீமையான விளைவுகளை ஏற்படுத்தும் முதிர்ச்சியற்ற முடிவுகள் எடுக்கும் வாய்ப்புக்களைக் குறைப்பது நல்லது என்றும் ஸ்டெயின்பர்க் கூறுகிறார். இது ஓர் சிறந்த அறிவுரை. ஆனால் தவறான வழியில் பயன்படுத்துவதற்கான வாய்ப்பு அதிகம். கடினமான பருவத்தைக் கடக்கும் இந்த வேளையில் அவர்களைக் கண்காணிக்கவும் அவர்களின் செயல்களை அவநம்பிக்கையோடு பார்க்கவும் இந்த அறிவரை வழிவகுக்கக் கூடாது. வளரிளம்பருவத்தினரைப் பற்றிய இந்த ஆய்வை முழுமையாகப் புரிந்துகொள்ளும்போது அவர்களை நாம் அணுகும் முறையில் சில நுண்ணிய, தற்கால மாற்றங்களை மட்டும் செய்தால்போதும். வளரிளம்பருவ மாணவர்கள் அறிவுக்குப் பொருந்தாத நடத்தையால் மிகவும் பாதிக்கப்படுகிறார்கள். அதே நேரத்தில் அவர்களுக்கு உயர்ந்த விவேகத்துடன் சிந்திக்கும் திறனும் உண்டு. இந்த இரண்டு எதிர்கருத்துகளைச் சமநிலைப்படுத்தி அவர்களைச் சிறந்த மாணவர்களாக்குவது எப்படி? பல்வேறு அணுகுமுறைகளைப் பயன்படுத்திப் பார்ப்பது, வெற்றிபெறாத அணுகுமுறையைத் தவிர்க்கத் தயாராக இருப்பது, அவர்களின் பின்னூட்டத்தின் அடிப்படையில் நம் அணுகுமுறையில் தேவையான மாற்றங்களைத் தொடர்ந்து செய்வது என்பவைதாம் இதற்கான வழி. இந்த வழி மிகவும் எளிய வழி என்று எவரும் உறுதிசொல்லமாட்டார்கள். இருப்பினும் வளரிளம்பருவத்தினரிடம் நேர்மறை ஆற்றல் உண்டு

என்பதை மறந்துவிடக் கூடாது. இது மிகவும் முக்கியம். அடுத்து நான் குறிப்பிடப்போகும் ஆய்வு இந்தமுறையில் அவர்களிடம் ஏற்பட்ட வளர்ச்சியை மிக அழகாகச் சித்திரிக்கிறது.

இருபது வருடத்திய அபார வளர்ச்சியின் உச்சத்தை வளரிளம்பருவத்தினரிடம் நாம் பார்க்கிறோம். இந்தநிலையில் அவர்களின் உயரம், நிகழ்கால நினைவாற்றல், மூளையின் அளவு, ஐக்யூ ஆகியவை முழு வளர்ச்சியடைந்திருக்கும். உறுதியான நிலையை அடைந்திருக்கும். ஆனால், அறிவும் திறமையும் நம் வாழ்நாள் முழுவதும் வளர்ந்து கொண்டேயிருக்கும் என்று தனியாகச் சொல்லவேண்டியதில்லை என்று நினைக்கிறேன். வளரிளம்பருவத்தோடு முடிந்துவிடாத ஒன்றாக நாம் அனைவரும் கருதுவது ஞானம். நம்மில் பெரும்பான்மையோரும் முதியவர்களாகாமல் ஒருவருக்கு ஞானம் கிடைக்காது. முதியவர்களாகாமல் நம்மால் ஞானிகளாக முடியாது என்று கருதுகிறோம். இருபது வயதான இளைஞனைப் பார்த்து ஒருவரும் அவர் ஒரு இளவயது ஞானி என்று சொல்லமாட்டார்கள் (நகைச்சுவையாகச் சிலவேளை சொல்லலாம்). பால் பால்டஸ் என்னும் உளவியலாளர் பதிற்றாண்டுகளாக ஒருவரின் வாழ்நாளை அதிகரிப்பது பற்றி ஆய்வு செய்தவர். வயது முதிர்ந்தவர்களின் உளவியலில் பல்வேறு கூறுகளைப் பற்றியும், குறிப்பாக மிகமிகச் சிரமமான செயலான ஞானத்தை அளப்பது பற்றியும் ஆய்வு செய்தவர். இதுபோன்ற நுண்ணிய கருத்தை அளக்க முற்படுமுன் வழக்கமாக உளவியலாளர்கள் அதைப்பற்றிய ஒரு செயலாக்க வரையறையை உருவாக்கிக்கொள்வார்கள். அதுபோல் பால் பால்டஸ் ஞானத்தைப்பற்றி ஒரு செயலாக்க வரையறையை உருவாக்கினார். பால் பால்டஸும் அவருடைய தோழர்களும் ஞானம் என்பதை 'அசாதாரணமான உள்ளுணர்வு, மதிப்பிடும் திறன், சிக்கலான மற்றும் உறுதியற்ற விஷயங்களைப் பற்றி அறிவுரை வழங்குதல் போன்ற வாழ்வின் அடிப்படை நடைமுறைச் செயல்களைப் பற்றிய தேர்ந்த அறிவு' என்று வரையறுத்துள்ளனர். அவர்கள் இதை ஞானத்தோடு தொடர்புடைய அறிவு மற்றும் மதிப்பீடு என்று அழைக்கின்றனர். இதற்கான ஐந்து அடிப்படைப் பண்புகளைக் கீழ்வரும் அட்டவணையில் காணலாம்.

எல்லாச் செயலாக்க வரையறைகளையும்போல இதையும் நீங்கள் ஏற்றுக்கொள்ளலாம் அல்லது மறுக்கலாம். ஆனால் பிற வரையறைகளோடு ஒப்பிடும்போது இந்த வரையறைக்குக் கொஞ்சம் தெளிவுண்டு. அவ்வளவு குழப்பம் இல்லை. பால்டஸும் பிறரும் இருபத்தைந்து முதல் எண்பதுவரை வயதுள்ளவர்களை உட்படுத்தி இந்தச் சுவையான ஆய்வை நடத்தினர். வயது கூடக்கூட தானாக ஞானம் கூடுவதில்லை என்ற ஆச்சரியப்படும் உண்மையைக் கண்டடைந்தனர். அவர்கள்

உருவாக்கிய வரையறையின் அடிப்படையில், தேர்ந்தெடுத்த ஆய்வு முறையின் அடிப்படையில் முதுமை கூடக்கூட ஞானமும் அதிகரிப்ப தில்லை என்பதைக் கண்டுபிடித்தனர். மாறாகக் குறிப்பிட்ட அனுபவங் கள் ஏற்படுவதாலும், அவரவர் ஆளுமைப் பண்புகளாலும்தான் ஞானத்தோடு தொடர்புடைய அறிவும் மதிப்பீடும் கூடுகிறது. புதுப்புது அனுபவங்களைத் தேடிச் செல்லுதல் பல விஷயங்களைப் பற்றித் தன் கருத்தைச் சொல்லுதல் என்பவை ஆளுமைப்பண்புகளில் அடங்கும்.

ஞானத்தின் அடிப்படைப் பண்பு	**சிறு விளக்கம்**
1. வாழ்க்கையைப் பற்றிய உயர்ந்த கருத்தும் அறிவும்	வாழ்க்கையோடு தொடர்புடைய பல்வேறு பிரச்னைகளைப் பொதுவாகவும் குறிப்பாகவும் ஆழத்தில் அறிந்திருத்தல்
2. வாழ்க்கையை நடத்திச் செல்லும்முறை பற்றிய உயர்ந்த அறிவு	முடிவெடுப்பது எப்படி, பிரச்னைகளுக்குத் தீர்வுகாண்பது எப்படி என்ற அறிவு. இலக்கை அடையும் திறன், பல்வேறு சூழல்களைச் சமாளிக்க அறிவுரை வழங்குதல்
3. வாழ்நாள் பற்றிய சூழ்நிலைவாதம்	கடந்தகாலம், நிகழ்காலம் கூடவே எதிர் காலச் சூழல்களைப் பற்றிய புரிதல்
4. ஒப்பு மதிப்பீடு	உலகார்ந்த விழுமியங்களைப் பற்றியும் மேலும் ஒவ்வொரு விழுமியமும் ஒன்றோடொன்று தொடர்பானவை என்ற புரிதல்
5. உறுதியற்ற சூழலை அறிந்துகொள்ளுதலும் மேலாண்மை செய்தலும்	வாழ்க்கையில் எதுவும் உறுதியற்றது என்றும் அவ்வாறு உறுதியற்ற சூழல்களைச் சமாளிப்பது எப்படி என்றும் அறிந்திருத்தல்

அப்படியானால் ஞானம் என்பது வளரிளம்பருவத்திலேயே வளர்ந்து முதிர்ச்சியடையும் மற்றொரு பண்பா? பால்டஸூம் அவருடைய தோழர்களான மோனிஷா பசுபதி, உர்சுலா ஸ்டாடிங்கர் ஆகியோர் ஞானத்தின் வேரைத் தேட முடிவு செய்தனர். பெர்லினிலுள்ள பதினான்கு வயதுக்கும் பத்தொன்பது வயதுக்கும் இடைப்பட்ட நூற்றைம்பது பள்ளி மாணவர்கள், இருபது வயதுக்கும் முப்பது வயதுக்கும் இடைப்பட்ட அறுபது இளைஞர்கள் ஆகியோருக்கு ஒரு கற்பனையான, தடுமாற வைக்கும் சூழலைக் கொடுத்து அலசச் சொன்னார்கள்.

- பதின் பருவத்தைச் சேர்ந்த ஒருவர் அவருடைய எதிர்காலத்தை முடிவு செய்யும் ஒரு முக்கிய தேர்வில் தோற்றுப்போய்விட்டோம் என்பதைத் தெரிந்துகொள்கிறார். அவரோ, இந்தச் செய்தியை அறிந்த வேறொருவரோ இந்தச் சூழலில் என்ன செய்வார்? அவருடைய எண்ணம் என்னவாக இருக்கும்?
- பதின் பருவத்தைச் சேர்ந்த ஒருவர் நண்பர்கள் தீட்டிய திட்டத்தில் தன்னை உட்படுத்தவில்லையென்பதை அறிகிறார். அவரோ, இந்தச் செய்தியை அறிந்த வேறொருவரோ இந்தச் சூழலில் என்ன செய்வார்? அவருடைய எண்ணம் என்னவாக இருக்கும்?
- தன்னுடைய வாழ்க்கையைப் பற்றி யோசிக்கும் ஒருவர் அவர் முன்பு கற்பனை செய்த எந்த இலக்கையும் அடையமுடியவில்லை என்பதை உணர்கிறார். இந்தச் சூழலில் அவரோ, இந்தச் செய்தியை அறிந்த வேறொருவரோ என்ன செய்வார்?
- தடுமாற வைக்கும் இந்தச் சூழல்களில் என்ன செய்வீர்கள் என்பதைப் பற்றி உரக்கச் சிந்திக்கும்படி உளவியலாளர்கள் இவர்களிடம் கேட்டுக்கொண்டார்கள். அந்த ஐந்து அடிப்படைப் பண்புகளின்படி இவர்களின் எண்ணங்கள் மதிப்பிடப்பட்டுப் புள்ளிகள் இடப்பட்டன. ஆய்வு முடிவு அனைவருக்கும் அதிர்ச்சியைத் தந்தது. பதினான்கு முதல் இருபத்திமூன்றுவரை வயதுடையவர்கள் மிக அதிகமான புள்ளிகளைப் பெற்றார்கள். இருபத்து மூன்று வயதுக்குமேல் உள்ளவர்களால் அவ்வளவு புள்ளிகள் பெறமுடியவில்லை. வயதுகூடுவதற்கேற்ப அதிகப் புள்ளிகள் அவர்கள் பெறவில்லை. (வரைபடம் பார்க்க)

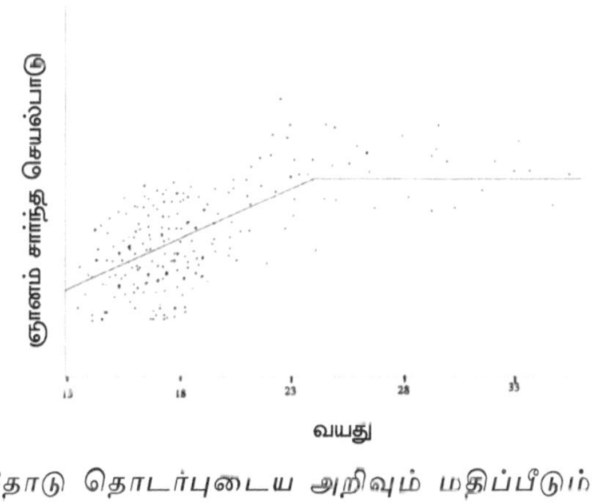

ஞானத்தோடு தொடர்புடைய அறிவும் மதிப்பீடும் சில வழிநெறிகளுக்கு உட்படுகின்றன. அதாவது வளரிளம்பருவத்தினர் அனுபவிக்கும் சில அடிப்படைக் காரணிகளால் இவை முடிவு செய்யப்படுகின்றன

என்பதை இந்த ஆய்வு தெளிவாகச் சுட்டிக்காட்டுகிறது. அதற்குப் பிறகு ஏற்படும் ஞானத்தின் வளர்ச்சி என்பது அடிப்படைக் காரணிகளால் முடிவுசெய்யப்படுவதில்லை. தனிப்பட்ட காரணிகளால் முடிவு செய்யப்படுகிறது. இந்தக் கருத்து வளரிளம்பருவத்தினரைப் பற்றியும் குழந்தைப்பருவம் பற்றியும் நாம் கொண்டுள்ள எண்ணத்தில் மாற்றம் தேவை என்பதைச் சொல்கிறது. ஞானம் என்று அழைத்தாலும், வேறு என்ன பெயர் சொல்லி அழைத்தாலும் நாம் அதைப்பற்றி நமக்கேயுரிய ஒரு கருத்தை உருவாக்கி வைத்திருக்கிறோம். சிலவேளை வயது முதிர்ந்தவர்களிடம் அந்த ஞானத்தைத் தரிசித்திருக்கலாம். எது எப்படி யிருந்தாலும் வளரிளம்பருவத்தினரை நாம் அங்கீரிக்கவும் பாராட்டவும் வேண்டும். இதையே வேறு முறையில் கூறினால் ஞானத்தின் வேர்களை வளரிளம்பருவத்தினரிடம் காணலாம் என்பது உண்மை.

முடிவுரை

நம் மாணவர்கள் நாம் உணராமலே வளரிளம்பருவத்தை எட்டிவிடு கிறார்கள். திடீரென்று ஒரு நாள் நீங்கள் பேசிக்கொண்டிருக்கும் பெண் குழந்தைக்குப் பன்னிரண்டு வயதாகிவிட்டதே என்று தோன்றும் அல்லது பதினான்கு வயதுப் பையன் தொலைபேசியில் பேசுவதைக் கேட்டு அவனுடைய அப்பாதான் பேசுகிறாரோ என்று தவறாக நினைத்துவிடுவீர்கள். நம் பார்வையில் அவர்கள் குழந்தைகளாக இருப்பார்கள். ஆனால், நாம் அவர்களிடம் உண்மையாகவே சற்று மாறுபட்ட முறையில் நடந்துகொள்ள வேண்டியுள்ளது. கொந்தளிப் பான, உத்வேகமுள்ள இந்தப் பருவத்தினரின் மனதில் ஓடும் எண்ணம் என்ன, அவர்கள் வாழ்க்கை எப்படியிருக்கிறது என்பதைப் பற்றிய விழிப்புணர்வு நமக்கு அவசியம் தேவை. அப்போதுதான் அவர் களுடன் சற்று உணர்வுபூர்வமாகவும், புரிதலோடும் பொறுமையோடும் பழகமுடியும். அப்போது வளரிளம்பருவம் என்ற தொடரைப் பற்றிய நம் எதிர்மறைக் கருத்து தானாக மறைந்துவிடும்.

பின்னிணைப்பு

References & Bibiliography

அத்தியாயம் 1: மூளை, பரிணாமம், பள்ளி வாழ்க்கை

1. Barret, H. Clark, and R. Kurzban, 2006. 'Modularity in Cognition: Framing the Debate'. *Psychological Review,* Vol. 113, No. 3, 628-47.
2. Cosmides, L., and J. Tooby, 1997. *Evolutionary Psychology: A primer.*
3. Geary, D.C., 1995. 'Reflections of Evolution and Culture in Children's Cognition Implications for Mathematical Development and Instruction'. *American Psychologist,* Vol. 50, No. 1, 24-37.
4. Geary, D. C., 1996. 'The Evolution of Cognition and the Social Construction of Knowledge'. *American Psychologist,* Vol. 51, No. 3, 265-66.
5. Geary, D.C., and K.J. Huffman, 2002. 'Brain and Cognitive Evolution: Forms of Modularity and Functions of Mind'. *Psychological Bulletin,* Vol. 128, No. 5, 667-98.
6. Gould, E., P. Tanapat, N.B. Hastings, and TJ. Shors, 1999. 'Neurogenesis in Adulthood: a Possible Role in Learning'. *Trends in Cognitive Sciences,* Vol. 3, No. 5.
7. Medin, D.L., and S. Atran, 2004. 'The Native Mind: Biological Categorisation and Reasoning in Development and across Cultures'. *Psychological Review,* Vol. 111, No. 4, 960-83.
8. National Commission on Excellence in Education, 1983. *A Nation at Risk: The Imperative for Educational Reform.* US Department of Education.
9. Nelson, C.A., 2000. 'Neural Plasticity and Human Development: the Role of Early Experience in Sculpting Memory Systems'. *Developmental Science,* 3:2, 115-36.
10. Pinker, S., 2003. 'How to Get Inside a Student's Head'. *The New York Times,* January 31, 2003.
11. Posner, M.I., and GJ. DiCirolamo, 2000. 'Cognitive Neuroscience: Origins and Promise'. *Psychological Bulletin,* Vol. 126, No. 6, 873-89.
12. Sacks, O., 1990. *The Man Who Mistook His Wife for a Hat and Other Clinical Tales.* Harper Perennial, New York.

13. Skoyles, J.R., 1999. 'Neural Plasticity and Exaptation'. *American Psychologist,* Vol. 54, No. 6, 438-39.

14. Squire, L.R., 1992. 'Memory and the Hippocampus'. *Psychological Review,* Vol. 99, No. 2, 195-231.

15. Springer, S.P., and G. Deutsch, 1985. *Left Brain, Right Brain* (revised *edn). W.H. Freeman and Co., New York.*

16. *Thompson, R.F., 1993. The Brain: a Neuroscience Primer. W.H.* Freeman and *Co., New York.*

அத்தியாயம் 2: கற்றல்

1. Bransford, J., R. Sherwood, N. Vye, and J. Rieser, 1986. 'Teaching Thinking and Problem Solving'. *American Psychologist,* Vol. 41, No. 10, 1078-89.

2. Chi, M.T.H., 2005. 'Commonsense Perceptions of Emergent Processes: Why Some Misconceptions are Robust'. *The Journal of the Learning Sciences,* 14(2), 164-99.

3. Ericsson, K.A., R.T. Krampe, and C. Tesch-Raimer, 1993. 'The Role of Deliberate Practice in the Acquisition of Expert Performance'. *Psychological Review,* Vol. 100, No. 3, 363-406.

4. Geary, D.C., 1995. 'Reflections of Evolution and Culture in * Children's Cognition: Implications for Mathematical Development and Instruction'. *American Psychologist,* Vol. 50, No. 1, 24-37.

5. Geary, D.C., 1996. 'The Evolution of Cognition and the Social Construction of Knowledge'. *American Psychologist,* Vol. 51, No. 3, 265-66.

6. Glaser, R., 1984. 'Education and Thinking: The Role of Knowledge'. *American Psychologist,* Vol. 39, No. 2, 93-104.

7. Glassman, M., 1996. 'The Argument for Constructivism'. *American Psychologist,* Vol. 51, No. 3, 264-65.

8. Gould, E., P. Tanapat, N.B. Hastings, and T.J. Shors, 1999. 'Neurogenesis in Adulthood: a Possible Role in Learning'. *Trends in Cognitive Sciences,* Vol. 3, No. 5.

9. Hardy, I., A. Jonen, K. Moller, and E. Stern, 2006. 'Effects of Instructional Support Within Constructivist Learning Environments for Elementary School Students' Understanding of 'Floating and Sinking'. *Journal of Educational Psychology,* 98(2), 307-26.

10. Keil, EC., W.C. Smith, DJ. Simons, and D.T Levin, 1998. 'Two Dogmas of Conceptual Empiricism: Implications for Hybrid Models of the Structure of Knowledge'. *Cognition,* 65, 103-35.

11. Lewis, A.B., 1989. 'Training Students to Represent Arithmetic Word *Problems'. Journal of Educational Psychology,* Vol. 81, No. 4, 521-31.

12. Mayer, R.E., 1992. 'Cognition and Instruction: Their Historic Meeting Within Educational Psychology'. *Journal of Educational Psychology,* Vol. 84, No. 4, 405-12.

13. Mayer, R.E., 2004. 'Should There Be a Three-Strikes Rule Against Pure Discovery Learning? The Case for Guided Methods of Instruction'. *American Psychologist,* Vol. 59, No. 1, 14-19.

14. Nelson, C.A., 1999. 'Change and Continuity in Neurobehavioural Development: Lessons from the Study of Neurobiology and Neural Plasticity'. *Infant Behaviour and Development,* Vol. 22, No. 4.

15. Palinscar, A.S., and A.L. Brown, 1984. 'Reciprocal Teaching of Comprehension-Fostering and Monitoring Activities'. *Cognition and Instruction,* 1(2), 117-75.

16. Perkins, D.N., 1985. 'Postprimary Education Has Little Impact on Informal Reasoning'. *Journal of Educational Psychology,* Vol. 77, No. 5,562-71.

17. Perkins, D.N., and T.A. Grotzer, 1997. 'Teaching Intelligence'. *American Psychologist,* Vol. 52, No. 10, 1125-33.

18. Perry, M., S.W. VanderStoep, and S.L. Yu, 1993. 'Asking Questions in First-Grade Mathematics Classes: Potential Influences on Mathematical Thought'. *Journal of Educational Psychology,* Vol. 85, No. 1,31-40.

19. Phillips, D.C., 1997. 'How, Why, What, When and Where: Perspectives on Constructivism in Psychology and Education'. *Issues in Education,* Vol. 3(2), 151.

20. Piaget, J., 1970. *Science of Education and the Psychology of the Child.* Orion Press, New York.

21. Pinker, S., 2003. 'How to Get Inside a Student's Head'. *The New York Times,* January 31, 2003.

22. Posner, M.I., and G.J. DiGirolamo, 2000. 'Cognitive Neuroscience: Origins and Promise'. *Psychological Bulletin,* Vol. 126, No. 6, 873-89.

23. Rittle-Johnson, B., R.S. Siegler, andM.W Alibali, 2001. 'Developing Conceptual Understanding and Procedural Skill in Mathematics: An Iterative Process'. *Journal of Educational Psychology,* Vol. 93, No. 2, 346-62.

24. Siegler, R.S., 2005. 'Children's Learning'. *American Psychologist,* 60, 769-78.

25. Skoyles, J.R., 1999. 'Neural Plasticity and Exaptation'. *American Psychologist,* 54, 438-39.

26. Solso, R.L., 2001. *Cognitive Psychology.* Pearson Education (Singapore) Ptc. Ltd., Delhi.

27. Stafylidou, S., and S. Vosniadou, 2004. 'The Development of Students' Understanding of the Numerical Value of Fractions'. *Learning and Instruction,* 14, 503-18.

28. Vamvakoussi, X., and S. Vosniadou, 2004. 'Understanding the Structure of the Set of Rational Numbers: a Conceptual Change Approach'. *Learning and Instruction,* 14, 153-67.

அத்தியாயம் 3: நினைவாற்றல்

1. Ackerman, P.L., M.E. Beier, and M.O. Boyle, 2005. 'Working Memory and Intelligence: The Same or Different Constructs?' *Psychological Bulletin,* Vol. 131., No. 1., 30-60.

2. Bahrick, H.P., and L.K. Hall, 1991. 'Lifetime Maintenance of High School Mathematics Content'. *Journal of Experimental Psychology: General,* Vol. 120, No. 1, 20-33.

3. Bjork, R.A., 1994. 'Memory and Metamemory Considerations in the Training of Human Beings'. In J. Metcalfe and A. Shimamura (eds), *Metacognition: Knowing About Knowing.* Cambridge, MA: MIT Press.

4. Chi, M.T.H., and S. Ohlsson, 2005. Complex Declarative Learning. In KJ. Holyoak and R.G. Morrison (eds) *Cambridge Handbook of Thinking and Reasoning.* New York: Cambridge University Press.

5. Gathercole, S.E., and T.P. Alloway, *Understanding Working Memory: A Classroom Guide.* Available on request from the authors, s.e.gathercole@durham.ac.uk or t.p.alloway@durham.ac.uk

6. Ibid., 2008. *Working Memory and Classroom Learning.* In K. Thurman and K. Fiorello (eds), *Applied cognitive research in k-3 classrooms.* Routledge/Taylor and Francis, New York.

7. Gathercole, S.E., and SJ.Pickering, 2000.'WorkingMemory Deficits in Children with Low Achievements in the National Curriculum at 7 Years of Age'. *British Journal of Educational Psychology,* 70, 177-94.

8. McClelland, J.L., B.L. McNaughton, and R.C. O'Reilly, 1995. 'Why There Are Complementary Learning Systems in the Hippocampus and Neocortex: Insights From the Successes and Failures of Connectionist Models of Learning and Memory'. *Psychological Review,* Vol. 102, No. 3, 419-57.

9. Moors, A., and J. De Houwer, 2006. 'Automaticity: A Theoretical and Conceptual Analysis'. *Psychological Bulletin,* Vol. 132, No. 2, 297-326.

10. Nelson, C. A., 1995. 'The Ontogeny of Human Memory: A Cognitive Neuroscience Perspective'. *Developmental Psychology,* Vol. 31, No. 5, 723-38.

11. Sacks, O., 1990. *The Man Who Mistook His Wife for a Hat and Other Clinical Tales.* Harper Perennial, New York.

12. Siegler, R.S., 2004. 'Turning Memory Development Inside Out'. *Developmental Review,* 24, 469-75.

13. Solso,R.L.,2001. *Cognitive Psychology.* Pearson Education (Singapore) Pte. Ltd., Delhi.

14. Squire, L.R., 1992. 'Memory and the Hippocampus'. *Psychological Review,* Vol. 99, No. 2, 195-2 31.

15. Towse, J.N., GJ. Hitch, and U. Hutton, 1998. 'A Re-evaluation of Working Memory Capacity in Children'. *Journal of Memory and Language,* 39, 195-217.

அத்தியாயம் 4: குழந்தை வளர்ப்பு

1. Banks, R., 2 001. 'The Early Childhood Education Curriculum Debate: Direct Instruction vs. Child-Initiated Learning'. *Clearinghouse on Early Education and Parenting, http://ceep.crc.uiuc.edu*

2. Bjorklund, D.F., and B.L. Green, 1992. 'The Adaptive Nature of Cognitive Immaturity'. *American Psychologist,* Vol. 47, No. 1, 46-54.

3. Bjorklund, D.F., 1997. The Role of Immaturity in Human Development'. *Psychological Bulletin,* Vol. 122, No. 2, 153-69.

4. Bjorklund, D.F., 1997. 'In Search of a Metatheory for Cognitive Development (or, Piaget is Dead and I Don't Feel So Good Myself).' *Child Development,* Vol. 68, No. 1, 144-48.

5. Bornstein, M.H., 1989. 'Sensitive Periods in Development: Structural Characteristics and Causal Interpretations'. *Psychological Bulletin,* Vol. 105, No. 2, 179-97.

6. Bruner, J.S., 1972. 'Nature and Uses of Immaturity'. *American Psychologist,* August 1972, 687-708.

7. Cole, M.C., and S.R. Cole, 1993. *The Development of Children.* Scientific American Books.

8. Hirsh-Pasek, K., M. Hyson and L. Rescorla, 1990. 'Academic Environments in Preschool: Do they Pressure or Challenge Young Children?' *Early Education and Development,* Vol. 1, No. 6, 401-423.

9. Kail, R., 1991. 'Developmental Change in Speed of Processing During Childhood and Adolescence'. *Psychological Bulletin,* Vol. 109, No. 3,490-501.

10. Kail, R., 1991. 'Processing Time Declines Exponentially During Childhood and Adolescence'. *Developmental Psychology,* Vol. 27, No. 2, 259-66.

11. Keil, EC., W.C. Smith, DJ. Simons, and D.T. Levin, 1998. 'Two Dogmas of Conceptual Empiricism: Implications for Hybrid Models of the Structure of Knowledge'. *Cognition,* 65, 103-35.

12. Nelson, C.A., 1995. The Ontogeny of Human Memory: A Cognitive Neuroscience Perspective'. *Developmental Psychology,* Vol. 31, No. 5,723-38.

13. Nelson, C.A., 1999. 'Change and Continuity in Neurobehavioural Development: Lessons from the Study of Neurobiology and Neural Plasticity'. *Infant Behaviour and Development,* Vol. 22, No. 4.

14. Nelson, C.A., 2000. 'Neural Plasticity and Human Development: the Role of Early Experience in Sculpting Memory Systems'. *Developmental Science,* 3:2, 115-36.

15. NICHD Early Child Care Research Network, 2005. 'Predicting Individual Differences in Attention, Memory and Planning in First Graders from Experiences at Home, Child Care and School'. *Developmental Psychology,* Vol. 41, No. 1, 99-114.

16. Piaget, J., 1970. *Science of Education and the Psychology of the Child.* Orion Press, New York.

17. Siegler, R.S., 1998. *Children's Thinking.* Prentice Hall, New Jersey.

18. Siegler, R.S., 2005. *Children's Learning.* American Psychologist, 60, 769-78.

19. Thomas, B., 1992. 'Too Early to Fail? Pressures and benefits of pre-school education'. *Messenger,* Vol. 1, No. 2, p. 6.

20. Thomson, R.A., and C.A. Nelson, 2001. 'Developmental Science and the Media: Early Brain Development'. *American Psychologist,* Vol. 56, No. 1, 5-15.

21. Walker, S.P., T.D. Wachs, J.M. Gardner, B. Lozoff, G. Wasserman, E. Pollitt, J.A. Carter, and the International Child Development Steering Group, 2007. 'Child development: risk factors for adverse outcomes in developing countries'. *Lancet,* 369, 145-57.

அத்தியாயம் 5: பிறப்பும் வளர்ப்பும்

1. Asbury, K., T.D. Wachs, and R. Plomin, 2005. 'Environmental Moderators of Genetic Influence on Verbal and Nonverbal Abilities in Early Childhood'. *Intelligence,* 33, 643-61.

2. Bates, J.E., G.S. Pettit, K.A. Dodge, and B. Ridge, 1998. 'Interaction of Temperamental Resistance to Control and Restrictive Parenting in the Development of Externalizing Behavior'. *Developmental Psychology,* Vol. 34, No. 5, 982-95.

3. Bruner, J.S., and M.C. Cole, 1971. 'Cultural Differences and Inferences about Psychological Processes'. *American Psychologist,* 26, 867-76.

4. Cole, M.C., and S.R. Cole, 1993. *The Development of Children.* Scientific American Books.

5. Collins, W.A., E.E. Maccoby, L. Steinberg, E.M. Hetherington, and M.H. Bornstein, 2000. 'Contemporary Research on Parenting: The Case for Nature and Nurture'. *American Psychologist,* Vol. 55, No. 2, 218-32.

6. Pinker, S., 2002. *The Blank Slate: The Modern Denial of Human Nature.*

7. Rogoff, B., and P. Chavajay, 1995. 'What's Become of Research on the Cultural Basis of Cognitive Development?' *American Psychologist,* Vol. 50, No. 10, 859-77.

8. Wachs, T.D., 2 006.' Contributions of temperament to buffering and sensitization processes in children's development'. In B. Lester, A. Masten, and B. McEwen (eds). *Resilience in Children.* Annals of the New York Academy of Science, Vol. 1094, 28-39.

9. Walker, S.P., T.D. Wachs, J.M. Gardner, B. Lozoff, G.A. Wasserman, E. Pollitt, J.A. Carter, and the International Child Development Steering Group, 2007. 'Child development: risk factors for adverse outcomes in developing countries'. *Lancet,* 369, 145-57.

அத்தியாயம் 6: ஒழுக்க வளர்ச்சி

1. Arsenio, W.F., 2001. 'Moral Education and Domains in the Classroom'. *School Psychology Quarterly,* Vol. 17, No. 1, 100-07.

2. Arsenio, W.F. and J. Gold, 2006. 'The Effects of Social Injustice and Inequality on Children's Moral Judgements and Behaviour'. *Cognitive Development,* 21, 388-400.

3. Bear, G.G., M.A. Manning, and C.E. Izard, 2003. 'Responsible Behaviour: The Importance of Social Cognition and Emotion'. *School Psychology Quarterly,* Vol. 18, No. 2, 140-57.

4. Carlo, G., S.H. Roller, N. Eisenberg, M.S. Da Silva, and C.B. Frohlich, 1996. 'A Cross-National Study on the Relations Among Prosocial Moral Reasoning, Gender

Role orientations and Prosocial Behaviors'. *Developmental Psychology,* Vol. 32, No. 2, 231-40.

5. Coles, R., 1986. *The Moral Life of Children.* Houghton Mifflin Company.

6. Damon, W., 1975. 'Early Conceptions of Positive Justice as Related to the Development of Logical Operations'. *Child Development,* 46, 301-12.

7. Eisenberg-Berg, N., and E. Geisheker, 1979. 'Content of Preachings and Power of the Model/Preacher: The Effect on Children's Generosity'. *Developmental Psychology,* Vol. 15, No. 2, 168-75.

8. Eisenberg, N., R. Shell, J. Pasternack, R. Lennon, R. Beller, and R.M. Mathy, 1987. 'Prosocial Development in Middle Childhood: a Longitudinal Study'. *Developmental Psychology,* Vol. 23, No. 5, 712-18.

9. Gibbs, J.C., and S.V. Schnell, 1985. 'Moral Development versus Socialisation: A Critique'. *American Psychologist,* Vol. 40, No. 10, 1071-80.

10. Grusec, J.E., and JJ. Goodnow, 1994. 'Impact of Parental Discipline Methods on the Child's Internalization of Values: A Reconceptualization of Current Points of View'. *Developmental Psychology,* Vol. 30, No. 1, 4-19.

11. Kochanska, G., 1994. 'Beyond Cognition: Expanding the Search for the Early Roots of Internalisation and Conscience'. *Developmental Psychology,* Vol. 30, No. 1, 20-22.

12. Shweder, R.A., M. Mahapatra, and J.G. Miller, 1987. 'Culture and Moral Development'. In Kagan, J., and S. Lamb (eds), *The Emergence of Morality in Young Children.* University of Chicago Press: Chicago.

13. Snarey, J.R., 1985. 'Cross Cultural Universality of Social-Moral Development: a Critical Review of Kohlbergian Research'. *Psychological Bulletin,* Vol. 97, No. 2, 202-32.

14. Tisak, M.S., and E. Turiel, 1988. 'Variation in Seriousness of Transgressions and Children's Moral and Conventional Concepts'. *Developmental Psychology,* Vol. 24, No. 3, 352-57.

15. Vasudev, J., and R.C. Hummel, 1987. 'Moral Stage Sequence and Principled Reasoning in an Indian Sample'. *Human Development,* 30, 105-18.

16. Zahn-Waxier, C., M. Radke-Yarrow, E. Wagner, and M. Chapman, 1992. 'Development of Concern for Others'. *Developmental Psychology,* Vol. 28, No. 1, 126-36.

அத்தியாயம் 7: அறிவு

1. Brody, N., 1997. 'Intelligence, Schooling and Society'. *American Psychologist,* Vol. 52, No. 10, 1046-50.

2. Bruer, J.T., 1995. *Schools for Thought.* MIT Press: Cambridge, Massachusetts.

3. Ceci, S.J., 1990. *On Intelligence—More or Less: a Bio-ecological Treatise on Intellectual Development.* Prentice Hall: New Jersey.

4. Ceci, S.J., and W.M. Williams, 1997. 'Schooling, Intelligence and Income'. *American Psychologist,* Vol. 52, No. 10, 1051-58.

5. Chase, W.G., and H.A. Simon, 1973. 'Perception in Chess'. *Cognitive Psychology, 4,* 55-81.

6. Flynn, J.R., 1987. 'Massive IQ Gains in 14 Nations: What IQ Tests Really Measure'. *Psychological Bulletin,* Vol. 101, No. 2, 171-91.

7. Gardner, H., *1983. Frames of Mind: The Theory of Multiple Intelligences.* Basic Books: New York.

8. Ibid., 2003. 'Multiple Intelligences After Twenty Years'. Paper presented at the American Educational Research Association, Chicago, Illinois, April 21, 2003.

9. Gottfredson, L.S., 1997. 'Foreword to "Intelligence and Social Policy"'. *Intelligence,* 24(1), 1-12.

10. Ibid., 1997. 'Editorial: Mainstream Science on Intelligence'. *Intelligence,* 24(1), 13-23. Reprinted with permission from the Wall Street Journal, December 13, 1994.

11. Gould, S.J., 1994. 'Curveball'. *The New Yorker,* November 28, 1994.

12. Greenfield, P.M., 1997. 'You Can't Take It With You: Why Ability Assessments Don't Cross Cultures'. *American Psychologist,* Vol. 52, No. 10, 1115-24.

13. Kanazawa, S., 2004. 'General Intelligence as a Domain-Specific Adaptation'. *Psychological Review,* Vol. Ill, No. 2, 512-23.

14. Murray, C., and R. Herrnstein, 1994. *The Bell Curve.* New York, NY: The Free Press.

15. Neisser, U., G. Boodoo, T. J. Bouchard, A.W. Boykin, N. Brody, SJ. Ceci, D.F. Halpern, J.C. Loehlin, R. Perloff, RJ. Sternberg, and S. Urbina, 1996. 'Intelligence: Knowns and Unknowns'. *American Psychologist,* Vol. 51, No. 2, 77-101.

16. Paris, S.G., D.R. Cross, and M.Y. Lipson, 1984. 'Informed Strategies for Learning: A Program to Improve Children's Reading Awareness and Comprehension'. *Journal of Educational Psychology,* Vol. 76, No. 6. 1239-52.

17. Perkins, D.N., and G. Salomon, 1989. 'Are Cognitive Skills Context-Bound?' *Educational Researcher,* 18, 16-25.

18. Perkins, D.N., and T.A. Grotzer, 1997. 'Teaching Intelligence'. *American Psychologist,* Vol. 52, No. 10, 1125-33.

19. Sternberg, R.J., R.K. Wagner, W.M. Williams, and J.A. Horvath, 1995. 'Testing Common Sense'. *American Psychologist,* Vol. 50, No. 11,912-27.

20. Sternberg, R.J., 1997. 'Intelligence and Lifelong Learning: What's New and How Can We Use It?' *American Psychologist,* Vol. 52, No. 10, 1134-39.

21. Ibid., 2003. 'A Broad View of Intelligence: the Theory of Successful Intelligence'. *Consulting Psychology Journal: Practice and Research,* Vol. 55, No. 3, 139-54.

22. Ibid., 2004. 'Why Smart People Can Be So Foolish'. *European Psychologist,* Vol. 9, No. 3, 145-50.

23. Ibid., 2004. 'Culture and Intelligence'. *American Psychologist,* Vol. 59, No. 5, 325-38.

அத்தியாயம் 8: ஊக்கம்

1. Ames, C., and R. Ames, 1984. 'Systems of Student and Teacher Motivation: Toward a Qualitative Definition'. *Journal of Educational Psychology,* Vol. 76, No. 4, 535-56.
2. Ames, C., and J. Archer, 1988. 'Achievement Goals in the Classroom: Students' Learning Strategies and Motivation Processes'. *Journal of Educational Psychology,* Vol. 80, No. 3, 260-67.
3. Ames, C., 1992. 'Classrooms: Goals, Structures and Student Motivation'. *Journal of Educational Psychology,* Vol. 84, No. 3, 261-71.
4. Covington, M.V., and C.L. Omelich, 1979. 'Effort: The Double-Edged Sword in Achievement'. *Journal of Educational Psychology,* Vol. 71, No. 2, 169-82.
5. Deci, E.L., AJ. Schwartz, L. Sheinman, and R.M. Ryan, 1981. 'An Instrument to Assess Adults' Orientations Toward Control Versus Autonomy With Children: Reflections on Intrinsic Motivation and Perceived Competence'. *Journal of Educational Psychology,* Vol. 73, No. 5, 642-50.
6. Deci, E.L., R. Koestner, and R.M. Ryan, 1999. 'A Meta-analytic Review of Experiments Examining the Effects of Extrinsic Rewards on Intrinsic Motivation'. *Psychological Bulletin,* Vol. 125, No. 6, 627-68.
7. Eisenberger, R., and J. Cameron, 1996. 'Detrimental Effects of Reward: Reality or Myth?' *American Psychologist,* Vol. 51, No. 11, 1153-66.
8. Geary, D.C., 1996. 'The Evolution of Cognition and the Social Construction of Knowledge'. *American Psychologist,* Vol. 51, No. 3, 265-66.
9. Grouzet, F.M.E., T. Kasser, A. Ahuvia, J.M.F. Dols, Y. Kirn, S. Lau, R.M. Ryan, S. Saunders, P. Schmuck, and K.M. Sheldon, 2005. 'The Structure of Goal Contents Across 15 *Cultures'. Journal of Personality and Social Psychology,* Vol. 89, No. 5, 800-16.
10. Henderlong, J., and M.R. Lepper, 2002. 'The Effects of Praise on Children's Intrinsic Motivation: A Review and Synthesis'. *Psychological Bulletin,* Vol. 128, No. 5, 774-95.
11. Hopkins, G., 2005. 'How can Teachers Develop Students' Motivation—and Success? An Interview with Carol S. Dweck'. *Education World,* School Issues, 2005.
12. Mueller, C.M., and C.S. Dweck, 1998. 'Praise for Intelligence Can Undermine Children's Motivation and Performance'. *Journal of Personality and Social Psychology,* Vol. 75, No. 1, 33-52.
13. Reeve, J., E. Bolt, and Y Cai, 1999. 'Autonomy-Supportive Teachers: How They Teach and Motivate Students'. *Journal of Educational Psychology,* Vol. 91, No. 3, 537-48
14. Reeve, J., and H. Jang, 2006. 'What Teachers Say and Do to Support Students' Autonomy During a Learning Activity'. *Journal of Educational Psychology,* Vol. 98, No. 1, 209-18.

15. Ryan, R.M., and E.L. Deci, 2000. 'Self-Determination Theory and the Facilitation of Intrinsic Motivation, Social Development and Well-Being'. *American Psychologist,* Vol. 55, No. 1, 68-78.

அத்தியாயம் 9: கற்றலை அளத்தல்

1. Barksdale-Ladd, M.A., and K.E Thomas, 2000. 'What's at Stake in High-Stakes Testing: Teachers and Parents Speak Out'. *Journal of Teacher Education,* Vol. 51, No. 5, 384-97.

2. Bjork, R.A., 1999. 'Assessing Our Own Competence: Heuristics and Illusions'. In D. Gopher and A. Koriat (eds), *Attention and performance XVII. Cognitive regulation of performance: Interaction of theory and application.* Cambridge, MA: MIT Press.

3. Cheng, L., 1997. 'How Does Washback Influence Teaching? Implications for Hong Kong'. *Language and Education,* Vol. 11, No. 1, 38-54.

4. Dietel, R.J., J.L. Herman, and R.A., Knuth, 1991. 'What Does Research Say About Assessment?' North Central Regional Educational Laboratory, http://www.ncre!.org/sdrs/areas/stw_esys/ 4assess.htm

5. Hopkins, G., 2005. 'How can Teachers Develop Students' Motivation—and Success? An Interview with Carol S. Dweck'. *Education World,* School Issues, 2005.

6. Moon, T.R., C.M. Brighton, C.M. Callahan, and A. Robinson, 2005. 'Development of Authentic Assessments for the Middle School Classroom'. *The Journal of Secondary Gifted Education,* Vol. XVI, No. 2/3, 119-33.

7. Roediger III, H.L., and E.J. Marsh, 2005. 'The Positive and Negative Consequences of Multiple-Choice Testing'. *Journal of Experimental Psychology: Learning, Memory, and Cognition,* Vol. 31, No. 5, 1155-59.

8. Shaughnessy, M.F., 2002. 'An Interview with Henry L. Roediger III'. *Educational Psychology Review,* Vol. 14, No. 4.

9. Stecher, B.M., *Consequences of Large-Scale, High-Stakes Testing on School and Classroom Practice.* 79-100.

10. Zimbardo, P.G., L.D. Buder, and VA. Wolfe, 2003. 'Cooperative College Examinations: More Gain, Less Pain When Students Share Information and Grades', *Journal of Experimental Education,* Vol. 71, No. 2.

அத்தியாயம் 10: உணர்ச்சி, கற்றல், ஆரோக்கியமான உணர்வுகள்

1. Ashby, EG., A.M. Isen, and A.U. Turken, 1999. 'ANeuropsychological Theory of Positive Affect and Its Influence on Cognition'. *Psychological Review,* Vol. 106, No. 3, 529-50.

2. Buchanan, T.W., 2007. 'Retrieval of Emotional Memories'. *Psychological Bulletin,* Vol. 133, No. 5, 761-79.

3. Csikszentmihalyi, M. (1999). 'Ifwe are so rich, why aren't we happy?' *American Psychologist,* Vol. 54, No. 10, 821-827.

4. Eisenberg, N., J. Liew, and S.U. Pidada, 2004. 'The Longitudinal Relations of Regulation and Emotionality to Quality of Indonesian Children's Socioemotional Functioning'. *Developmental Psychology,* Vol. 40, No. 5, 790-804.

5. Farmer, T.W., and E.M.Z. Farmer, 2001. 'Developmental Science, Systems of Care and Prevention of Emotional and Behavioural Problems in Youth'. *American Journal of Orthopsychiatry,* Vol. 71, No. 2, 171-81.

6. Immordino-Yang, M.H., and A. Damasio, 2007. 'We Feel, Therefore We Learn: The Relevance of Affective and Social Neuroscience to Education'. *Mind, Brain and Education,* Vol. 1, No. 1, 3-10.

7. Krishnamurti, J., 1956. *Commentaries on Living: First Series.* Krishnamurti Foundation India, Madras.

8. Luthar, S.S., and L.J. Latendresse, 2005. 'Children of the Affluent: Challenges to Well-Being'. *American Psychological Society,* Vol. 14, No. 1,49-53.

9. Luthar, S.S., 2006. 'Over-Scheduling Versus Other Stressors: Challenges of High Socioeconomic Status Families'. *Social Policy Report,* Vol. XX, No. IV, 16-17.

10. Meyer, D.K., and J.C. Turner, 2002. 'Discovering Emotion in Classroom Motivation Research'. *Educational Psychologist,* 37(2), 107-14.

11. Molden, D.C., and C.S. Dweck, 2006. 'Finding 'Meaning' in Psychology: A Lay Theories Approach to Self-Regulation, Social Perception and Social Development'. *American Psychologist,* Vol. 61, No. 3, 192-203.

12. Nelson, C.A., and L.J. Carver, 1998. 'The Effects of Stress and Trauma on Brain and Memory'. *Development and Psychopathology,* 10, 793-809.

13. Phelps, E.A., 2004. 'Human Emotion and Memory: Interactions of the Amygdala and Hippocampal Complex'. *Current Opinion in Neurobiology,* 14:198-202.

14. Roeser, R.W., J.S. Eccles, and A.J. Sameroff, 1998. 'Academic and Emotional Functioning in Early Adolescence'. *Development and Psychopathology,* 10, 321-52.

15. Roeser, R.W., C. Midgley, and T.C. Urban, 1996. 'Perceptions of the School Psychological Environment and Early Adolescents' Psychological and Behavioral Functioning in School: The Mediating Role of Goals and Belonging'. *Journal of Educational Psychology,* Vol. 88, No. 3, 408-22.

16. Walden, T.A., VS. Harris, and T.F. Catron, 2003. 'How I Feel: A Self-Report Measure of Emotional Arousal and Regulation for Children'. *Psychological Assessment,* Vol. 15, No. 3, 399-412.

அத்தியாயம் *11:* வளரிளம்பருவம் - உயிரியல் - உளவியல் - சமூகவியல் மாற்றம்

1. Arnett, J.J., 1999. 'Adolescent Storm and Stress, Reconsidered'. *American Psychologist,* Vol. 54, No. 5, 317-26.

2. Buchanan, C.M, J.S. Eccles, and J.B. Becker, 1992. 'Are Adolescents the Victims of Raging Hormones: Evidence for Activational Effects of Hormones on Moods and Behavior at Adolescence'. *Psychological Bulletin,* Vol. III, No. 1, 62-107.

3. Casey, B.J., J.N. Giedd, and K.M. Thomas, 2000. 'Structural and functional brain development and its relation to cognitive development'. *Biological Psychology,* Vol. 54, 241-57.

4. Eccles, J.S., C. Midgley, A. Wigfield, C.M. Buchanan, D. Reuman, C. Flanagan, and D. Mac Tver, 1993. 'Development During Adolescence: The Impact of Stage-Environment Fit on Young Adolescents' Experiences in Schools and in Families'. *American Psychologist,* Vol. 48, No. 2,90-101.

5. Fuligni, A.J., 1998. 'Authority, Autonomy, and Parent-Adolescent Conflict and Cohesion: A Study of Adolescents From Mexican, Chinese, Filipino, and European Backgrounds'. *Developmental Psychology,* Vol. 34, No. 4, 782-92.

6. Larson, R.W. and M. Ham, 1993. 'Stress and 'Storm and Stress' in Early Adolescence: The Relationship of Negative Events With Dysphoric Affect'. *Developmental Psychology,* Vol. 29, No. 1, 130-40.

7. Larson, R.W., 2000. 'Toward a Psychology of Positive Youth Development'. *American Psychologist,* Vol. 55, No. 1, 170-83.

8. Pasupathi, M., U.M. Staudinger, and P.B. Bakes, 2001. 'Seeds of Wisdom Adolescents' Knowledge and Judgment About Difficult Life Problems'. *Developmental Psychology,* Vol. 37, No. 3, 351-61.

9. Roeser, R.W, J.S. Eccles, and AJ. Sameroff, 1998. 'Academic and Emotional Functioning in Early Adolescence'. *Development and Psychopathology,* 10, 321-52.

10. Roeser, R.W, and M.G. Galloway, 2002. 'Studying motivation to learn in early adolescence: A holistic perspective'. In T. Urdan and F. Pajares (eds), Academic motivation of adolescents: Adolescence and Education, Volume II (pp. 331-72). Greenwich, CT: Information Age Publishing.

11. Roeser, R.W, C. Midgley, and T.C. Urban, 1996. 'Perceptions of the School Psychological Environment and Early Adolescents' Psychological and Behavioral Functioning in School: The Mediating Role of Goals and Belonging'. *Journal of Educational Psychology,* Vol. 88, No. 3,408-22.

12. Steinberg, L., 2005. 'Cognitive and Affective Development in Adolescence'. *Trends in Cognitive Science,* 9(2), 69-74.

13. Steinberg, L., 2007. 'Risk Taking in Adolescence: New Perspectives from Brain and Behavioural Science'. *Current Directions in Psychological Science,* 16(2), 55-59.

14. Steinberg, L., and K.C. Monahan, 2007. 'Age Differences in Resistance to Peer Influence'. *Developmental Psychology,* Vol. 43, No. 6, 1531-43.

---

www.ingramcontent.com/pod-product-compliance
Lightning Source LLC
LaVergne TN
LVHW040341051026
849518LV00001B/260
* 9 7 8 8 1 8 4 9 3 8 0 1 2 *